101 നല്ല നാടൻ കഥകൾ

101 nalla nadan kathakal

•

prof. s sivadas

•

first edition
june 2011

•

second edition
november 2014

•

typesetting & published
chintha publishers, thiruvananthapuram

•

printed at
Repro India Ltd, Mumbai.

•

cover
suresh r

•

illustration
satheesh p k

•

price
rupees two hundred and fifty only

വിതരണം

ദേശാഭിമാനി ബുക്ക് ഹൗസ്

H O തിരുവനന്തപുരം–695 035
phone: 0471-2303026, 6063026
www.chinthapublishers.com
chinthapublishers@gmail.com

ബ്രാഞ്ചുകൾ

ഹെഡ്ഡാഫീസ് ബ്രാഞ്ച് കുന്നുകുഴി • സ്റ്റാച്യു തിരുവനന്തപുരം • കെ എസ് ആർ ടി സി ബസ് സ്റ്റേഷൻ ആലപ്പുഴ • കെ എസ് ആർ ടി സി ബസ് സ്റ്റേഷൻ എറണാകുളം • ചിറ്റൂർ റോഡ് എറണാകുളം • മച്ചിങ്ങൽ ലെയ്ൻ തൃശൂർ • ഐ ജി റോഡ് കോഴിക്കോട് • മാവൂർ റോഡ് കോഴിക്കോട് • എൻ ജി ഒ യൂണിയൻ ബിൽഡിങ് കണ്ണൂർ • സെൻട്രൽ ബസ് ടെർമിനൽ കോംപ്ലക്സ് താവക്കര കണ്ണൂർ

CR - 1414 / 3578

101 നല്ല നാടൻ കഥകൾ

(ബാലസാഹിത്യം)

പ്രൊഫ. എസ് ശിവദാസ്

ചിന്ത പബ്ലിഷേഴ്സ്
തിരുവനന്തപുരം-695 035
വില: ₹ 250

പ്രൊഫ. എസ് ശിവദാസ്

സ്വാതന്ത്ര്യസമരഭടനായിരുന്ന മണ്ഡപത്തിൽ ശങ്കരൻനായരുടെ പുത്രനായി 1940 ഫെബ്രുവരി പത്തൊൻപതിന് വൈക്കത്ത് ഉല്ലലയിൽ ജനിച്ചു. കേരള യൂണിവേഴ്സിറ്റിയിൽനിന്നും രസതന്ത്രത്തിൽ എം എസ് സി ബിരുദം നേടിയതിനുശേഷം കോട്ടയം സി എം എസ് കോളേജിൽ അധ്യാപകനായി, രസതന്ത്രവിഭാഗം തലവനായി റിട്ടയർ ചെയ്തു. മഹാത്മാഗാന്ധി യൂണിവേഴ്സിറ്റിയുടെ രസതന്ത്രം പോസ്റ്റ് ഗ്രാഡുവേറ്റ് ബോർഡ് ചെയർമാനായും സേവനമനുഷ്ഠിച്ചിട്ടുണ്ട്. കേരള ശാസ്ത്ര സാഹിത്യ പരിഷത്തിന്റെ കോട്ടയം ജില്ലാ കമ്മിറ്റിയുടെ സെക്രട്ടറിയായിരുന്ന പ്രൊഫ. ശിവദാസ് ദീർഘകാലം *യുറീക്ക മാസിക*യുടെ എഡിറ്ററുമായിരുന്നു. ശാസ്ത്രപ്രചാരകൻ, വിദ്യാഭ്യാസ പ്രവർത്തകൻ, എഡിറ്റർ, പരിസ്ഥിതി പ്രവർത്തകൻ, ഗ്രന്ഥകാരൻ, പ്രചോദകൻ എന്നീ നിലകളിൽ പ്രവർത്തിച്ചുവരുന്നു.

ആരാ മാമാ ഈ വിശ്വമാനവൻ?, ശാസ്ത്രസല്ലാപം, Joy of Science, വായിച്ചാലും വായിച്ചാലും തീരാത്ത പുസ്തകം, ആറ്റം പുരാണം, നിങ്ങളുടെ മക്കളെ എങ്ങനെ മിടുമിടുക്കരാക്കാം, കീയോ കീയോ, പുസ്തകക്കളികൾ, വിജയമന്ത്രങ്ങൾ കുട്ടികൾക്ക്, ബുദ്ധിയുണർത്തും കഥകൾ, ജയിക്കാൻ പഠിക്കാം, മണ്ണും മനുഷ്യനും, സ്നേഹക്കഥകൾ സ്വപ്നക്കഥകൾ തുടങ്ങി നൂറ്റിമുപ്പതിലേറെ ഗ്രന്ഥങ്ങളുടെ കർത്താവ്. കുട്ടികളിൽ ശാസ്ത്രബോധം വളർത്താനുള്ള നിരന്തരമായ പ്രവർത്തനങ്ങൾവഴി മറ്റു ഭാഷകൾക്കും മാതൃകയായതിന് ഭാരത സർക്കാരിന്റെ നാഷണൽ കൗൺസിൽ ഫോർ സയൻസ് ടെക്നോളജി കമ്യൂണിക്കേഷന്റെ ദേശീയ അവാർഡ്, ബാലസാഹിത്യത്തിനുള്ള NCERT അവാർഡ്, കേരള ബാലസാഹിത്യ ഇൻസ്റ്റിറ്റ്യൂട്ടിന്റെ സമഗ്ര സംഭാവനാ അവാർഡ്, കേരള സാഹിത്യ അക്കാദമി അവാർഡ്, ഭീമാ അവാർഡ്, കൈരളി ബുക്ക് ട്രസ്റ്റ് അവാർഡ്, AWIC ലൈഫ് ടൈം അച്ചീവ്മെന്റ് അവാർഡ്, കേരള സംസ്ഥാന ശാസ്ത്രസാങ്കേതിക പരിസ്ഥിതി കമ്മിറ്റി അവാർഡ്, SBI അവാർഡ് തുടങ്ങി അനേകം അംഗീകാരങ്ങൾ ലഭിച്ചിട്ടുണ്ട്.

ഭാര്യ	: സുമ (കുമാരനല്ലൂർ ദേവീവിലാസം ഹൈസ്കൂൾ മുൻ ഹെഡ്മിസ്ട്രസ്)
മക്കൾ	: ദീപു, അപു (എഞ്ചിനീയർമാർ)
മരുമക്കൾ	: ദീപ, ഡോ. സരിത.
കൊച്ചുമക്കൾ	: പാർവതി, അപർണ
വിലാസം	: പ്രശാന്ത്, അണ്ണാൻകുന്ന്, കോട്ടയം 686 001
ഫോൺ	: 0481 2560123
മൊബൈൽ	: 9446380823
E-mail	: ssivadas1@yahoo.com

ഉള്ളടക്കം

1

ഒരമ്മ കണ്ടെത്തിയ സത്യം

ഒരമ്മയ്ക്ക് ഒരു മകൻ ഉണ്ടായിരുന്നു. ഒരേയൊരു മകൻ. അവർക്ക് മറ്റാരുമില്ലായിരുന്നു. അതിനാൽ ആയമ്മ ആ മകനെ പൊന്നുപോലെ വളർത്തിയിരുന്നു. "നിലത്തു വച്ചാൽ ഉറുമ്പരിക്കും; തലയിൽ വച്ചാൽ പേനരിക്കും; ഉത്തരത്തിൽ വച്ചാൽ ചിതലരിക്കും" എന്നായിരുന്നു ആയമ്മയുടെ മട്ട്. അവർ അവരുടെ കുഞ്ഞിനെ നിലത്തു വയ്ക്കാതെ തന്നെ വളർത്തി. മടിയിലും മാറിലും കിടത്തി ഓമനിച്ചു വളർത്തി.

എന്നാൽ ഒരുനാൾ മകന് പനി പിടിച്ചു. പനി കൂടി. ബോധം പോയി. കുഞ്ഞ് മരിച്ചു. തന്റെ പുന്നാരപ്പുത്രന്റെ മരണം അംഗീകരിക്കാൻ ആയമ്മയ്ക്കു കഴിഞ്ഞില്ല. അവർ തന്റെ പൊന്നോമനപ്പുത്രന്റെ ശവശരീരവും എടുത്തുകൊണ്ട് നാടുനീളെ നടന്നു. കരഞ്ഞു വിളിച്ചു നടന്നു. ഓരോ വീട്ടുപടിയിലുംനിന്നു നിലവിളിച്ചു. "എന്റെ കുഞ്ഞിനെ രക്ഷിക്കാനൊരു മരുന്നു തരാമോ? അവന് ജീവൻ തിരിച്ചുകിട്ടാനൊരു വഴി പറയാമോ?" അവർ അങ്ങനെ ചോദിച്ചു വിലപിച്ചു. അങ്ങനെ നടക്കുമ്പോൾ ആരോ അവരോടു പറഞ്ഞു: "അമ്മേ, നിങ്ങൾ പോയി ബുദ്ധഭഗവാനെ കാണൂ. കുഞ്ഞിനെ ജീവിപ്പിക്കാൻ എന്തെങ്കിലും വഴിയുണ്ടെങ്കിൽ അദ്ദേഹം പറഞ്ഞുതരും."

ആയമ്മ കുഞ്ഞിന്റെ ശരീരവുമായി ഓടി. ഓടിയോടി ബുദ്ധഭഗവാന്റെ മുന്നിൽ ചെന്നുനിന്നു. കുഞ്ഞിന്റെ ശരീരം ഭഗവാന്റെ കാലടിക്കരികിൽ വച്ചു കരഞ്ഞു: "ഭഗവാനെ ഇത് എന്റെ പൊന്നോമ

നപ്പുത്രനാണേ. എന്റെ ജീവന്റെ ജീവൻ. ഇവന് ജീവൻ കിട്ടാൻ ഒരു വഴിപറയൂ."

ഭഗവാൻ ആയമ്മയുടെ നേരെ കനിവോടെ നോക്കി. സ്നേഹവും കരുണയും നിറഞ്ഞ കണ്ണുകൾകൊണ്ട് അവരെ തഴുകി. അവരുടെ ഓമനമകന്റെ ശരീരത്തിൽ കൈകൾ വച്ച് തലോടി. എന്നിട്ടു പറഞ്ഞു.

“അമ്മേ ഞാനിവനെ ജീവിപ്പിക്കാം. പക്ഷേ അതിന് എനിക്ക് ഒരുപിടി കടുകുകൊണ്ടുവന്നു തരണം. ഏതെങ്കിലും വീട്ടിൽനിന്നു വാങ്ങിവരൂ. ഇതുവരെ ആരും മരിക്കാത്ത വീട്ടിൽ നിന്നാകണം കടുക്. വീട്ടുകാരുടെ ആരും മരിച്ചിരിക്കരുത്.”

അതു കേട്ടതും ആശ്വാസത്തോടെ ആയമ്മ കുഞ്ഞിന്റെ ശരീരവും എടുത്തുകൊണ്ട് ഓടി. വീടുതോറും നടന്നു. ഒരുപിടി കടുകിനായി നടന്നു. ആരും മരിക്കാത്ത വീടു തിരക്കിനടന്നു. ഏതു വീട്ടിൽ ചെന്നാലും അവിടെയുള്ളവരുടെ ആരുടെയെങ്കിലും ആരെങ്കിലും മരിച്ചിട്ടുണ്ടാകും. എന്നെങ്കിലും മരിച്ചിട്ടുണ്ടാകും. അപ്പോൾ ആയമ്മ ആ വീടു വിട്ട് അടുത്ത വീട്ടിൽ ചെല്ലും. അങ്ങനെ നടന്നു നടന്ന് അവർ തളർന്നു. സ്വന്തക്കാർ ആരെങ്കിലും മരിക്കാത്ത ആരുമില്ലായിരുന്നു. മരണം ഉണ്ടാകാത്ത ഒരു കുടുംബവുമില്ലായിരുന്നു. അതറിഞ്ഞപ്പോൾ അവർക്കു കാര്യം മനസിലായി. തന്റെ മകൻ മരിച്ചത് ഒരു ഒറ്റപ്പെട്ട സംഭവമല്ല. മരണം എവിടെയും എപ്പോഴും നടക്കുന്നുണ്ട്. ജനനം കഴിഞ്ഞാൽ പിന്നെയുള്ള ഒരേയൊരു സത്യം ആണ് മരണം.

അത് സ്വയം അറിഞ്ഞതോടെ ആയമ്മ കരച്ചിൽ നിർത്തി. മകന്റെ ശവശരീരം സ്വന്തം വീടിനടുത്ത് മറവു ചെയ്തു. എന്നിട്ട് ബുദ്ധഭഗവാനെ പോയി കണ്ട് വിവരങ്ങളെല്ലാം പറഞ്ഞു. ഭഗവാൻ അവരെ ആശ്വസിപ്പിച്ചു. ജീവിതത്തെപ്പറ്റിയുള്ള തത്വങ്ങൾ ഉപദേശിച്ചു. അതോടെ അവർ ശാന്തയായി. ബുദ്ധഭഗവാന്റെ ശിഷ്യത്വം സ്വീകരിച്ച് ഒരു സന്യാസിനിയായി മാറി.

2

ഒരു വിജയമന്ത്രം

ഒരിക്കൽ ഒരിടത്ത് രണ്ടു തവളകൾ ഉണ്ടായിരുന്നു. രണ്ടുപേരും നല്ല തടിമിടുക്കുള്ളവർ. ആരോഗ്യവാന്മാർ. ചാടാനും ചാടി ഇരകളെ പിടിച്ചു വിഴുങ്ങാനും രണ്ടുപേരും വിദഗ്ധരായിരുന്നു. ഒത്തു കിട്ടിയപ്പോൾ പാമ്പിനെവരെ വിഴുങ്ങിയ വിരുതന്മാരായിരുന്നു അവർ.

എന്നാൽ അവർ രണ്ടുപേരും രണ്ടു സ്വഭാവക്കാരായിരുന്നു. ഒരാൾ ധീരനായിരുന്നു. മറ്റേയാൾ ഭീരുവും. ഒരാൾ എന്തിനേയും നേരിടാൻ ഒരുക്കമായിരുന്നു. മറ്റേയാൾ ഒന്നിനേയും നേരിടാൻ തയാറുമില്ലായിരുന്നു. ചെറിയ തടസം കണ്ടാൽപ്പോലും നിരാശനാകുമായിരുന്നു. ഇങ്ങനെ എല്ലാറ്റിലും എതിർസ്വഭാവക്കാരായിരുന്നെങ്കിലും അവർ വലിയ കൂട്ടുകാരുമായിരുന്നു. കൂട്ടുകൂടി നടന്ന് ഇര പിടിക്കുകയും ചെയ്യുമായിരുന്നു.

ഒരുദിവസം സന്ധ്യ മയങ്ങിയ നേരത്ത് അവരൊരു കല്യാണവീടിന്റെ പന്തലിലൂടെ ചാടിപ്പോവുകയായിരുന്നു. കലവറപ്പന്തലിനു കുറുകെ ചാടുമ്പോൾ അവർക്കൊരു പറ്റുപറ്റി. കലവറയിൽ വലിയ രണ്ടു തൈരുപാത്രം വച്ചിരുന്നു. രണ്ടിലും പകുതിക്കുമുകളിൽ തൈരും വച്ചിരുന്നു. പിറ്റേന്നു സദ്യക്കു കാളനുണ്ടാക്കാനായിരുന്നു തൈര്. ആരോ ആ പാത്രങ്ങൾ അടച്ചുവയ്ക്കാൻ മറന്നു. അതോ അടച്ചിരുന്ന ഇലകൾ മറ്റെന്തിനോ മാറ്റിയതുമാകാം. എന്തായാലും പറ്റാനുള്ളതു പറ്റി. രണ്ടു തവളകളും ചാടുമ്പോൾ ചാട്ടം തെറ്റി. രണ്ടു തൈരുപാത്രങ്ങളിലായി വീണു.

കുളവും കായലുമൊക്കെ കണ്ടിട്ടുള്ളവരായിരുന്നു തവളകൾ. എന്നാൽ കിണറിൽ ഇറങ്ങിയിരുന്നില്ല. കിണർപോലെ വായും തുറന്നിരിക്കുന്ന തൈരുപാത്രവും അവർക്കു പരിചയമുള്ളതായിരുന്നില്ല. അവർ പരിഭ്രമിച്ചു. രണ്ടുപേരും ഒരു പാത്രത്തിൽ വീണിരുന്നെങ്കിൽ ഒന്നു മിണ്ടാനോ പറയാനോ പ്ലാനുണ്ടാക്കാനോ പറ്റുമായിരുന്നു. എന്നാൽ രണ്ടുപേരും രണ്ടു പാത്രങ്ങളിലായിപ്പോയി. കഷ്ടം എന്നല്ലാതെ എന്തു പറയാൻ!

തൈരിൽ വീണ നിമിഷം തന്നെ രണ്ടുപേരും പുറത്തേക്കു ചാടി. പക്ഷേ ചാടിയിട്ടു വീണതു പാത്രത്തിൽ തന്നെ. അപ്പോഴവർ വീണ്ടും ചാടി. വീണ്ടും പാത്രത്തിലേക്കു വീണു. എന്താ കാരണം? പാത്രത്തിനു നല്ല പൊക്കമായിരുന്നു. വായുടെ വെളിയിലേക്ക് ചാടാൻ മാത്രം ശക്തി അവർക്കില്ലായിരുന്നു.

അത്രയുമായപ്പോൾ രണ്ടാമൻ നിരാശനായി. അവൻ ചാട്ടം നിർത്തി. ഓ ഇത്ര പൊക്കമുള്ള പാത്രത്തിൽനിന്നും പുറത്തു വരുക സാധ്യമല്ല. ഞാൻ ഇതിനകത്തു കിടന്നു ചത്തു പോവുകയേയുള്ളൂ. അവൻ അങ്ങനെ ചിന്തിച്ചു. ചാടാനും നീന്താനും ശ്രമിക്കാതെ കിടന്നു. താഴ്ന്നു. ശ്വാസം മുട്ടി ചത്തു.

ഒന്നാമനോ? അവൻ, അവൻ കിടന്ന കലത്തിൽ കിടന്നു ചാടി. തിരിച്ചു കലത്തിൽ വീണിട്ടും ചാടി. നിരാശനാകാതെ ചാടി. ചാടിയിട്ടും ചാടിയിട്ടും തളർന്നിട്ടും ചാടി. ചാടിക്കൊണ്ടേയിരുന്നു. എപ്പോൾ ഏതു ചാട്ടമാണ് ഫലിക്കുക എന്ന് ആരറിഞ്ഞു? ചാട്ടത്തിനിടെ അവൻ അതിവേഗം തൈരിലൂടെ നീന്തുകയും ചെയ്തു. ഇങ്ങനെ ചാടിയും നീന്തിയും അവൻ രക്ഷപ്പെടാൻ ശ്രമിച്ചുകൊണ്ടിരുന്നു. തളർന്നിട്ടും ചാട്ടവും നീന്തലും തുടർന്നുകൊണ്ടേയിരുന്നു.

അങ്ങനെ കുറേനേരം കഴിഞ്ഞു. അവൻ തൈരിലുണ്ടാക്കിയ ഇളക്കം മൂലം തൈരു കടഞ്ഞു. വെണ്ണ പൊങ്ങി. വെണ്ണയുടെ ഒരു വലിയ തട്ട് തൈരിനു മുകളിലുണ്ടായി. തവള അതിനു മുകളിൽ കയറി. അപ്പോഴവൻ വായുമായി കൂടുതലടുത്തു. അതു കണ്ടവൻ ആവേശഭരിതനായി. ഇതാ രക്ഷപ്പെടാനൊരു അവസരം. അതു കൈവിടരുത്. ആത്മവിശ്വാസത്തോടെ അവൻ ഒറ്റ ചാട്ടം. വെണ്ണപ്പുറത്തുനിന്നുമൊരു ചാട്ടം. ആ ചാട്ടത്തിൽ അവൻ വായും കടന്നു വായുവിൽ ഉയർന്നുപൊങ്ങി. പിന്നെ താഴ്ന്നു വായുടെ പുറത്ത് നിലത്ത് പതുക്കെ വീണു. വീഴാൻ നേരം വയർ വീർപ്പിച്ചിരുന്നതിനാൽ ഒരു ബലൂൺ വീഴുംപോലെ അവൻ വീണു. വീണ ക്ഷീണത്തിന് ഒരു നിമിഷം കിടന്നു. പിന്നെ അവൻ ആഹ്ലാദത്തോടെ ചാടിച്ചാടിപ്പോയി. മുറ്റം കടന്ന്, പന്തൽ കടന്ന്, പറമ്പു കടന്ന് കുളക്കര

യിലെ അവന്റെ വീട്ടിലെത്തി. ആശ്വാസത്തോടെ അവിടെ കിടന്നു വിശ്രമിച്ചു.

അവൻ അപ്പോൾ അവന്റെ കൂട്ടുകാരനെ ഓർത്തു ദുഃഖിച്ചു. വിജയം ഭീരുക്കൾക്കുള്ളതല്ല. ധീരന്മാർക്കുള്ളതാണ്. നിരാശക്കു കീഴ്പ്പെടുന്നവർക്കുള്ളതല്ല. പ്രത്യാശ നിലനിർത്തുന്നവർക്കുള്ളതാണ്. ആത്മവിശ്വാസമില്ലാത്തവർക്കുള്ളതല്ല. പാറപോലെ ഉറച്ച ആത്മവിശ്വാസത്തിനുടമകൾക്കുള്ളതാണ്. അവൻ അതോർത്തിരുന്നു. വിജയത്തിന്റെ ആഹ്ലാദത്തിൽ, ആശ്വാസത്തിൽ, ആത്മസംതൃപ്തിയിൽ ലയിച്ചിരുന്നു.

3

കണക്കു പിഴച്ചതെവിടെ?

ഒരിക്കലൊരു പിശക്കന് ഒരു പുഴയുടെ അക്കര കടക്കേണ്ട ആവശ്യം വന്നു. ആൾ പിശുക്കനല്ലേ? കാശു കടം കൊടുത്തു കണക്കുകൂട്ടി പലിശ വാങ്ങി പരിചയമുള്ള പിശുക്കൻ. പുഴക്കടവിൽ കടത്തുകാരൻ കാത്തുനിൽപ്പുണ്ടായിരുന്നു. പുഴയുടെ അക്കരെ അയാൾ എത്തിക്കും. പക്ഷേ കാശു കൊടുക്കണം. കാശു കൊടുത്ത് അക്കരെ പോകാൻ പിശുക്കനു മനസുവന്നില്ല. പുഴയുടെ ആഴം കുറവാണെങ്കിൽ നടന്നു കയറി അക്കരെയെത്താം. പിശുക്കന് നീന്തലറിയുകയില്ലായിരുന്നു.

കാശുകൊടുക്കാതെ അക്കരെയെത്താൻ എന്താ വഴി? ആലോചിച്ചുനിന്നപ്പോൾ പിശുക്കനൊരു സൂത്രം കണ്ടെത്തി. പുഴയുടെ ആഴം അറിയുക. കഴുത്തറ്റമോ അൽപ്പം കൂടുതലോ മാത്രമാണെന്നു കണ്ടാൽ നടന്നു കയറാം. അതിനുമൊരു സൂത്രം അയാൾക്കു തോന്നി. അയാൾ കടത്തുകാരരെ സമീപിച്ചു. ലോഹ്യം നടിച്ചു. വിശേഷങ്ങൾ ചോദിച്ചു. അതിനിടെ ചോദിച്ചു: "ചേട്ടാ പുഴയിലെങ്ങനെയുണ്ട് വെള്ളം?"

സത്യസന്ധനായിരുന്നു കടത്തുകാരൻ. അയാൾ പറഞ്ഞു "അരികിലൊരു നൂറടി മുട്ടറ്റം. പിന്നെയൊരു നൂറടി അരയറ്റം. പിന്നെയൊരു നൂറടി ഒരാൾ പൊക്കം. പിന്നെയൊരു നൂറടി രണ്ടാൾ. പിന്നെ നൂറടി അരയറ്റം. പിന്നെ നൂറടി മുട്ടറ്റം. അപ്പോൾ അക്കരെയെത്തും."

പിശുക്കൻ പുഴയോരത്തിരുന്നു. ഒരു ചുള്ളിക്കമ്പ് ഒടിച്ചെടുത്തു. മണലിൽ കണക്കെഴുതി കൂട്ടിനോക്കി. ശരാശരി വെള്ളം മൂക്കിനു

താഴയേ വരൂ. അപ്പോൾ ഇറങ്ങി നടക്കാം. അങ്ങനെ നിശ്ചയിച്ചു. തുണി പറിച്ചു തലയിൽ കെട്ടി. പുഴയിലിറങ്ങി നടന്നുപോയി.

പാവം! അയാൾ അക്കരെയെത്തിയില്ല. ഇക്കരെയുമെത്തിയില്ല. മുങ്ങിച്ചത്തു. എങ്ങോ എപ്പോഴൊ ശവം പൊങ്ങിയെന്ന് ആരോ എപ്പോഴൊ എവിടെയോ പറഞ്ഞുകേട്ടു.

പിശുക്കന് കൂട്ടാനും ഹരിക്കാനുമൊക്കെ നന്നായറിയാമായിരുന്നു. തെറ്റാതെ കണക്കു കൂട്ടാനുമറിയാമായിരുന്നു. പിന്നെയെവിടെയാണ് തെറ്റിയത്? എന്തുകൊണ്ടാണ് മുങ്ങിച്ചത്തത്? അത് നിങ്ങൾ ആലോചിച്ചു കണ്ടുപിടിച്ചോളൂ.

4

ഒരു മഹാരാജാവിന്റെ ബുദ്ധി

പാട്ടുകേട്ടു രസിക്കാനും വേണം ഒരു പരിശീലനം. കേട്ടുകേട്ടു രസിച്ചു രസിച്ചുണ്ടാകുന്ന ഒരു കേൾവിജ്ഞാനം. എന്നാൽ ഇങ്ങനെ യാതൊരു ജ്ഞാനവുമില്ലാത്ത ചിലർ പാട്ടു കേൾക്കുമ്പോൾ രസിക്കുന്നതായി അഭിനയിക്കും. മറ്റുള്ളവരെ പറ്റിക്കാനാണ് ഈ അഭിനയം. അങ്ങനെയുള്ളവരെ ഒരിക്കൽ ഒരു രാജാവ് കൈകാര്യം ചെയ്ത കഥ രസകരമാണ്. തിരുവിതാംകൂർ ഭരിച്ചിരുന്ന മാർത്താണ്ഡവർമ്മ മഹാരാജാവാണ് അതു ചെയ്തതെന്നു പറയപ്പെടുന്നു.

മഹാരാജാവിനു പാട്ടുകച്ചേരി വളരെ ഇഷ്ടമായിരുന്നു. നല്ല സംഗീതം കേട്ട് രാജാവ് നന്നായി രസിച്ചിരുന്നു. രാജാവിനു വേണ്ടിത്തന്നെ കൊട്ടാരത്തിൽ സംഗീതസദസും നടത്തിയിരുന്നു. അത്തരം സദസിൽ മുൻനിരയിൽ തന്നെ ചിലർ കയറിയിരിക്കും. അവർക്കു പാട്ടിനോടു യാതൊരു താൽപ്പര്യവുമില്ലായിരുന്നു. പക്ഷേ പാട്ടു തുടങ്ങുമ്പോൾതന്നെ അവർ തലകുലുക്കും. ഇടയ്ക്കിടെ ബലേ ഭേഷ് എന്നു തട്ടിവിടും. കൈയടിക്കും. അങ്ങനെ കുറെ പ്രകടനങ്ങൾ നടത്തും. എന്തിനായിരുന്നു ആ നാടകങ്ങൾ എന്നോ? മഹാരാജാവിനെ കാണിക്കാൻ. തങ്ങൾ സംഗീതപ്രിയരാണ് എന്ന് ധരിപ്പിക്കാൻ. അങ്ങനെ രാജാവിന്റെ പ്രീതി പിടിച്ചുപറ്റാൻ.

ഇങ്ങനെയുള്ള നാട്യക്കാരെക്കൊണ്ടു രാജാവ് മടുത്തിരിക്കുകയായിരുന്നു. അപ്പോൾ കൊട്ടാരത്തിൽ ഒരു വലിയ സംഗീത സദസ്സ് തുടങ്ങി. പതിവുപോലെ നാട്യക്കാർ തല കുലുക്കാനും കൈയടിക്കാനും ബലേ ഭേഷ് പറയാനും തുടങ്ങി. അപ്പോൾ മഹാരാ

ജാവ് ദേഷ്യപ്പെട്ടു പറഞ്ഞു. "പാട്ടുകച്ചേരി തീരുന്നതുവരെ ആരെങ്കിലും ഇരിക്കുന്നിടത്തുനിന്നും ഇളകുകയോ കൈയടിക്കുകയോ തലകുലുക്കുകയോ എന്തെങ്കിലും പറയുകയോ ചെയ്താൽ ഞാൻ ആ ആളിന്റെ തല തട്ടിക്കളയും."

അതോടെ സദസ്സ് നിശ്ശബ്ദമായി. സംഗീതവിദ്വാൻ അതിമനോഹരമായി ഒരു പാട്ടു പാടാനും തുടങ്ങി. സാവധാനം തുടങ്ങി രാഗം വിസ്തരിച്ച് പാടിപ്പാടി പാട്ടിന്റെ ഏറ്റവും ഗംഭീരമായ ഘട്ടത്തിലെത്തി. സംഗീതത്തിന്റെ എവറസ്റ്റിലെത്തി എന്നുതന്നെ പറയാം. അത്ര മനോഹരമായി അദ്ദേഹം പാടി 'ഉച്ചസ്ഥായി'യിലെത്തി. അപ്പോൾ ഒരാൾ മാത്രം ചാടിയെഴുന്നേറ്റു. കൈ ഉയർത്തി ആട്ടി ഉച്ചത്തിൽ പറഞ്ഞു:

"ബലേ ഭേഷ് ബലേ ഭേഷ്.... തല പോനാൽ പോകട്ടും."

ബലേ ഭേഷ് എന്നു രണ്ടുപ്രാവശ്യം പറഞ്ഞുകഴിഞ്ഞപ്പോഴായിരുന്നു തന്റെ തല പോകുമല്ലോ എന്ന് ആ സംഗീതാസ്വാദകൻ ഓർത്തത്. അതാണ് അദ്ദേഹം തല പോയാൽ പോകട്ടെ എന്നും കൂടി അവസാനം പറഞ്ഞത്. തല പോയാലും ഇത്ര നല്ല പാട്ടിന്റെ ക്ലൈമാക്സിൽ ഞാൻ ബലേഭേഷ് പറയും എന്ന്! സദസിൽ ഉണ്ടായിരുന്ന ഒരേയൊരു യഥാർഥ ആസ്വാദകനായിരുന്നു അയാൾ!

സംഗീതക്കച്ചേരി കഴിഞ്ഞാലുടൻ രാജാവ് അയാളുടെ തല വെട്ടും എന്നായിരുന്നു സദസിലുണ്ടായിരുന്നവർ കരുതിയത്. എന്നാൽ കച്ചേരി കഴിഞ്ഞപ്പോൾ മഹാരാജാവ് അയാളെ സ്റ്റേജിലേക്കു വിളിച്ച് അഭിനന്ദിച്ചു. ഒരു സമ്മാനവും നൽകി. എന്നിട്ടേ പാട്ടുകാരനു സമ്മാനം നൽകിയുള്ളൂ. യഥാർഥ സംഗീതാസ്വാദകൻ എങ്ങനെയാകണം എന്ന് അങ്ങനെ രാജാവ് മറ്റുള്ളവരെ പഠിപ്പിച്ചു.

തന്റെ തലയേക്കാൾ സംഗീതത്തെ സ്നേഹിക്കുന്നവനല്ലേ യഥാർഥ സംഗീതാസ്വാദകൻ?

5

പാണ്ടൻ കുറുക്കനു പാണ്ടുണ്ടായ കഥ

കൂട്ടുകാരെ, കേൾക്കണോ ഒരു രസം. നമ്മുടെ പാണ്ടൻ കുറുക്കനില്ലേ? അവനു പണ്ടു പാണ്ടില്ലായിരുന്നു. സത്യം. സ്രഷ്ടാവ് സൃഷ്ടിച്ച കാലത്ത് അവന്റെ പുറംപോലെയായിരുന്നു ദേഹം മുഴുവൻ. കറുത്തു മിനുത്ത രോമക്കുപ്പായം. അതുമിട്ട് മിന്നിമിനുങ്ങി അവൻ കാട്ടിലെങ്ങും കറങ്ങിനടന്നു. കാട്ടിലെ കൂട്ടുകാരെയൊക്കെ പറ്റിച്ചു. അങ്ങനെ ഗമയിൽ ജീവിച്ചു.

പിന്നെയെങ്ങനെ പാണ്ടില്ലാക്കുറുക്കന് പാണ്ടുണ്ടായി എന്നല്ലേ? പറയാം പറയാം. മറ്റു മൃഗങ്ങളെല്ലാം എല്ലാ ദിവസവും സ്രഷ്ടാവിനോട് പരാതി പറഞ്ഞു. സുന്ദരൻ കുറുക്കൻ പറ്റിച്ചേ എന്നു പരാതി പറഞ്ഞു. അവസാനം സ്രഷ്ടാവിന് ശരിക്കും ദേഷ്യം വന്നു. അദ്ദേഹം പെട്ടെന്ന് ഒരു കൊച്ചുകുട്ടിയുടെ രൂപമെടുത്തു. നാലഞ്ചു വയസുള്ള ഒരു സുന്ദരക്കുട്ടന്റെ രൂപം. അവൻ കാട്ടിലെത്തി. കുറുക്കൻ കറങ്ങുന്ന കാട്ടുവഴിയിൽ കാത്തുനിന്നു.

കുറുക്കൻ കുട്ടിയെ കണ്ടു. നല്ല കോളടിച്ചല്ലോ. ഇന്ന് ഈ കുട്ടിയെ പറ്റിക്കാം. അങ്ങനെ കരുതി കുറുക്കൻ കുട്ടിയുടെ നേരെ നോക്കി. അപ്പോൾ കുട്ടി കരഞ്ഞുകൊണ്ടു പറഞ്ഞു. "എൻെറ പൊന്നു കുറുക്കാ, എന്നെ രക്ഷിക്കണേ. എനിക്കു വഴിതെറ്റി. കണക്കുതെറ്റി. വഴി കാണാൻ നടന്നു വയ്യാതായി. കാലിനു നീരായി. ഇനി ഒരടി നടക്കാൻ വയ്യാതായി. എന്നെ ഒന്ന് എടുത്ത് വീട്ടിലെത്തിക്കണം. എത്തിച്ചാലുടൻ ഞാൻ നിനക്കൊരു നല്ല സമ്മാനം തരാം. ഒരു തടിച്ചുകൊഴുത്ത ആട്ടിൻകുട്ടി. സത്യം. നിനക്ക് നാലു

ദിവസം വയർ നിറച്ചു തിന്നാൻ മാത്രം ഇറച്ചിയുള്ള ആട്. ദയവായി എന്നെ സഹായിക്കണേ."

കുട്ടി പറയുന്നത് കുറുക്കൻ കേട്ടു. പെട്ടെന്ന് അവനൊരു സൂത്രം തോന്നി. കുട്ടിയെ പറ്റിക്കാനൊരു വിദ്യ. ഇവനെ പുറത്തുകയറ്റി വീട്ടിലെത്തിക്കുക. എന്നിട്ട് ആ വീട്ടിലെ ആടുകളെ മുഴുവൻ മോഷ്ടിക്കുക. ഹായ്! എത്ര നല്ല സൂത്രം. ഇന്നത്തെ കണി നല്ല കണി. അവൻ കുട്ടിക്കു മുന്നിൽ കുനിഞ്ഞുനിന്നുകൊടുത്തു. കുട്ടി ചാടി അവന്റെ മുകളിലിരുന്നു. കുട്ടിയേയും ചുമന്നുകൊണ്ട് കള്ളക്കുറുക്കൻ ഓടി. അവന്റെ ഉള്ളിലെ കള്ളപ്പരിപാടി സ്രഷ്ടാവിനു മനസിലായിരുന്നു.

പെട്ടെന്ന് സ്രഷ്ടാവ് കാലുകൾ കൂട്ടിപ്പിടിച്ചു മുറുക്കി. കള്ളക്കുറുക്കനു ശ്വാസം മുട്ടി. അപ്പോൾ സ്രഷ്ടാവ് ഉറക്കെ പറഞ്ഞു: "എടാ കള്ളാ! നിനക്കെന്നെ മനസിലായോ? ഞാൻ നിന്റെ സ്രഷ്ടാവാണ്. ഞാൻ നിന്നെ ഒരു മര്യാദക്കാരനായിട്ടായിരുന്നു സ്രഷ്ടിച്ചത്. പക്ഷേ നീ മാറി. ഒരു കള്ളനും ചതിയനുമായി. അതിനാൽ ഞാൻ നിന്നെ ശിക്ഷിക്കുന്നു.

കുറുക്കൻ അതുകേട്ടു പേടിച്ചു വിരണ്ട് കൂടുതൽ വേഗത്തിൽ പായാൻ തുടങ്ങി. ഉടൻ സ്രഷ്ടാവ് ഒരു തീഗോളമെടുത്ത് അവന്റെ പുറത്തേക്കെറിഞ്ഞ് അപ്രത്യക്ഷനായി. കുറുക്കൻ വേദനകൊണ്ടു പുളഞ്ഞു. ഉച്ചത്തിൽ കൂവിക്കരഞ്ഞ് ഓടി. അപ്പോൾ തീയാളി. കുറുക്കൻ അപ്പോൾ നിലത്തുവീണു കിടന്നുരുണ്ടുരുണ്ട് തീ കെടുത്തി. പക്ഷേ അതിനു നേരം കുറെയെടുത്തു. അപ്പോഴേക്ക് തീ അവന്റെ ദേഹത്ത് അവിടെയും ഇവിടെയുമൊക്കെ ഓടിനടന്ന് പൊള്ളിച്ചിരുന്നു. പൊള്ളിയ ഭാഗത്തെ കറുത്ത രോമം കത്തിപ്പോയി. അവിടെ വെളുത്ത പാടുകളായി. കൈകാലുകൾ മഞ്ഞച്ചു. അവിടെയും വെള്ളപ്പാണ്ടുണ്ടായി. കറുത്ത ഭാഗവും വെളുത്ത ഭാഗവും മാറി മാറി നിന്നതിനാൽ കുറുക്കൻ പാണ്ടനായി.

അവൻ നിലത്ത് ഒരുദിവസം മുഴുവൻ തളർന്നു കിടന്നു. അപ്പോഴേക്ക് വേദന മാറിയിരുന്നു. അവൻ അപ്പോൾ എഴുന്നേറ്റുനടന്നു. അവനെ കണ്ട് മറ്റു മൃഗങ്ങൾ മാറിപ്പോയി. സ്രഷ്ടാവിന്റെ ശിക്ഷയുടെ പാടുകൾ അവന്റെ ദേഹത്തുണ്ടായിരുന്നല്ലോ. അത് കണ്ടവരൊക്കെ അവന്റെ പറ്റിക്കലിനെപ്പറ്റി ഓർത്തു. ചതി പറ്റാതെ മാറിപ്പോയി. അതിനു ദൈവം തീർത്ത അടയാളമായിരുന്നു ആ പാണ്ട്.

കള്ളം കാണിക്കരുതെന്നും ആരേയും പറ്റിക്കരുതെന്നും ചതിക്കരുതെന്നും എല്ലാവരേയും പഠിപ്പിക്കാനുള്ള അടയാളമായി ആ പാണ്ട്. പിന്നെ ഇതുവരെ സ്രഷ്ടാവ് ആ അടയാളം മാറ്റാൻ തയാറായിട്ടുമില്ല!

6

പഠിപ്പും ജീവിതവും

ഒരു മഴക്കാലത്ത് ഒരു നമ്പൂതിരിക്ക് ഒരു പുഴയുടെ അക്കരെ പോകേണ്ടിവന്നു. കടവിൽ തോണിയുമായി കടത്തുകാരൻ കാത്തു കിടന്നിരുന്നു. നമ്പൂതിരിപ്പാടിനെ കണ്ടതും കടത്തുകാരൻ ചാടി എഴുന്നേറ്റു. അദ്ദേഹത്തെ തൊഴുതു. പിന്നെ വള്ളത്തിൽനിന്നും വെള്ളത്തിലേക്ക് ഇറങ്ങി. വള്ളം കരയിലേക്ക് അടുപ്പിച്ചു പിടിച്ചു കൊണ്ടു നിന്നു.

നമ്പൂതിരിപ്പാട് വള്ളത്തിൽ കയറുംമുൻപ് പുഴയിലേക്കൊന്നു നോക്കി. പുഴ നിറഞ്ഞുകവിഞ്ഞൊഴുകുന്നു. വെള്ളം കട്ടക്കല ക്കലാണ്. അതു കണ്ടപ്പോൾ അദ്ദേഹം ചോദിച്ചു.

"മലവെള്ളത്തിന്റെ വരവ് നിന്നോടാ?"

കടത്തുകാരൻ വിനയത്തോടെ പറഞ്ഞു. "ഇല്ല തിരുമേനീ. വെള്ളം നല്ല വരവാ. മലയിൽ നല്ല പെയ്ത്താ. ഇപ്രാവശ്യം വെള ളപ്പൊക്കം തീർച്ചയാണ്."

നമ്പൂതിരിപ്പാട് ഒന്നു മൂളി. പിന്നെ വള്ളത്തിലേക്ക് കയറി. ക ടത്തുകാരൻ ഭവ്യതയോടെ വള്ളത്തിന്റെ നടുപ്പടി തന്നെ തുടച്ചു കൊടുത്തു. അത് നമ്പൂതിരിപ്പാടിന് ഇഷ്ടപ്പെട്ടു. കൊള്ളാം ഇവന് മര്യാദയുണ്ട്. നമ്പൂതിരിപ്പാട് അങ്ങനെ ചിന്തിച്ചുകൊണ്ട് പടിയിലി രുന്നു. കടത്തുകാരൻ വള്ളത്തിൽ കയറി. തുഴയാൻ തുടങ്ങി.

പുഴയുടെ അരികിലൂടെ മുകളിലേക്കായിരുന്നു കടത്തുകാരൻ ആദ്യം വള്ളം തുഴഞ്ഞത്. അങ്ങനെ കുറെയേറെ മുകളിലേക്ക് ചെ ല്ലണം. എന്നിട്ട് താഴേക്ക് ചെരിഞ്ഞുപോകണം. അപ്പോൾ ഒഴുക്കിന്റെ ശക്തിയിൽതന്നെ വള്ളം അക്കരെയെത്തും. മറിയാതെയും ദിശ

മാറാതെയും നോക്കിയാൽ മതി. തുഴകൊണ്ട് അതൊക്കെ സാധിക്കാൻ തുഴക്കാരനറിയാമായിരുന്നു. നിത്യത്തൊഴിലല്ലേ.

നമ്പൂതിരിപ്പാട് അവൻ തുഴയുന്നതും നോക്കി വെറുതെയിരുന്നതേയുള്ളൂ. വലിയ ഗൗരവത്തിലായിരുന്നു ഇരിപ്പ്. താൻ വലിയ പണ്ഡിതനാണ് എന്ന അഹങ്കാരം അദ്ദേഹത്തിനുണ്ടായിരുന്നു. ഈ കടത്തുകാരന് വലിയ വിദ്യാഭ്യാസമൊന്നും ഇല്ല. അത്തരം പാമരന്മാരോട് മിണ്ടാതെ ഗൗരവത്തിലിരിക്കുന്നതാണ് നല്ലത്. അതായിരുന്നു അദ്ദേഹത്തിന്റെ ഭാവം.

കടത്തുകാരനോ നമ്പൂതിരിപ്പാടിനോടു വലിയ ബഹുമാനമായിരുന്നു. അദ്ദേഹം വലിയ പണ്ഡിതനാണെന്ന് നാട്ടുകാർ പറയുന്നത്

കടത്തുകാരൻ പലതവണ കേട്ടിട്ടുണ്ട്. അതായിരുന്നു ബഹുമാനത്തിന്റെ കാരണം.

വള്ളം പുഴയുടെ നടുവിലേക്ക് അടുത്തുകൊണ്ടിരിക്കുകയായിരുന്നു. അപ്പോൾ നമ്പൂതിരിപ്പാട് കടത്തുകാരന്റെ നേരെ തിരിഞ്ഞുചോദിച്ചു: "നീ വേദങ്ങൾ പഠിച്ചിട്ടില്ലേ?"

"ഇല്ല തിരുമേനീ. അടിയനെ അതൊക്കെ ആരു പഠിപ്പിക്കാനാ."

ഉടൻ നമ്പൂതിരിപ്പാട് പറഞ്ഞു. "എങ്കിൽ നിന്റെ ജീവിതം പകുതി പാഴായിപ്പോയി."

അതുകേട്ടപ്പോൾ കടത്തുകാരന് വലിയ സങ്കടം തോന്നി. അയാൾ തലതാഴ്ത്തിയിരുന്ന് വള്ളം തുഴഞ്ഞു.

അൽപ്പനേരത്തെ ആലോചനയ്ക്കുശേഷം നമ്പൂതിരിപ്പാട് വീണ്ടും ചോദിച്ചു: "ആട്ടെ, നീ സംസ്കൃതം പഠിച്ചിട്ടില്ലേ?"

അപ്പോൾ കൂടുതൽ സങ്കടത്തോടെ കടത്തുകാരൻ പറഞ്ഞു: "ഇല്ല തിരുമേനീ. അടിയൻ അക്ഷരംപോലും പഠിച്ചിട്ടില്ല."

അതുകേട്ട് നമ്പൂതിരിപ്പാട് തലയിൽ കൈവച്ചുകൊണ്ടു പറഞ്ഞു:

"കഷ്ടം കഷ്ടം! നിന്റെ ജീവിതം മുക്കാലും പാഴായിപ്പോയല്ലോ."

അതുംകൂടി കേട്ടപ്പോൾ കടത്തുകാരന്റെ കണ്ണുകൾ നിറഞ്ഞു. അയാൾ ഒന്നും മിണ്ടാതെ വള്ളം തുഴഞ്ഞുകൊണ്ടിരുന്നു.

വള്ളം പുഴയുടെ നടുവിലെത്തി. പെട്ടെന്ന് മാനം കറുത്തു. കാറ്റുവീശി. അതൊരു ഭ്രാന്തൻ കാറ്റായിരുന്നു. ഒരു കൊടുങ്കാറ്റ്. അത് പുഴയിലേക്ക് ആഞ്ഞടിച്ചു. വള്ളത്തെ വട്ടം കറക്കി. കടത്തുകാരൻ പേടിച്ചുവിറച്ച് എഴുന്നേറ്റുനിന്നു.

തുഴകൊണ്ട് ബലമായി വള്ളത്തിൽ പിടിച്ച് വള്ളം മറിയാതെ നോക്കുന്നതിനിടയിൽ അയാൾ വിളിച്ചുചോദിച്ചു:

"തിരുമേനീ, അങ്ങ് നീന്താൻ പഠിച്ചിട്ടുണ്ടോ?"

തിരുമേനി പരിഭ്രമത്തോടെ പറഞ്ഞു:

"ഇല്ലില്ല. അതിന് ഇതുവരെ കാരണമുണ്ടായിട്ടില്ല."

കടത്തുകാരൻ നിരാശയോടെ പറഞ്ഞു.

"എങ്കിൽ അങ്ങയുടെ ജീവിതം മുഴുവൻ പാഴായിപ്പോയി."

പെട്ടെന്ന് വള്ളം മറിഞ്ഞു. നദിയിലെ ചുഴിയിൽപ്പെട്ടു താഴ്ന്നു. കടത്തുകാരൻ കഷ്ടപ്പെട്ടു നീന്തി കരയ്ക്കുകയറി. വേദവും സംസ്കൃതവും പഠിച്ച പണ്ഡിതനായ നമ്പൂതിരിയുടെ പൊടിപോലും പിന്നീടാരും കണ്ടിട്ടില്ല!

7

ഈച്ചേം പൂച്ചേം

പണ്ടുപണ്ട് ഒരിടത്തൊരു ഈച്ചയുണ്ടായിരുന്നു. ഒരു പൂച്ചയുമുണ്ടായിരുന്നു. ഈച്ച എപ്പോഴും പറന്നുനടന്ന് തീറ്റ തിന്നിരുന്നു. പൂച്ച എപ്പോഴും നടന്നുനടന്ന് ഇര പിടിച്ചിരുന്നു. ഒരുദിവസം ഈച്ച പറന്നു തളർന്ന് ഒരിടത്തിരുന്നു. പൂച്ച നടന്നു തളർന്നും ഒരിടത്തിരുന്നു. ഈച്ചയിരുന്നിടത്തായിരുന്നു പൂച്ച ഇരുന്നത്. അടുത്തടുത്തിരുന്ന അവർ തമ്മിൽ കണ്ടു. ഈച്ച പൂച്ചയെ ആദ്യമായി കണ്ട് അതിശയിച്ചു. പൂച്ച ഈച്ചയെ ആദ്യമായി കണ്ട് അത്ഭുതപ്പെട്ടു. കണ്ടപ്പോൾ അവർ മിണ്ടി. മിണ്ടിയപ്പോൾ ഇഷ്ടമായി. ഇഷ്ടമായപ്പോൾ ഇഷ്ടക്കാരായി.

അപ്പോൾ പൂച്ച പറഞ്ഞു:

“എലിയെ തിന്നുതിന്നു വയർ കേടായി. ഇത്തിരി കഞ്ഞികുടിച്ചാൽ വയർ നേരെയായേനെ.”

അപ്പോൾ ഈച്ച പറഞ്ഞു.

“ചത്തതും ചീഞ്ഞതും തിന്നുതിന്ന് എന്റെ വയറും കേടായി. ഇത്തിരി കഞ്ഞികുടിക്കാൻ എനിക്കും കൊതിയാകുന്നു.”

അപ്പോൾ പൂച്ച ചോദിച്ചു:

‘ഈച്ചേ, പൊന്നീച്ചേ, ഇത്തിരി നല്ല കഞ്ഞി കുടിക്കാൻ എന്താ വഴി?”

“നല്ല കഞ്ഞി കുടിക്കാൻ ഒന്നേ വഴിയുള്ളൂ. നമ്മൾ കഞ്ഞി വക്കണം.” ഈച്ച മറുപടി പറഞ്ഞു.

"നമ്മൾ എങ്ങനെ കഞ്ഞി വയ്ക്കും?" പൂച്ച ചോദിച്ചു.

കള്ളിപ്പൂച്ച ഒരിക്കലും തനിയെ കഞ്ഞിവച്ചിരുന്നില്ല. കട്ടു തിന്നിട്ടേ ഉള്ളൂ.

"കഞ്ഞിവയ്ക്കാൻ കലം വേണം. അരിയും വേണം." ഈച്ച പറഞ്ഞു.

"ഞാൻ കലം വാങ്ങിക്കൊണ്ടുവരാം. നീ പോയി അരി വാങ്ങിവരൂ." പൂച്ച പറഞ്ഞു.

പൂച്ച പോയി കലം വാങ്ങിവന്നു. ഈച്ച പോയി അരി വാങ്ങിവന്നു.

"കഞ്ഞിവയ്ക്കാൻ അടുപ്പുവേണം. വിറകും വേണം." ഈച്ച പറഞ്ഞു.

"ഞാൻ കല്ലുകൊണ്ടു വന്ന് അടുപ്പു കൂട്ടാം. നീ പോയി വിറകൊടിച്ചുകൊണ്ടുവാ." പൂച്ച പറഞ്ഞു.

പൂച്ച അടുപ്പുകൂട്ടി. ഈച്ച ഉണക്കക്കമ്പുകൾ ഒടിച്ചുകൊണ്ടുവന്നു.

പൂച്ച കലം കഴുകി വെള്ളമെടുത്ത് അടുപ്പത്തുവച്ചു.

ഈച്ച വിറകൊടിച്ച് അടുപ്പിലടുക്കി. പൂച്ച അരി കഴുകി കലത്തിലിട്ടു. ഈച്ച വിറകു കത്തിച്ചു. അപ്പോൾ അടുപ്പു പുകയാൻ തുടങ്ങി.

ഈച്ച പോയി മുറം ചുമന്നുകൊണ്ടുവന്നു. പൂച്ച മുറം വീശി അടുപ്പിൽ കാറ്റുകേറ്റി.

വിറകു കത്തി. തീ പൊങ്ങി. വെള്ളം തിളച്ചു. അരിമണികൾ തുള്ളിമറിഞ്ഞു. അരിവെന്തു. കലം നിറഞ്ഞു. കലത്തിന്റെ വായവരെ കഞ്ഞിനിറഞ്ഞു. "നമ്മുടെ കഞ്ഞിക്ക് എന്തൊരു റോസ് നിറം. എനിക്കു കൊതിവരുന്നു." പൂച്ച പറഞ്ഞു.

"നമ്മുടെ കഞ്ഞിക്ക് എന്തൊരു കഞ്ഞിമണം. എനിക്കു കൊതിവരുന്നു." ഈച്ച പറഞ്ഞു.

"കഞ്ഞി കുടിക്കാൻ പ്ലാവില കുത്തണം. ഞാൻ പോയി പഴുത്ത പ്ലാവില പെറുക്കിവരാം. നീ പോയി ഈർക്കിലു കൊണ്ടുവാ." പൂച്ച പറഞ്ഞു.

പൂച്ച പ്ലാവിലകൾ കൊണ്ടുവന്നു. ഈച്ച ഈർക്കിലും കൊണ്ടുവന്നു. പൂച്ച പ്ലാവില കുത്തി. ഈച്ച അത് കഴുകിവച്ചു.

"അയ്യോ നമ്മൾ കഞ്ഞി എന്തിൽ വിളമ്പും?" പൂച്ച ചോദിച്ചു.

“കഞ്ഞി വിളമ്പാൻ ചട്ടിവേണം. നല്ല പരന്ന ചട്ടി.” ഈച്ച പറഞ്ഞുകൊടുത്തു.

“ഞാൻ ചട്ടികൾ വാങ്ങിവരാം. നീ കഞ്ഞിക്കു കാവലിരിക്ക്. കള്ളക്കാക്ക കണ്ടാൽ കഞ്ഞി കക്കും.” പൂച്ച പറഞ്ഞു.

“അങ്ങനെതന്നെ” ഈച്ച സമ്മതിച്ചു.

“ചൂടു കഞ്ഞിയാണേ. അടുത്തു തീയുമുണ്ടേ. നീ മര്യാദക്ക് മാറിയിരുന്നാൽ മതി. കേട്ടോ ഈച്ചേ.” പൂച്ച ചട്ടി വാങ്ങാൻ പുറപ്പെടുമ്പോൾ പറഞ്ഞു.

ഈച്ച കഞ്ഞിയിൽ നോക്കിയിരുന്നു. നോക്കി നോക്കിയിരുന്നു. നോക്കുംതോറും ഈച്ചയ്ക്കു കൊതികൂടി. കൊതികൂടിയപ്പോൾ അവൻ നിലത്തുനിന്നും പറന്നുയർന്നു. കലത്തിന്റെ വായിലേക്ക് പറന്നു. കഞ്ഞിയിലൊരൽപ്പം കുടിക്കാനായി കലത്തിലിറങ്ങിയതും നിലതെറ്റി. ചിറകു കലത്തിൽ തട്ടി. ഈച്ച ചൂടുകഞ്ഞിയിൽ വീണു ചത്തു!

കള്ളക്കാക്ക പറന്നുവന്നു നോക്കുമ്പോൾ കലത്തിനു കാവലാരുമില്ല. കാക്ക കലത്തിനടുത്തേക്കു പറന്നു. കാക്കയുടെ കാലുകൊണ്ട് മുറം മറിഞ്ഞ് അടുപ്പിൽ വീണു. കാക്കയുടെ ചുണ്ടുകൊണ്ട് കലം മറിഞ്ഞ് നിലത്തുവീണു. മുറം കത്തി തീയാളി. കലം കവിഞ്ഞ് കഞ്ഞി നിലത്തുപടർന്നു.

കാക്ക തീയിൽനിന്നും മാറിയിരുന്ന് നിലത്തെ കഞ്ഞി കൊത്തിത്തിന്നാൻ തുടങ്ങുമ്പോഴേക്ക് പൂച്ചയെത്തി. കാക്കയെ കണ്ട് പൂച്ച കണ്ണുരുട്ടി. അതു കണ്ടു പേടിച്ചു കാക്ക പറന്നുപോയി. പൂച്ച ചട്ടികൾ നിലത്തുവച്ചു. കഷ്ടം കഷ്ടം. മുറം കത്തി. കലം പൊട്ടി. കഞ്ഞി നിലത്തായി. എന്നാലും മുകളിൽനിന്നും വാരി ചട്ടിയിൽ നിറയ്ക്കാം. ഈച്ചയ്ക്ക് ഒരു ചട്ടി കൊടുക്കാം. മറ്റേ ചട്ടി തനിക്കും കുടിക്കാം. പൂച്ച അങ്ങനെ വിചാരിച്ചുകൊണ്ട് നിലത്തെ കഞ്ഞിയിലേക്ക് നോക്കി. അയ്യോ. അതാ കഞ്ഞിയിൽ തന്റെ പൊന്നീച്ച വെന്തു മലച്ചുകിടക്കുന്നു! ഈച്ചയുടെ കണ്ണുകൾ അടഞ്ഞിരുന്നു.

പൂച്ച കഞ്ഞിക്കാര്യം മറന്നു. കൊതി മറന്നു. വിശപ്പു മറന്നു. അവൻ നിലത്തിരുന്നു. അവന്റെ കണ്ണുകളിൽനിന്നു കണ്ണുനീർ ഒഴുകി. അവൻ വല്യ വായിൽ കരഞ്ഞു. ങ്യാവൂ ങാവൂ.

എന്തൊരു കഷ്ടം. എന്തൊരു നഷ്ടം....

പൂച്ചയുടെ കരച്ചിൽ കേട്ടു പേടിച്ച് അടുത്ത മാളത്തിലിരുന്ന എലി അറിയാതെ വാലാട്ടി.

ഇക്കഥ പിന്നീടെന്നോ ഏതോ ഒരു പാവം അമ്മൂമ്മ കേട്ട് കരഞ്ഞുകൊണ്ടു ഒരു പാട്ടുപാടി.

ഈച്ചേം പൂച്ചേം കഞ്ഞിവച്ചു
കലം കാക്കകൊത്തി
മുറം തീപിടിച്ചു
പൂച്ച കണ്ണുരുട്ടി
എലി വാലാട്ടി!

8

കൊഞ്ചിപ്പൂച്ചയ്ക്കു പറ്റിയ പറ്റ്

ഒരിടത്തൊരിടത്ത് ഒരിക്കലൊരു കൊഞ്ചിപ്പൂച്ചയുണ്ടായിരുന്നു. ഒരു സുന്ദരിമണി. ശരിക്കുമൊരു പൂച്ചസുന്ദരി. ആരെ കണ്ടാലും അവൾ അടുത്തുകൂടും. മുട്ടിയുരുമ്മും. കുറുങ്ങും. മ്യാവൂ മ്യാവൂ എന്നു കരയും. വാലാട്ടും. അങ്ങനെ സ്നേഹം പ്രകടിപ്പിക്കും. പറ്റിയാൽ ചാടി മടിയിലിരിക്കും. മുഖം കൊണ്ട്, ഉരസും. പിന്നെ മടിയിൽ പറ്റിച്ചേർന്നു കിടക്കും. ഒന്നു തടവിയാലോ വലിയ സന്തോഷവും കാണിക്കും. ഇങ്ങനെ ആരേയും മയക്കും.

എന്നാൽ അവൾക്കൊരു വലിയ ദൗർബല്യമുണ്ടായിരുന്നു. എലിയെയോ പാറ്റയെയോ പല്ലിയെയോ അതുപോലെയുള്ള മറ്റ് ഏതെങ്കിലും ചെറിയ ജീവികളെയോ കണ്ടാൽ മട്ടുമാറും. അവളൊരു രാക്ഷസിയുടെ മട്ടാകും. വാൽ ഉയർത്തും. രോമങ്ങൾ എഴുന്നു നിൽക്കും. മീശ രോമങ്ങൾ വിറപ്പിക്കും. ഭീകരമായി അലറിച്ചാടി ച്ചെന്ന് ആ പാവം ചെറുജീവിയെ കടിച്ചുകീറി കൊല്ലും. ഇങ്ങനെ കലിയിളകി ചെറുജീവികളെ കൊല്ലരുത് എന്ന് അവളോട് ആ വീട്ടിലെ പശുക്കുട്ടി പലതവണ പറഞ്ഞുനോക്കി. ഒരു ഫലവുമുണ്ടായില്ല.

ഒരുനാൾ അവൾ അവളുടെ വീട്ടുമുറ്റത്തു നിൽക്കുകയായിരുന്നു. അപ്പോൾ അവിടെ ഒരു ചെറുപ്പക്കാരൻ ചെന്നു. ഗൃഹനാഥനെക്കണ്ട് എന്തോ സംസാരിക്കാൻ എത്തിയതായിരുന്നു ആ അതിഥി. ആ ചെറുപ്പക്കാരൻ വലിയ സുന്ദരനായിരുന്നു. ആരു കണ്ടാലും നോക്കിനിന്നുപോകും. ശരിക്കും ഒരു ഗന്ധർവന്റെ മട്ട്. പൂ വിടരുംപോ

ലെയായിരുന്നു അയാളുടെ പുഞ്ചിരി. പൂച്ചപ്പെണ്ണിന് അയാളെ കണ്ടതോടെ വലിയ സ്നേഹം തോന്നി. അവൾ അയാളെ മുട്ടിയുരുമ്മി കുറുങ്ങിക്കരഞ്ഞ് ശ്രദ്ധ തിരിച്ചു. അയാളുടെ കാലിൽ മുഖം ഉരുമ്മി മ്യാവൂ മ്യാവൂ എന്നു കരഞ്ഞു. അപ്പോൾ ആ സുന്ദരൻ അവളെ എടുത്തു മാറോടുചേർത്തുപിടിച്ചു തടവി ഓമനിച്ചു. പൂച്ചപ്പെണ്ണോ അയാളുടെ നെഞ്ചോടൊട്ടിക്കിടന്ന് ഉറങ്ങാനും തുടങ്ങി.

"അയ്യോ ഈ പൂച്ചക്കുട്ടിയുടെ പണി കണ്ടോ? എന്റെ നെഞ്ചിൽ പറ്റിച്ചേർന്നിരുന്ന് ഉറങ്ങുന്നു!"

അയാൾ ഗൃഹനാഥനോട് അതു പറഞ്ഞ് ചിരിച്ചു.

"അവൾ അങ്ങനെയാ. വലിയ കൊഞ്ചിയാ. ഈ വീട്ടിലുള്ളവരെല്ലാം കൂടി അവളെ കൊഞ്ചിച്ച് കൊഞ്ചിപ്പെണ്ണാക്കിയതാണ്." ഗൃഹനാഥനും ചിരിച്ചുകൊണ്ടുപറഞ്ഞു.

ഗൃഹനാഥനുമായുള്ള സംസാരം തീർന്നപ്പോൾ അയാൾ പൂച്ചപ്പെണ്ണിനെ നിലത്തുവച്ചു. പുറത്തേക്കു നടന്നു. പൂച്ചപ്പെണ്ണോ അയാളുടെ പുറകെ ചെന്ന് മ്യാവൂ മ്യാവൂ എന്നു കരഞ്ഞു. അയാൾ കൈവീശി യാത്ര പറഞ്ഞുപോയി.

പൂച്ചപ്പെണ്ണിന് സങ്കടം സഹിക്കാനായില്ല. അവൾ മുറ്റത്തുനിന്ന് മ്യാവൂ മ്യാവൂ എന്നു കരഞ്ഞു. അവളുടെ ഉള്ളിൽ അതുവരെ തോന്നാത്ത ഒരു വേദന. ഉള്ളിലൊരു മുള്ളു കയറിയതുപോലെ. അവൾ ശരിക്കും സങ്കടം വന്നിട്ടുതന്നെയായിരുന്നു അന്നു കരഞ്ഞത്. കരഞ്ഞുകൊണ്ട് ദൈവത്തെ വിളിച്ചു. "അയ്യോ എനിക്ക് ആ ചെറുപ്പക്കാരനെ അത്ര ഇഷ്ടമായിപ്പോയി. ദൈവമേ എന്നെ ഒരു മനുഷ്യപ്പെണ്ണാക്കണേ. എനിക്ക് അയാളെത്തന്നെ കല്യാണം കഴിക്കണം." അവൾ കരഞ്ഞുവിളിച്ചു പറഞ്ഞു.

അവസാനം ദൈവം പ്രത്യക്ഷപ്പെട്ടു പറഞ്ഞു: "പെണ്ണേ നീ മനുഷ്യപ്പെണ്ണായാൽ ശരിയാവുകയില്ല. അപ്പോഴും നീ നിന്റെ സ്വഭാവം കാണിക്കും. ഇടയ്ക്ക് ഇരകളെ കൊല്ലാൻ പോകും." അതു കേട്ട് അവൾ പ്രതിഷേധിച്ചു.

"ഇല്ലില്ല. എനിക്ക് മനുഷ്യപ്പെണ്ണായാൽ മതി. ഞാൻ അയാളെ കല്യാണം കഴിച്ചു മനുഷ്യപ്പെണ്ണായിത്തന്നെ ജീവിച്ചോളാം."

"ശരി. ഞാൻ നിന്നെ ഒരു മനുഷ്യപ്പെണ്ണാക്കാം. പക്ഷേ എപ്പോഴെങ്കിലും നീ ഒരു ജീവിയെ ആക്രമിക്കുകയോ കൊല്ലുകയോ ചെയ്താൽ ആ നിമിഷം പഴയ പൂച്ചയായി മാറും." ദൈവം ഒരു നിബന്ധന വച്ചു.

"ശരി ശരി. അങ്ങനെതന്നെ മതി. എനിക്കു സമ്മതമാണ്." അവൾ ആകാംക്ഷയോടെ മറുപടിപറഞ്ഞു.

ദൈവം ഉടൻ അവളെ ഒരു മനുഷ്യപ്പെണ്ണാക്കി മാറ്റി. അതിസുന്ദരിയായ ഒരു യുവതി. അവൾ അത്യാഹ്ലാദത്തോടെ ആടിപ്പാടി, ഓടി, ആ യുവാവിന്റെയടുത്തു ചെന്നുനിന്നു ചിരിച്ചുകുഴഞ്ഞു. വർത്തമാനം പറഞ്ഞു. അയാളെ മയക്കി. അങ്ങനെ അവർ തമ്മിൽ സ്നേഹമായി. കല്യാണം നിശ്ചയിച്ചു.

വിവരം ദൈവമറിഞ്ഞു. പെണ്ണിന് മാറ്റമുണ്ടായോ? അതറിയാൻ ദൈവം കല്യാണപ്പന്തലിലെത്തി. ഒരു എലിയായിട്ടായിരുന്നു ചെന്നത്. ചെറുക്കനും പെണ്ണും പന്തലിലിരുന്നു. താലികെട്ട് തുടങ്ങാൻ സമയമായി. ചെറുക്കന്റെ അച്ഛൻ താലി എടുത്തുകൊടുത്തു കൊണ്ടിരുന്നപ്പോൾ എലി അവിടെ എത്തി. തൊട്ടടുത്ത് എലിയെ കണ്ടതും ചെറുക്കൻ ചാടി എഴുന്നേറ്റ് മാറി. പെണ്ണോ ചാടി എഴുന്നേറ്റ് അലറിക്കൂവി എലിയുടെ മേൽ ചാടിവീണ് അതിനെ ആക്രമിച്ചു. എന്തത്ഭുതം! അപ്പോൾ എലി അപ്രത്യക്ഷമായി. പെണ്ണോ ഒരു പൂച്ചക്കുട്ടിയായി. മ്യാവൂ മ്യാവൂ എന്നു കരയാനും തുടങ്ങി.

ചെറുക്കൻ പേടിച്ചോടി. കൂടിനിന്നവരും ചിതറി പേടിച്ചോടി. പെണ്ണ് മന്ത്രവാദിനിയാണെന്നു കരുതിയായിരുന്നു അവർ ഓടിപ്പോയത്!

പൂച്ചപ്പെണ്ണ് തന്റെ ചെറുക്കനെ നഷ്ടപ്പെട്ടതോർത്ത് അവിടെ നിന്നു കരഞ്ഞു. അവളെ ഓമനിക്കാനോ ആശ്വസിപ്പിക്കാനോ അവിടെയെങ്ങും ആരുമില്ലായിരുന്നു. “മ്യാവൂ മ്യാവൂ... എനിക്കെന്റെ ചെറുക്കനെ വേണം. മ്യാവൂ മ്യാവൂ.” അങ്ങനെ കരഞ്ഞുകൊണ്ട് അവൾ രാപ്പകൽ നടന്നു.

ആ കാട്ടിലൂടെ ഇപ്പോഴും നടന്നു പോകുന്നവർ ആ കരച്ചിൽ കേൾക്കുന്നുണ്ടുപോലും. മ്യാവൂ മ്യാവൂ മ്യാവൂ. പക്ഷേ അതിന്റെ അർഥമൊന്നും ആർക്കും മനസിലാകുന്നില്ല എന്നു മാത്രം.

9

ഒരമ്മയുടെ കണ്ണുനീർപ്പാടുകൾ

കരഞ്ഞാൽ കണ്ണുനീർ വരും. ഏറെ കരഞ്ഞാൽ ഏറെ കണ്ണുനീർ വരും. കണ്ണുനീർ കണ്ണുകളിൽനിന്ന് താഴേക്കൊഴുകും. കവിളിലൂടെ ഒഴുകും. അങ്ങനെ കണ്ണുനീർ ഒഴുകുമ്പോൾ അവിടെ ഒരു പാടുമുണ്ടാകും. കണ്ണീർച്ചാൽ ഉണ്ടാക്കുന്ന പാട്. പക്ഷേ കരച്ചിൽ കഴിയുമ്പോൾ കണ്ണുനീർ വറ്റും. പാടും മാറും.

എന്നാൽ ഒരമ്മ ഒരിക്കൽ ഒരു കരച്ചിൽ കരഞ്ഞു. ലോകത്ത് ആരും ഒരിക്കലും കരയാത്തത്ര വലിയ കരച്ചിൽ. അത്ര വലിയ സങ്കടമായിരുന്നു ആയമ്മയ്ക്ക്. അപ്പോൾ കണ്ണീർക്കടലൊഴുകി. കണ്ണുകൾക്കു താഴെക്കൂടി കവിളിലൂടെ കണ്ണീർക്കടലൊഴുകിയപ്പോൾ എന്തുണ്ടായി? ഒരിക്കലും മായാത്ത ഒരു പാടുണ്ടായി. പിന്നെ ആ പാട് അവരുടെ ജാതിക്കാരുടെയെല്ലാം മുഖത്ത് നിലനിന്നു. മുഖമുദ്രയായി.

അമ്പട! അത്ര വലിയ സങ്കടമായിരുന്നോ ആയമ്മയ്ക്ക്? അതെ. അതൊരു വേട്ടപ്പുലിയമ്മയായിരുന്നു. ആഫ്രിക്കൻ കാട്ടിൽ ജീവിച്ചിരുന്ന ആയമ്മയ്ക്ക് മൂന്നു പുന്നാരക്കുഞ്ഞുങ്ങൾ ഉണ്ടായിരുന്നു. ഇള്ളാപ്പിള്ളകൾ. അവരെ കുറ്റിക്കാട്ടിലൊളിപ്പിച്ചിട്ട് ആയമ്മ വേട്ടയ്ക്കു പോയി. ഇരയെ പിടിച്ചാലല്ലേ മക്കൾക്കു തീറ്റ കൊടുക്കാനാകൂ. ആയമ്മ പതുങ്ങി പതുങ്ങിച്ചെന്ന് ഒരു മാൻകൂട്ടത്തിലേക്ക് പാഞ്ഞു. ഒരു മാൻകുട്ടിയെ കടിച്ചുകുടഞ്ഞു കൊന്നു. അതിനേയുംകൊണ്ട് കുറ്റിക്കാട്ടിലേക്കു ചെന്നു. എത്ര വിദഗ്ധമായിട്ടായിരുന്നെന്നോ ആ വേട്ട. കാട്ടിൽ ഒളിച്ചുനിന്ന് ഒരാൾ അതുകണ്ടു. ആ നാട്ടിലെ കള്ളനും മടിയനുമായ വേട്ടക്കാരൻ മനുഷ്യൻ. വേട്ടപ്പുലിയമ്മ മാൻകുട്ടിയെ

കടിച്ചുകീറി മക്കൾക്കു കൊടുക്കുന്നത് മടിയൻ മനുഷ്യൻ കണ്ടു. അപ്പോൾ അവനൊരു കള്ളപ്പണി പ്ലാൻ ചെയ്തു. ആയമ്മ ഇനിയും വേട്ടയ്ക്കു പോകുമ്പോൾ മക്കളെ കക്കുക. മക്കളെ വളർത്തി ഇണക്കി വേട്ടയ്ക്കുവിടുക. അവർ പിടിച്ചുകൊണ്ടുവരുന്ന മൃഗങ്ങളെ വിറ്റ് കാശുണ്ടാക്കുക. വെറുതെ ദേഹമനങ്ങാതെ ഇരുന്ന് കാശുണ്ടാക്കാം.

ആ കള്ളൻ അതുതന്നെ ചെയ്തു. വേട്ടപ്പുലിയമ്മ വീണ്ടും വേട്ടയ്ക്കു പോയപ്പോൾ മക്കളേയും കട്ടുകൊണ്ടു ഗ്രാമത്തിലേക്കു പോയി. വേട്ടപ്പുലിയമ്മ തിരിച്ചുചെന്നു. മക്കളെ കണ്ടില്ല. അപ്പോൾ ആയമ്മയുടെ നെഞ്ചുപൊട്ടുംപോലെ അവർക്കുതോന്നി. സങ്കടക്കടൽ ഉള്ളിൽനിന്നും പുറത്തേക്ക് തള്ളിയൊഴുകി. ആയമ്മ ഉച്ചത്തിൽ കരഞ്ഞു. കരഞ്ഞുകരഞ്ഞ് കാട്ടിലൂടെയും നാട്ടിലൂടെയും ഓടി. അവളുടെ കവിളുകളിലൂടെ കണ്ണുനീർപ്പുഴയൊഴുകി. നെഞ്ചുപൊട്ടുംവിധം അലറിക്കരഞ്ഞുകരഞ്ഞ് അവൾ കാടും നാടും നടുക്കി. അതുകേട്ട് സർവ ജീവജാലങ്ങളും പേടിച്ചുകരഞ്ഞു. ഗ്രാമത്തിലെ നാട്ടുമൂപ്പൻ ഓടിയെത്തി. കാര്യം തിരക്കി. വേട്ടപ്പുലിയമ്മയുടെ പുന്നാരക്കുഞ്ഞുങ്ങളെ ആരോ മോഷ്ടിച്ചു എന്നറിഞ്ഞപ്പോൾ തന്നെ മൂപ്പന് കള്ളനെ പിടികിട്ടി. മൂപ്പൻ മറ്റു മൂപ്പന്മാരെയും കൂട്ടി. കള്ളനും ചതിയനും ക്രൂരനും മടിയനും കൊതിയനുമായിരുന്ന ആ വേട്ടക്കാരനെ കണ്ടുപിടിച്ചു. കൈയോടെ അവൻ മോഷ്ടിച്ച കുഞ്ഞുങ്ങളെ കണ്ടെത്തി. മൂന്നു കുഞ്ഞുങ്ങളേയും വേട്ടപ്പുലിയമ്മയ്ക്കു തിരിച്ചുകൊടുത്തു.

മൂപ്പൻ കള്ളവും ചതിയും കാണിച്ച വേട്ടക്കാരൻ മനുഷ്യനെ ശിക്ഷിച്ചു. ഇനി ആരും ഇങ്ങനെ ചതിവു കാണിച്ചാലും ശിക്ഷ കിട്ടുമെന്നും പ്രഖ്യാപിച്ചു.

വേട്ടപ്പുലിയമ്മയ്ക്കു സന്തോഷമായി. അവരുടെ കണ്ണുനീർ വറ്റി. അവർ മക്കളെ നക്കിത്തുടച്ചു ഓമനിച്ചിരുന്നു. എന്നാൽ അവരുടെ മുഖത്തെ കണ്ണുനീർപ്പാടുകൾ മാറിയില്ല. കാലം കഴിഞ്ഞിട്ടും മാറിയില്ല. ആ പാട് പിന്നെ അവരുടെ വർഗക്കാർക്കെല്ലാം കിട്ടി. പാരമ്പര്യമായി മാറി. മുഖമുദ്രയായി.

ഗ്രാമീണർ വേട്ടപ്പുലികളെ കാണുമ്പോൾ അവരുടെ മുഖത്തെ പാടും കാണും. അപ്പോൾ അവർ പഴയ കഥ ഓർക്കും. ആരും ആരേയും ചതിക്കരുതെന്നും ആരുടെയും ഒന്നും മോഷ്ടിക്കരുതെന്നും അപ്പോൾ അവർ ഓർക്കും. തലമുറകളായി ഗ്രാമീണരുടെയിടയിൽ ഈ കഥ കൈമാറി കൈമാറി നിലനിന്നു. ഒരു നല്ല നാടൻകഥയായി മാറി.

10

കാക്കയും കുറുക്കനും

ഹോയ്! നമ്മുടെ കള്ളക്കുറുക്കനെ അറിയില്ലേ? കഥകളിലൊക്കെ വില്ലനായി വരുന്നവൻ. ആരേയും പറ്റിക്കുന്ന തെമ്മാടി. ആ കുറുക്കൻ ഒരുദിവസം നമ്മുടെ കാക്കച്ചിയേയും ഒന്നു നന്നായി പറ്റിച്ചു. കാക്കച്ചിയെ ആർക്കും പറ്റിക്കാൻ പറ്റുമെന്നു കരുതിയിരുന്നതല്ല. പക്ഷേ കുറുക്കൻ ശരിക്കു പറ്റിച്ചു. ആ കഥ കേട്ടോളൂ.

ഒരുദിവസം ഉച്ച കഴിഞ്ഞായിരുന്നു ആ സംഭവം. രാവിലെ മുതൽ അലഞ്ഞു നടക്കുകയായിരുന്നു നമ്മുടെ കുറുക്കൻ. പക്ഷേ ഒരു ഫലവുമുണ്ടായില്ല. പട്ടിണിതന്നെ പട്ടിണി. അങ്ങനെ നിരാശനായി നടക്കുമ്പോഴാണ് കുറുക്കനതു കണ്ടത്. ഒരു കുട്ടി ഒരു നെയ്യപ്പവും പിടിച്ചുകൊണ്ട് ഒരു വീടിന്റെ മുറ്റത്ത് നിൽക്കുകയായിരുന്നു. പെട്ടെന്ന് കാക്കച്ചി പറന്നുചെന്നു. നെയ്യപ്പവും കൊത്തി പറന്നുയർന്നു. കുട്ടി കിടന്നു കരയാനും തുടങ്ങി. കുട്ടിയല്ലേ. കരയും. കരയട്ടെ. കുറുക്കനതിലെന്തു കാര്യം. പക്ഷേ നെയ്യപ്പത്തിൽ കുറുക്കനുമുണ്ടു താൽപ്പര്യം. അതിനാൽ അവൻ കാക്കയറിയാതെ കാക്കയുടെ പുറകെ കൂടി. ഒളിച്ചും പാത്തും നടന്നു. കാക്ക നെയ്യപ്പവും കൊത്തി അടുത്ത പറമ്പിലേക്കു പറന്നു. അവിടെ ഒരു മരത്തിലിരുന്നു. ഓഹോ. അവിടെയിരുന്നു നെയ്യപ്പം തിന്നാനുള്ള പരിപാടിയാണ് അല്ലേ? എങ്കിൽ നിന്നെ തീറ്റിക്കാം. കുറുക്കൻ ഒന്നു തല കുലുക്കി. പിന്നെ മരത്തിന്റെ കീഴിലേക്കു ചെന്നു. ഇനി ഒളിച്ചു കളിച്ചാൽ പറ്റില്ല. നേരെ ചെല്ലണം. കൗശലംകൊണ്ട് നെയ്യപ്പം കൈവശപ്പെടുത്തണം.

കുറുക്കൻ താഴെ നിന്ന് ഉച്ചത്തിലൊന്നു വിളിച്ചു.

"എന്റെ കാക്കച്ചീ, പൊന്നേ, കരളേ, സുന്ദരീ. ഞാൻ പണ്ടു പണ്ടേ നിന്റെ ഒരു ആരാധകനാണ്. വെളുപ്പിലല്ല കറുപ്പിലാണ് സൗന്ദര്യം എന്നു വിശ്വസിക്കുന്നവൻ. അതും നിന്റെ കാക്കക്കറുപ്പിന് ഏഴഴകാണേയ്. പിന്നെ നീ സുന്ദരി മാത്രമല്ല. സുശീലയുമാണ്. പക്ഷേ എനിക്കു നിന്നെ വളരെ വളരെ ഇഷ്ടമായതെന്തുകൊണ്ടാണെന്നോ. നിന്റെ പാട്ടുകൊണ്ട്. നിൻെറ പാട്ടാണു പാട്ട്! എത്ര കർണ്ണാനന്ദകരം. മോഹനം. മനോഹരം. എന്റെ പൊന്നുചേച്ചീ ഒന്നു പാടൂ. എത്ര നാളായി ആ മോഹനസുന്ദരഗാനമൊന്നു കേട്ടിട്ട്."

കുറുക്കൻ വികാരവിവശനായി അഭിനയിച്ച് അങ്ങനെ പറഞ്ഞപ്പോൾ കാക്കയമ്മ അതു വിശ്വസിച്ചുപോയി. താൻ സുന്ദരിയാണെന്ന് ഭർത്താവ് പറഞ്ഞറിയാം. എന്നാൽ തന്റെ പാട്ട് ഇത്ര നല്ലതാണെന്ന് ഭർത്താവും പറഞ്ഞിട്ടില്ല. പറയാൻ മറന്നതാകും. ആദ്യമായി ഒരു ആരാധകൻ ആവശ്യപ്പെടുന്നതല്ലേ? ഒരു ഗായികയ്ക്ക് ആ അപേക്ഷ എങ്ങനെ നിരസിക്കാനാകും?

കാക്കയമ്മ അങ്ങനെയൊക്കെ ചിന്തിച്ചുകൊണ്ട് പാടാനായി കൊക്കുകൾ വിടർത്തി കാ കാ കാ എന്നു പാടിത്തുടങ്ങി. കൊക്കുകൾ വിടർത്തിയതും നെയ്യപ്പം താഴേക്കു വീണു. കാ കാ കാ എന്നു പാടിത്തീരുംമുൻപ് അത് നിലത്തുവീണു. വീണതും കുറുക്കനതു ചാടിയെടുത്തു കടിച്ചുപിടിച്ചുകൊണ്ട് ഓടടാ ഓട്ടം തുടങ്ങി.

അപ്പോഴായിരുന്നു കാക്കയ്ക്കു തന്റെ പോഴത്തം പിടികിട്ടിയത്. കാക്ക പാട്ടു മറന്നിരുന്നുപോയി. നെയ്യപ്പം നഷ്ടപ്പെട്ടതോർത്തപ്പോൾ അവൾക്കു സങ്കടവും വന്നു. അപ്പോഴും അടുത്ത വീട്ടിലെ മുറ്റത്തുനിന്നും ഒരു കുട്ടിയുടെ കരച്ചിൽ ഒഴുകി വരുന്നുണ്ടായിരുന്നു. ഇനി താൻ കൂടി കരഞ്ഞിട്ടെന്തു കാര്യം. കാക്ക കരയാൻ മടിച്ചിരുന്നു. കള്ളൻ കുറുക്കനെ എങ്ങനെ മര്യാദ പഠിപ്പിക്കാം എന്ന് ആലോചിച്ചിരുന്നു.

അതിൽ പിന്നെയാണുപോലും കാക്കകളൊന്നും കുറുക്കനെ ഗൗനിക്കാതായത്. കുറുക്കന്മാർ പറയുന്നത് കേൾക്കാൻ പോയാൽ ഇനിയും പറ്റിക്കപ്പെട്ടേക്കാം. അതാണുപോലും കാക്കകളുടെ പേടി.

11

വടികൊടുത്ത് അടി വാങ്ങിയ രാജാവ്

ഒരിക്കൽ ഒരു രാജാവ് തന്റെ മന്ത്രിയെ അടുത്തുവിളിച്ചു. രാജാവ് വൃദ്ധനായിരുന്നു. മരണക്കിടക്കയിലുമായിരുന്നു. മരിക്കാറായി എന്നു മനസിലായപ്പോഴായിരുന്നു മന്ത്രിയെ വിളിച്ചത്. എന്നിട്ടു മന്ത്രിയോടു പറഞ്ഞു: "ഇതുവരെ പറയാത്ത ഒരു കാര്യം ഞാൻ ഇപ്പോൾ പറയുകയാണ്. നിങ്ങളോളം വലിയ ഒരു വിഡ്ഢിയെ ഞാൻ കണ്ടിട്ടില്ല. ഞാനിതാ എന്റെ മോതിരം ഊരി നിങ്ങൾക്കു തരുന്നു. നിങ്ങളേക്കാൾ വലിയ ഒരു വിഡ്ഢിയെ കണ്ടാൽ ഉടൻ ഇത് അയാൾക്കു കൊടുക്കുക. അതുവരെ നിങ്ങൾ വിരലിലിടുക."

മന്ത്രി രാജാവിന്റെ വാക്കുകൾ കേട്ട് വല്ലാതായി. ഒന്നും മിണ്ടാതെ മോതിരം വാങ്ങി വിരലിലിട്ടു. രാജാവ് മരിക്കുന്നതിനുമുൻപ് ഇങ്ങനെ തന്നെപ്പറ്റി പറഞ്ഞതിൽ മന്ത്രിക്കു വലിയ ദുഃഖം തോന്നി.

"ഞാൻ ഉടനെ മരിക്കും. സ്വർഗത്തിലെത്തും. ആരും ദുഃഖിക്കരുതെന്നു പറയണം. പുതിയ രാജാവിനു വേണ്ട സഹായങ്ങൾ ചെയ്യാനും പറയണം." രാജാവു പറഞ്ഞു. പിന്നെയും സ്വർഗത്തെപ്പറ്റി രാജാവു പറയുന്നതു കേട്ട് മന്ത്രി ചോദിച്ചു:

"അങ്ങ് സ്വർഗത്തിൽ തന്നെ പോകണമെന്നാണ് അങ്ങയുടെ സേവകനായ ഈ എളിയവന്റെയും ആഗ്രഹം. എങ്കിലും ചോദിക്കട്ടെ. സ്വർഗത്തിൽ പോകാനായി ജീവിച്ചിരുന്നപ്പോൾ അങ്ങ് എന്താണ് ചെയ്തിട്ടുള്ളത്?"

മന്ത്രിയുടെ ചോദ്യം കേട്ട് രാജാവ് ആലോചിച്ചു. സ്വർഗത്തിൽ പോകാനായി എന്തെങ്കിലും ചെയ്തിട്ടുള്ളതായി ഓർക്കാൻ പറ്റിയില്ല. അതിനാൽ അദ്ദേഹം പറഞ്ഞു.

"സ്വർഗത്തിൽ പോകാനായി ഞാൻ ഒന്നും ചെയ്തതായി ഓർക്കുന്നില്ല."

രാജാവിന്റെ ഉത്തരം കേട്ടപ്പോൾ മന്ത്രി തന്റെ വിരലിൽനിന്നും മോതിരം ഊരി രാജാവിന്റെ വിരലിലിട്ടുകൊണ്ടു പറഞ്ഞു:

"ജീവിച്ചിരുന്നപ്പോൾ സ്വർഗത്തിൽ പോകാൻ അർഹത നേടുന്ന ഒരു കാര്യവും ചെയ്യാതെ, മരിക്കുമ്പോൾ സ്വർഗത്തിൽ പോകുമെന്നു കരുതുന്ന അങ്ങല്ലേ ലോകത്തെ ഏറ്റവും വലിയ വിഡ്ഢി? അതിനാൽ ഞാൻ മോതിരം അങ്ങയുടെ വിരലിലിടുന്നു."

രാജാവ് നാണംകെട്ടു കിടന്നു. ഉടൻതന്നെ മരിക്കുകയും ചെയ്തു. വടികൊടുത്ത് അടി മേടിക്കുകയായിരുന്നല്ലോ ആ രാജാവ്!

12

ഒരു കുറുക്കൻ കഥ

ഒരിക്കലൊരു കുറുക്കനൊരു കൂട്ടിലെ കോഴിയെ കണ്ട് ഉള്ളിൽ കയറാൻ തുടങ്ങി. പെട്ടെന്ന് കൂടിന്റെ വാതിൽ താഴേക്കു വീണു. അതൊരു കെണിയായിരുന്നു. വാതിൽ വീണത് കുറുക്കന്റെ വാലിലായിരുന്നു. കുറുക്കൻ വേദനകൊണ്ടു പുളഞ്ഞു. ഉള്ള ശക്തി മുഴുവനുമെടുത്തു വാലു വലിച്ചെടുക്കാൻ നോക്കി. അപ്പോഴവന്റെ വാലു മുറിഞ്ഞു കെണിയിൽ കിടന്നു. അവൻ കൂടുതൽ വേദനയോടെ ഇറങ്ങിയോടി. ചോര ഒലിപ്പിച്ച് കരഞ്ഞ് കാട്ടിലൂടെ നടന്നു. കുറെ ദിവസങ്ങൾ കഴിഞ്ഞതോടെ അവന്റെ മുറിവുണങ്ങി. വാലിരുന്ന സ്ഥാനത്തൊരു പാടു മാത്രം. കിടന്നു.

വാലു പോയ നാൾ മുതൽ അവൻ കുറുക്കന്മാർ താമസിച്ചിരുന്ന ഭാഗത്തേക്കു പോയതേയില്ല. വാലില്ലാതെ അവിടെ ചെന്നാൽ ആരെങ്കിലും കൂവി കളിയാക്കും. അതുപേടിച്ച് മാറി നടന്നു. മുറിവുണങ്ങിയതോടെ അവനു കൂടുതൽ ധൈര്യമായി. ഒളിച്ചും പതുങ്ങിയും അവൻ കുറുക്കൻ കോളനിയുടെ അടുത്തുചെന്നു. അവിടെയുള്ള കുറുക്കന്മാരുടെ വാലുകൾ കണ്ടപ്പോൾ അവന് വലിയ സങ്കടവും അസൂയയും ഉണ്ടായി. ഈ കുറുക്കന്മാർക്കു കൂടി വാലില്ലാതായിരുന്നെങ്കിൽ! അവൻ അങ്ങനെ ആശിച്ചു. അപ്പോഴവനൊരു സൂത്രം തോന്നി. അവൻ സന്തോഷം കൊണ്ടൊന്നു കൂവി. കൂവിക്കൊണ്ട് കുറുക്കൻ കോളനിയിലേക്കു ചെന്നു. അവിടെ കുറുക്കന്മാരൊക്കെ ഒത്തുകൂടിയിരുന്നു. രാത്രി എല്ലാവരും കൂടി ഒന്നിച്ചൊന്നു കൂവി കാട്ടിലും നാട്ടിലുമുള്ളവരെ തങ്ങളുടെ ശക്തി അറിയിക്കുകയായിരുന്നു അവരുടെ ലക്ഷ്യം.

അപ്പോഴിതാ ഒരുത്തൻ ഒറ്റയ്ക്ക് ഓടിവന്നു കൂവുന്നു. നിലാവ് തെളിഞ്ഞു വരുന്നതേയുണ്ടായിരുന്നുള്ളൂ. അവന്റെ വാലു പോയത് മറ്റാരും കണ്ടിരുന്നില്ല. അവൻ ഒരു മരത്തിൽ പുറം അമർത്തി നിന്നു. അപ്പോൾ വാലില്ലാത്തത് ആരുമറിയില്ലല്ലോ. എന്നിട്ട് മറ്റു കുറുക്കന്മാരോട് ഒരു പ്രസംഗം തുടങ്ങി:

"എന്റെ പ്രിയപ്പെട്ട ചങ്ങാതിമാരെ, കുറുനരിലോകത്തെ സുന്ദരന്മാരെ, സുന്ദരികളെ, ഞാൻ ഒരു വലിയ കണ്ടുപിടുത്തം നടത്തിയിരിക്കുന്ന വിവരം നിങ്ങളെ അറിയിക്കാനാണിവിടെ എത്തിയിരിക്കുന്നത്. അതെന്താണെന്നു വച്ചാൽ നമുക്ക്, ഈ കുറുക്കന്മാർക്ക്, ഈ വാൽ വാൽ എന്നു പറയുന്ന സാധനം ഒരു അഭംഗിയാണ്. ഭാരമാണ്. ശല്യമാണ്. അത് നമുക്ക് മുറിച്ചു കളയുക. വാലിൽനിന്നുള്ള വിമോചനമാകട്ടെ നമ്മുടെ പുതിയ ലക്ഷ്യം. അതിനാൽ എന്റെ പ്രിയപ്പെട്ട നാട്ടുകാരെ! നമുക്ക് എല്ലാവർക്കും വാൽ മുറിക്കാം. ശരിക്കും സുന്ദരന്മാരും സുന്ദരികളുമാകാം."

അവൻ പ്രസംഗം അത്രയും പറഞ്ഞ് ഒന്നു ശ്വാസമെടുത്തു. അപ്പോൾ അറിയാതെ ഒന്നു തിരിഞ്ഞു. തിരിഞ്ഞപ്പോഴാണ് അവന് വാലില്ല എന്ന കാര്യം മറ്റു കുറുക്കന്മാർ കണ്ടത്. കണ്ടതും അവർ ഒന്നിച്ച് ഒറ്റ കൂവ്. കൂവിക്കൊണ്ട് അവർ അവനു ചുറ്റും കൂടിക്കൊണ്ട് വീണ്ടും കൂവി. അവന്റെ പുറകുവശത്തേക്കു ചൂണ്ടിക്കൊണ്ട് പിന്നെയും കൂവി. കൂട്ടക്കൂവൽ. ആവർത്തിച്ചുള്ള കൂവൽ. കേറിയും ഇറങ്ങിയും പൊങ്ങിയും താഴ്ന്നും ആ കൂവൽക്കച്ചേരി തുടർന്നു.

വാലില്ലാക്കുറുക്കൻ നാണം കെട്ടു. തല താഴ്ത്തി ഇറങ്ങിയോടി. ഓടി ആ കാടു കടന്നുപോയി. പിന്നെ അവനെ ആ കാട്ടിലാരും ഇന്നുവരെ കണ്ടിട്ടില്ല. സത്യം. കണ്ടാൽ പിന്നെയുമൊന്നു നന്നായി കൂവാൻ ആ കാട്ടിലെ യുവ കുറുനരികൾ ഇന്നും തയാറായിട്ടിരിക്കുകയാണുപോലും!

13

ഒരു കാണ്ടാമൃഗക്കഥ

കൂട്ടുകാർ കാണ്ടാമൃഗത്തെ കണ്ടിട്ടുണ്ടല്ലോ. അതിനൊരു സ്വഭാവമുണ്ട്. ചാണകമിട്ടിട്ട് അത് പിൻകാലുകൊണ്ടു ചവിട്ടിത്തെറിപ്പിക്കും. പൊങ്ങി നിൽക്കുന്ന ചാണകക്കൂന ചവിട്ടി പരത്തി പൊക്കം കുറയ്ക്കും. അതിനു പിന്നിലൊരു കഥയുണ്ട്. ആഫ്രിക്കൻ നാടോടിക്കഥ. കേട്ടോളൂ.

ആഫ്രിക്കൻ കാട്ടിലെ രാജാവാണ് ആന. അന്നും ഇന്നും എന്നും. പണ്ടുപണ്ട് ഇങ്ങനെ ആന മറ്റു ജീവികളുടെ ദേവൻ ചമഞ്ഞു നടന്നപ്പോൾ കാണ്ടാമൃഗത്തിന് കലി വന്നു. എന്തിലെങ്കിലും ഈ തടിയനാനയെ ഒന്നു തോൽപ്പിക്കണം. കാണ്ടാമൃഗം നിശ്ചയിച്ചു. വലുപ്പത്തിലോ ശക്തിയിലോ ശബ്ദത്തിലോ ഒന്നും ആനയെ തോൽപ്പിക്കാനാവില്ല. പിന്നെയെന്തിൽ പറ്റും? ആലോചിച്ചാലോചിച്ച് കാണ്ടാമൃഗം ഒരു കണ്ടെത്തൽ നടത്തി. ചാണകമിടൽ മത്സരം നടത്തിയാൽ താനേ ജയിക്കൂ. ആന തോൽക്കും. ആനയിടുന്ന പിണ്ടത്തിലും പൊക്കത്തിൽ കണ്ടാമൃഗത്തിനു പിണ്ടമിടാൻ പറ്റും. അക്കാര്യം മനസിലാക്കിയതോടെ കാണ്ടാമൃഗം ഉഷാറിലായി. ആനയെ വെല്ലുവിളിക്കുകയും ചെയ്തു. എന്തിന്? പിണ്ടമിടൽ മത്സരത്തിന്.

അങ്ങനെ ഒരുദിവസം ആ മത്സരം നടന്നു. സത്യം. ഒരു മലയുടെ മുകളിലെ തട്ടിൽ ആന നിന്നു. അൽപ്പം മാറി കാണ്ടാമൃഗവും നിന്നു. മറ്റു മൃഗങ്ങൾ ചുറ്റും നിന്നു. കുരങ്ങൻ മത്സരത്തിന്റെ നടത്തിപ്പുകാരനായി. വൺ ടൂ ത്രീ പറഞ്ഞപ്പോൾ ആനയും കാ

ണ്ടാമൃഗവും അപ്പിയിടൽ തുടങ്ങി. ചാണകമിട്ടു. ഇട്ടിട്ടു കൂട്ടി. രണ്ടു പേരുടെയും ചാണകക്കൂനകൾ മലപോലെ പൊങ്ങി. അവസാനം രണ്ടു പേരുടെയും ചാണകം തീർന്നു. എല്ലാവരും നോക്കി. കാണ്ടാമൃഗത്തിന്റെ ചാണകക്കൂനയ്ക്കായിരുന്നു പൊക്കം കൂടുതൽ! ആന തോറ്റു. കാണ്ടാമൃഗം ജയിച്ചു. മൃഗങ്ങൾ കാണ്ടാമൃഗത്തെ അഭിനന്ദിച്ചു. അതുകണ്ട് ആന ചിഹ്നം വിളിച്ചു കലിതുള്ളി. മറ്റു മൃഗങ്ങൾ പേടിച്ചോടി. കാണ്ടാമൃഗം മാത്രം പേടിച്ചോടാതെ നിന്നു. ആനയെ കളിയാക്കി. നീ ഇനി മുതൽ എന്റെ മുന്നിൽ തല കുനിക്കണം എന്നു പറഞ്ഞു.

അതുകൂടി കേട്ടപ്പോൾ ആനയ്ക്ക് അസൂയയും ദേഷ്യവും ഒന്നിച്ചു വന്നു. കലി തുള്ളി അവൻ കാണ്ടാമൃഗത്തെ കടന്നുപിടിച്ച് ആക്രമിക്കാൻ തുടങ്ങി. അസഹനീയമായ വേദന മൂലം കാണ്ടാമൃഗം കരഞ്ഞു. ആനയുടെ കാൽക്കീഴിൽ കിടന്നു കരഞ്ഞ് ആനക്കാൽ പിടിച്ചു. ആനയെ ദേവനായി അംഗീകരിക്കുന്നു എന്നും ഇനി ഒരിക്കലും ആനപ്പിണ്ടത്തിനൊപ്പം പിണ്ടമിടില്ലെന്നും സത്യം ചെയ്തു. അപ്പോൾ ആന കാണ്ടാമൃഗത്തെ പോകാൻ അനുവദിച്ചു.

അന്നുമുതൽ കാണ്ടാമൃഗം വാക്കുപാലിച്ചു. എപ്പോൾ പിണ്ടമിട്ടാലും പിൻകാലുകൊണ്ടു തട്ടിത്തെറിപ്പിക്കും. പൊങ്ങി നിൽക്കുന്ന പിണ്ടക്കൂനയെ ചവിട്ടി പരത്തും. അത് കാണ്ടാമൃഗം ഇന്നും തുടരുന്നു!

(ഇതു കഥ. ഇനി ഒരു രഹസ്യം പറയാം. കാണ്ടാമൃഗം ചാണകം ചുറ്റും തെറിപ്പിക്കുന്നതും ചവിട്ടി പരത്തുന്നതും തന്റെ താവളത്തിനു ചുറ്റുമാണ്. അങ്ങനെ അവൻ ഒരു അതിര് തന്റെ താവളത്തിനു ചുറ്റുമുണ്ടാക്കുകയാണ്. അങ്ങോട്ട് മറ്റു ജന്തുക്കൾ അതിക്രമിച്ചു കടക്കാതിരിക്കാനാണ് ഈ ടെറിറ്ററി നിശ്ചയിക്കൽ.)

14

നന്ദികെട്ടവൻ

വള്ളവും വണ്ടിയുമൊന്നുമില്ലാതിരുന്ന കാലത്തു നടന്ന ഒരു കഥയാണിത്. അക്കാലത്തൊരുനാൾ ഒരാൾ ഒരു ദീർഘയാത്രയ്ക്കു പുറപ്പെട്ടു. നടന്നു തന്നെയായിരുന്നു യാത്ര. മരുഭൂമി പോലുള്ള ഒരു പ്രദേശത്തുകൂടിയായിരുന്നു നടപ്പ്. വഴിയിലൊരു കാക്കത്തണൽ പോലുമില്ലായിരുന്നു. രാവിലെ മുതൽ ഉച്ചവരെ വെയിൽകൊണ്ടു നടന്നപ്പോൾ യാത്രക്കാരൻ ക്ഷീണിച്ചു. "ദൈവമേ ഒരു തണൽ കിട്ടിയിരുന്നെങ്കിൽ." അയാൾ നടപ്പിനിടയിൽ പ്രാർത്ഥിച്ചു. അങ്ങനെ നടക്കുമ്പോൾ അപ്രതീക്ഷിതമായി അയാൾ ഒരു വലിയ മരം കണ്ടു. ഒരു വളവിൽ മലയടിവാരത്തിൽ ഒരു വൻമരം. അത് നിറയെ ശാഖകൾ. ഉപശാഖകൾ. ചെറുശാഖകൾ. ഇലകൾ. ആയിരക്കണക്കിനിലകൾ. മരം ആകാശത്തേക്കുയർന്നു പരന്ന് പടർന്ന് ഒരു കുട പോലെ നിന്നിരുന്നു. ശരിക്കും ഒരു വലിയ പച്ചക്കുട വിടർത്തി വച്ചിരിക്കുംപോലെ. യാത്രക്കാരൻ അത്യാഹ്ലാദത്തോടെ മരച്ചുവട്ടിലേക്ക് ഇറങ്ങിച്ചെന്നു. മരത്തിൽ ചാരിനിലത്തിരുന്നു. കാലുകൾ നീട്ടിവച്ചിരുന്ന് വിശ്രമിച്ചു. കൈവശമുണ്ടായിരുന്ന ഭക്ഷണം കഴിച്ചു. വെള്ളം കുടിച്ചു. പിന്നെ അവിടെ കിടന്നൊന്നു മയങ്ങി. പിന്നെ ഉണർന്നു.

അയാളുടെ ക്ഷീണമെല്ലാം മാറിയിരുന്നു. വിയർപ്പാറിയിരുന്നു. ശരീരം തണുത്തിരുന്നു. ആശ്വാസത്തോടെ, ഉശിരോടെ, അയാൾ എഴുന്നേറ്റു. ഭാണ്ഡക്കെട്ട് എടുത്തു തോളിൽ തൂക്കി. വഴിയിലേക്കു കയറി. നടക്കാൻ തുടങ്ങി. അതിനു മുൻപ് ആ മരത്തിലേക്ക്

അയാൾ വീണ്ടുമൊന്നു നോക്കി. എത്ര വലിയ മരം. എന്നിട്ടും അതിലൊരൊറ്റ പഴമോ കായോ പോലുമില്ല. “കഷ്ടം കഷ്ടം! യാതൊരു പ്രയോജനവുമില്ലാത്ത ഈ മരം ഇവിടെ നട്ടുവളർത്തിയത് ആരാണാവോ! അയാളൊരു വിഡ്ഢി തന്നെയാകണം. ഈ മരം വെട്ടിക്കളയാനുള്ള ബുദ്ധി ആ കൃഷിക്കാരനില്ലല്ലോ.” യാത്രക്കാരൻ മരത്തെ നോക്കി അങ്ങനെ പറഞ്ഞിട്ടു നടക്കാൻ തുടങ്ങി.

മരത്തിലിരുന്ന ഒരു കാക്ക അതു കേട്ടു. കാക്കയും മരത്തിലിരുന്ന് തണൽ ആസ്വദിച്ച് വിശ്രമിക്കുകയായിരുന്നു. കാക്ക ഉച്ചത്തിൽ മറുപടി പറഞ്ഞു: "നന്ദികെട്ട മനുഷ്യാ! അൽപ്പം മുൻപ് വെയിലിൽ തളർന്ന്, വിയർത്ത്, ഓടിവന്ന്, ഈ മരത്തിനു താഴെ തണലിൽ തണുപ്പിലിരുന്ന്, ക്ഷീണം മാറ്റിയത് നീ മറന്നല്ലോ. എത്ര പെട്ടെന്ന് നീ എല്ലാം മറക്കുന്നു. വിധി പ്രസ്താവിക്കുന്നു! ആദ്യം നീ നന്ദിയുള്ളവനാവുക. വിവേകവും ആർജിക്കുക. എന്നിട്ടു മതി വിധി പറയാൻ!"

അതുകേട്ട് ലജ്ജിച്ച് ആ യാത്രക്കാരൻ തല കുനിച്ചുനടന്നു പോയി.

15

കാടുമുഴക്കിപ്പക്ഷിയുടെ കുട്ടി

ഒരിക്കൽ ഒരു നാട്ടിലൊരു കാട്ടിലൊരു കൂട്ടിലൊരു കാടുമുഴക്കിപ്പക്ഷി താമസിച്ചിരുന്നു. ഇണയോ തുണയോ ഇല്ലാതെ ഒരു പക്ഷിയമ്മ. ഇണയും തുണയുമില്ലാത്ത സങ്കടം മാറ്റാനത് കാടായ കാടൊക്കെ മുഴക്കി പറന്നുനടന്നു. എത്ര പാടിയിട്ടും കാടുമുഴക്കിയുടെ ഉള്ളിലൊരു സങ്കടം ഒളിഞ്ഞുകിടന്നു. അങ്ങനെ ഒരുനാൾ കാടുമുഴക്കി മുഴക്കി കാടുമുഴക്കിപക്ഷി കാട്ടിലൂടെ പറന്നപ്പോൾ കാട്ടിലൊരു കോണിലൊരു കുട്ടിയുടെ തേങ്ങൽ കേട്ടു. കാടുമുഴക്കി തേങ്ങൽ കേട്ട കോണിലേക്കു വേഗം വേഗം പറന്നുപറന്നു ചെന്നപ്പോൾ, അവിടെ ഒരു അത്ഭുതകരമായ കാഴ്ച! കരിയിലകളുടെ മേൽ ഒരു കരയുന്ന കുഞ്ഞ്. അവന്റെ കാലിലും പുറത്തും കണ്ണിലുമൊക്കെ കടിയൻ ഉറുമ്പുകൾ. അവയുടെ കടികൊണ്ടുള്ള വേദനകൊണ്ടുള്ള കരച്ചിലായിരുന്നു കുട്ടിയുടേത്.

കാടുമുഴക്കിയമ്മയ്ക്ക് കാട്ടിൽ കിടന്നു കരയുന്ന ആ പിഞ്ചോമനക്കുഞ്ഞിനെ കണ്ടപ്പോൾ ഉള്ളിൽ വാത്സല്യം നിറഞ്ഞുകവിഞ്ഞു. അത് അവളുടെ കണ്ണിലൂടെ പുറത്തേക്ക് കണ്ണീരായി ഒഴുകി. എത്ര സുന്ദരനാണീ ഇള്ളാപ്പിള്ള. ജനിച്ചിട്ട് അധികനേരമാകാത്ത പുന്നാരക്കുഞ്ഞ്! അയ്യോ ഇതിനെ കാട്ടിലെറിഞ്ഞവർ മനുഷ്യരോ! കാടുമുഴക്കി സാവധാനം പറന്നു കുഞ്ഞിന്റെ അടുത്തിരുന്നു. അവന്റെ ദേഹത്തു കയറിയിരുന്ന ഉറുമ്പുകളെ കൊക്കുകൊണ്ട് എടുത്തെറിഞ്ഞു. പിന്നെ തന്റെ കൂർത്തകൊക്കുകൾ കൊണ്ട് അവന്റെ പൂപോലുള്ള കവിളിലൊന്നുരുമ്മി. ഒരു പോറൽപോലുമേൽക്കാതെ ശ്രദ്ധി

ച്ചായിരുന്നു ആ സ്പർശനം. അവന്റെ ദേഹത്തു തൊട്ടപ്പോൾ ആ ഹ്ലാദംകൊണ്ടും വാത്സല്യംകൊണ്ടും കാടുമുഴക്കിയുടെ ദേഹം മുഴുവൻ കുളിരനുഭവപ്പെട്ടു. അവളുടെ ചിറകുകൾ അറിയാതെ എഴുന്നേറ്റുനിന്നു. താനൊരു അമ്മയായതുപോലെ അവൾക്കു തോന്നി. ഈ കുഞ്ഞുമനുഷ്യക്കുഞ്ഞിനെ താനാണ് പെറ്റതെന്നും അവൾക്കു തോന്നി.

പിന്നെ അവൾ മറ്റൊന്നും ആലോചിച്ചില്ല. തന്റെ കാലിലെ കൂർത്ത നഖങ്ങൾ അവന്റെ മേൽ പോറൽ പോലുമേൽപ്പിക്കാതെ, സാവധാനം അവൾ അവനെ റാഞ്ചിയെടുത്തുയർത്തി. ആകാശത്തേക്കു പറന്നു. പറന്നു പറന്നു കാട്ടിൽ, മലയിൽ, ഏറ്റവും ഉയർന്ന മരത്തിന്റെ ഏറ്റവും ഉയർന്ന ചില്ലയുടെ ഏറ്റവും മുകളിലെ തന്റെ കൂട്ടിൽ എത്തി. അവിടെ അവനെ കിടത്തി.

അപ്പോൾ ആ അമ്മയ്ക്കൊരു സംശയം. അവന്റെ ഇളംമേനി വേദനിക്കുമോ? അവൾ ഉടൻ പറന്നുപറന്ന് കാട്ടിൽ തെരഞ്ഞ്, പഞ്ഞിക്കഷണങ്ങളും മൃദുലമായ ഇലകളും കൊത്തിക്കൊണ്ടുവന്നു. അപ്പൂപ്പൻതാടിയുടെ താടിയും അശോകപ്പൂവിന്റെ ഇതളുകളും കൂടി എടുത്തുകൊണ്ടുവന്നു. എല്ലാം നിരത്തി കൂട്ടിലൊരു കിടക്കയുണ്ടാക്കി. അതിൽ തന്റെ ഓമനക്കുട്ടനെ കിടത്തി. കാട്ടുപൂക്കൾ കൊത്തിക്കൊണ്ടു വന്നു അതിന്റെ തേൻ ചുണ്ടിൽ ഇറ്റിച്ചു നൽകി അവന്റെ ദാഹം മാറ്റി. കാട്ടുപഴങ്ങളുടെ കഷണങ്ങൾ നൽകി അവന്റെ വിശപ്പും മാറ്റി. അങ്ങനെ ഓമനിച്ചോമനിച്ച് ആ അമ്മ ആ പുന്നാരക്കുട്ടനെ വളർത്തി. രാവായപ്പോൾ തന്റെ ചിറകു വിരിച്ച് പുതപ്പാക്കി അവനെ പുതപ്പിച്ചു. എന്നിട്ടും മതിവരാഞ്ഞ് പിറ്റേന്ന് ആയമ്മ കാടും നാടും പറന്നു തെരഞ്ഞു. അവസാനം ഒരു അമ്പലക്കടവിൽ നിന്നൊരു ചെമ്പട്ടിൻ കീറുകിട്ടി. അതു കൊത്തിക്കൊണ്ടുവന്ന് പുന്നാരക്കുട്ടന് പുതപ്പാക്കി. അങ്ങനെ അവനെ നന്നായി വളർത്തി.

പൂന്തേൻ നുണഞ്ഞും പൂപ്പഴങ്ങൾ തിന്നും പൂനിലാവിലുറങ്ങിയും പുന്നാരക്കുട്ടൻ വളർന്നു. അവന്റെ ചിരിയും കളിയും കരച്ചിലും കാടുമുഴക്കിയെ സന്തോഷിപ്പിക്കുകയും സങ്കടപ്പെടുത്തുകയും ചെയ്തു. കാരണമെന്താണെന്നോ? ആരെങ്കിലും അവന്റെ ശബ്ദം കേട്ടുവന്ന് അവനെ എടുത്തുകൊണ്ടു പോകുമോ എന്ന പേടി. അതിനാൽ അവൾ അകലെയൊന്നും പോകാതെ അടുത്തുനിന്നും അവനുള്ള തേനും പഴവും ശേഖരിച്ചു കൊണ്ടുവന്നു. ഓമനക്കുട്ടനു തീറ്റ തേടി നടന്നുനടന്ന് അവൾ സ്വയം തിന്നാൻ മറന്നു. അവളുടെ ദേഹം ശോഷിച്ചു. ക്ഷീണം കൂടി. എന്നാൽ അതൊന്നും

ഗൗനിക്കാതെ അവൾ പിന്നെയും പിന്നെയും അവനു തേനും പഴവും ശേഖരിച്ചുകൊടുത്തുകൊണ്ടിരുന്നു.

ഒരുനാൾ അടുത്തൊന്നും തേനോ പഴമോ കിട്ടാഞ്ഞ് അവൾ അകലേക്ക് പറന്നു. അരനാഴിക പറന്നിട്ടും ആറു നാഴിക പറന്നിട്ടും തേൻ കിട്ടാതെ അവൾ വേവലാതിപ്പെട്ടു.

അതിനിടെ ആ കാട്ടിലൊരു തച്ചനും വെട്ടുകാരും എത്തി. രാജാവിനു കൊട്ടാരം പണിയാനൊരു ലക്ഷണമൊത്ത തടി തേടിവന്നവരായിരുന്നു അവർ. കാട്ടിലെ മലയിലെ മുകളിലെ ഏറ്റവും തലയെടുപ്പുള്ള മരം കണ്ട് അവർക്ക് തൃപ്തിയായി. തച്ചൻ തെക്കും വടക്കും കിഴക്കും പടിഞ്ഞാറും ചുറ്റിനടന്നു. മരത്തിന്റെ തായ്ത്തടിയുടെ വണ്ണവും പൊക്കവും പഴക്കവും കണ്ടു ബോധിച്ചു. “രാജാവിനു കൊട്ടാരം പണിയാനിതു വെട്ടണേ, അടിയനതിന് അനുവാദം തരണേ” എന്നു മരത്തിനോടു പ്രാർഥിച്ചു. മരത്തിനു മുന്നിൽ പൂക്കളർപ്പിച്ചു പ്രാർഥിച്ചു. പിന്നെ മരം വെട്ടാൻ വെട്ടുകാരോടു കൽപ്പിച്ചു.

വെട്ടുകാർ മരത്തിൽ കയറി. അടിക്കമ്പുകൾ വെട്ടിമാറ്റി. മേൽക്കമ്പുകൾ വെട്ടിയിട്ടു. തായിന്റെ തലയിലെ കമ്പുകൾ വെട്ടാനൊരുങ്ങി. അപ്പോഴാണ് അവരൊരു മനുഷ്യക്കുഞ്ഞിന്റെ മണിനാദം പോലുള്ള ചിരിയും വീണാനാദം പോലുള്ള കരച്ചിലും കേട്ടത്. അവർ ആദ്യം ഞെട്ടി. പേടിച്ചുവിറച്ചു. ഇതൊരു യക്ഷി വാഴും മരമോ? മരമുകളിലിരുന്ന് യക്ഷി കരയുന്നോ? ചിരിക്കുന്നോ? വെട്ടുകാരിലെ മുറാളൻ പക്ഷേ തായ്ത്തടിയിൽ പിടിച്ചു മുകളിലേക്കു കയറി. മുകളിലെത്തിയതും കാടുമുഴക്കിക്കൂടു കണ്ടു. കൂട്ടിലെ കുഞ്ഞിനെ കണ്ടു. അവൻ കുഞ്ഞിനെ മാറോടു ചേർത്തുപിടിച്ചു നിലത്തിറങ്ങി. മറ്റു വെട്ടുകാരും ചുറ്റും കൂടി. തച്ചനും ഓടിയെത്തി. മരത്തിനു മുകളിലൊരു മനുഷ്യക്കുഞ്ഞോ? പക്ഷിക്കൂട്ടിലൊരു കുഞ്ഞു വളരുന്നോ! അവർ അതിശയിച്ചു. കൊട്ടാരത്തിൽ കൊടുക്കാനായി അവർ കുഞ്ഞുമായി നടന്നു. കുഞ്ഞ് അപ്പോൾ പ്രതിഷേധിച്ചു. ഉച്ചത്തിൽ കരഞ്ഞു. കാടുമുഴക്കിയുടെ പാട്ടുപോലൊരു തേങ്ങൽ ഉച്ചത്തിലേക്ക് ഉയർന്നു. അതുകേട്ടു മരം കിടുങ്ങി. വൻ ശബ്ദത്തോടെ അത് നാലായി മുറിഞ്ഞ് കടപുഴകി നിലത്തുവീണു. കുഞ്ഞ് അപ്പോഴും കരഞ്ഞുകൊണ്ടേയിരുന്നു. അതു വകവയ്ക്കാതെ വെട്ടുകാർ കുഞ്ഞിനേയും കൊണ്ടു കൊട്ടാരത്തിലേക്ക് ഓടി.

കാടുമുഴക്കിയമ്മയ്ക്ക് അവസാനം നല്ല നാലു കാട്ടുപഴങ്ങൾ കിട്ടി. നല്ല നാൽപ്പതു കാട്ടുപൂക്കളും കിട്ടി. പുന്നാരക്കുട്ടിക്കു വിശപ്പിനുള്ളതു കിട്ടിയ സന്തോഷത്തിൽ അത് തിരിച്ചു പറന്നു. പറന്നു

പറന്ന് വൈകുന്നേരത്തോടെ കാട്ടിലെത്തി. മലയിലെത്തി. മലമുകളിലെ മരം തേടി. മരം നിന്നിടത്തു മരം കാണാതെ അത് പാവം തലങ്ങും വിലങ്ങും പറന്നു. പറന്നുപറന്നു താഴ്ന്നിറങ്ങി ചുറ്റും നോക്കി. മരം നിന്നിടത്ത് മരക്കുറ്റി മാത്രം. മരക്കമ്പുകൾ ആരോ വെട്ടിയിട്ടിരിക്കുന്നു. തായ്ത്തടി ഒടിഞ്ഞുനുറുങ്ങി ചിതറിക്കിടക്കുന്നു. ആയമ്മയുടെ നെഞ്ചുപൊട്ടി. കണ്ണിൽ ഇരുട്ടുകയറി. തലകറങ്ങി. അത് അത്യുച്ചത്തിൽ കരഞ്ഞു. അതുവരെ ഒരു കാടുമുഴക്കിയും ഒരുകാലത്തും കരയാത്തതുപോലെ ഒരു കരച്ചിൽ. പാടാത്ത ഒരു പാട്ട്. ഒരമ്മയുടെ നെഞ്ചുപിളരുമ്പോഴുള്ള വേദനയുടെ രോദനം. ആ വേദനയുടെ മുഴക്കത്തിൽ കാടു കിടുങ്ങി. കാട്ടരുവികൾ ഒഴുകാൻ മറന്നുനിന്നു. കാട്ടുമൃഗങ്ങൾ ബോധംകെട്ടു വീണു. കാടുമുഴക്കി ഭീകരമായ മുഴക്കമുണ്ടാക്കി വേദനകൊണ്ടു നെഞ്ചുപൊട്ടി ഭ്രാന്തെടുത്ത് മരക്കുറ്റിയിൽ തലയടിച്ചു ചത്തു. ആ കാട് ആ രാത്രി മുഴുവൻ മരവിച്ചു വേദനിച്ചു നിന്നു.

കൊട്ടാരത്തിലേക്കു കൊണ്ടുപൊയ്ക്കൊണ്ടിരുന്ന കുഞ്ഞും ആ നിമിഷം നെഞ്ചുപൊട്ടി പിടഞ്ഞു മരിച്ചു. മരം വെട്ടുകാർ പിറ്റേന്നു കുഞ്ഞിനെ ആ മരച്ചുവട്ടിൽതന്നെ സംസ്കരിക്കാൻ തിരിച്ചുകൊണ്ടുവന്നു. അവർ കുത്തിയ കുഴിക്കരികെ ഒരു പക്ഷി തലപൊട്ടി കിടക്കുന്നത് അവർ കണ്ടു. കുഞ്ഞിന്റെ കുഴിയിൽ അവർ പക്ഷിയേയും ഇട്ടു മണ്ണിട്ടു. അവസാനം അങ്ങനെ അവർ ഒന്നായി. ഒന്നിച്ചു മണ്ണായി. മണ്ണിന്റെ സ്നേഹമായി. വീര്യമായി. വളമായി. പുളകമായി.

16

വേട്ടപ്പുലിക്കു വേഗത വന്ന കഥ

വേട്ടപ്പുലിയെന്നാൽ ചീറ്റപ്പുലി. കരയിലെ ഏറ്റവും വേഗത കൂടിയ മൃഗം. മണിക്കൂറിൽ നൂറു കിലോമീറ്റർവരെ വേഗതയിൽ ഓടാൻ കഴിയുന്നു അതിന്. അതുകണ്ട ആഫ്രിക്കൻ ജനതയുടെ ഭാവനയിൽ ഒരു കഥയുണ്ടായി. ആ നാടൻ കഥ പറയാം.

പണ്ടുപണ്ട് ദൈവം ഏറ്റവും വേഗത കൂടിയ ജന്തു ഏത് എന്ന് കണ്ടുപിടിക്കാൻ നിശ്ചയിച്ചു. താൻ സ്രഷ്ടിച്ചവരിൽ ഏതിനാണ് ഏറ്റവും വേഗതയെന്നറിയാനൊരു ആകാംക്ഷ സ്രഷ്ടാവിനു തോന്നിപ്പോയി. അതിനെന്താ വഴി. മൃഗങ്ങളെ പല സംഘങ്ങളായി ഓടിച്ചുനോക്കുക. അങ്ങനെ അവസാനം ഏറ്റവും വേഗതയുള്ളതിനെ കണ്ടെത്താം.

അക്കാലത്ത് വേട്ടപ്പുലിക്ക് അത്ര വലിയ വേഗതയില്ലായിരുന്നു. എന്നാൽ സെസ്സബി മാനിനോ അതിലും വേഗതയുണ്ടായിരുന്നു. ഒരു ദിവസം ദൈവം സെസ്സബിയെയും ചീറ്റയെയും അടുത്തുവിളിച്ചു. അടുത്തദിവസം അവർ തമ്മിൽ ഓടി മത്സരിക്കണമെന്ന് പറഞ്ഞു. വേട്ടപ്പുലി വിരണ്ടുപോയി. ഓട്ടക്കാരൻ മാനിനോടു താൻ മത്സരിച്ചാൽ തോൽവി തീർച്ച. പക്ഷേ ജയിക്കാൻ മോഹവുമുണ്ട്. വെറുതെ മോഹിച്ചിട്ടെന്തു കാര്യം. തന്റെ കാൽപ്പാദങ്ങൾ വളരെ മൃദുലമാണ്. നല്ല ബലവും കാഠിന്യവുമുള്ള പാദങ്ങളുണ്ടായാലെ കല്ലിലും മുള്ളിലും കൂടി കുതിച്ചോടാൻ പറ്റൂ. കാട്ടുപട്ടിയുടെ പാദങ്ങൾക്ക് കുറച്ചു കട്ടിയുണ്ട്. അതിനാൽ വേട്ടപ്പുലി കാട്ടുപട്ടിയുടെ പാദങ്ങൾ കടം വാങ്ങി അതും കാലിൽ പിടിപ്പിച്ച് ഓടാൻ ചെന്നു.

ദൈവം സെസ്സബി മാനിനെയും വേട്ടപ്പുലിയെയും ഒരു മരത്തിന്റെ ചുവട്ടിൽ നിർത്തി. "ഒന്ന്, രണ്ട്, മൂന്ന്, ഓട്" എന്നു പറഞ്ഞു. അവർ ഓടാനും തുടങ്ങി. വിശാലമായ സമതലം മുഴുവൻ കടക്കണം. കടന്നുചെല്ലുമ്പോൾ ഒരു മലയുണ്ട്. അതുവരെ ചെല്ലുമ്പോൾ ഓട്ടം നിർത്തണം. ആര് ആദ്യം മലയടിവാരത്തിലെത്തുന്നോ ആ ആൾ ജയിക്കും. ദൈവം നോക്കിനിന്നു. രണ്ടുപേരും സർവശക്തിയുമെടുത്ത് ഓടി. അവർ കൂട്ടുകാരായിരുന്നു. പരസ്പരം വലിയ സ്നേഹവുമായിരുന്നു. എന്നുവച്ച് മത്സരിക്കാതെ പറ്റുമോ. മത്സരിക്കുമ്പോൾ നന്നായി മത്സരിക്കേണ്ടേ? വേണം. അതിനാൽ അവർ മത്സരിച്ചുതന്നെ ഓടി.

എന്നാൽ മാനിനു വലിയ വേഗതയായിരുന്നു. വേട്ടപ്പുലിക്ക് അതിന്റെ പാതി വേഗത പോലുമില്ലായിരുന്നു. സെസ്സബിമാൻ വളരെ പെട്ടെന്ന് മുന്നിലെത്തി. സമതലം പകുതിയിലേറെ പിന്നിലാക്കി. വേട്ടപ്പുലി അപ്പോൾ വളരെ പുറകിലുമായിരുന്നു. പെട്ടെന്ന് സെസ്സബി മാനിന്റെ കാൽ ഒരു കല്ലിൽ തട്ടി. കനിവില്ലാത്തൊരു കരിങ്കല്ലിലായിരുന്നു കാൽ തട്ടിയത്. ഉടൻ കാലൊടിഞ്ഞു. മാൻ മറിഞ്ഞു നിലത്തുവീണുകിടന്നു. വേദനകൊണ്ടു കരഞ്ഞു. അകലെ നിന്നും ഓടിവരുന്ന വേട്ടപ്പുലി അതുകണ്ടു. മാൻ ഓടാനാകാതെ നിലത്തുകിടക്കുകയായിരുന്നു. നല്ല അവസരം. അവനവിടെ കിടക്കട്ടെ. ഓടി മലയടിവാരത്തിലെത്തി ജയിക്കാം. അങ്ങനെയൊക്കെ ചിന്തിച്ച് വേട്ടപ്പുലി ഓടിപ്പോയി, മത്സരത്തിൽ ജയിച്ചു എന്നാകാം നിങ്ങൾ കരുതിയത്!

അയ്യോ തെറ്റി. അടിമുടി തെറ്റി. വേട്ടപ്പുലി സ്നേഹസമ്പന്നനായിരുന്നു. തന്റെ തോഴനായ മാൻ വീണതു കണ്ടപ്പോൾ വേട്ടപ്പുലി അങ്ങോട്ട് ഓടിച്ചെന്നു. അവനെ തലോടി. ആശ്വസിപ്പിച്ചു. അവന്റെ കാൽ നേരെ പിടിച്ചിട്ടു ശുശ്രൂഷിച്ചു. മത്സരക്കാര്യമേ മറന്നു. അതൊക്കെ ദൈവം കണ്ടു. സന്തോഷിച്ചു. വേട്ടപ്പുലിയുടെ കരുണയും കരുതലും സ്നേഹവും കണ്ട് ദൈവത്തിന്റെ കണ്ണുനിറഞ്ഞു. ദൈവം സെസ്സബി മാനിന്റെ കാൽ ശരിയാക്കി അവനെ സുഖപ്പെടുത്തി. വേട്ടപ്പുലിയെ അനുഗ്രഹിച്ചു. കരയിലെ ഏറ്റവും വേഗതയുള്ള ജന്തുവാക്കി വാഴിച്ചു. മാത്രമോ! കാട്ടുപട്ടിയുടെ പാദങ്ങൾ കടം വാങ്ങിയത് ഇനി മുതൽ വേട്ടപ്പുലിതന്നെ ഉപയോഗിച്ചോളാൻ അനുവാദവും കൊടുത്തു.

കണ്ടോ കണ്ടോ? സ്നേഹവും കരുണയും എന്നും മാനിക്കപ്പെടും. അംഗീകരിക്കപ്പെടും!

17

സിംഹങ്ങൾ പഴങ്ങൾ തിന്നാതായ കഥ

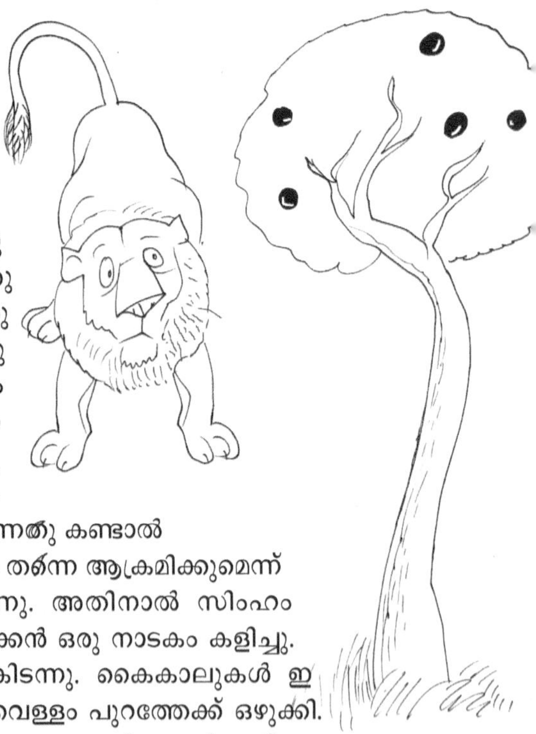

പണ്ടെന്നു വച്ചാൽ പണ്ട്, വളരെ പണ്ട്, സിംഹങ്ങളായ സിംഹങ്ങളൊക്കെ പഴങ്ങൾ പറിച്ചു തിന്നിരുന്നു. അതിനാൽ കുറുക്കന്മാർക്ക് പഴങ്ങൾ കിട്ടാൻ വിഷമവുമായി. അക്കാലത്തൊരു നാൾ ഒരു കുറുക്കൻ ഒരു പഴംതരും മരത്തിനു ചുവട്ടിൽനിന്ന് ഒരു പഴം തിന്നു പാതിയാക്കിയ നേരത്ത് അതിലെ ഒരു പഴക്കൊതിയൻ സിംഹം വന്നു. താൻ പഴം തിന്നുന്നതു കണ്ടാൽ പഴക്കൊതിയൻ സിംഹം തന്നെ ആക്രമിക്കുമെന്ന് കുറുക്കനറിയാമായിരുന്നു. അതിനാൽ സിംഹം അടുത്തുവന്നതും കുറുക്കൻ ഒരു നാടകം കളിച്ചു.

അവൻ നിലത്തു കിടന്നു. കൈകാലുകൾ ഇട്ടടിച്ചു. വായിൽനിന്നും വെള്ളം പുറത്തേക്ക് ഒഴുക്കി. കണ്ണടച്ചു. പിന്നെ അനങ്ങാതെ കിടപ്പായി. സിംഹം

അതൊക്കെ കണ്ടു വിരണ്ടു. ഈ പഴം വിഷമാണോ? അതു പാതി തിന്നപ്പോഴെ ഇവൻ വീണല്ലോ. വീണിട്ട് ചത്തതാണോ? സിംഹത്തിനു പേടിയായി. അവൻ നിലത്തു കിടന്ന പഴങ്ങൾ തിന്നാതെ മാറിപ്പോയി.

സിംഹം പോയതും കുറുക്കൻ എഴുന്നേറ്റു. കുറ്റിക്കാട്ടിൽ കിടന്ന കുറച്ച് എല്ലുകൾ എടുത്ത് മരച്ചുവട്ടിലിട്ടിട്ട് ഓടിപ്പോയി.

സിംഹം കുറേനേരം അവിടെയുമിവിടെയും ഇരതേടി അലഞ്ഞു. നടന്നുനടന്നു പഴയ പഴമരച്ചുവട്ടിലെത്തി. അവിടെ കുറെ എല്ലുകൾ കിടന്നതു കണ്ടു ഞെട്ടി. കുറുക്കൻ ചത്ത് ദ്രവിച്ച് എല്ലു മാത്രമായതായി ധരിച്ചു. അത്ര ശക്തിയുള്ള വിഷമാണ് പഴം! സിംഹം അങ്ങനെ ധരിച്ചു. വിവരം മറ്റു സിംഹങ്ങളോടും പറഞ്ഞു. അങ്ങനെ അന്നു മുതൽ സിംഹങ്ങൾ പഴങ്ങൾ തിന്നാതായി.

18

വീടു തോടായ കഥ

ആമയ്ക്കു പുറത്തു തോടുണ്ടായതെങ്ങനെയെന്നറിയണോ? പണ്ടുപണ്ട് ദൈവം ജന്തുക്കളെയെല്ലാം സൃഷ്ടിച്ചപ്പോൾ ആമയ്ക്കു പുറത്തു തോടില്ലായിരുന്നു. പിന്നെയൊരു നാൾ ദൈവം താൻ സൃഷ്ടിച്ച ജന്തുക്കളെയൊക്കെ ഒരു വിരുന്നിനു വിളിച്ചു. തന്റെ സൃഷ്ടികളെയൊക്കെ ഒന്ന് ഒന്നിച്ചു കാണാനായിരുന്നു വിരുന്നിനു വിളിച്ചത്. ആമയൊഴിച്ച് എല്ലാവരും വിരുന്നിനു പോയി. വയർ നിറച്ചു തീറ്റ തിന്നു. ദൈവത്തിനേയും സ്തുതിച്ചു മടങ്ങി.

എല്ലാവരും പോയപ്പോൾ ദൈവം നേരെ ആമയുടെ വീട്ടിലെത്തി. "എന്താണു നീ വിരുന്നിന് വരാഞ്ഞത്?" ദൈവം ചോദിച്ചു. ആമ വീട്ടിൽ സുഖമായി കിടന്നുറങ്ങുകയായിരുന്നു. "ഓ എനിക്കു വിരുന്നുണ്ണാനൊന്നും ഇഷ്ടമില്ല. എപ്പോഴും വീട്ടിലിരിക്കാനാണ് ഇഷ്ടം." ആമ സത്യം പറഞ്ഞു.

ദൈവത്തിന് ആമയുടെ ആ മറുപടി ഇഷ്ടമായില്ല. അതിനാൽ ദൈവം ആമയോട് പറഞ്ഞു: "നിനക്ക് വീടുവിട്ട് പോകാൻ വയ്യ; അല്ലേ? എങ്കിൽ ഇനി എപ്പോഴും നീ നിന്റെ വീടും ചുമന്നു നടക്കുക."

ദൈവം അങ്ങനെ പറഞ്ഞിട്ടു മറഞ്ഞു. പെട്ടെന്ന് ആമയുടെ വീട് ആമയുടെ പുറത്തോടു ചേർന്നിരുന്നു. പുറത്ത് തോടായി മാറി. ആമ എപ്പോഴും അതും ചുമന്നു നടക്കേണ്ടിയും വന്നു.

19

രാക്ഷസൻ മനുഷ്യനായ കഥ

പണ്ടുപണ്ടു ദൂരെ ദൂരെ ദൂരെയൊരു നാട്ടിലൊരു കാട്ടിലൊരു വലിയ രാക്ഷസനുണ്ടായിരുന്നു. അവൻ കാട്ടിലൊരിടത്തൊരു വലിയ കൊട്ടാരം പണിതു. കൊട്ടാരത്തിനു ചുറ്റിലുമായി വലിയ ഒരു പൂന്തോട്ടവുമുണ്ടാക്കി. പൂന്തോട്ടം നിറയെ പൂച്ചെടികൾ വച്ചു. ചെറിയ ചെടികളും വലിയ ചെടികളും മരങ്ങളും വള്ളികളുംകൊണ്ട് പൂന്തോട്ടം മനോഹരമാക്കി. അങ്ങകലെനിന്നുവരെ അതി മനോഹരങ്ങളായ പൂക്കളുള്ള ചെടികൾ ശേഖരിച്ചാണ് അവിടെ വളർത്തിയത്. മുത്തുകൾപോലുള്ള പൂവുകൾ. മൂക്കുത്തി പോലുള്ള പൂവുകൾ. പലനിറങ്ങളിൽ, പല ഗന്ധങ്ങളിൽ, പല ആകൃതികളിലുള്ള നൂറുകണക്കിനു പൂക്കൾ പൂന്തോട്ടത്തിൽ വിരിഞ്ഞുനിന്നു. പൂന്തേൻ തേടി പൂമ്പാറ്റകളും ശലഭങ്ങളും തോട്ടത്തിലെത്തി. പഴങ്ങൾ തിന്നാൻ പക്ഷികളുമെത്തി. പൂന്തോട്ടം ഒരു സ്വർഗം പോലെ ശോഭിച്ചു.

അക്കാലത്തെന്നോ എന്തിനോ രാക്ഷസൻ ഒരു ദൂരയാത്ര പോയി. ആയിടെ ആ നാട്ടിലെ കുട്ടികൾ കാട്ടിൽ അലഞ്ഞുനടന്നപ്പോൾ രാക്ഷസന്റെ തോട്ടം കണ്ടു. ഹായ് എത്ര നല്ല പൂന്തോട്ടം. എന്തെല്ലാംതരം പൂക്കൾ. എന്തൊരു പൂമണം. എന്തൊരു തണുപ്പും കുളിരും. എത്ര വിശാലമായ പുൽപ്പുറം. എത്ര നല്ല നീന്തൽക്കുളവും. കളിക്കാനും കുളിക്കാനും പറ്റിയ സ്വർഗം! കുട്ടികൾക്കു തോട്ടം വളരെ ഇഷ്ടമായി. അവർ അന്നു സന്ധ്യവരെ അവിടെ കളിച്ചു രസിച്ചു. കുളിച്ചും രസിച്ചു.

ആ കുട്ടികൾ മറ്റു കുട്ടികളോടും വിവരം പറഞ്ഞു. അങ്ങനെ നാട്ടിലെ മുഴുവൻ കുട്ടികളും വിവരമറിഞ്ഞു. തോട്ടത്തിലേക്കു പാഞ്ഞു. കളിയും ചിരിയും തുടങ്ങി. കുളിയും കൂവും തുടങ്ങി. എങ്ങും കുട്ടികളുടെ ശബ്ദം. ചിരി. ആർപ്പുവിളി. കൂവും കൈകൊട്ടും. തോട്ടത്തിനു രോമാഞ്ചമുണ്ടായി. പൂച്ചെടികൾക്ക് ആവേശം തോന്നി. അവ നിറയെ പൂമൊട്ടുകൾ തലപൊക്കി. പൂക്കൾ വിരിഞ്ഞു. കിളികൾ തേനുണ്ണാനെത്തി. മരങ്ങളിലിരുന്നു പാടി. അങ്ങനെ പാട്ടും ചിരിയും നൃത്തവും പൊടിപൊടിക്കുന്ന ഒരു നാൾ ഉച്ചയ്ക്ക് രാക്ഷസൻ തിരിച്ചെത്തി. തന്റെ തോട്ടം നിറയെ കുട്ടികൾ. അവർ കിടന്ന് ഓടുന്നു. ചാടുന്നു. ചിരിക്കുന്നു. നീന്തുന്നു. പൂച്ചെടികളിൽ കയറി ആടുന്നു. തേൻകിളികൾ ആഹ്ലാദിച്ചു പാടുന്നു. ഇതെന്തു കളി? തന്റെ അനുവാദമില്ലാതെ തന്റെ തോട്ടത്തിൽ എല്ലാവരും കയറിയിരിക്കുന്നുവോ! കളിക്കുന്നുവോ! എന്തൊരു ആക്രമം. എത്ര വലിയ കൈയേറ്റം. എന്തൊരു ധിക്കാരം. രാക്ഷസൻ ദേഷ്യംകൊണ്ടു തുള്ളി. കലി തുള്ളി അലറി. അവന്റെ അലർച്ചകേട്ടു കുട്ടികൾ പേടിച്ചുവിറച്ചു മിണ്ടാനാകാതെ നിന്നു. പൂച്ചെടികൾ മരവിച്ചുനിന്നു. തേൻകിളികൾ വിറച്ചിരുന്നു. അപ്പോൾ രാക്ഷസൻ അലറിത്തുള്ളി പറഞ്ഞു: "എന്റെ തോട്ടത്തിൽ ഒരുത്തനും കയറരുത്. ഓടിക്കോ. ഓടിപ്പോ. ഇനി തോട്ടത്തിൽ കയറുന്നവന്റെ കാലു ഞാൻ വെട്ടിത്തിന്നും!"

കുട്ടികൾ പേടിച്ചോടി. കിളികൾ പറന്നു മാറിപ്പോയി. ശലഭങ്ങൾ ചിറകടിച്ചു പോയിമറഞ്ഞു. തോട്ടത്തിലെ പൂക്കൾ പേടിച്ചു വാടിക്കൊഴിഞ്ഞു. പൂച്ചെടികൾ മരവിച്ചുനിന്നു.

രാക്ഷസൻ അതൊന്നും ഗൗനിച്ചില്ല. അവൻ കൊട്ടാരത്തിൽ കയറി താമസം തുടങ്ങി. ഒരുദിവസം കഴിഞ്ഞു. പലദിവസങ്ങൾ കഴിഞ്ഞു. കാട്ടിലും നാട്ടിലും വസന്തവും വന്നു. എങ്ങും മരങ്ങൾ പൂത്തു. പൂമണം പരന്നു. പൂത്തുമ്പികൾ പറന്നു. എന്നാൽ രാക്ഷസന്റെ തോട്ടത്തിൽ മാത്രം വസന്തം വന്നില്ല. ചെന്നില്ല. പൂച്ചെടികൾ പൂക്കാൻ മറന്നുനിന്നു. പൂമരങ്ങൾ പൂവുണ്ടാക്കാൻ മടിച്ചുനിന്നു. പൂമ്പാറ്റകൾ തോട്ടത്തെ മറന്നു. പൂന്തോട്ടം മരവിച്ചു മരിച്ചതുപോലെ കിടന്നു. ഒരുദിവസം പോയി. പലദിവസങ്ങൾ പോയി. എന്നിട്ടും രാക്ഷസന്റെ തോട്ടത്തിൽ മാത്രം വസന്തമെത്തിയതേയില്ല.

രാക്ഷസനു സങ്കടമായി. അയാൾ തോട്ടത്തിൽ കറങ്ങിനടന്നു. പൂക്കാൻ കൂട്ടാക്കാതെ നിന്ന മരങ്ങളെ തഴുകി നോക്കി. ഇല്ല. എല്ലാം പിണങ്ങിനിന്നു. പൂക്കാതെനിന്നു.

അപ്പോൾ രാക്ഷസന് ഒരു രഹസ്യം മനസിലായി. പൂന്തോട്ടം പൂന്തോട്ടമാകണമെങ്കിൽ അവിടെ കുട്ടികൾ കയറണം. കളിയും ചിരിയും ഉണ്ടാകണം. അതു കേട്ടേ പൂമൊട്ടുകൾ ഉണ്ടാകൂ. വിരിയൂ. അപ്പോഴേ കിളികൾ വരൂ. കിളിപ്പാട്ടുകൾ പാടൂ.

അത് മനസിലായ ഉടൻ രാക്ഷസൻ ഓടിച്ചെന്നു. തോട്ടത്തിന്റെ ഗേറ്റ് തുറന്നിട്ടു. മുന്നിലൊരു ബോർഡ് തൂക്കി. അതിൽ എഴുതി.

തോട്ടത്തിനു പുറത്തുകൂടി ഒളിച്ചും പാത്തും നടന്നിരുന്ന കുട്ടികൾ ആ ബോർഡു കണ്ടു. മറ്റു കുട്ടികളേയും വിവരമറിയിച്ചു. അങ്ങനെ കുട്ടികളായ കുട്ടികളൊക്കെ രാക്ഷസന്റെ തോട്ടത്തിലേക്ക് ഒഴുകി. അവിടെ കളി തുടങ്ങി. ചിരി തുടങ്ങി. പെട്ടെന്ന് രാക്ഷസന്റെ തോട്ടത്തിലേക്കും വസന്തം കടന്നുചെന്നു. പൂച്ചെടികൾ പുഞ്ചിരിച്ചു പൂത്തു പൂമണം പരത്തി. പൂത്തുമ്പികൾ പറന്നുകളിച്ചു. പൂമ്പാറ്റകൾ തേനുണ്ണാനെത്തി. കിളികൾ പറന്നുവന്നു പാടി. തോട്ടം സ്വർഗതുല്യമായി.

രാക്ഷസൻ എല്ലാം കണ്ട് ആനന്ദിച്ചുനിന്നു. അപ്പോൾ അയാൾ അറിയാതെ ചിരിച്ചു. ചിരിച്ചുചിരിച്ചു നിന്നപ്പോൾ അവിടെ ഒരു അത്ഭുതം സംഭവിച്ചു. രാക്ഷസൻ രാക്ഷസനല്ലാതായി. സത്യം. അയാളുടെ മുഖത്ത് സ്നേഹത്തിന്റെ മാന്ത്രികമായ പ്രകാശം നിറഞ്ഞു. കണ്ണുകളിൽ വാത്സല്യം നിറഞ്ഞു. മുഖത്ത് മനുഷ്യത്വം തെളിഞ്ഞു. നീണ്ടിരുന്ന ദംഷ്ട്രങ്ങൾ ചുരുങ്ങി സാധാരണ പല്ലുകളായി. അയാൾ മനുഷ്യനായി! കുട്ടികൾക്കൊത്തു കളിക്കാൻ തുടങ്ങി.

പിന്നീടൊരിക്കലും വസന്തം ആ തോട്ടത്തിൽനിന്നും പോയില്ല. പിന്നീടൊരിക്കലും അവിടെ പൂക്കളില്ലാതായില്ല. കുട്ടികൾ കളിക്കാതെയുമിരുന്നില്ല. പിന്നീടൊരിക്കലും തോട്ടത്തിന്റെ വാതിൽ അടഞ്ഞില്ല. പിന്നീടൊരിക്കലും തോട്ടത്തിന്റെ നാഥൻ രാക്ഷസനായി മാറിയുമില്ല!

20

തർക്കിച്ചാൽ പറ്റിക്കും!

കാട്ടിലെ കൂട്ടുകാരായിരുന്നു ആനക്കുട്ടിയും പശുക്കുട്ടിയും. ഒരു ദിവസം രണ്ടു കുട്ടികളും കൂടി നടക്കാനിറങ്ങി. അപ്പോഴാണ് അടുത്തുള്ള കുറ്റിച്ചെടികൾക്കിടയിൽ ഒരു പഴക്കുല പശു കണ്ടുപിടിച്ചത്. അവിടെ എങ്ങനെയോ വളർന്ന ഒരു വാഴ കുലച്ചു പഴം പാകമായി പഴുത്തുകിടക്കുകയായിരുന്നു. പശു പഴക്കുല ആനയെ കാണിച്ചു.

"എനിക്കു നല്ല വിശപ്പുണ്ട്. ഞാനിതു തിന്നാം." ആനക്കുട്ടി അങ്ങനെ പറഞ്ഞ് പഴക്കുലയുടെ നേരെ തുമ്പിക്കൈ നീട്ടി. അപ്പോൾ പശുക്കുട്ടി തടസം പിടിച്ചു. "കുല കണ്ടതു ഞാനല്ലേ. അതിനാൽ അതിന്റെ അവകാശം എനിക്കാണ്."

അവർ അങ്ങനെ തർക്കിച്ചു നിൽക്കുമ്പോൾ അതുവഴി ഒരു കുരങ്ങൻ നടന്നുവന്നു. കുരങ്ങൻ തർക്കം കേട്ടു. "ചേട്ടൻ ഒരു തീരുമാനമെടുക്ക്. ഈ കുല ഞങ്ങൾക്കു വീതിച്ചു തരൂ. ചേട്ടന്റെ കൂലി ചേട്ടനുമെടുത്തോ." പശുക്കുട്ടി പറഞ്ഞു.

കുരങ്ങൻ കുലയുടെ അടുത്തേക്കു കയറിനിന്നു. എന്നിട്ടു നന്നായി ഒന്ന് ആലോചിച്ചു. പിന്നെ ഓരോ പഴവും പറിച്ചെടുത്തു. തൊലിയുടെ പാതി പശുവിനു നൽകി. ബാക്കി പാതി ആനയ്ക്കും നൽകി. പഴം കുരങ്ങനും തിന്നാൻ തുടങ്ങി. ഇതെന്തു ന്യായം? ആനക്കുട്ടി അത്ഭുതപ്പെട്ടു ചോദിച്ചു.

"ഇതാ കുട്ടാ ന്യായം. നീ ഒരുവശത്ത്. പശു മറുവശത്ത്. ഞാൻ മധ്യസ്ഥൻ. അത്രയും സമ്മതിച്ചോ?" കുരങ്ങൻ ചോദിച്ചു.

"സമ്മതിച്ചു."

"മധ്യസ്ഥനല്ലേ നടുക്കുനിൽക്കുന്നവൻ. അതിനാൽ ഇരുവശവുമുള്ള തൊലി നിങ്ങൾക്കു തന്നു. നടുക്കുള്ള പഴം ഞാനും തിന്നു. മനസിലായോ?"

അത്രയും വിശദമായി സാവധാനം പറഞ്ഞുതീർക്കുന്നതിനിടെ കുരങ്ങൻ പഴം മുഴുവൻ പൊളിച്ചു തിന്നു കഴിഞ്ഞിരുന്നു. പശുവിനും ആനയ്ക്കും തൊലി മാത്രം തിന്നേണ്ടിവന്നു.

കുരങ്ങൻ പങ്കുവയ്ക്കൽ കഴിഞ്ഞ് ഓടിപ്പോയി. അപ്പോൾ ആനക്കുട്ടി ആലോചനയോടെ പശുക്കുട്ടിയോടു പറഞ്ഞു.

"നമ്മൾ കൂട്ടുകാർ യോജിച്ചു നിൽക്കണമായിരുന്നു. നമ്മൾ തർക്കിച്ചു. അപ്പോൾ ഇടനിലക്കാരൻ നമ്മെ പറ്റിച്ചു."

"ശരിയാ. നമ്മൾ കൂട്ടുകാർ ഇനി ശരിക്കും കൂട്ടുകാരായി ജീവിക്കാം. നമുക്കു തർക്കം വേണ്ട." പശുക്കുട്ടിയും സമ്മതിച്ചു.

21

പൊങ്ങച്ചക്കാരനീച്ച

ഒരിടത്തൊരു അഹങ്കാരിയായ ഈച്ചയുണ്ടായിരുന്നു. അവനൊരു അഹംഭാവിയുമായിരുന്നു. ഒരുദിവസം രാവിലെ അവൻ ഉണർന്നു. പറന്നുനടന്നു. അവിടെയും പറന്ന് ഇവിടെയും പറന്ന് എവിടെയും പറന്ന് അവൻ തീറ്റതേടി. അളിഞ്ഞുപുളിഞ്ഞതും വളിച്ചു പുളിച്ചതും ചത്തുചീഞ്ഞതും എല്ലാം സ്വാദോടെ തിന്നു വയർ നിറച്ചു. ഹൊ! ഇനി വയറ്റിലൊന്നും കയറുകയില്ല. അപ്പോൾ പിന്നെ അഹങ്കരിച്ചിരിക്കാം. പൊങ്ങച്ചം പറയാം. അതിനു പറ്റിയ ഒരിടം തേടി അവൻ പറന്നു.

അപ്പോഴാണവൻ ഒരു കാഴ്ച കണ്ടത്. അടുത്തുള്ള പാടത്ത് ഒരു കർഷകൻ നിലമുഴുതൊരുക്കുന്നു. വെയിലിൽ കലപ്പ പിടിച്ച് അയാൾ വിയർത്തൊഴുകുന്നുണ്ടായിരുന്നു. വെയിലിൽ കലപ്പ വലിച്ച് കാളകളും ക്ഷീണിച്ചിരുന്നു. എന്നിട്ടും അവർ അധ്വാനിക്കുകയായിരുന്നു. ഈച്ച അങ്ങോട്ടു പറന്നു. പറന്നുചെന്ന് കാളയുടെ കൊമ്പിന്റെ തുമ്പത്തുതന്നെ ഇരുന്നു. വലിയ ആളുകൾ ഏറ്റവും ഉയരത്തിലല്ലേ ഇരിക്കേണ്ടത്? അങ്ങനെ പറഞ്ഞു ഞെളിഞ്ഞ് അവൻ കൊമ്പിൻ തുമ്പിലിരുന്നു.

“വേഗം നടക്കടാ കാളേ. നന്നായി ബലത്തിൽ കലപ്പ പിടിക്കെടോ...”

കൊമ്പിൻ തുമ്പിലിരുന്ന് അവൻ ആജ്ഞാപിക്കാൻ തുടങ്ങി. ഇത്തിരി വെയിൽ കൊണ്ടെന്നുവച്ച് ഇത്ര വിയർക്കാനുണ്ടോ? കർഷകന്റെ വിയർപ്പുകണ്ട് അവൻ അങ്ങനെയും ഒരു അഭിപ്രായം

പാസാക്കി. എന്നിട്ട് കൊമ്പിൻതുമ്പിൽ അവൻ ഗമയിലിരുന്നു. രാജാവ് സിംഹാസനത്തിലിരിക്കുന്ന മട്ടിൽ.

അപ്പോഴായിരുന്നു അതിലെ ഒരു സാധാരണ ഈച്ച പറന്നുവന്നത്. കൊമ്പിൻതുമ്പിലിരിക്കുന്ന ഈച്ചയെ കണ്ട് സാധാരണ ഈച്ച അത്ഭുതപ്പെട്ടു ചോദിച്ചു: "അല്ലല്ലാ ചേട്ടനെന്താ ഇവിടെയിരിക്കുന്നത്?"

അപ്പോൾ കൊമ്പിൻതുമ്പിലിരുന്ന അഹങ്കാരിയീച്ച തട്ടിവിട്ടു:

"നിനക്കു കണ്ണുണ്ടായാൽ പോരാ. കാണണം. കാണുന്നില്ലേ ഞാൻ നിലമുഴുന്നത്? പാതി പാടം ഉഴുതു തീർത്തു. ഇനി ബാക്കി കൂടി ഉഴുതുതീർക്കണം."

അതുകേട്ട് സാധാരണ ഈച്ച പറഞ്ഞു: "ഉത്തരത്തിനടിയിലിരിക്കുന്ന പല്ലി പറയും: താനാണ് ഉത്തരം താങ്ങുന്നതെന്ന്! കൊമ്പിലിരിക്കുന്ന വമ്പനും പറയും താനാണ് നിലമുഴുന്നതെന്ന്. പൊങ്ങച്ചക്കാർക്ക് എന്തും പറയാം. പക്ഷേ മറ്റുള്ളവർ വിഡ്ഢികളാണെന്നു ധരിക്കരുത് വിഡ്ഢീ."

ഈച്ച അങ്ങനെ പറഞ്ഞ് പറന്നു മാറി. അതോടെ പൊങ്ങച്ചക്കാരനീച്ചയ്ക്കു കൊമ്പിലിരുന്നു മതിയായി. അവൻ ഒരു ചമ്മലോടെ പറന്നുപോയി.

22

മണ്ടൻ രാജാവ്

ഒരിടത്തൊരു മണ്ടൻ രാജാവുണ്ടായിരുന്നു. മണ്ടൻ രാജാവിന്റെ മന്ത്രിയോ ഒരു സൂത്രക്കാരനായിരുന്നു. അതുമിതും പറഞ്ഞ് രാജാവിനെ പറ്റിക്കുകയായിരുന്നു മന്ത്രിയുടെ വിനോദം. ഒരുദിവസം മന്ത്രി ദേവേന്ദ്രന്റെ ഐരാവതത്തെപ്പറ്റി രാജാവിനോടു പറഞ്ഞു. രാജാവിന്റെ കൊമ്പനാനയും ഐരാവതവും ഒരുപോലെയാണെന്നും തട്ടിവിട്ടു. ഒറ്റ കാര്യത്തിലേ വ്യത്യാസമുള്ളൂ. ഐരാവതം വെളുവെളാ വെളുത്തിട്ടാണ്. രാജാവിന്റെ ആനയോ കറുകറെ കറുത്തിട്ടും.

അതുകേട്ടപ്പോൾ മണ്ടൻ രാജാവ് പ്രഖ്യാപിച്ചു. "എന്നാൽ താൻ എന്റെ ആനയെ ഒന്നു നന്നായി കഴുകി വെളുപ്പിച്ച് ഐരാവതമാക്കണം."

മന്ത്രി കുഴഞ്ഞു. രാജാവ് ഇങ്ങനെ ഒരു ആവശ്യം ഉന്നയിക്കുമെന്ന് മന്ത്രി കരുതിയില്ല. ഇനി രക്ഷപ്പെടാനെന്താ ഒരു വഴി? മന്ത്രി ആലോചിച്ച് ഒരു സൂത്രം കണ്ടുപിടിച്ചു. മന്ത്രി പറഞ്ഞു: "തിരുമേനീ അതിനു കഴിയുന്ന ഒരാളെ നമ്മുടെ രാജ്യത്തുള്ളൂ. നമ്മുടെ അലക്കുകാരൻ. ഏതു മുഷിഞ്ഞ തുണിയും വെളുപ്പിച്ചെടുക്കുന്ന വിരുതനല്ലേ അവൻ. തിരുമേനി ആജ്ഞാപിച്ചാൽ അവനതു ചെയ്തുതരും."

മന്ത്രിക്ക് അലക്കുകാരനെ ഒന്ന് പുലിവാലു പിടിപ്പിക്കണമെന്നുമുണ്ടായിരുന്നു. പറ്റിയ അവസരം ഉപയോഗിക്കുകയായിരുന്നു അയാൾ. ആനയെ വെളുപ്പിക്കാൻ പറ്റില്ലെന്നു പറഞ്ഞാൽ രാജാവ്

അലക്കുകാരന്റെ തലവെട്ടിക്കൊള്ളും. അതായിരുന്നു മന്ത്രിയുടെ ബുദ്ധി.

ഉടൻതന്നെ രാജാവ് അലക്കുകാരനെ വിളിച്ചു. കാര്യംപറഞ്ഞു. "എത്ര പണം വേണമെങ്കിലും തരാം. ആനയെ അലക്കി വെളുപ്പിച്ചുതരണം. അല്ലെങ്കിൽ ഞാൻ തന്റെ തലവെട്ടും." രാജാവ് ഗൗരവത്തോടെ പറഞ്ഞു.

അലക്കുകാരൻ ആലോചിച്ചു. എന്താണ് രക്ഷപ്പെടാനൊരു വഴി? ആലോചിച്ചിരുന്നപ്പോൾ അയാൾക്കും തോന്നി ഒരു സൂത്രം. അയാളുടെ അയൽപക്കക്കാരനായിരുന്ന കുശവനെ കുടുക്കാനൊരു തന്ത്രം. അലക്കുകാരൻ താഴ്മയോടെ പറഞ്ഞു:

"തിരുമേനീ, അങ്ങയുടെ ആജ്ഞ അതേപടി അനുസരിക്കുന്നവനാണ് ഈയുള്ളവൻ. ആനയെ അടിയൻ വെളുപ്പിക്കാം. പക്ഷേ അതിനെ ഉറക്കി കഴുത്തറ്റം വെള്ളത്തിൽ നിർത്തി അലക്കി വെളുപ്പിക്കാൻ ഒരു മൺപാത്രം വേണം. എന്റെ അയൽപക്കക്കാരനായ കുശവനേ അതുണ്ടാക്കാൻ കഴിയൂ."

അതുകേട്ട ഉടൻ രാജാവ് കുശവനെ വിളിച്ചുവരുത്തി. കാര്യം പറഞ്ഞു. ആനയെ നിർത്തി അലക്കാൻ പറ്റുന്ന മൺപാത്രമോ! രാജാവിന്റെ ആവശ്യം കേട്ട് കുശവന്റെ തല കറങ്ങി. നടക്കാത്ത കാര്യമാണ്. തന്നെ ഇതിൽ കുടുക്കിയത് അലക്കുകാരനാണ് എന്നും അവനു മനസിലായി. ഇനി എന്തു ചെയ്യാനാണ്! പറ്റില്ല എന്നു പറഞ്ഞാൽ തലപോകും. അതിനാൽ കുശവൻ തലയാട്ടി സമ്മതിച്ച് പുറത്തിറങ്ങി. ഓടി വീട്ടിൽ ചെന്നു. ഭാര്യയുടെ മുൻപിൽ കിടന്നു കരയാൻ തുടങ്ങി.

കുശവന്റെ ഭാര്യ വിവരം തിരക്കി. കാര്യമറിഞ്ഞപ്പോൾ അവൾ ആലോചിച്ചു ഒരു വഴി കണ്ടെത്തി. അവൾ പറഞ്ഞു:

"ഹേ മനുഷ്യാ വെറുതെ കഴുത കരയും പോലെ കിടന്നു കരയാതെ. ഞാൻ പറയുന്നതുപോലെ രാജാവിനോടു പറയുക."

കുശവൻ കരച്ചിൽ നിർത്തി. പ്രതീക്ഷയോടെ ഭാര്യയെ നോക്കി. അപ്പോൾ അവൾ പറഞ്ഞു:

"ഇപ്പോൾതന്നെ പോയി രാജാവിനോട് മൺപാത്രം ഉണ്ടാക്കാമെന്നു പറയുക. വലിയ പാത്രമല്ലേ വേണ്ടത്? അതിനാൽ അതിന് അമ്പതുകൊല്ലം സമയം വേണമെന്നും പറയണം. അമ്പതുകൊല്ലം മറ്റു ജോലിയൊന്നും ചെയ്യാതെ പണിയണമെന്നു പറയണം. അത്രയും നാൾ നമ്മുടെ കുടുംബത്തിനു ചെലവും തരണം. അതും പറഞ്ഞോളൂ."

കുശവൻ തിരിച്ചോടി. ഭാര്യ പറഞ്ഞതൊക്കെ രാജാവിനോടു

പറഞ്ഞു. മണ്ടൻ രാജാവിനു സന്തോഷമായി. മൺപാത്രം ഉണ്ടാക്കുമല്ലോ. ചെലവ് എത്രയെങ്കിലുമാകട്ടെ. കുശവന് അമ്പതുകൊല്ലവും വേണ്ടതൊക്കെ കൊടുക്കാൻ രാജാവ് കൽപ്പിച്ചു. കുശവൻ തിരുച്ചും പോന്നു.

രാജാവ് എല്ലാം സമ്മതിച്ചതറിഞ്ഞ് കുശവന്റെ ഭാര്യ കുലുങ്ങിച്ചിരിച്ചു. രാജാവ് മണ്ടനായാൽ ഇങ്ങനെയും ചില ഗുണങ്ങളുണ്ട്. അവൾ പറഞ്ഞു. അമ്പതുകൊല്ലം ഇനി തന്റെ ഭർത്താവിനും തനിക്കും സുഖമായി ജീവിക്കാം. അവൾക്ക് അതോർത്ത് വീണ്ടും ചിരിപൊട്ടി.

മണ്ടനായിരുന്ന കുശവന് സംശയം. അമ്പതുകൊല്ലമാകുമ്പോൾ പാത്രം റെഡിയാവുകയില്ലല്ലോ. അപ്പോൾ എന്തു സംഭവിക്കും?

കുശവന്റെ ഭാര്യ പറഞ്ഞു. "നിങ്ങളും രാജാവിനെപ്പോലൊരു മണ്ടനായിപ്പോയല്ലോ. അമ്പതു വർഷത്തിനകം രാജാവ് മരിക്കും. അല്ലെങ്കിൽ ആന ചാകും."

"അതു രണ്ടും നടന്നില്ലെങ്കിലോ?" കുശവൻ സംശയം ചോദിച്ചു.

ഭാര്യക്കു ദേഷ്യം വന്നു. അവൾ പൊട്ടിത്തെറിച്ചു. "എങ്കിൽ അതിനു മുൻപ് നിങ്ങൾ ചാകും!"

23

ചിന്നന്റെ സ്വപ്നം

ഹായ്! എത്ര നല്ല ദിവസം. ചിന്നൻ മുയൽ ഇളവെയിലിൽ നിന്നു തുള്ളി. പിന്നെ തലകുത്തി മറിഞ്ഞു. എങ്ങനെ സന്തോഷം വരാതിരിക്കും. രാവിലെ തീറ്റതേടി നടന്നപ്പോൾ നല്ല നാലു കാരറ്റുകൾ കിട്ടി. നല്ല കിളുന്തു കാരറ്റുകൾ. എന്തൊരു മയം. എന്തൊരു മധുരം. നാലും ഒറ്റയിരുപ്പിന് അകത്താക്കിയപ്പോൾ വയർ വലിയ കുടംപോലെയായി. അപ്പോഴല്ലേ കുഞ്ഞു മുരിക്കിന്റെ തളിരിലകൾ കണ്ടത്. അതും നാലഞ്ചെണ്ണം അകത്താക്കി. പിന്നെ വയറ്റിൽ സ്ഥലമില്ലാതായി. അപ്പോഴല്ലേ ചിന്നൻ ഇളവെയിൽ കണ്ടത്. ഒന്നു തലകുത്തി മറിഞ്ഞാൽ വയറൊന്നു ചുങ്ങും. ചിന്നൻ കുറേനേരം ഇളവെയിലിൽ മറിഞ്ഞുകളിച്ചു. അപ്പോൾ അവനൊരു ക്ഷീണം തോന്നി. വല്ലാതെ ഉറക്കവും വന്നു.

ഒന്നുറങ്ങാം. വേണ്ട. മയങ്ങാം. ചിന്നൻ തണലിൽ ചെന്നു. ഒരു മരം ചാരി ഇരുന്നു. കണ്ണടച്ചു. ഉറങ്ങി. ഉറക്കത്തിൽ അവനൊരു സ്വപ്നം കണ്ടു. ഒരു മുയലുകുമാരി ഒരു കൊതുമ്പുവള്ളം തുഴഞ്ഞു വരുന്നു. ചിന്നനെ ക്ഷണിക്കുന്നു. ചിന്നനും വള്ളത്തിൽ കയറി. അവർ ചിരിച്ചു രസിച്ച് വള്ളത്തിലിരുന്നു. വള്ളം ഒഴുക്കിലൂടെ ഒഴുകി. പാഞ്ഞു. ചിന്നൻ നോക്കി നോക്കിയിരിക്കുമ്പോൾ അതാ ഒരു വലിയ വെള്ളച്ചാട്ടം. അതിലേക്ക് വള്ളം വീഴാൻ തുടങ്ങി. അപ്പോഴായിരുന്നു ചിന്നൻ അതുകണ്ടത്. താഴെ വലിയ ഒരു കുഴി. കുഴിയല്ല. കൊക്ക. അടി കാണാൻ പറ്റാത്തത്ര അഗാധമായ കൊക്ക. അതിൽ വീണാൽ പിന്നെ പൊടിപോലും കാണുകയില്ല. ചിന്നൻ ഞെട്ടി

വിറച്ചു. അലറിക്കരഞ്ഞു. അയ്യോ. അവൻ വള്ളത്തിൽനിന്നും ഒറ്റച്ചാട്ടം. അയ്യോ. അവൻ ചാടി വീണപ്പോൾ കിടന്നു കരഞ്ഞു. കരഞ്ഞപ്പോൾ ഉണർന്നു. ഉണർന്നപ്പോൾ ചുറ്റും നോക്കി. എവിടെ പുഴ? എവിടെ കൊതുമ്പുവള്ളം? എവിടെ സുന്ദരി മുയലുകുമാരി? എവിടെ കൊക്ക? എവിടെ? എവിടെ? എവിടെ? എന്തെവിടെ? ഞാനെവിടെ? ചിന്നൻ കിടന്നു കരഞ്ഞു. കാര്യമറിയാതെ കരഞ്ഞു. അതുകേട്ട് പൂവാലനണ്ണാൻ ഓടിവന്നു. കാക്ക പറന്നുവന്നു. തവള ചാടിവന്നു. വന്നവരൊക്കെ കാര്യം തിരക്കി.

താൻ പുഴയിലൂടെ കൊതുമ്പുവള്ളത്തിൽ പോയപ്പോൾ കൊക്കയിൽ വീണ കാര്യം ചിന്നൻ പറഞ്ഞു. അതുകേട്ട് എല്ലാവരും ചിരിച്ചു.

“ചെറുക്കാ വയർ നിറച്ചുതിന്നിട്ടു വെറുതെ കിടന്നുറങ്ങരുത്. അപ്പോൾ ഇത്തരം വിഡ്ഢിസ്വപ്നങ്ങൾ കാണും.” കാക്ക അവനൊരു ഉപദേശം കൊടുത്തു.

“ഛിൽ ഛിൽ ഛിൽ! എനിക്കാണെങ്കിൽ സ്വപ്നത്തിൽപോലും ഒരു കൂട്ടുകാരിയെ കിട്ടുന്നില്ല.” പൂവാലനണ്ണാൻ സങ്കടം പറഞ്ഞു.

“നേരം വൈകുന്നേരമായി. എല്ലാവരും പോയി അവരവരുടെ പണികൾ ചെയ്തുതീർക്ക്.” തവള എല്ലാവരേയും ഓടിച്ചുവിട്ടു. ഓടിപ്പോകുമ്പോൾ ചിന്നന് ഒരു സംശയം: താൻ കണ്ടത് വെറും സ്വപ്നം തന്നെയായിരുന്നോ?

24

കാക്ക കണ്ടെത്തിയ രഹസ്യം

ചിന്നൻ മുയലിനെ കണ്ടിട്ടില്ലേ? വെളുവെളുത്ത ഒരു സുന്ദരൻ. കാട്ടിലൊരു മാളത്തിലായിരുന്നു അവന്റെ താമസം. ഒരുദിവസം രാവിലെ അവൻ പുറത്തിറങ്ങി. എന്തൊരു വിശപ്പ്. വയറ്റിൽ തീ പോലെ! ചിന്നൻ കാട്ടുകിഴങ്ങുകൾ തേടിനടന്നു. അപ്പോൾ ഒരു നായ അവനെ കണ്ടു. കാട്ടുനായ അവനെ കണ്ടതും കലിതുള്ളി മുന്നോട്ടു കുതിച്ചുചാടി. ചിന്നനെ കടിച്ചു കീറി തിന്നാനായി ചെന്നു. അതുകണ്ട് ചിന്നൻ ഓടി. അപ്പോൾ നായ്ക്ക് കലികൂടി. വാശി കൂടി. വേഗം കൂടി. അവൻ ചിന്നനെ പിടിക്കണമെന്ന വാശിയോടെ പുറകെ പാഞ്ഞു. അപ്പോൾ ചിന്നൻ അതിലും വേഗത്തിൽ ഓടി. അവന്റെ കുഞ്ഞിക്കാലുകൾക്ക് എന്തൊരു ശക്തി! എവിടുന്നു കിട്ടിയോ ആവോ അപ്പോൾ ആ ശക്തി. അവൻ മിന്നൽപ്പിണർ പോലെ പാഞ്ഞ് അകന്ന് ഓടി മാറി രക്ഷപ്പെട്ടു.

കാട്ടുനായ വല്ലാതെ അണച്ചു. അവൻ ഒരിടത്തുനിന്നു ശ്വാസമെടുത്തു. അതുകണ്ട് ഒരു കാക്ക മരത്തിലിരുന്ന് അവനെ കളിയാക്കി. "വലിയ വേട്ടക്കാരനാണെന്നാ ഭാവം! എന്നിട്ടൊരു മുയലിനെ ഓടിപ്പിടിക്കാൻപോലും നിനക്കു കഴിഞ്ഞില്ലല്ലോ. നാണക്കേടുതന്നെ."

നായ അപ്പോൾ തലപൊക്കി കാക്കയോട് ഒരു രഹസ്യം പറഞ്ഞു: "ഞാൻ ഓടിയത് ഒരു ഇരയെ പിടിക്കാൻ മാത്രമായിരുന്നു.

അവനോടിയതോ അവന്റെ പ്രാണൻ രക്ഷിക്കാനും. അതിനാൽ അവന്റെ ഓട്ടത്തിനു കൂടുതൽ വേഗത കിട്ടി എന്നേയുള്ളൂ."

കാക്ക തലയാട്ടി അതു സമ്മതിച്ചുകൊണ്ടു പറഞ്ഞു. "സമ്മതിച്ചു സുഹൃത്തെ. ലക്ഷ്യം വലുതാകുമ്പോൾ പ്രവൃത്തിയും വലുതാകും."

25

അപ്പൂപ്പനും അമ്മൂമ്മയും

എപ്പോഴും വഴക്കുണ്ടാക്കുന്ന ഒരു അമ്മൂമ്മയും അപ്പൂപ്പനുമുണ്ടായിരുന്നു. എന്നോ എവിടെയോ ഏതോ ഒരു ഗ്രാമത്തിൽ ഏതോ ഒരു കൊച്ചുവീട്ടിലായിരുന്നു അവരുടെ താമസം. അവർക്കു മക്കളോ മരുമക്കളോ ഒന്നുമില്ലായിരുന്നു. നാട്ടുകാരായിരുന്നു അവരുടെ മക്കൾ. നന്മ നിറഞ്ഞ ആ നാട്ടിലെ നല്ല നാട്ടുകാർ അവരെ സഹായിച്ചുകൊണ്ടിരുന്നു.

അപ്പൂപ്പനും അമ്മൂമ്മയും അടയും ചക്കരയും പോലെയായിരുന്നു. അമ്മൂമ്മ കഞ്ഞി വയ്ക്കുമ്പോൾ അപ്പൂപ്പൻ അടുത്തുവേണം. അപ്പൂപ്പന് കുഴമ്പു തേയ്ക്കുമ്പോൾ അമ്മൂമ്മയും അടുത്തുവേണം. അമ്മൂമ്മയെ കണ്ടില്ലെങ്കിൽ അപ്പൂപ്പൻ വിളിക്കും. "എടിയേ, നീയെവിടെയാ?" അപ്പൂപ്പനെ കണ്ടില്ലെങ്കിൽ അമ്മൂമ്മയും ചോദിക്കും. "മനുഷനേ നിങ്ങളെവിടെയാ? ഭാര്യവീട്ടിൽ പോയോ?" ഉടൻ അപ്പൂപ്പൻ വീടിന്റെ ഏതെങ്കിലും മൂലയിൽനിന്നു മറുപടിയും പറയും. "എഴുപത്തഞ്ചുകൊല്ലം ഒരുത്തിയെത്തന്നെ കെട്ടി കഴിയുന്നോനാടീ ഈ ഞാൻ."

അപ്പൂപ്പൻ പറഞ്ഞതാണ് ചരിത്രം. അപ്പൂപ്പന് വയസ്സ് തൊണ്ണൂറിനു മേലായി. പതിനഞ്ചാം വയസിൽ അമ്മൂമ്മയെ കല്യാണം കഴിച്ചു. പിന്നെ പിരിഞ്ഞു താമസിച്ചിട്ടുമില്ല. "അന്ന് അമ്മൂമ്മക്കെത്ര വയസായിരുന്നു അപ്പൂപ്പൻ കെട്ടുമ്പോൾ?"

നാട്ടുകാർ ഇടയ്ക്കിടെ ചോദിക്കും. അതു ചോദിച്ചാൽ ഇപ്പോഴും അമ്മൂമ്മയ്ക്കു നാണം വരും. അവർ പതുക്കെ പറയും:

"ആർക്കറിയാം എത്ര വയസുണ്ടായിരുന്നെന്ന്. പത്തോ പന്ത്രണ്ടോ ഉണ്ടായിരുന്നിരിക്കാം. ഇതിയാനെന്നെ കെട്ടിക്കൊണ്ടു പോന്നതിന് എനിക്കു കലിയായിരുന്നു. ആരും കാണാതെ ഞാൻ പാവത്തിനെ ഒത്തിരി പിച്ചുകയും മാന്തുകയും ചെയ്തിട്ടുണ്ട്!"

നാട്ടുകാർ അതുകേട്ടു പൊട്ടിച്ചിരിക്കും.

അപ്പൂപ്പനും അമ്മൂമ്മയും വഴക്കടിച്ചും തർക്കിച്ചുംതന്നെ സ്നേഹിക്കണമെന്നായിരുന്നു വാശി. നേരം വെളുക്കുമ്പം തുടങ്ങുന്ന തർക്കും ഇരുളുമ്പോഴും തീരില്ല. ചില ദിവസങ്ങളിൽ പാതിരാത്രിയായാലും തർക്കും തീരില്ല. എന്നാലും ഒന്നിച്ചേ അവർ കിടക്കൂ. ഉറങ്ങൂ!

ഒരുദിവസം അയൽപക്കക്കാർ അവർക്കു മൂന്നു നെയ്യപ്പം കൊണ്ടുചെന്നു കൊടുത്തു. അത്താഴം കഴിഞ്ഞിരുന്നപ്പോഴായിരുന്നു നെയ്യപ്പം കിട്ടിയത്. അയൽക്കാർ പടിയിറങ്ങിയപ്പോഴെ അപ്പൂപ്പൻ പറഞ്ഞു.

"എടിയേ രാത്രി ഇത്രയായി. നിനക്ക് കുറച്ച് ദഹനക്കേട് ഉണ്ടെന്നല്ലേ വൈദ്യൻ പറഞ്ഞിട്ടുള്ളത്. അതിനാൽ നീ എണ്ണപ്പലഹാരം തിന്നേണ്ട. ഞാൻ തിന്നോളാം."

അമ്മൂമ്മയ്ക്ക് അതുകേട്ട് കലികയറി.

"ഇതിപ്പം നല്ല കൂത്ത്. ഈ വീട്ടിലാരാ മധുരം കുറയ്ക്കണമെന്ന് വൈദ്യൻ പറഞ്ഞിട്ടുള്ളത്? രാത്രി നിങ്ങൾ മധുരപലഹാരം തിന്നേണ്ട."

അതുകേട്ട് അപ്പൂപ്പനൊന്നു അടങ്ങി. എന്നിട്ടു പറഞ്ഞു. "നമുക്കൊരു കാര്യം ചെയ്യാം. ഓരോരുത്തരും ഓരോ അപ്പം ആദ്യം തിന്നാം. അമ്മൂമ്മയ്ക്ക് ആ അഭിപ്രായം ഇഷ്ടമായി. രണ്ടുപേരും ഓരോ നെയ്യപ്പം എടുത്തുതിന്നു.

മൂന്നാമത്തെ അപ്പം എടുക്കാൻ അമ്മൂമ്മ കൈനീട്ടിയതും അപ്പൂപ്പൻ അത് കടന്നെടുത്തു. രണ്ടായി മുറിച്ചു. വലിയ കഷണം കൈയിൽ വച്ചിട്ടു ചെറിയ കഷണം അമ്മൂമ്മയുടെ നേരെ നീട്ടി. എന്നാൽ അമ്മൂമ്മ അതു വാങ്ങിയതേയില്ല. അമ്മൂമ്മയ്ക്കു വലിയ കഷണം വേണമെന്നു വാശിപിടിച്ചു.

അവസാനം അപ്പൂപ്പൻ ഒരു നിർദേശം വച്ചു. രണ്ടുപേരും ഇപ്പോൾ കിടക്കുക. ആര് ആദ്യം മിണ്ടുകയോ അനങ്ങുകയോ ചെയ്യുന്നോ അയാൾ തോറ്റു. തോറ്റയാൾക്കു ചെറിയ കഷണം. ജയിക്കുന്ന ആൾക്കു വലുതും. അമ്മൂമ്മയ്ക്കും ഈ അഭിപ്രായം ഇഷ്ടമായി. മത്സരമല്ലേ? വാശിയുള്ള കാര്യമല്ലേ? അപ്പൂപ്പനെ തോൽപ്പിക്കാനൊരു അവസരമല്ലേ?

രണ്ടുപേരുംകൂടി നെയ്യപ്പക്കഷണങ്ങൾ ഒരു പാത്രത്തിലാക്കി അടച്ചുവച്ചു. പിന്നെ കിടന്നു. അനങ്ങാതെ, മിണ്ടാതെ, കുന്തം വിഴുങ്ങിയ മട്ടിൽ രണ്ടും കിടന്നു. വാശിയോടെ കിടന്നു. കണ്ണടച്ചു. ഉറങ്ങി. ഉണർന്നു. നേരം വെളുക്കാറായി. പക്ഷേ എഴുന്നേൽക്കാൻ പറ്റില്ലല്ലോ. രണ്ടുപേരും ഉറക്കം നടിച്ചുകിടന്നു. മൂത്രം ഒഴിക്കാൻ മുട്ടിയിട്ടും കടിച്ചുപിടിച്ചു കിടന്നു. അപ്പിയിടാൻ തോന്നിയിട്ടും അനങ്ങാതെ കിടന്നു. കണ്ണുകൾ മുറുക്കെ അടച്ചുപിടിച്ചു ചത്തമട്ടിൽ കിടന്നു.

നേരം പുലർന്നു. അവരുടെ വീടിന്റെ വാതിൽ തുറന്നില്ല. ആരോ കാര്യമറിയാതെ വന്നു കതകിൽ മുട്ടി. മുട്ടി വിളിച്ചു. മുട്ടിയിട്ടും വിളിച്ചിട്ടും ആരും എഴുന്നേറ്റതേയില്ല. അപ്പോൾ മുട്ടിയ ആൾ കിടന്നു നിലവിളിച്ചു. ആളുകളെ കൂട്ടി. ആരോ ജനാലയുടെ മുകൾവഴി നോക്കി. അകത്ത് രണ്ടുപേരും അനങ്ങാതെ കിടപ്പുണ്ട്.

അതോടെ നാട്ടുകാർക്ക് ഒരു കാര്യം ഉറപ്പായി. രണ്ടും ചത്തു. അവർ വാതിൽ തകർത്തു. കട്ടിലിനരികിൽ എത്തിനോക്കി. സംഗതി ശരിതന്നെ. അപ്പൂപ്പനും അമ്മൂമ്മയും വടിയായി. ശരിക്കും വടിപോലെ കിടക്കുന്നു! അതുകണ്ട് ആരോ പറഞ്ഞു. "എന്തൊരു ഭാഗ്യം. രണ്ടും ഒന്നിച്ചു മരിച്ചല്ലോ!"

ഉടൻതന്നെ നാട്ടുകാർ പറമ്പിൽ രണ്ടു ചിത കൂട്ടി. അടുത്തടുത്തായി മണ്ണുമാറ്റി വിറകടുക്കി. ആരോ രണ്ടു വെള്ളത്തുണികൾ കൊണ്ടുവന്നു അപ്പൂപ്പനേയും അമ്മൂമ്മയേയും പുതപ്പിച്ചു. രണ്ടുപേരെയും എടുത്ത് ചിതയിൽ കിടത്തി. മുകളിലും വിറകടുക്കി. എന്നിട്ടും അവർ അനങ്ങിയില്ല. കണ്ണു തുറന്നില്ല. മിണ്ടിയില്ല.

ആദ്യം അമ്മൂമ്മ മിണ്ടട്ടെ എന്ന് അപ്പൂപ്പൻ കരുതി. ആദ്യം അപ്പൂപ്പൻ മിണ്ടട്ടെ എന്ന് അമ്മൂമ്മ കരുതി. ഞാൻ തോറ്റുകൊടുക്കില്ല എന്ന് അപ്പൂപ്പൻ നിശ്ചയിച്ചു. ഞാൻ തോറ്റുകൊടുക്കില്ല എന്ന് അമ്മൂമ്മയും നിശ്ചയിച്ചു.

അതിനിടെ നാട്ടുകാർ ചിതയുടെ അടിയിൽ തീയിട്ടു. തീ കത്തിത്തുടങ്ങി. പുക പൊങ്ങാനും തുടങ്ങി. പുകയിൽ, തീയിൽ, ചൂടിൽ അമ്മൂമ്മ കിടന്നു. അപ്പൂപ്പൻ കിടന്നു. എല്ലാം സഹിച്ചുകിടന്നു.

തീ കൂടുതൽ കത്തി. ചൂടു കൂടുതലായി. പുറം പൊള്ളി. കാൽ നന്നായി പൊള്ളി. സഹിക്കാൻ വയ്യാതായി. അപ്പോൾ അമ്മൂമ്മ ചാടി എഴുന്നേറ്റ് ഉച്ചത്തിൽ പറഞ്ഞു: "ആ മനുഷ്യനാണ് ഇതിനൊക്കെ കാരണം."

അതുകേട്ടതും അപ്പൂപ്പൻ എഴുന്നേറ്റ് ഓടി. വീടിനകത്തുകയറി നെയ്യപ്പത്തിന്റെ വലിയ കഷണമെടുത്തു തിന്നുകൊണ്ട് വിളിച്ചുപറഞ്ഞു.

"ഞാനാടീ ജയിച്ചത്. അതിനാൽ ഞാൻ വലിയ കഷണം എടുത്തു."

നാട്ടുകാർ ആദ്യം ശരിക്കും പേടിച്ചുപോയി. അമ്മൂമ്മയുടെയും അപ്പൂപ്പന്റെയും പ്രേതങ്ങളാണ് എഴുന്നേറ്റു വന്നതെന്നാണവർ കരുതിയത്. ചിലർ അവരെ കണ്ടു പേടിച്ച് ഓടിക്കളഞ്ഞു! അവസാനമാണ് നാട്ടുകാർക്ക് സംഗതി പിടികിട്ടിയത്!

ഇതിങ്ങനെ വിട്ടാൽ കൊള്ളില്ല. കുറച്ചു നാട്ടുകാർ കൂടി നിശ്

ചയിച്ചു. അവർ അന്നു പകൽതന്നെ ഒരു കൊട്ട നെയ്യപ്പമുണ്ടാക്കി അപ്പൂപ്പനും അമ്മൂമ്മയ്ക്കും കൊണ്ടുചെന്നു കൊടുത്തു. എന്നിട്ട് നാട്ടുകാരുടെ മുന്നിൽവച്ച് രണ്ടുപേരെക്കൊണ്ടും ഒരു സത്യം ചെയ്യിച്ചു: “ഇനി വഴക്കുണ്ടാക്കില്ല. വാതുവയ്ക്കുകയില്ല, വാശി പിടിക്കുകയുമില്ല.”

അതിനുശേഷം അപ്പൂപ്പനും അമ്മൂമ്മയും അടേം ചക്കരേം തന്നെയായി ജീവിച്ചു. തർക്കത്തിനും വഴക്കിനും വാശിക്കുമൊന്നും പോയതേയില്ല. മര്യാദക്കാരായിത്തന്നെ നാട്ടിൽ കഴിഞ്ഞു.

26

കോഴിയെ തിന്നാൻ കുറുക്കൻ പഠിച്ചതെങ്ങനെ?

അങ്ങനെയും ഒരു കാലമുണ്ടായിരുന്നു. എങ്ങനെ? കോഴിയും കുറുക്കനും കൂട്ടുകാരായിരുന്ന കാലം. കോഴി കുറുക്കന്റെ കൂടെ കിടന്നിരുന്ന കാലം. കുറുക്കൻ കോഴിക്കൂട്ടിൽ മര്യാദക്കാരനായി പോയി കളിച്ചിരുന്ന കാലം.

അക്കാലത്ത് അവർ ഒന്നിച്ച് കാട്ടിൽ തീറ്റ തേടി നടന്നിരുന്നു. കുറുക്കൻ ഞണ്ടിനെ പിടിക്കുമ്പോൾ കോഴി പഴം കൊത്തിത്തിന്നും. കുറുക്കൻ അണ്ണാനെ പിടിക്കുമ്പോൾ കോഴി കാട്ടുപഴങ്ങൾ കണ്ടുപിടിച്ചു തിന്നും. കോഴി ഏതു പഴം തിന്നാലും കുരു മണ്ണിൽ കുഴിച്ചിടുമായിരുന്നു. മാങ്ങയായാലും ചക്കപ്പഴമായാലും ചെത്തിപ്പഴമായാലും ഒക്കെ കുഴിച്ചിടും. അതുകണ്ട് കുറുക്കൻ താൻ തിന്നുന്ന ജന്തുക്കളുടെ എല്ലും പല്ലുമൊക്കെ കുഴിച്ചിട്ടു. കോഴി കുഴിച്ചിട്ടതൊക്കെ കിളിർത്തു. വളർന്നു. കായ്ച്ചു. പഴം നൽകി. കുറുക്കൻ കുഴിച്ചിട്ടതൊന്നും കിളിർത്തുപോലുമില്ല. അതുകണ്ട് കോഴി കൊക്കൊക്കോ എന്നു കൂവി കുറുക്കനെ കളിയാക്കി. കുറുക്കനു കലികയറി. അവൻ ഒറ്റച്ചാട്ടം. ഒറ്റപ്പിടുത്തം. കോഴിയെ അവൻ കടിച്ചുകീറി തിന്നു. തിന്നപ്പോഴല്ലേ അവനക്കാര്യം അറിഞ്ഞത്! എന്ത്? കോഴിയിറച്ചിക്കു നല്ല രുചിയുണ്ടെന്ന്. അത്രയും നാൾ അവൻ ഒരു കോഴിയെപ്പോലും കൊന്നിരുന്നില്ലല്ലോ. കൂട്ടുകാരനെ കൊല്ലാമോ? പക്ഷേ അന്നു മുതൽ അവൻ കോഴിയെ പിടിച്ചു തിന്നാൻ തുടങ്ങി. അന്നു മുതൽ കോഴികൾ കുറുക്കനെ പേടിച്ച് ഒളിക്കാനും തുടങ്ങി. അവരുടെ കൂട്ടും ഇല്ലാതായി.

27

പുലിവാലിൽ പിടിച്ച നായർ

ഒരിക്കലൊരു നായർ ചന്തയിൽ പോയിട്ടു തിരിച്ചു പോവുകയായിരുന്നു. വിജനമായ വഴിയെ ഒറ്റയ്ക്കു നടന്നപ്പോൾ നായർക്കു പേടി തോന്നി. മടിയിൽ ഭാരമുള്ളവന് വഴിയിൽ ഭീതി തോന്നണം. കഷ്ടപ്പെട്ടു കൃഷി ചെയ്തുണ്ടാക്കിയ വിളകൾ വിറ്റ വകയാണ് മടിയിലുള്ളത്. അതു വല്ല കള്ളനും തട്ടിപ്പറിച്ചാൽ പിന്നെ ജീവിച്ചിരിക്കണോ. നായർ പേടികൊണ്ട് നടപ്പിന്റെ വേഗത കൂട്ടി. നടപ്പുവഴിയോടു ചേർന്ന് വിജനമായ മൈതാനമായിരുന്നു. അവിടെയൊരു വലിയ മരമുണ്ടായിരുന്നു. മരത്തിന്റെ ഒരുവശത്തുകൂടിയായിരുന്നു നായർ നടന്നുനീങ്ങിയത്. പെട്ടെന്ന് നായർ ഒരു അത്ഭുതകാഴ്ച കണ്ടു. മരത്തിനടുത്ത് ഒരു നല്ല കയർ കിടക്കുന്നു. പുള്ളിക്കയർ.

നന്നായി. ഒരു കയർ വാങ്ങണമെന്നു കെട്ടിയവൾ പറഞ്ഞിരുന്നതാണ്. കാശു ലാഭിക്കാനായി നായരതു വാങ്ങാതെ പോന്നതാണ്. ഇതാ ഇപ്പോൾ ഭാഗ്യം തന്നെ തുണച്ചിരിക്കുന്നു. ഈ കയറെടുക്കാം. നായർ കുനിഞ്ഞ് കയറിന്റെ അറ്റം കൈയിലെടുത്തു. വലിച്ചു.

വലിച്ചിട്ടെന്താ കയർ വരാത്തത്? നായർ കയറിൽ പിടിച്ച് ഒറ്റ വലി. അപ്പോൾ കയറിന്റെ മറ്റേ അറ്റത്തുനിന്നും ഒരു അലർച്ച! അതുകേട്ട് നായരുടെ പ്രാണൻ പകുതിപോയി. മറ്റേ അറ്റത്തൊരു പുലിയായിരുന്നു. നായർ ഞെട്ടിക്കുന്ന ആ സത്യമറിഞ്ഞു. താൻ പിടിച്ചിരിക്കുന്നത് പുലിയുടെ വാലിലാണ്. മരത്തിന്റെ മറുവശത്താണ് പുലി. വാലിൽ നിന്നുവിട്ടാൽ പുലി തിരിഞ്ഞുകടിക്കും. നായർ

വാലിൽ മുറുകെ പിടിച്ചുകൊണ്ട് ഓടാൻ തുടങ്ങി. പുലി പേടിച്ച് എതിർവശത്തേക്കു വലിക്കാനും തുടങ്ങി. നായർ പേടിച്ച് മരത്തിനു ചുറ്റും ഓടി. പുലിയുടെ വാലിൽ പിടിച്ചുകൊണ്ട് ഓടി. അതിനിടെ മടിയിൽനിന്നും കുറെ നാണയങ്ങൾ നിലത്തുവീണു. അതെടുക്കാൻ തുനിഞ്ഞാൽ കൈ വിടേണ്ടിവരും. അപ്പോൾ പുലി തിരിഞ്ഞുകടിക്കും. അതിനാൽ നായർ ഓട്ടം തുടർന്നു.

അങ്ങനെ മരത്തിനു ചുറ്റും പുലിയും നായരും ഓടുമ്പോൾ ആ വഴിയെ ഒരാൾ നടന്നുവന്നു. അയാൾ നിലത്തുകിടക്കുന്ന നാണയങ്ങളിലേക്കു കൊതിയോടെ നോക്കുന്നതു കണ്ട നായർക്കൊരു ബുദ്ധിതോന്നി. നായർ ഓടുന്നതിനിടയിൽ വിളിച്ചു പറഞ്ഞു.

“എടാ പുലീ, ഇന്നലെ ഞാൻ വാലിൽ പിടിച്ച് കറക്കിയപ്പോൾ നീ മര്യാദയ്ക്ക് നൂറു നാണയങ്ങൾ ഛർദ്ദിച്ചുതന്നു. ഇന്ന് അത്രയും തരാതെ ഞാൻ നിന്നെ വിടില്ല.”

നായർ പറയുന്നതുകേട്ട് വഴിപോക്കൻ അത്ഭുതപ്പെട്ടു ചോദിച്ചു:

“ഈ പുലി ശരിക്കും നാണയം ഛർദിക്കുമോ?”

അപ്പോൾ നായർ ഓടുന്നതിനിടയിൽ പറഞ്ഞു:

“കണ്ടില്ലേ അവൻ കുറച്ചു നാണയങ്ങൾ മാത്രം ഛർദിച്ചിട്ട് എന്നെ പറ്റിക്കാൻ നോക്കുന്നത്!”

ഉടൻ വഴിപോക്കൻ പറഞ്ഞു:

“ചേട്ടാ ഞാൻ കുറേ നേരം ഈ പുലിയുടെ വാലിലൊന്നു പിടിച്ച് ഓടിച്ചോട്ടെ. എനിക്കു കുറച്ചു കാശിന് അത്യാവശ്യമുണ്ട്.”

അപ്പോൾ നായർ പറഞ്ഞു.

“ഞാനങ്ങനെ എന്റെ പുലിയുടെ വാലിൽ മറ്റാരെക്കൊണ്ടും പിടിപ്പിക്കാറില്ല. പിന്നെ അത്യാവശ്യമാണെങ്കിൽ അരനാഴികനേരം പിടിച്ചോളൂ.”

നായർ പുലിവാൽ വഴിപോക്കനെക്കൊണ്ടു പിടിപ്പിച്ചു. വഴിപോക്കൻ ഓട്ടം തുടങ്ങി. ഉടൻ നായർ നിലത്തുകിടന്ന കാശും പെറുക്കി ഒറ്റ ഓട്ടം. വീട്ടിൽ ചെന്നിട്ടേ നായർ നിന്നുള്ളൂ.

വഴിപോക്കനും പുലിക്കും എന്തുപറ്റി? നായർ അക്കാര്യത്തെപ്പറ്റി ആലോചിക്കാൻ പോലും തയാറായില്ല. അത്ര ധൈര്യമായിരുന്നു നായർക്ക്! ഈ കഥ വായിക്കുന്നവർ അത് ആലോചിച്ചോളൂ.

പതുക്കെ പതുക്കെ നായരുടെ കഥ നായർ പറഞ്ഞും ഭാര്യ പറഞ്ഞും പുറത്തായി. നാട്ടുകാരും വീട്ടുകാരും അതറിഞ്ഞു. ഒളിഞ്ഞും തെളിഞ്ഞും ചിരിച്ചു. ‘നായരു പിടിച്ച പുലിവാല്’ എന്നൊരു ചൊല്ലും നാട്ടിലങ്ങനെ ജനിച്ചു. അതിന്റെ അർഥം ഇനി വിവരിക്കേണ്ടല്ലോ?

28

ഒരു മത്സരകഥ

സൂര്യനും വായുവും കൂട്ടുകാരായിരുന്നു. കൂട്ടുകാരായതു കൊണ്ട് അവർ തമ്മിൽ തർക്കങ്ങളും ഉണ്ടാകുമായിരുന്നു. ഒരുദിവസം എന്തോ പറഞ്ഞ് അവർ തർക്കിച്ചു. അവസാനം തർക്കം അവരുടെ ശക്തിയെപ്പറ്റിയായി. കൊടുങ്കാറ്റായി ചീറിപ്പായുന്ന തനിക്കാണു കൂടുതൽ ശക്തിയെന്ന് വായു പറഞ്ഞു. എപ്പോഴും പുറത്തേക്ക് ശക്തിയുടെ രൂപമായ ഊർജം ഒഴുക്കുന്ന താനാണ് കൂടുതൽ ശക്തിയുള്ളവനെന്ന് സൂര്യനും പറഞ്ഞു. തർക്കം തീരാതെ തുടർന്നു.

അപ്പോഴായിരുന്നു ഭൂമിയിലൂടെ ഒരാൾ നടന്നുപോകുന്നത് അവർ ശ്രദ്ധിച്ചത്. അയാളൊരു ഗുസ്തിക്കാരനായിരുന്നു. നല്ല ആരോഗ്യമുള്ള ശരീരം. ഞാനാണ് ഏറ്റവും ശക്തിമാൻ എന്ന മട്ടിലായിരുന്നു അയാളുടെ നടപ്പ്. അയാളെ ചൂണ്ടി സൂര്യൻ പറഞ്ഞു: "നമുക്ക് ഒരു മത്സരം നടത്താം. ദാ ആ മനുഷ്യന്റെ ഉടുപ്പ് ഊരിക്കാൻ ആർക്കു പറ്റും എന്നു നോക്കാം. നിനക്കു കഴിഞ്ഞാൽ നീ തന്നെ കൂടുതൽ ശക്തിയുള്ളവൻ. എനിക്കു കഴിഞ്ഞാൽ ഞാനും. എന്താ?"

അതുകേട്ട് വായുവിനു സന്തോഷമായി. വായു ആവേശത്തോടെ വെല്ലുവിളി ഏറ്റുകൊണ്ടു പറഞ്ഞു: "ഞാൻ വൻമരങ്ങളെ മറിച്ചിടുന്നവനാണ്. അറിയാമോ? പിന്നെയാണ് ഒരു മനുഷ്യന്റെ ഉടുപ്പ് ഊരിക്കൽ. ഞാനത് അനായാസം നടത്തും. നോക്കിക്കോ."

വായു ഉഗ്രരൂപമെടുത്തു. കൊടുങ്കാറ്റായി. ആ മനുഷ്യന്റെ മേൽ വീശാൻ തുടങ്ങി. ഇതെന്തു കഥ. പെട്ടെന്നൊരു കാറ്റോ? ഗുസ്തിക്കാരൻ അത്ഭുതപ്പെട്ടു ചുറ്റും നോക്കി. അപ്പോഴേക്കും കാറ്റ് ചീറി

വന്നു. അയാളുടെ ഉടുപ്പിനിടയിലൂടെയും കയറി. ഉടുപ്പ് ഉയർത്തി. പെട്ടെന്ന് ഗുസ്തിക്കാരൻ അയഞ്ഞ ഉടുപ്പ് ശരീരത്തോട് കൂട്ടിപ്പിടിച്ചു. കഴുത്തിൽ കിടന്ന ഷാളെടുത്ത് ഉടുപ്പിനെ അരയോടു ചേർത്തുകെട്ടി.

അപ്പോൾ കാറ്റ് കൂടുതൽ ശക്തിയിൽ ആഞ്ഞുവീശി. അപ്പോൾ ഗുസ്തിക്കാരൻ ഇളകുന്ന ഉടുപ്പിനെ കൂടുതൽ ചേർത്തുപിടിച്ചു നടന്നു. കൊടുങ്കാറ്റ് കയ്യിലുണ്ടായിരുന്ന മുഴുവൻ ശക്തിയും പ്രയോഗിച്ചു. പക്ഷേ ഗുസ്തിക്കാരന്റെ ഉടുപ്പ് ഊരിക്കാൻ പറ്റിയില്ല. കാറ്റു തോറ്റു പിന്മാറി.

“ഞാൻ തോറ്റു. ഇനി ചേട്ടൻ ശ്രമിച്ചുനോക്ക്.” വായു സൂര്യനോടു പറഞ്ഞു. സൂര്യൻ സമ്മതിച്ചു. ഗുസ്തിക്കാരന്റെ നേർക്ക് കൂടുതൽ വെയിലയച്ചു. എന്തൊരു ഉഷ്ണം. ഗുസ്തിക്കാരൻ അരയിലെ കെട്ടഴിച്ചു. ആ ഷാളുകൊണ്ട് മുഖത്തെ വിയർപ്പ് തുടച്ചു. എന്നിട്ട് വീശി. അപ്പോൾ സൂര്യൻ വെയിലിന്റെ ശക്തി കൂട്ടി. ശരിക്കും തീ വെയിൽ! അത് ഗുസ്തിക്കാരനുമേൽ നിരന്തരം പതിപ്പിച്ചു.

“അയ്യോ എന്തൊരു ഉഷ്ണം. സഹിക്കാൻ പറ്റുന്നില്ലല്ലോ.” ഗുസ്തിക്കാരൻ നിലവിളിച്ചു. എന്നിട്ട് ഷർട്ടിന്റെ കുടുക്കുകൾ അഴിച്ചിട്ടു. ഉള്ളിലേക്ക് ഊതിനോക്കി. എന്നിട്ടും രക്ഷയില്ല. സഹിക്കാനാകാത്ത ചൂട്. ഉഷ്ണം. ഗുസ്തിക്കാരൻ ഉടൻതന്നെ അയാളുടെ ഉടുപ്പഴിച്ചുപിടിച്ചുകൊണ്ട് നടക്കാൻ തുടങ്ങി.

അങ്ങനെ സൂര്യൻ ജയിച്ചു. അന്നുമുതൽ സൂര്യന് ഗമ കൂടി. ചൂടു കൂടി. അദ്ദേഹം ഇടയ്ക്കിടെ മനുഷ്യരെ വല്ലാതെ വെയിൽ കൊള്ളിച്ച് ഉടുപ്പൂരിക്കാനും തുടങ്ങി. അതുകാണാൻ ആ വഴി വായു ഒഴുകിയെത്താനും തുടങ്ങി. അപ്പോൾ ഉഷ്ണിച്ചു വിഷമിക്കുന്നവർക്ക് വായുവായ കാറ്റ് ആശ്വാസവും പകർന്നുകൊടുത്തു.

29

വെള്ളുള്ളിയും ചുവന്നുള്ളിയും

പാലാഴി കടഞ്ഞ് അമൃതെടുത്ത കഥ കേട്ടിട്ടില്ലേ? ദേവന്മാർക്ക് വലിയ ക്ഷീണമായി. ജരാനര ബാധിച്ചു. ദേവലോകത്തിൻെറ ഐശ്വര്യം നശിച്ചു. ആകപ്പാടെ കുഴപ്പമായി. പഴയ തേജസും ഐശ്വര്യവും ഒക്കെ തിരിച്ചു കിട്ടണം. അല്ലെങ്കിൽ അസുരന്മാർ ആക്രമിച്ചു കീഴടക്കും. ദേവന്മാർ അതിനായി അവസാനം വിഷ്ണുവിനെ ആശ്രയിച്ചു. അപ്പോൾ അദ്ദേഹമാണ് പാലാഴി കടയാൻ പറഞ്ഞത്.

പാലാഴി കടഞ്ഞ് കിട്ടിയ അമൃത് അസുരന്മാർ മോഷ്ടിച്ചുകൊണ്ടുപോയി. അപ്പോൾ മഹാവിഷ്ണു മോഹിനിയെന്ന സുന്ദരിയായി, അസുരന്മാരെ സമീപിച്ച് അവരെ മയക്കി അമൃത് തിരിച്ചെടുത്തു. ദേവലോകത്തെത്തിച്ചു. ദേവന്മാർ നിരന്നിരുന്ന് അമൃത് ഭക്ഷിക്കാൻ തുടങ്ങി. അമൃത് വിളമ്പുന്നിടത്തേക്ക് ദേവന്മാർക്ക് മാത്രമേ പ്രവേശനമുണ്ടായിരുന്നുള്ളൂ. വാതിൽക്കൽ കാവലായി സൂര്യചന്ദ്രന്മാരെ നിർത്തിയിരുന്നു. എന്നാൽ കാവൽക്കാരെ പറ്റിച്ച് ഒരു അസുരൻ അകത്തുകയറി. അമൃത് ഭക്ഷിച്ചു. അതു മനസിലായപ്പോൾ മഹാവിഷ്ണു സുദർശനചക്രം എറിഞ്ഞ് അസുരന്റെ കഴുത്തു മുറിച്ചു. എന്നാൽ അമൃത് ഭക്ഷിച്ചതിനാൽ തല വേർപെട്ടിട്ടും ആ അസുരൻ മരിച്ചില്ല. തല രാഹുവായി. ഉടൽ കേതുവായി.

ഇങ്ങനെ സുദർശനചക്രം കൊണ്ട് കഴുത്തു മുറിഞ്ഞപ്പോൾ മുറിവിൽനിന്ന് അമൃതും ചോരയും നിലത്തുവിണു.

എന്തത്ഭുതം! നിലത്തുവീണ അമൃത് മുളച്ചൊരു ചെടിയുണ്ടായി. ചോര വീണതും മുളച്ചു ചെടിയായി. "അമൃതുചെടി" വെളുത്ത

ഒരു സമ്മാനം ലോകത്തിനു തന്നു. അതാണ് വെളുത്തുള്ളി. 'ചോര ച്ചെടി'യോ ചുവന്ന സമ്മാനവും തന്നു. അതാണ് ചുവന്നുള്ളി! അമൃ തിൽ നിന്നുണ്ടായ വെളുത്തുള്ളിക്ക് പോഷകഗുണം ഉണ്ട് എന്ന് ഊഹിക്കാമല്ലോ. ചോരയിൽനിന്നു ജനിച്ച ചുവന്ന ഉള്ളിയും മോ ശമല്ല. അതിനും ലഭിച്ചു പോഷകഗുണം.

30

ആനയെ മെരുക്കിയ ഉറുമ്പ്

ഒരിടത്തൊരു വലിയ മാവിന്റെ ചുവട്ടിൽ ഒരു വലിയ ഉറുമ്പു കൂടുണ്ടായിരുന്നു. ഒരു കട്ടുറുമ്പുകോളനി. മാവ് വയസനായിരുന്നു. ചുവട് വളരെ വലുതും. അതിനാൽ ചുവട്ടിൽ കൂടുകൂട്ടാൻ എളുപ്പമായിരുന്നു. ചുവട്ടിൽ തുളച്ച് മണ്ണെടുത്ത് ചുറ്റും കൂട്ടിയിരുന്നു. മഴവെള്ളമൊഴുകി കൂട്ടിൽ കയറാതിരിക്കാനായിരുന്നു മൺമതിൽ. മണ്ണിനടിയിൽ കുഴിച്ച് വലിയ അറകളും തീർത്തിരുന്നു. അറകളിലോ മുട്ടകളിട്ടു വിരിച്ച് മക്കളെ വളർത്തിയെടുക്കുന്നുമുണ്ടായിരുന്നു.

ഒരു വലിയ തണുപ്പുകാലം വന്നു. അന്നൊരുനാൾ രാവിലെ വെയിൽ തെളിഞ്ഞു. പുറത്ത് ചെറിയ ചൂടു പരന്നു. ഉടൻ ഉറുമ്പുകൾ കൂടിനകത്തുനിന്നും മുട്ടകളുമായി പുറത്തുവന്നു. നൂറുകണക്കിനു മുട്ടകൾ ഇളവെയിലിൽ ചൂടാക്കാൻ തുടങ്ങി. അപ്പോഴായിരുന്നു അതിലേ ഒരു കൊമ്പനാന വന്നത്. അവൻ ഉറുമ്പുകളെ കണ്ടു. അവ മുട്ടകളടുക്കിവെച്ച് ചുറ്റുമിരിക്കുന്നതും കണ്ടു. ഉറുമ്പുകൾ കറമ്പന്മാരായിരുന്നെങ്കിലും മുട്ടകൾ വെളുത്തിരുന്നു. അതിനാൽ എളുപ്പം കാണാമായിരുന്നു.

ആന അഹംഭാവിയായിരുന്നു. വെറുതെ മറ്റുള്ളവരെ ദ്രോഹിച്ച് രസിക്കുന്നവൻ. മുട്ടകൾ ചൂടാക്കാൻ വച്ചു കാവലിരിക്കുന്ന ഉറുമ്പുകളെ കൊമ്പൻ കണ്ടു. അവൻ ഉറുമ്പിൻകൂട്ടത്തെ ചവിട്ടി മുന്നോട്ടു പോയി. ഒത്തിരി ഉറുമ്പുകൾ ചതഞ്ഞരഞ്ഞു. അതിലേറെ മുട്ടകളും നശിച്ചു.

അതുകണ്ട് സഹിക്കാൻ പറ്റാതെ കുറെ ഉറുമ്പുകൾ കൊമ്പന്റെ

ദേഹത്തുകയറി. കൊമ്പൻെറ ദേഹം കല്ലുപോലെ പരുപരുത്തതായിരുന്നു. അവിടെ കടിച്ചാൽ പോലും കൊമ്പന് ഒന്നും പറ്റില്ല. അതായിരുന്നു കൊമ്പൻെറ അഹംഭാവത്തിനു കാരണം.

"ഹേ കൊമ്പാ, നിങ്ങൾ കാണിച്ചത് തെമ്മാടിത്തരമാണ്. ക്രൂരത. ഇത്തരം ക്രൂരതകൾ ഈ നാട്ടിൽ ആരും അംഗീകരിക്കില്ല."

ഉറുമ്പുകൾ കൊമ്പന്റെ ദേഹത്തു കയറിയിരുന്നു പറഞ്ഞു.

"ഉറുമ്പുകൾ ആനയോട് പടയ്ക്കുവരുന്നോ. ഹഹഹഹ! എനിക്ക് നിങ്ങൾ പുല്ലാണ്." ആന അഹങ്കാരത്തോടെ പറഞ്ഞു.

അതുകേട്ടതും ഒരു ഉറുമ്പ് ഓടി കൊമ്പന്റെ മൂക്കിലേക്ക് കയറി. കൊമ്പന് മൂക്കിൽ ഇക്കിളി കൂടി. അവൻ തുമ്മി. വീണ്ടും തുമ്മി. അപ്പോഴേക്ക് ഉറുമ്പ് കുറേക്കൂടി ഉള്ളിലേക്കു കടന്നു. അവിടെയിരുന്ന് മൂക്കിനകത്ത് ഒറ്റ കടി. കൊമ്പന് വേദന സഹിക്കാനായില്ല. അവൻ കൂവി. ഓടി. ചാടി. മറിഞ്ഞു. പക്ഷേ ഉറുമ്പ് കടി വിട്ടില്ല. കൊമ്പൻ പ്രാണവേദനയോടെ കൂവി.

"കട്ടുറുമ്പുകളേ ക്ഷമിക്ക്. ഞാൻ ഇനി അവിവേകം കാണിക്കില്ല. വെറുതെ ഒരു ജന്തുവിനേയും ഉപദ്രവിക്കുകയില്ല. എന്നെ രക്ഷിക്കണേ. ഞാനിനി മര്യാദക്കാരനായി ജീവിക്കും. ഇതു സത്യം സത്യം സത്യം."

കൊമ്പൻ വിളിച്ചുകൂവി. കൊമ്പന്റെ കുറ്റം കാടറിഞ്ഞു. നാടറിഞ്ഞു. മതി. അതുമതി. കട്ടുറുമ്പ് കടിവിട്ടു. ഓടി പുറത്തുവന്നു. ആനയുടെ തലയിലിരുന്നുകൊണ്ടു പറഞ്ഞു.

"ഉറുമ്പിനുമുണ്ട് ബലം. വേണ്ടപ്പോൾ വേണ്ടിടത്ത് വേണ്ടതുപോലെ പ്രയോഗിച്ചാൽ ആനയേയും മര്യാദ പഠിപ്പിക്കാൻ ഉറുമ്പിനും കഴിയും."

പിന്നെ ഉറുമ്പുകൾ നിലത്തേക്കു ചാടി കൂട്ടിലേക്കു പോന്നു. ആന മര്യാദയ്ക്ക് നടന്നും പോയി.

31

വന്ന വഴി മറന്ന പെണ്ണ്

പണ്ട് പണ്ട് ഒരുനാൾ ഒരു പ്രഭുകുമാരൻ ഒരു കുതിരപ്പുറത്തു പോവുകയായിരുന്നു. അപ്പോൾ അയാൾ ഒരു കാഴ്ച കണ്ടു. ഒരു പുളിമരച്ചോട്ടിലിരുന്ന് ഒരു പെണ്ണ് പൊട്ടിക്കരയുന്നു. പെണ്ണെന്നു പറഞ്ഞാൽ പൂത്ത മുല്ല പോലൊരു സുന്ദരിക്കുട്ടി. അങ്ങനെയൊരു പെണ്ണ് കണ്ണീരൊലിപ്പിച്ച് ഒറ്റയ്ക്കൊരിടത്തിരുന്നാൽ ആരാണ് കാര്യം തിരക്കാത്തത്! പ്രഭുകുമാരൻ കുതിരപ്പുറത്തുനിന്നും ഇറങ്ങി. കരയാതെ കുട്ടീ കരയാതെ എന്നു പറഞ്ഞ് അവളെ ആശ്വസിപ്പിച്ചു. എന്നിട്ട് കരയുന്നതിന്റെ കാരണം ചോദിച്ചു.

അപ്പോൾ അവൾ അവളുടെ കദനകഥ പറഞ്ഞു. ഓർമവച്ച നാൾ മുതൽ അവൾ അമ്മൂമ്മയുടെ കൂടെയാണ് വളർന്നത്. അച്ഛനും അമ്മയും പണ്ടേ മരിച്ചുപോയിരുന്നു. അമ്മൂമ്മയോ ദരിദ്രയുമായിരുന്നു. എന്നിട്ടും അമ്മൂമ്മ അവളെ പൊന്നുപോലെ വളർത്തി. തെണ്ടിനടന്നും കണ്ട പണിയൊക്കെ ചെയ്തും കഷ്ടപ്പെട്ട് അന്നന്നത്തെ ആഹാരത്തിനു വക തേടിക്കൊണ്ടുവന്നു അമ്മൂമ്മ. പിന്നെ അമ്മൂമ്മയും മരിച്ചു. അപ്പോൾ ഈ പുളിമരമായി അവളുടെ ആശ്രയം. ഇതിൽനിന്നു താഴെ വീണുകൊണ്ടിരുന്ന പുളി പെറുക്കി പൊട്ടിച്ച് തോടും കുരുവും മാറ്റി പുളി ഉരുട്ടിവച്ച് വിറ്റ് അവൾ ജീവിക്കുകയായിരുന്നു. ഇപ്പോൾ പുളിയിലെ പുളിയും തീർന്നു. പണിയും വേറെ കിട്ടാനില്ല. പട്ടിണി കിടന്നു ചാകുമല്ലോ എന്നോർത്താണ് കരഞ്ഞുപോയത്.

അവൾ പറഞ്ഞ കഥ കേട്ട് പ്രഭുകുമാരന് അവളോടു ദയ

തോന്നി. അദ്ദേഹം അവളെ കുതിരപ്പുറത്തു കയറ്റി. കൊട്ടാരത്തിലെത്തിച്ചു. അവളുടെ കഥ ബന്ധുക്കളോടു പറഞ്ഞു. അവരുടെ അനുവാദത്തോടെ പ്രഭുകുമാരൻ അവളെ കല്യാണം കഴിച്ചു. അങ്ങനെ അവളൊരു പ്രഭുകുമാരിയായി.

അതോടെ അവളുടെ മട്ടും ഭാവവും മാറി. പ്രഭുകുമാരൻ കച്ചവടത്തിനും കൃഷിക്കും മറ്റും യാത്രയിലായിരിക്കുമ്പോൾ അവളായി വീട്ടുഭരണം. അവൾ അവളുടെ പഴയ കഥയൊക്കെ മറന്നു. കൊട്ടാരത്തിലെ ജോലിക്കാരോടും ബന്ധുക്കളോടുമെല്ലാം ക്രൂരമായി പെരുമാറി. ജോലിക്കാരെ കഠിനമായി ശിക്ഷിച്ചു. ഒരു ക്രൂരയായ യക്ഷിയെപ്പോലെയായിരുന്നു അവളുടെ പെരുമാറ്റം.

വിവരങ്ങളറിഞ്ഞ് പ്രഭുകുമാരൻ വ്യസനിച്ചു. എല്ലാവരോടും സ്നേഹത്തോടെയും കരുണയോടെയും ഇടപഴകുന്നവനായിരുന്നു പ്രഭുകുമാരൻ. അദ്ദേഹത്തിന്റെ കീർത്തിക്കു കാരണം അദ്ദേഹത്തിന്റെ വിനയവും വിവേകവുമായിരുന്നു. എങ്ങനെ നന്നായി പെരുമാറണമെന്ന് അദ്ദേഹം ഭാര്യയോടു പറഞ്ഞുകൊടുത്തു. പക്ഷേ ഒരു ഫലവും ഉണ്ടായില്ല. പ്രഭുകുമാരി ചട്ടമ്പിയെപ്പോലെ പെരുമാറിയതിനാൽ കൊട്ടാരത്തിലെ താമസക്കാർ പലരും അവിടം വിട്ടുപോവുകയും ചെയ്തു.

പ്രഭുകുമാരന്റെ പോറ്റമ്മയെപ്പോലും തന്റെ ഭാര്യ അപമാനിച്ചതറിഞ്ഞതോടെ പ്രഭുകുമാരൻ ക്ഷോഭിച്ചു. തൻെറ ഭാര്യയെ നന്നാക്കാൻ ആർക്കും സാധ്യമല്ല. അട്ടയെ പിടിച്ചു മെത്തയിൽ കിടത്തിയാലതു കിടക്കുകയില്ല എന്നു അദ്ദേഹത്തിനു മനസിലായി.

ഒരുദിവസം പ്രഭുകുമാരൻ ഒരു യാത്രയ്ക്കു തയാറായി. കുതിരയെ ഇറക്കി. പ്രഭുകുമാരിയേയും കുതിരപ്പുറത്തു കയറ്റി യാത്ര തുടങ്ങി.

“എങ്ങോട്ടാണ് നാം പോകുന്നത്?” ഭാര്യ ചോദിച്ചു.

“ഒരു പ്രത്യേക സ്ഥലത്തേക്കാണ്. കാത്തിരുന്നു കാണൂ.” പ്രഭുകുമാരൻ പറഞ്ഞു.

അദ്ദേഹം കുതിരയെ അതിവേഗം ഓടിച്ചു. ഏതാനും മണിക്കൂറുകൾ കഴിഞ്ഞപ്പോൾ അവർ വിജനമായ ഒരു സ്ഥലത്തെത്തി. കുതിര ഒരു മരച്ചുവട്ടിലെത്തിയപ്പോൾ പ്രഭുകുമാരൻ അതിനെ പിടിച്ചുനിർത്തി. അവിടെ അദ്ദേഹം ഇറങ്ങി. ഭാര്യയേയും ഇറക്കി.

അവൾ ഇറങ്ങി ചുറ്റും നോക്കിയിട്ടു ചോദിച്ചു.

“ഏതാണീ വൃത്തികെട്ട സ്ഥലം?”

പ്രഭുകുമാരൻ പറഞ്ഞു.

“ഒന്നു ശ്രദ്ധിച്ചുനോക്ക്. പരിചയമുണ്ടാകും.”

ഉടൻ അവൾ പറഞ്ഞു.

"ഇല്ലില്ല. ഞാനിത്തരം വൃത്തികെട്ട സ്ഥലത്തൊന്നും വന്നിട്ടില്ല."

അപ്പോൾ പ്രഭുകുമാരൻ അടുത്തുനിന്ന മരത്തെ ചൂണ്ടിക്കാട്ടി ചോദിച്ചു:

"നീ ഈ മരം കണ്ടിട്ടുണ്ടോ?"

അവൾ ആ മരത്തെ സൂക്ഷിച്ചുനോക്കി. എന്നിട്ടു പറഞ്ഞു.

"ഇതേതു മരം? എന്തു മരം? ഞാനിത്തരം വൃത്തികെട്ട മരമൊന്നും കണ്ടിട്ടില്ല."

പ്രഭുകുമാരൻ സ്വയം നിയന്ത്രിച്ചിട്ടും അദ്ദേഹത്തിന് തന്റെ ക്ഷോഭം അടക്കാൻ പറ്റിയില്ല. അദ്ദേഹം ദേഷ്യംകൊണ്ടു വിറച്ചു. വിറച്ചുകൊണ്ടു പറഞ്ഞു:

"നിന്നെപ്പോലൊരു മനുഷ്യജീവിയെ ഞാൻ വേറെ കണ്ടിട്ടില്ല. വന്ന വഴി മറക്കുന്ന മനുഷ്യൻ മനുഷ്യനല്ല. ഈ പുളിമരത്തിനു ചുവട്ടിൽ വച്ചാണ് ഞാൻ നിന്നെ ആദ്യമായി കണ്ടത്. ഈ മരത്തിനു ചുവട്ടിലാണ് നീ അനേകദിവസങ്ങൾ താമസിച്ചത്. ഈ മരം തന്ന പുളി വിറ്റാണ് നീ കുറേനാൾ ജീവിച്ചത്. ഈ സ്ഥലത്തെയും ഈ മരത്തെയും ഒക്കെ നീ എത്ര പെട്ടെന്നു മറന്നു! നന്ദിയില്ലാത്ത ഒരു നികൃഷ്ടജീവിയാണ് നീ. നീ ഇവിടെത്തന്നെ ജീവിച്ചോളൂ. എന്റെ കൊട്ടാരവാതിൽ ഇനി നിനക്കായി ആരും തുറന്നുതരില്ല."

പ്രഭുകുമാരൻ കുതിരപ്പുറത്തു ചാടിക്കയറി ഓടിച്ചുപോയി. പെണ്ണോ വീണ്ടും പുളിയിൽ ചാരി ഇരിക്കാനും തുടങ്ങി!

32

നെല്ലു തിന്നുന്ന പുലി!

പുലി പുല്ലും നെല്ലും തിന്നുമോ? ഒരു കൃഷിക്കാരൻ ഒരിക്കൽ അത്ഭുതപ്പെട്ടു ചോദിച്ചുപോയി. എന്താ കാര്യം. അദ്ദേഹത്തിന്റെ പാടത്ത് ഒരു പുലിയിറങ്ങി. പാടത്തെ പുല്ലും നെല്ലും തിന്നു! പുലിയല്ലേ? പേടിക്കേണ്ടേ? കൃഷിക്കാരൻ പേടിച്ച് അനങ്ങിയില്ല. പുലിക്കു വയറ്റുവേദനയ്ക്കു തിന്നതാകാം. അയാൾ കരുതി.

എന്നാൽ പിറ്റേന്നു രാവിലെ പുലിയെത്തി. വേറൊരുത്തന്റെ പാടത്തിറങ്ങി പുല്ലും നെല്ലും തിന്നു. അയാളും പേടിച്ച് ഒന്നും മിണ്ടിയില്ല. അങ്ങനെ പലദിവസങ്ങൾ പല പാടത്തിറങ്ങി പുലി നെല്ലും പുല്ലും തിന്നു.

എന്നാൽ ഒരുദിവസം ഒരു അത്ഭുതം സംഭവിച്ചു. പുലി പുല്ലും നെല്ലും തിന്നുകൊണ്ടു നിൽക്കുമ്പോൾ ഏതോ വീട്ടിലെ പെൺകഴുത ഒന്ന് ഉച്ചത്തിൽ കരഞ്ഞു. അതുകേട്ട് പാടത്തുനിന്ന പുലി തല പൊക്കി. പിന്നെ ഒറ്റ കരച്ചിൽ. കരഞ്ഞത് പുലിയെപ്പോലെയല്ല. പിന്നെയോ? കഴുതയെപ്പോലെ! ശരിക്കുമൊരു കഴുതരാഗം. അതുകേട്ടതോടെ കൃഷിക്കാർക്ക് സംഗതി പിടികിട്ടി. അവരുടെ പാടത്തിറങ്ങി പുല്ലും നെല്ലും തിന്നുകൊണ്ടിരിക്കുന്നവൻ പുലിയല്ല. വെറും കഴുതയാണ്! അവർ ഓടിക്കൂടി. വടിയും കമ്പിയും പാരയും ഒക്കെയായി എത്തി. പാടത്തുനിന്നിരുന്ന പഹയനെ അടിച്ചുവീഴ്ത്തി. തല്ലിക്കൊന്നു നോക്കി. അപ്പോഴല്ലേ രഹസ്യം പരസ്യമായത്. അതൊരു കഴുത തന്നെയായിരുന്നു. വെറും കഴുതയല്ല. പുലിത്തോൽ പുതച്ച കഴുത!

പുലിത്തോൽ വലിച്ചു മാറ്റി നോക്കിയപ്പോൾ അവർക്ക് ആളെ പിടികിട്ടി. ആ ഗ്രാമത്തിലെ അലക്കുകാരന്റെ കഴുതയായിരുന്നു അത്. അലക്കുകാരന് എവിടെനിന്നോ ഒരു പുലിത്തോൽ കിട്ടി. അയാളത് തന്റെ കഴുതയെ പുതപ്പിച്ചിട്ട് പാടത്തേക്കു വിടുകയായിരുന്നു!

വിവരമറിഞ്ഞതോടെ നാട്ടുകാർ ഓടിച്ചെന്നു. അലക്കുകാരനെ പിടിച്ച് നന്നായി അലക്കി! പിന്നീട് അലക്കുകാരൻ ചട്ടിച്ചട്ടി നടക്കേണ്ടി വന്നു. അത്ര കേമമായിരുന്നു അലക്കുകാരനു കിട്ടിയ അടിയുടെ നിലവാരം!

33

എലിച്ചെറുക്കനെ കല്യാണം കഴിക്കണമെന്നു പറഞ്ഞ പെണ്ണ്

എലിച്ചെറുക്കനെ തന്നെ കല്യാണം കഴിക്കണമെന്നു പറഞ്ഞ ഒരു സുന്ദരിയുടെ കഥ പറയാം.

ഒരിടത്ത് ഒരു മഹർഷിയുണ്ടായിരുന്നു. ആശ്രമത്തിൽ ഭാര്യയോടൊത്തായിരുന്നു അദ്ദേഹത്തിന്റെ താമസം. വലിയ പണ്ഡിതനും ദിവ്യശക്തിയുള്ളവനുമായിരുന്നു സന്യാസി. അദ്ദേഹത്തിന് മക്കളില്ലായിരുന്നു. അതിന്റെ ദുഃഖത്തിലായിരുന്നു അദ്ദേഹവും ഭാര്യയും. ഒരുദിവസം അദ്ദേഹത്തിന്റെ കൈയിൽ ഒരു എലി വീണു. ഏതോ പരുന്തോ കാക്കയോ റാഞ്ചിക്കൊണ്ടു പോയതായിരുന്നു എലിയെ. അത് തെന്നി താഴേക്കു വീണതായിരുന്നു. മഹർഷിയുടെ കൈയിൽ വീണതുകൊണ്ട് അതിനു പരിക്കൊന്നും പറ്റിയില്ല. അത് പേടിച്ച് കീ കീ കീ എന്നു കരഞ്ഞുകൊണ്ടിരുന്നു.

മഹർഷി കൈയിൽ വീണ എലിയെ നോക്കി. നോക്കിനോക്കിയിരുന്നപ്പോൾ ഉള്ളിലെവിടെയോ സ്നേഹത്തിന്റെയും കരുണയുടെയും ഒരു അണപൊട്ടുംപോലെ അദ്ദേഹത്തിനു തോന്നി. അതുവരെ പുറത്തു ചാടാൻ വെമ്പിനിന്നിരുന്ന സ്നേഹവും വാത്സല്യവും ദയയും ഒഴുകി എലിയെ തഴുകുംപോലെ അദ്ദേഹത്തിനു തോന്നി. എത്ര മനോഹരിയാണ് ഈ എലി. മിനുമിനുത്ത രോമം. മനോഹരമായ കണ്ണുകൾ. ഒതുങ്ങിയ ശരീരം. മഹർഷി ആ കൊച്ചുസുന്ദരിയെ നോക്കിനോക്കിയിരുന്നപ്പോൾ അവൾ തന്റെ മകളാണെന്ന് തോന്നി. ഉടൻ അദ്ദേഹം മന്ത്രം ചൊല്ലി അവളെ ഒരു മനുഷ്യക്കുട്ടിയാക്കി മാറ്റി.

അതുവരെ കീ കീ എന്നു കരഞ്ഞിരുന്ന കുട്ടി അപ്പോൾ പൊട്ടിച്ചിരിക്കാൻ തുടങ്ങി. അവൾ ചാടി മഹർഷിയുടെ കഴുത്തിൽ കെട്ടിപ്പിടിച്ച് അദ്ദേഹത്തെ ഉമ്മവെച്ചു. "അച്ഛാ, അച്ഛാ" എന്നു വിളിക്കാൻ തുടങ്ങി. അദ്ദേഹത്തിന്റെ കണ്ണുകളിൽനിന്നും സന്തോഷത്തിന്റെ കണങ്ങൾ നിലത്തുവീഴാൻ തുടങ്ങി.

ഒരു പെൺകുട്ടിയുടെ 'അച്ഛാ' എന്ന വിളി കേട്ട് മഹർഷിയുടെ ഭാര്യ ഓടിച്ചെന്നു. അപ്പോൾ കുട്ടി ഓടിച്ചെന്ന് അവരെ കെട്ടിപ്പിടിച്ചു. "അമ്മേ അമ്മേ" എന്നു വിളിച്ചു കൊഞ്ചാൻ തുടങ്ങി. അപ്പോൾ സന്തോഷംകൊണ്ട് അവരുടെ കണ്ണുകളും നിറഞ്ഞു. അവർ ആ സുന്ദരിക്കുട്ടിയെ മടിയിലിരുത്തി താലോലിച്ചു.

അങ്ങനെ അവരുടെ ആശ്രമത്തിലും ഒരു മകളുണ്ടായി. അവളുടെ പൊട്ടിച്ചിരിയിൽ അവിടുത്തെ സസ്യങ്ങളും ജന്തുക്കളും പോലും പുളകം കൊണ്ടു. മഹർഷിയും ഭാര്യയും കൂടി ആ പുന്നാരക്കുട്ടിയെ ഓമനിച്ചു വളർത്തി. അവൾ നന്നായി വളർന്നു. അതിസുന്ദരിയും സുശീലയുമായ ഒരു യുവതിയായി മാറി.

"മോളേ മോളെ ഇനി നിന്റെ കല്യാണം നടത്തണം. നല്ല ഒരു ചെറുക്കനെ ഞങ്ങൾ കണ്ടുപിടിച്ചുതരുന്നുണ്ട്" ഒരുദിവസം മഹർഷി പറഞ്ഞു. അവളും അതു സമ്മതിച്ചു. തന്റെ ഭർത്താവിനെപ്പറ്റി അവൾ സ്വപ്നം കാണാൻ തുടങ്ങി.

ആരാകണം മകളുടെ ഭർത്താവ്? ഏറ്റവും ശക്തനാകണം. പണ്ഡിതനുമാകണം. അപ്പോൾ സൂര്യനെത്തന്നെ ക്ഷണിച്ചുകൊണ്ടു വന്നാലോ? മഹർഷി ആലോചിച്ചു. ഉടൻതന്നെ തന്റെ മന്ത്രശക്തികൊണ്ടു സൂര്യനെ ആശ്രമത്തിലേക്കു വിളിച്ചുവരുത്തി. കാര്യം പറഞ്ഞു. സൂര്യദേവന് സുന്ദരിപ്പെണ്ണിനെ പിടിച്ചു. പക്ഷേ പെണ്ണിന് ചെറുക്കനെ പിടിച്ചില്ല. ഇത്ര ചൂടുള്ള ഒരു ഭർത്താവിനെ എനിക്കു വേണ്ടെന്നായി ആ കാന്താരി.

അപ്പോൾ സൂര്യൻ മഹർഷിയോടു പറഞ്ഞു: "എന്നേക്കാൾ ശക്തനാണ് മേഘം. അദ്ദേഹം എന്നെ മറച്ചുകളയുന്നവനാണ്. അദ്ദേഹത്തെ മകൾക്കു കാണിച്ചുകൊടുക്കൂ" അങ്ങനെ പറഞ്ഞ് സൂര്യദേവൻ പോയി.

മഹർഷി ഉടൻതന്നെ മേഘരാജാവിനെ ക്ഷണിച്ചുവരുത്തി. ശക്തനായ മേഘത്തിന് സുന്ദരിയായ പെൺകുട്ടിയെ ഇഷ്ടമായി. പക്ഷേ പെണ്ണിന് മേഘത്തേയും പിടിച്ചില്ല. ഇത്ര കറുത്ത ഒരുത്തനെയെങ്ങനെ ഞാൻ ഭർത്താവായി സ്വീകരിക്കും എന്നായി പെണ്ണ്.

''എങ്കിൽ വായുഭഗവാനെ വിളിച്ചുവരുത്തൂ. അദ്ദേഹം എന്നേക്കാൾ ശക്തനാണ്. എന്നെ പറപ്പിക്കുന്ന അതിശക്തൻ.'' മേഘം അങ്ങനെ പറഞ്ഞ് പറന്നുപോയി.

ഉടൻ മഹർഷി വായുഭഗവാനെ വിളിച്ചുവരുത്തി. അദ്ദേഹത്തിന് സുന്ദരിപ്പെണ്ണിനെ കണ്ടപ്പോഴെ പിടിച്ചു. പക്ഷേ പെണ്ണിന് വായു ഭഗവാനെയും ബോധിച്ചില്ല. ഇങ്ങനെ ഇളകിയിളകി ഒരിടത്തും നിൽക്കാതെ നടക്കുന്നയാളിനെ എങ്ങനെ വിശ്വസിച്ചു ഭർത്താവാക്കും എന്നായിരുന്നു സുന്ദരിമണിയുടെ ചോദ്യം. വായുഭഗവാൻ നാണിച്ചു സ്ഥലം വിട്ടു. പക്ഷേ പോകുംമുൻപ് മഹർഷിയോടു പറഞ്ഞു: ''മഹർഷേ എന്നെ വരെ തടുത്തു നിർത്തുന്ന ശക്തനാണ് പർവതം. അദ്ദേഹത്തെ മകൾക്കു കാണിച്ചുകൊടുക്കൂ.''

മഹർഷി ഉടൻതന്നെ പർവതത്തെ ക്ഷണിച്ചുവരുത്തി. ''കരിങ്കല്ലുകൊണ്ടുള്ള ഉറച്ച ശരീരം. നല്ല ശക്തി. അതൊക്കെ കൊള്ളാം. പക്ഷേ കരിങ്കല്ലുകൊണ്ടുള്ള ഹൃദയമല്ലേ ഇദ്ദേഹത്തിന്റേത്. അതിന് മയമോ മാർദവമോ അലിവോ പ്രേമമോ കാണുമോ? ഇല്ല. അതിനാൽ എനിക്ക് ഇദ്ദേഹം ഭർത്താവാകേണ്ട.'' പെണ്ണ് തീർത്തുപറഞ്ഞു. പർവതത്തിന് പെണ്ണിനെ കിട്ടാത്തതിൽ നിരാശ തോന്നി. എന്നാലും യാത്ര പറയുംമുൻപ് അദ്ദേഹമൊരു രഹസ്യം മഹർഷിയോടു പറഞ്ഞു. എന്താണെന്നോ? തന്നേക്കാൾ ശക്തനാണ് എലിയെന്ന്. തന്റെ ശരീരം വരെ എലി തുരക്കും. അത്ര കേമനാണവൻ.

അതുകേട്ട് മഹർഷി എലികളുടെ രാജാവായ യുവകോമളനെ ലിയെത്തന്നെ മന്ത്രം ചൊല്ലി വിളിച്ചുവരുത്തി. എലിക്കുട്ടൻ ഓടി വരുന്നതു കണ്ടപ്പോൾ തന്നെ സുന്ദരിപ്പെണ്ണിന്റെ ഹൃദയമൊന്ന് നന്നായി ഇളകിമറിഞ്ഞു. അവളുടെ ഉള്ളിൽ എന്തൊരു ആനന്ദം. സംതൃപ്തി. അവൾ എലിരാജകുമാരന്റെ കണ്ണും കാതും ദേഹവും എല്ലാം മാറിമാറി നോക്കി. നോക്കിനിന്നപ്പോൾ അവൾക്ക് അതുവരെ തോന്നാത്ത സന്തോഷം തോന്നി. സ്നേഹം തോന്നി. ''അച്ഛാ, എനിക്ക് ഈ കുമാരനെ മതി. എന്തൊരു സൗന്ദര്യം. എനിക്ക് ഇദ്ദേഹമില്ലാതെ ജീവിക്കാൻ പറ്റില്ല. അത്രയ്ക്ക് ഇഷ്ടമായി.'' അവൾ പറഞ്ഞു.

''മോളെ എല്ലാം നിന്റെ ഇഷ്ടംപോലെയാകട്ടെ'' മഹർഷി പറഞ്ഞു. ഭാര്യയും അത് അംഗീകരിച്ചു. മഹർഷി ഉടൻ ഒരു ദിവ്യമായ മന്ത്രം ചൊല്ലി അവളുടെ തലയിൽ തലോടി. എന്തത്ഭുതം. ആ സുന്ദരി ആ നിമിഷം അതിസുന്ദരിയായ ഒരു എലിപ്പെണ്ണായി

മാറി. അവളെ കണ്ട് എലിച്ചെക്കന് നാണം വന്നു. സ്നേഹവും വന്നു. "എനിക്കും കല്യാണത്തിനു സമ്മതമാണ്." അവൻ പറഞ്ഞു.

മഹർഷി ഉടൻ എലപ്പെണ്ണിന്റെയും എലിച്ചെറുക്കന്റെയും കല്യാണം നടത്തി. അവരെ അനുഗ്രഹിച്ച് ചെറുക്കന്റെ വീട്ടിലേക്ക് യാത്രയാക്കി.

"മൂഷികസ്ത്രീ വീണ്ടും മൂഷികസ്ത്രീയായി" അദ്ദേഹം അപ്പോൾ മനസിലോർത്തു. അപ്പോൾ അദ്ദേഹത്തിന്റെ മുഖത്തൊരു ചെറിയ ചിരിയും വിടർന്നു!

34

പണിയും പാട്ടും

നല്ല കാലമെത്തി. നാടു മുഴുവൻ തെളിച്ചം. വെയിലിന്റെ വെളിച്ചം. പാടത്ത് നെല്ലു പാകമായി. വീട്ടിൽ പുത്തരിയും ലഭ്യമായി. ഉറുമ്പ് ആ അവസരം ശരിക്കുപയോഗിച്ചു. കൂട്ടുകാരെ കൂട്ടി വേണ്ടത്ര ധാന്യമണികൾ ചുമന്നുകൊണ്ടുപോയി കൂട്ടിൽ സൂക്ഷിച്ചു. അതു കണ്ട് പുല്ലിലിരുന്ന പുൽച്ചാടി പുച്ഛിച്ചു. വിഡ്ഢികൾ. നല്ല കാലാവസ്ഥയിൽ പാടിപ്പാടി രസിക്കേണ്ടേ. പുൽച്ചാടി അങ്ങനെ പറഞ്ഞിട്ട് പാടിക്കൊണ്ടിരുന്നു.

പിന്നെ വെയിൽ പോയി. മാനം കറുത്തു. മഴ തുടങ്ങി. മഴ തുടരെ പെയ്തു. മഴക്കാലം നീണ്ടുനിന്നു. പുൽച്ചാടിക്കു വിശന്നു. ചുറ്റും തീറ്റയൊന്നുമില്ല. ഉറുമ്പിന്റെ കൂട്ടിൽ പലതരം തീറ്റകളുണ്ട്. പുൽച്ചാടി ചാടിച്ചെന്നു. കുറച്ചു തീറ്റ തരൂ. അവൻ പറഞ്ഞു. ഉറുമ്പ് കൂടിന്റെ വാതിലടച്ചു. എന്നിട്ട് ഉച്ചത്തിൽ പറഞ്ഞു: "പണി ചെയ്യേണ്ടപ്പോൾ പാടി നടക്കുന്നവൻ പട്ടിണി കിടക്കണം. അധ്വാനിക്കുന്നവനേ ആഹാരമുള്ളൂ."

35

ആടിനെ പട്ടിയാക്കിയ കഥ

ഒരിടത്ത് ഒരു ബ്രാഹ്മണനുണ്ടായിരുന്നു. ആൾ വലിയ പണ്ഡിതനായിരുന്നു. പക്ഷേ ശുദ്ധനുമായിരുന്നു. അക്കാര്യം ആ നാട്ടിലുള്ളവർക്കെല്ലാം അറിയാമായിരുന്നു. ആ നാട്ടിൽ അക്കാലത്ത് മൂന്നു കള്ളന്മാരുമുണ്ടായിരുന്നു. പെരുങ്കള്ളന്മാർ. ആരേയും പറഞ്ഞു പറ്റിക്കാനുള്ള തന്ത്രങ്ങളറിയുന്നവർ.

ബ്രാഹ്മണൻ ദൂരെയുള്ള സ്ഥലങ്ങളിൽവരെ പോയി പൂജകൾ നടത്തുമായിരുന്നു. അങ്ങനെ കിട്ടുന്ന ദക്ഷിണയും ദാനവും സമ്മാനവും ഒക്കെക്കൊണ്ട് മുട്ടില്ലാതെ ജീവിക്കുകയായിരുന്നു അദ്ദേഹം. ഒരുദിവസം അദ്ദേഹം അകലെയൊരിടത്തെ യാഗവും കഴിഞ്ഞ് തിരിച്ചുവരുകയായിരുന്നു. ദാനമായി കിട്ടിയ ഒരു മുട്ടനാടിനെ തലയിൽ വച്ചുകൊണ്ടായിരുന്നു വരവ്. നല്ല തടിച്ചുകൊഴുത്ത ഒരു മുട്ടൻ. തീരെ പ്രായവും കുറവ്. ആരു കണ്ടാലും അവനെ നോക്കിനിന്നു പോകും. അത്ര നല്ല ആടായിരുന്നു അത്.

ഒരു കാട് കടന്നായിരുന്നു ബ്രാഹ്മണന് നാട്ടിലേക്കു നടക്കേണ്ടത്. കാട്ടിൽ നാട്ടിലെ കള്ളന്മാർ മൂന്നും ഒളിച്ചിരിപ്പുണ്ടായിരുന്നു. ബ്രാഹ്മണൻ മുട്ടനാടിനേയും ചുമന്നു വരുന്നത് കള്ളന്മാർ കണ്ടു. ശുദ്ധഗതിക്കാരനായ ബ്രാഹ്മണനെ പറ്റിക്കാനൊരു സൂത്രം ഉടൻ അവർ ആലോചിച്ചുണ്ടാക്കി.

കള്ളന്മാർ ഓടിപ്പോയി മൂന്നു സ്ഥലങ്ങളിലായി നിന്നു. മൂന്നു പേരും അകലെയായിരുന്നു നിന്നത്. പരസ്പരം കണ്ടിട്ടേ ഇല്ലാത്ത മട്ടിൽ. ബ്രാഹ്മണൻ ആദ്യം ഒരു കള്ളനെ കണ്ടു. അയാൾ കാട്ടുവ

ഴിയിൽ കുനിഞ്ഞിരുന്ന് എന്തോ മരുന്ന് പറിച്ചെടുക്കുന്ന മട്ടിൽ അഭിനയിച്ചു. ബ്രാഹ്മണനെ കണ്ട് എഴുന്നേറ്റു വന്ദിച്ചു. എന്നിട്ട് തലയിലെ ആടിനെ നോക്കി. പെട്ടെന്ന് ഞെട്ടി. അത്ഭുതഭാവത്തോടെ മൂക്കിൽ വിരൽ വച്ചുകൊണ്ടു ചോദിച്ചു:

"അയ്യയ്യോ ഒരു മഹാബ്രാഹ്മണനായ അങ്ങ് എന്താണിങ്ങനെ ഭ്രാന്തു കാണിക്കുന്നത്. ഒരു പട്ടിയെ തലയിൽ വച്ചുകൊണ്ടു നടക്കുന്നോ! കഷ്ടം കഷ്ടം!"

ബ്രാഹ്മണന് ദേഷ്യം വന്നു. അദ്ദേഹം ദേഷ്യപ്പെട്ടു ചോദിച്ചു:

"തനിക്കെന്താ ഭ്രാന്തുണ്ടോ? എന്റെ തലയിലിരിക്കുന്നത് ഒരു ആടാണ്, മുട്ടനാട്."

അങ്ങനെ പറഞ്ഞുകൊണ്ട് ബ്രാഹ്മണൻ നടന്നുപോയി. അൽപ്പം കഴിഞ്ഞപ്പോൾ കാട്ടുവഴിയിൽ അതാ മറ്റൊരാൾ. അയാൾ വിറകു വെട്ടുന്നതായിട്ട് അഭിനയിച്ചായിരുന്നു നിൽപ്പ്. ബ്രാഹ്മണനെ കണ്ട ഉടൻ അയാളും വിനയം നടിച്ച് അദ്ദേഹത്തെ വന്ദിച്ചു. എന്നിട്ടു ചോദിച്ചു:

"അയ്യോ അങ്ങ് എന്താണിങ്ങനെ ഒരു പാപം ചെയ്യുന്നത്? എവിടെയോ കിടന്ന, മലം വരെ തിന്നുന്ന, ഒരു പട്ടിയെ ചുമന്നുകൊണ്ടാണോ നടക്കുന്നത്?"

രണ്ടാമനും കൂടി അങ്ങനെ പറഞ്ഞപ്പോൾ ബ്രാഹ്മണന് മനസിലൊരു ശങ്ക. തന്റെ തലയിലിരിക്കുന്നത് പട്ടിയാണോ? ആടിനെ എടുത്തു തലയിൽ വയ്ക്കാൻ തുടങ്ങിയപ്പോഴെങ്ങാൻ തെറ്റി പട്ടിയെ വച്ചോ? അങ്ങനെ ആലോചനയിൽ മുഴുകി നടന്നതിനാൽ ബ്രാഹ്മണൻ രണ്ടാമനോട് ദേഷ്യപ്പെട്ടില്ല. ബ്രാഹ്മണൻ മിണ്ടാതെ നടന്നു പോയപ്പോൾ രണ്ടാം കള്ളൻ ഉച്ചത്തിൽ വിളിച്ചുപറഞ്ഞു:

"അദ്ദേഹത്തിന് എന്തുപറ്റി ആവോ! ചിലപ്പോൾ അറിവുകൂടി ഭ്രാന്തായതാകാം."

അതുകൂടി കേട്ടപ്പോൾ ബ്രാഹ്മണന് ഉള്ളിലൊരു പരിഭ്രമം. ഒരു ശങ്ക. തനിക്ക് വായിച്ചും പഠിച്ചും അറിവുകൂടി അവസാനം അരപ്പിരിയിളകിയോ? ഒരാളല്ല രണ്ടാൾ അല്ലേ തലയിൽ പട്ടിയാണെന്നു പറയുന്നത്?... അങ്ങനെയൊക്കെ ചിന്തിച്ചുകൊണ്ട് ബ്രാഹ്മണൻ അതിവേഗം കാട്ടുവഴിയിലൂടെ നടന്നു.

കുറച്ചുകൂടി നടന്നപ്പോൾ അതാ വഴിയരികിൽനിന്ന് ഒരാൾ കാട്ടുകിഴങ്ങുകൾ മാന്തിയെടുക്കുന്നു. ബ്രാഹ്മണനെ കണ്ട് അയാളും ചാടി എഴുന്നേറ്റ് തൊഴുതു. എന്നിട്ട് യാദൃച്ഛികമായെന്നോണം തലയിലേക്ക് നോക്കി. എന്നിട്ട് ഞെട്ടി. ഞെട്ടിക്കൊണ്ടു ചോദിച്ചു:

"അയ്യയ്യോ അങ്ങേക്ക് എന്തു പറ്റി? ചിത്തഭ്രമമായോ? ദൈവമേ പൂജ നടത്തേണ്ട മഹാബ്രാഹ്മണൻ അല്ലേ അങ്ങ്! എന്നിട്ട് ഒരു പട്ടിയെ പിടിച്ചു തലയിൽ വച്ചുനടക്കുന്നോ! എന്തൊരു കഷ്ടം. കഷ്ടം കഷ്ടം!"

അങ്ങനെ പറഞ്ഞ് രണ്ടു കൈകളും തലയിൽ വച്ച് സങ്കടപ്പെട്ട് ആ മൂന്നാം കള്ളൻ നിലത്തിരുന്നു. അയാളുടെ ഗംഭീരമായ അഭിനയം കൂടി കണ്ടതോടെ പാവം ബ്രാഹ്മണന്റെ ആത്മവിശ്വാസം മുഴുവൻ പോയി. അദ്ദേഹം വലിയ ആലോചനയോടെ അൽപ്പം മുന്നോട്ടു നടന്നു. എന്നിട്ടു നിന്നു. നിന്നിട്ട് ആടിനെ തലയിൽ നിന്നിറക്കി. കാട്ടിലേക്ക് വിട്ടിട്ട് ആശ്വാസത്തോടെ മുന്നോട്ടു നടന്നുപോയി.

ബ്രാഹ്മണൻ നടന്നു മറഞ്ഞതും കള്ളന്മാർ മൂന്നും ഓടിയെത്തി. ആടിനെ പിടിച്ചു. അവിടെവച്ചുതന്നെ കൊന്ന് ഇറച്ചിയും തോലുമൊക്കെ എടുത്തു. പൊതിഞ്ഞുകെട്ടി ചന്തയിലേക്കു പോയി. പോകുംവഴിയും അവർ ചിരിക്കുന്നുണ്ടായിരുന്നു. തങ്ങളുടെ തന്ത്രം കൊണ്ട് പണ്ഡിതനായ ഒരു ബ്രാഹ്മണനെപ്പോലും പറ്റിച്ചതോർത്തായിരുന്നു അവരുടെ ചിരി!

കണ്ടോ കണ്ടോ കാര്യങ്ങളുടെ കിടപ്പ്. അറിവിനോടൊത്ത് ആത്മവിശ്വാസവും കൂടി ഇല്ലാ എങ്കിൽ ആർക്കും നമ്മെ പറ്റിക്കാനാകും; ഇല്ലേ?

36

പൂച്ചയ്ക്കു മണികെട്ടൽ

വീട്ടിൽ വലിയ എലിശല്യം. വീട്ടുകാരൻ എവിടെനിന്നോ ഒരു തടിയൻ പൂച്ചയെ വാങ്ങിവന്നു. പൂച്ചയെ വീട്ടിൽ വിട്ടു. പൂച്ച മുറിയിലും അറയിലും തട്ടിൻപുറത്തും കറങ്ങിനടന്നു. കണ്ണിൽ കണ്ട എലികളെയൊക്കെ കടിച്ചുകൊന്നു.

രാത്രിയായി. പൂച്ച ക്ഷീണിച്ച് മുറിയിൽ കിടന്നുറങ്ങി. ഉടൻ എലികൾ തട്ടിൻപുറത്തു യോഗം ചേർന്നു. പൂച്ചശല്യത്തിൽനിന്നും എങ്ങനെ എലികളെ രക്ഷിക്കാം? ആ വിഷയം അവർ ചർച്ച ചെയ്തു. പ്രസംഗകന്മാരൊക്കെ പ്രസംഗിച്ചു. കേട്ടവർ ക്ഷീണിച്ചു. എലിപ്രശ്നത്തിനു പരിഹാരം മാത്രം ആരും നിർദേശിച്ചില്ല. അപ്പോൾ എലികൾക്കിടയിലെ ബുദ്ധിരാക്ഷസൻ ആയ എലി പറഞ്ഞു. “പ്രശ്നം അനായാസം പരിഹരിക്കാം. പൂച്ചയുടെ കഴുത്തിലൊരു മണി കെട്ടിയാൽ മതി. അപ്പോൾ പൂച്ച നടന്നുവരുന്നത് എലികൾക്കറിയാം. ഓടിഒളിക്കാം.”

അതുകേട്ട് മറ്റ് എലികൾ കൈയടിച്ചു. “കണ്ടോ ഒരു ബുദ്ധിരാക്ഷസൻ ഉള്ളതിന്റെ ഗുണം കണ്ടോ?” ഒരു എലി ചോദിച്ചു. പ്രശ്നത്തിനു പരിഹാരമായതോർത്ത് എലികൾ നൃത്തം ചെയ്യാൻ തുടങ്ങി. പെട്ടെന്ന് എലികളിലെ മൂപ്പനായ വയസനെലി ഒരു ചോദ്യം ചോദിച്ചു:

“പൂച്ചയ്ക്കാരു മണികെട്ടും?”

എലികൾ അതുകേട്ടു തലതാഴ്ത്തി. ബുദ്ധിരാക്ഷസൻ മീശരോമങ്ങൾ വിറപ്പിച്ചിരുന്നു. എലികൾ വയസന്റെ ചോദ്യത്തിന് ഉത്തരം പറയാനാകാതെ പിരിഞ്ഞുപോയി.

37

മണ്ണുണ്ണി മരുമകൻ

കോട്ടയത്താണോ കൊടുങ്ങല്ലൂരാണോ കോഴിക്കോട്ടാണോ ആവോ. ചിലപ്പോൾ കാസർഗോഡോ കുമാരനല്ലൂരോ കൊച്ചിയിലോ ആകാം. എവിടെയോ ഏതോ തറവാട്ടിൽ രാവണനെപ്പോലൊരു കാരണവരുണ്ടായിരുന്നു. പറയുന്നതു പറയുന്നതുപോലെ ചെയ്തോണമെന്നു വാശിയുള്ള കാരണവർ. ആരായാലും എപ്പോഴായാലും എന്തായാലും അനുസരണയോടെ കേട്ടുകൊള്ളണം. അതായിരുന്നു ആ ഭീമൻ കാരണവരുടെ നിർബന്ധം.

ആ രാവണൻകാരണവർക്കൊരു മരുമകനുമുണ്ടായിരുന്നു. മണ്ണിനും ചുണ്ണാമ്പിനും കൊള്ളരുതാത്ത ഒരു ചെറുക്കൻ. നാട്ടുകാർ അവനെ കളിയാക്കി മണ്ണുണ്ണി എന്നായിരുന്നു വിളിച്ചിരുന്നത്. വലിയ പ്രതാപിയായ കാരണവരുടെ മരുമകനാണേയ്. ഭാവിയിലൊരു കാരണവരാകേണ്ട കുമാരൻ. ആ ഗമയിലായിരുന്നു ആ കുമാരന്റെ നടപ്പും നോട്ടവും. താനൊരു തിരുമണ്ടനാണെന്നുണ്ടോ അവനറിയുന്നു!

ഒരുനാൾ കാരണവർ അത്താഴം കഴിഞ്ഞ് മുറുക്കാനും ചവച്ച് പുറത്തേക്കു നോക്കി രസിച്ചിരിക്കുകയായിരുന്നു. പെട്ടെന്ന് എന്തോ ഓർത്തിട്ട് വീട്ടിനുള്ളിലേക്ക് നോക്കി വിളിച്ചു: “കുട്ടിരാമാ ഇവിടെ വാ.”

മരുമകൻ കുട്ടിരാമൻ ഉടൻ ഓടിച്ചെന്ന് അമ്മാവന്റെ മുന്നിൽ നിന്നു. തല കുനിച്ചു ബഹുമാനിച്ചുനിന്നു. കൊള്ളാം. നല്ല വിനയവും അനുസരണയുമുള്ള മരുമകൻ. അമ്മാവൻ കാരണവർക്കു

സന്തോഷമായി. കാരണവരൊന്നു ചിരിവരുത്തി. പിന്നെ ഗൗരവത്തിൽ പറഞ്ഞു:

"കുട്ടിരാമാ നാളെ നേരം വെളുക്കുംമുൻപ് ഒന്നു ചന്തയിൽ പോകണം."

അതുകേട്ടുതീരും മുൻപു മരുമകൻ തലയാട്ടി പറഞ്ഞു:

"അതു ഞാനേറ്റു അമ്മാവാ."

"ഏറ്റാൽ പോരാ. എഴുന്നേൽക്കണം. വെളുപ്പിനു തന്നെ. കേട്ടോ? ശരി. ഇപ്പോൾ പോയി കിടന്നുറങ്ങിക്കോ." കാരണവർ മരുമകനെ ഉറങ്ങാൻ വിട്ടു. പിന്നെ കാരണവരും കിടന്നുറങ്ങി.

കാരണവർ വെളുപ്പിനുതന്നെ ഉണർന്നു. കിഴക്കു വെള്ളവീശിത്തുടങ്ങിയതല്ലേയുള്ളൂ. സമാധാനമായി. നേരം വെളുത്തിട്ടില്ല. മരുമകനെ ഇപ്പോൾതന്നെ വിടണം. വെട്ടംവീഴും മുൻപു ചന്തയിൽ ചെന്നാലെ നല്ല തളിരുവെറ്റില കിട്ടൂ. അതൊരുകെട്ടു വാങ്ങി വച്ചാൽ സമാധാനമായി. നല്ല വെറ്റില തന്നെ വേണം. അതിനായിരുന്നു മരുമകനോടു രാവിലെ ചന്തയിൽ പോകണമെന്നു പറഞ്ഞത്.

കാരണവർ ചുറ്റും നോക്കി. മരുമകൻ അടുത്തുവന്നു നിൽപ്പുണ്ടാകുമെന്നായിരുന്നു കരുതിയത്.

ഇല്ല. കാണുന്നില്ല. കിടന്നുറക്കമായിരിക്കും. കാരണവർക്ക് മരുമകന്റെ മടിയെപ്പറ്റിയോർത്ത് കലി വന്നു. ദേഷ്യപ്പെട്ട് അദ്ദേഹം വിളിച്ചു.

"കുട്ടിരാമാ, നീ ഇതുവരെ ഉണർന്നില്ലേ? വേഗം എഴുന്നേറ്റുവാ. ചന്തയ്ക്കു പോകേണ്ടേ?"

വിളിച്ചിട്ടും വിളിച്ചിട്ടും മരുമകനെത്തിയില്ല. അപ്പോഴേക്കു നേരം വെളുത്തു. ഇനി ഇന്നു പോയിട്ടു കാര്യമില്ല. മരുമകൻ ഉണർന്നു വരട്ടെ. ഇന്നു രണ്ടു പെട പെടയ്ക്കണം. എന്നാലെ അനുസരണയുണ്ടാകൂ.

കാരണവർ അങ്ങനെയൊക്കെ ചിന്തിച്ചു തൊടിയിലേക്കിറങ്ങി. കൃഷിയൊക്കെ നോക്കി. പിന്നെ തൊഴുത്തിലെത്തി. പശുക്കളുടെയും കാളകളുടെയും സുഖവിവരങ്ങൾ തിരക്കി. എന്നിട്ടു തിരിയുമ്പോഴുണ്ട് മരുമകൻ നാട്ടുവഴിയിലൂടെ ഓടിയണച്ചു വരുന്നു!

എടടാ. ഇവനീ വെളുപ്പിന് എവിടെപ്പോയതാണ്? കാരണവർ അതിശയത്തോടെ നോക്കിനിന്നു. മരുമകൻ ഓടി അടുത്തുവന്നതും കാരണവർ പൊട്ടിത്തെറിച്ചു.

"എടാ ശപ്പാ, നേരം വെളുക്കുംമുൻപ് ചന്തയിൽ പോകണമെന്ന് ഞാൻ പറഞ്ഞിരുന്നതല്ലേ?"

മരുമകൻ കാരണവരുടെ ദേഷ്യമൊന്നും കണ്ടതേയില്ല. സന്തോഷത്തോടെ അവൻ പറഞ്ഞു.

“അമ്മാവാ. നേരം വെളുക്കുംമുൻപുതന്നെ ഞാനുണർന്നതാണ്. നോക്കുമ്പോൾ അമ്മാവൻ നല്ല ഉറക്കം. ഉണർത്തേണ്ട എന്നു കരുതി വിളിച്ചില്ല എന്നേയുള്ളൂ. ഞാൻ അപ്പോൾ തന്നെ ചന്തയ്ക്കു പോയി. ദാ ഇപ്പോൾ തിരിച്ചുവന്നു. ഉടനെ അമ്മാവനെ കാണുകയും ചെയ്തു. പോരേ?”

കാരണവർ അത്ഭുതത്തോടെ ചോദിച്ചു.

“നീ ചന്തയിൽ പോയോ? വെളുക്കുംമുൻപ് തനിയെ എഴുന്നേറ്റ് പോയോ?”

“ഉവ്വ്.”

“എടാ വിഡ്ഢീ, എന്തിനാ ചന്തയ്ക്കു പോകുന്നതെന്ന് നീ ചോദിച്ചോ?”

“അതേയ്... അമ്മാവാ നല്ല മരുമക്കൾ അമ്മാവന്മാരെ ചോദ്യം ചെയ്യരുതെന്ന് അമ്മാവൻ തന്നെയല്ലേ പറഞ്ഞുതന്നിട്ടുള്ളത്. വെളുപ്പിനെ ചന്തയ്ക്കുപോകണമെന്ന് അമ്മാവൻ പറഞ്ഞു. ഞാൻ അനുസരിച്ചു. എന്തിനാണെന്ന് അമ്മാവൻ പറഞ്ഞില്ല. ചോദിക്കുന്നത് ശരിയല്ലാത്തതുകൊണ്ട് ഞാൻ ചോദിച്ചുമില്ല. അങ്ങനെയല്ലേ അമ്മാവാ നല്ല മരുമക്കൾ ചെയ്യേണ്ടത്?”

അമ്മാവന് കലി വല്ലാതെ കൂടി വരുന്നുണ്ടായിരുന്നു. പക്ഷേ മരുമകന്റെ വിനയത്തോടെയുള്ള നിൽപ്പും നിഷ്കളങ്കമായ ഭാവവും കണ്ട് അമ്മാവൻ കലി അടക്കി. നല്ല അനുസരണയോടെ, ഒരു ചോദ്യവും ചോദിക്കരുത് എന്ന കർശനമായി പറഞ്ഞ്, മരുമകനെ വളർത്തി. അതിങ്ങനെ ആകുമെന്ന് കരുതിയില്ല. കാരണവർ മരുമകനോട് വീട്ടിനുള്ളിലേക്കു പൊയ്ക്കൊള്ളാൻ പറഞ്ഞിട്ട് മുറ്റത്തുതന്നെ നിന്നു.

ഇവനെ ഒന്നു നന്നാക്കാനെന്താ വഴി എന്നു ചിന്തിച്ചുനിന്നു.

38

കുറുക്കന്റെ കൗശലം

കൗശലത്തിനു കൈയും കാലും വച്ചാൽ എങ്ങനെയിരിക്കും? എന്തായിരിക്കും? സംശയം വേണ്ട. അതു കുറുക്കനായിരിക്കും. അക്കാര്യം ഒരു കാട്ടിലെ മൃഗങ്ങൾക്കൊക്കെ അറിയാമായിരുന്നു. എന്നാൽ ആ കാടിന്റെ രാജാവായിരുന്ന സിംഹം മാത്രം അത് അംഗീകരിച്ചിരുന്നില്ല. രാജാവായ തന്നേക്കാൾ കൗശലം എങ്ങനെ വെറും പ്രജയായ കുറുക്കനുണ്ടാകും? അത് സാധ്യമുള്ള കാര്യമല്ല. രാജാവ് അത് എല്ലാവരോടും പറയുകയും ചെയ്തു. എന്നാൽ അവസാനം ആ രാജാവിനേയും കുറുക്കൻ തോൽപ്പിച്ചു. ആ കഥയാണീ കഥ.

സിംഹം രാജാവാണ് എന്നു പറഞ്ഞ് ഞെളിഞ്ഞു വീട്ടിലിരുന്നാൽ വയർ നിറയുമോ? ഇല്ല. രാജാവിനും വിശക്കും. വിശന്നാൽ ഇര പിടിക്കണം. രാജാവായാലും പിടിക്കണം. മറ്റാരും ഒന്നും കൊണ്ടുചെന്നു കൊടുക്കുകയില്ല. അതായിരുന്നു ആ കാട്ടിലെ രീതി. ഒരുദിവസം സിംഹരാജാവ് ഇരതേടിയിറങ്ങി. കാട്ടിലൂടെ തെക്കുവടക്കും കിഴക്കും പടിഞ്ഞാറും നടന്നു. ഒരു അണ്ണാനെപ്പോലും പിടിക്കാൻ പറ്റിയില്ല. സിംഹത്തിന്റെ വിശന്നുള്ള വരവു കണ്ടപ്പോഴെ മൃഗങ്ങൾ ഒളിക്കുകയായിരുന്നു.

നടന്നുനടന്നു വശം കെട്ടു. വയറ്റിലാണെങ്കിൽ ഒന്നുമില്ല. വിശന്നിട്ടു തലചുറ്റി. നിരാശയോടെ, ദേഷ്യത്തോടെ അങ്ങനെ നടക്കുമ്പോൾ സിംഹം ഒരു മലയടിവാരത്തിലൊരു ഗുഹ കണ്ടു. അതിൽ കയറി നോക്കിയപ്പോഴല്ലേ അറിയുന്നത്! എന്ത്? അതാരുടെ

ഗുഹയാണെന്ന്! ആരുടെയെന്നോ? സാക്ഷാൽ കുറുക്കന്റെ. അവൻ കോഴിപിടുത്തത്തിന് പോയിരിക്കുകയാണ്. സിംഹം ഗുഹയിലൊക്കെ നോക്കി. എങ്ങും കുറുക്കന്റെ മണം. രോമങ്ങൾ. അവൻ പിടിച്ചുകൊണ്ടുവന്നു തിന്ന കോഴികളുടെ എല്ലും പൂടയും ഒരു മൂലയിലുണ്ട്.

അങ്ങനെ ഗുഹയിൽ നിൽക്കുമ്പോൾ സിംഹത്തിനൊരു ബുദ്ധി തോന്നി. കുറുക്കനെ കുടുക്കാനൊരു കൗശലം. ഏതായാലും കുറുക്കന്റെ ഗുഹയിൽ കയറി. ഇവിടെ ഒളിച്ചിരിക്കാം. കുറുക്കൻ തിരിച്ചുവരാറായിട്ടുണ്ട്. വരട്ടെ. വന്ന് ഗുഹയിൽ കയറട്ടെ. കയറുന്ന നിമിഷം അവനെ കയറി പിടിക്കണം. പിടിച്ചു കടിച്ചു കീറി തിന്നണം. ഒരു കുറുക്കനെ എളുപ്പം പിടിക്കാം. ഓടേണ്ട. ചാടേണ്ട. ഒത്തിരി നേരം അലയേണ്ട. നല്ല സൂത്രം. പുതിയ വിദ്യ. സിംഹത്തിനു സന്തോഷമായി. കുറുക്കനെ തിന്നാൻ പോകുന്നതിന്റെ ആഹ്ലാദം. സിംഹം ഗുഹയിൽ അനങ്ങാതെയിരുന്നു. കുറുക്കൻ വന്നാൽ താനകത്തുണ്ട് എന്നറിയരുതല്ലോ.

കുറുക്കൻ കോഴിപിടിത്തമൊക്കെ കഴിഞ്ഞ് തിരിച്ചെത്തി. കുറുക്കനാരാ മോൻ. അവന് എപ്പോഴും ശ്രദ്ധയുണ്ട്. ചിട്ടയുമുണ്ട്. ഓടിച്ചെന്ന് ഗുഹയിലേക്കു കയറാൻ മാത്രം വിഡ്ഢിയൊന്നുമല്ല കക്ഷി. അവൻ ഗുഹയ്ക്കു പുറത്തുനിന്നു. പുറത്തെ കാൽപ്പാടുകൾ നോക്കി. ഒരു സിംഹം അകത്തേക്കു കയറിയ കാൽപ്പാടുകൾ കാണുന്നുണ്ട്. പുറത്തേക്കു പോയതിന്റെ പാടുകൾ ഇല്ലതാനും. അമ്പട! നമ്മുടെ രാജാവിന്റെ പൂതി! തന്നെ പിടിച്ചു ശാപ്പിടാനായി തന്റെ ഗുഹയിൽ തന്നെ കയറി ഒളിച്ചിരിക്കുന്നു! കൊള്ളാം. നല്ല വിദ്യ. താനകത്തു കയറിയിരുന്നെങ്കിൽ സംഗതി നടന്നേനെ. രാജാവ് മിടുക്കനാണേയ്.

പക്ഷേ സിംഹരാജാവ് അകത്തുണ്ട് എന്ന് ഉറപ്പാക്കണം. അതിനെന്താ വഴി. കുറുക്കൻ അൽപ്പമൊന്ന് ആലോചിച്ചുനിന്നു. നേരം വെളുത്തുവരുന്നതേയുള്ളൂ. ഗുഹയിൽ ഇരുട്ടുണ്ട്. കുറുക്കൻ ഗുഹയിലേക്കു നോക്കി പറഞ്ഞു. "ഗുഡ് മോണിങ് പ്രിയ ഗുഹ. വെരി ഗുഡ്മോണിങ്." അങ്ങനെ പറഞ്ഞ് അവൻ അൽപ്പനേരം നിശ്ശബ്ദനായി നിന്നു.

അകത്തുനിന്നും മറുപടിയൊന്നുമില്ല. കുറുക്കൻ ഒരു കള്ളച്ചിരി ചിരിച്ചുകൊണ്ട് വീണ്ടും ഉച്ചത്തിൽ പറഞ്ഞു.

"പ്രിയ ഗുഹേ നീയെന്താ മിണ്ടാത്തത്? ഉറക്കമാണോ? ഞാൻ സുപ്രഭാതം പറയുമ്പോൾ നീ മറുപടി പറയണം. അതാണല്ലോ നമ്മൾ തമ്മിലുള്ള കരാർ. മറുപടി വന്നാലെ ഞാൻ അകത്തു കയറൂ

എന്ന് നിനക്കറിയാമല്ലോ. അതോ മറ്റു വല്ല മൃഗങ്ങളും നിന്റെ ഉള്ളിൽ കയറിയിരിക്കുന്നതുകൊണ്ട് നീ ഭയപ്പെട്ടിരിക്കുകയാണോ?"

ഗുഹയിലിരുന്നിരുന്ന സിംഹം അത്ഭുതപ്പെട്ടു. ഓഹോ ഇവന്റെ ഗുഹ മിണ്ടുമോ! അത്തരമൊരു ഗുഹ താൻ ആദ്യമായി കാണുകയാണ്. മറുപടി കിട്ടിയാലെ അവൻ അകത്തു കയറൂ. ഗുഹ തന്നെ കണ്ട് പേടിച്ചു മിണ്ടാതിരിക്കുകയാണെന്നു തീർച്ച. സിംഹം പിന്നെ കൂടുതലൊന്നും ആലോചിച്ചില്ല. ഒച്ച കുറച്ചുമാറ്റി പറഞ്ഞു:

"സ്വാഗതം സുഹൃത്തേ. സുപ്രഭാതം. അകത്തുവരൂ. നിന്നെ കാണാനെനിക്കു ധൃതിയായി."

സിംഹത്തിന്റെ മറുപടി കേട്ട ഉടൻ കുറുക്കൻ ഒറ്റ കൂവു കൂവി. കാട്ടിലെ മറ്റു മൃഗങ്ങളൊക്കെ ഓടിയെത്തിയപ്പോൾ കുറുക്കൻ അവരോടു പറഞ്ഞു: "ഞാൻ നമ്മുടെ രാജാവിനെ ഒന്നു വിഡ്ഢിയാക്കിയേ. കളിപ്പിച്ചേ. ശരിക്കും പറ്റിച്ചേ."

അവൻ ഉണ്ടായ കഥയൊക്കെ അപ്പോൾ പറയാൻ നിന്നില്ല. സിംഹം കലിതുള്ളി ഇറങ്ങിവരുമെന്ന് അറിയാമായിരുന്നതിനാൽ അവൻ അകലേക്ക് ഓടി. മറ്റു മൃഗങ്ങൾ പുറകേയും ഓടി. ഓടുന്നതിനിടയിൽ അവൻ സിംഹത്തെ പറ്റിച്ചതെങ്ങനെയെന്ന് പരസ്യവുമാക്കി.

സിംഹം പുറത്തേക്ക് ഓടിയിറങ്ങി. ഓടിപ്പോകുന്ന കുറുക്കനേയും മറ്റു മൃഗങ്ങളെയും കണ്ട് അലറി. തന്നെ പറ്റിച്ച കഥ അവൻ എല്ലാവരോടും പറയുന്നത് സിംഹം കേട്ടു. നാണംകെട്ടു തല താഴ്ത്തി. വാൽ വളച്ച് സിംഹരാജാവ് അവന്റെ താവളത്തിലേക്ക് നടന്നു. അവിടെ ചെന്ന് പട്ടിണിക്ക് കിടന്നുറങ്ങി. നാണംകെട്ടെങ്ങനെ പുറത്തിറങ്ങും. "ഹൊ! ഈ കുറുക്കൻ ഇത്ര കൗശലക്കാരനാണെന്ന് ധരിച്ചില്ല" സിംഹം പിറുപിറുത്തു.

39

അറിവും വിവേകവും

ഒരിടത്ത് ഒരു കാട്ടിൽ കുറെ എല്ലുകൾ കൂടിക്കിടന്നിരുന്നു. ഒരുദിവസം ആ വഴി നാലു ചെറുപ്പക്കാർ നടന്നുവന്നു. അവർ സഹോദരങ്ങളായിരുന്നു. ഒരു വലിയ ഗുരുവിന്റെ അടുത്തുനിന്നും മന്ത്രതന്ത്രാദികൾ പഠിച്ച് മിടുക്കരായി തിരിച്ചുവരുകയായിരുന്നു. എല്ലുകൾ കണ്ടപ്പോൾ മൂത്ത ചേട്ടൻ പറഞ്ഞു.

"നമ്മൾ പഠിച്ച വിദ്യകൾ ഈ എല്ലിൽ പ്രയോഗിച്ചു നോക്കിയാലോ?"

"അപ്പോൾ ഇളയ അനുജൻ പറഞ്ഞു.

"കാണുന്ന എല്ലുകളിലൊന്നും പ്രയോഗിക്കാനല്ല നമ്മൾ മന്ത്രതന്ത്രങ്ങൾ പഠിച്ചത്. ഈ എല്ലുകൾ എന്തിന്റെയാണ് എന്നറിയണം. ഇതിൽ വിദ്യകൾ പ്രയോഗിച്ചാലുള്ള ഭവിഷ്യത്തുകൾ ആലോചിക്കണം." കൊച്ചനുജന്റെ വാക്കുകൾ കേട്ട് ചേട്ടന്മാർ ചിരിച്ചു. "അങ്ങനെ ഒന്നും ചിന്തിക്കാനില്ല. നമുക്ക് നമ്മുടെ വിദ്യകൾ പ്രയോഗിക്കാം." ചേട്ടന്മാർ പറഞ്ഞു.

മൂത്ത ചേട്ടൻ എല്ലുകൾ പെറുക്കി ചേർത്തുവച്ചു. അപ്പോൾ അത് സിംഹത്തിന്റെയാണ് എന്നു മനസിലായി. രണ്ടാമൻ ആ എല്ലുകൾക്ക് മാംസവും തൊലിയും ഒക്കെ നൽകി. അപ്പോഴത് മരിച്ചുകിടക്കുന്ന ഒരു സിംഹമായി. പെട്ടെന്ന് മൂന്നാമത്തെ ചേട്ടൻ പറഞ്ഞു. "ഞാനിവന് ജീവൻ കൊടുത്തുനോക്കാം."

"വിഡ്ഢികളേ! നിങ്ങൾ വീണ്ടുവിചാരമില്ലാതെയാണ് പ്രവർത്തിക്കുന്നത്." അങ്ങനെ പറഞ്ഞുകൊണ്ട് ഇളയ അനുജൻ ഓടി

നല്ല പൊക്കവും വണ്ണവുമുള്ള ഒരു മരത്തിന്റെ മുകളിൽ കയറിയിരുന്നു.

മൂന്നാമത്തെ സഹോദരൻ സിംഹത്തിന് ജീവൻ കൊടുത്തു. ഉടൻ അതു കണ്ണുതുറന്നു. മൂരി നിവർത്തി. എഴുന്നേറ്റുനിന്നു. അലറി. പിന്നെ അടുത്തു നിന്ന സഹോദരങ്ങൾക്കു നേരെ ചാടി. അടുത്ത മന്ത്രതന്ത്രമൊക്കെ പ്രയോഗിച്ചു നോക്കാൻ നേരം കിട്ടുന്നതിനുമുൻപ് സിംഹം അവരെ മൂന്നിനേയും കടിച്ചുകുടഞ്ഞു കൊന്നിട്ടു!

ഏറ്റവും ഇളയവൻ മരത്തിലിരുന്ന് എല്ലാ കണ്ട് ദുഃഖിച്ചു. അവനവനു കിട്ടുന്ന അറിവ് വിവേകപൂർവം പ്രയോഗിച്ചില്ലെങ്കിൽ നാശമായിരിക്കും ഫലം എന്ന് ഗുരു ഉപദേശിച്ചത് അവൻ ഓർത്തു. അവൻ മന്ത്രം ചൊല്ലി സിംഹത്തെ മയക്കിയിട്ടു. എന്നിട്ട് നിലത്തിറങ്ങി. ഓടി രക്ഷപ്പെട്ടു. വീട്ടിൽ തിരിച്ചെത്തി.

40

കുരങ്ങന്റെ വാലു പോയ കഥ

പണ്ടൊരുകൂട്ടം കുരങ്ങന്മാർ കാടു കാണാനിറങ്ങി. മരങ്ങളിൽ നിന്നും മരങ്ങളിലേക്കു ചാടിയും നിലത്തിറങ്ങി ഓടിയും പിന്നെയും മരങ്ങളിൽ കയറിയും വള്ളികളിൽ തൂങ്ങിയും ആടിയും കണ്ണിൽ കണ്ട കായ്കൾ പറിച്ചുതിന്നു സ്വാദു നോക്കിയും അവർ കാനന പര്യടനം തുടർന്നു. അങ്ങനെ ചെന്നപ്പോൾ ഒരിടത്ത് കുറെ മനുഷ്യർ നിന്നു പണിചെയ്യുന്നു. ഒരു ഗ്രാമത്തോടു ചേർന്നുള്ള കാടായിരുന്നു അത്. അവിടെ മരംവെട്ടുകാർ മരം വെട്ടിയിട്ട് അറക്കുകയായിരുന്നു. മരം പൊക്കിവച്ച് അത് രണ്ടായി കീറുകയായിരുന്നു രണ്ടുപേർ. ഒരാൾ മരത്തിനു മുകളിലും ഒരാൾ താഴെയും നിന്ന് വാൾകൊണ്ട് മരം അറക്കുന്നു. കുരങ്ങന്മാർ അതുകണ്ട് അത്ഭുതപ്പെട്ടു നിന്നു.

ഉച്ചയാകാറായിരുന്നു. പണിക്കാർ പണിസാധനങ്ങൾ എല്ലാം അവിടെ വച്ചിട്ട് അടുത്തുള്ള ഗ്രാമത്തിലേക്ക് ഭക്ഷണം കഴിക്കാൻ പോയി. കുരങ്ങന്മാർ അടുത്തുചെന്നു. പണിസാധനങ്ങൾ നോക്കി നിന്നു. ആർക്കും അവയെ തൊടാൻ ധൈര്യം വന്നില്ല. എന്നാൽ ഒരു വിഡ്ഢിക്കുരങ്ങൻ മുന്നോട്ടു വന്നു. അറക്കാൻ പൊക്കി വച്ചിരുന്ന മരക്കഷണത്തിൽ കയറി നോക്കി. അറക്കവാൾ കുത്തനെ വച്ചിരുന്നതിൽ തൊട്ടുനോക്കി. അപ്പോഴായിരുന്നു അവൻ മരത്തിൽ ഒരു ആപ്പ് അടിച്ചുകയറ്റിയിരിക്കുന്നത് കണ്ടത്. പാതി അറുത്ത് വച്ചിരിക്കുന്ന മരത്തിന്റെ രണ്ടു പാളികളും അകന്നിരിക്കാനായിരുന്നു അത്. പരന്ന് ഒരറ്റം കൂർത്ത ഉളിപോലുള്ള കഷണം. കുരങ്ങൻ മരത്തിലിരുന്നു. ആപ്പിനെ സൂക്ഷിച്ചുനോക്കി. അതിനിടെ അവന്റെ

വാൽ മരത്തിന്റെ അകത്തിവച്ചിരുന്ന പാളികൾക്കിടയിൽ പെട്ട തൊന്നും അവനറിഞ്ഞില്ല. അവന് ആ ആപ്പിനോടു വലിയ താൽപ്പര്യം തോന്നി. അവനത് എടുക്കാൻ നോക്കി. പറ്റിയില്ല.

അവൻ അൽപ്പനേരം ആലോചിച്ചു. പിന്നെ ഇരുകാലുകളും ഇരുപാളികളിലുമായി വച്ചു. ആപ്പിൽ പിടിച്ചു. അപ്പോൾ അവന്റെ വാൽ മുഴുവൻ മരപ്പാളികൾക്കിടയിലൂടെ താഴേക്കു കിടക്കുകയായിരുന്നു. അവൻ ആപ്പിൽ പിടിച്ച് അത് ഊരാൻ നോക്കി. ഇല്ല. അത് അനങ്ങിയില്ല. അവൻ രണ്ടു കൈളും ആപ്പിൽ പിടിച്ചു. സർവ ശക്തിയുമെടുത്ത് ആപ്പ് മുകളിലേക്ക് വലിച്ചു. ആപ്പ് മുകളിലേക്കു പോന്നു. 'ഠപ്പോ' എന്നൊരു ശബ്ദത്തോടെ മരത്തിന്റെ ഇരുപാളികളും ഒന്നിച്ചു ചേർന്നു. കുരങ്ങന്റെ വാൽ അവയ്ക്കിടയിൽ പെട്ട് ചതഞ്ഞരഞ്ഞുപോയി. കുരങ്ങൻ മോങ്ങിക്കരഞ്ഞുകൊണ്ട് ഓടി. ചോര ഒലിപ്പിച്ചുകൊണ്ട് കരഞ്ഞുകൊണ്ട് അനേകദിവസങ്ങൾ കാട്ടിലെങ്ങും ഓടിനടന്നു. അവന്റെ കരച്ചിൽ കാടുമുഴുവൻ നിറഞ്ഞു. മൃഗങ്ങൾ സങ്കടത്തോടെ അവനെ നോക്കി നിസ്സഹായരായി നിന്നു.

പിന്നെ അവന്റെ ദേഹത്തെ മുറിവുണങ്ങി. അവൻ ഭാഗ്യംകൊണ്ടാണ് രക്ഷപ്പെട്ടത്. മുറിവു പഴുത്തിരുന്നെങ്കിൽ അവൻ ചത്തേനെ. അതുണ്ടായില്ല. കുറച്ചു ദിവസങ്ങൾ അവൻ അനങ്ങാതെ, മിണ്ടാതെ, പേടിച്ച് ഒരു മരത്തിൽ കഴിഞ്ഞു. പിന്നെ പേടി മാറി. ഓടാനും ചാടാനും മറിയാനും തുടങ്ങി. വാലില്ലാതെ ജീവിക്കാൻ പഠിച്ചു.

കുരങ്ങന്മാർ ആദ്യം പേടിച്ച് അവന്റെ അടുത്തുചെല്ലാൻ കൂട്ടാക്കിയില്ല. അവൻ കുരങ്ങനല്ല എന്നു കരുതി അവനെ ആട്ടിപ്പായിച്ചു. പക്ഷേ സാവധാനം അവർ അവനേയും കൂട്ടത്തിൽ കൂട്ടി. ചിലർ അവന്റെ മുറിവാലിൽ തൊട്ടുനോക്കിയും രസിച്ചു! വാലില്ലാക്കുരങ്ങൻ അങ്ങനെ വാലില്ലാതെ തന്നെ കുരങ്ങനായി കാട്ടുമൃഗങ്ങളുടെ കൗതുകമായി ജീവിച്ചു. വേണ്ടാത്തിടത്തു പോയി വാലിട്ടാൽ എന്തുണ്ടാകുമെന്നതിന് തെളിവായി ജീവിച്ചു.

41

പൊന്മുട്ട തരും താറാവ്

ആറുകാലിലൊരു കൊച്ചു കുടിൽ. ഒരു മുറിയും ഒരു അടുക്കളയും മാത്രമുള്ള കുടിൽ. അതിലായിരുന്നു ആ നാട്ടിലെ ഒരു പാവപ്പെട്ട കൃഷിക്കാരൻ താമസിച്ചിരുന്നത്. അയാൾക്ക് സ്വന്തമായി കൃഷിസ്ഥലമില്ലായിരുന്നു. ജന്മിയുടെ സ്ഥലം പാട്ടത്തിനെടുത്തായിരുന്നു കൃഷി ചെയ്തിരുന്നത്. അയാളും ഭാര്യയും തന്നെ കൃഷിസ്ഥലത്തു പണിതു. അങ്ങനെ കഷ്ടപ്പെട്ടായിരുന്നു അവരുടെ ജീവിതം. പാതി ദിവസങ്ങൾ പട്ടിണിയിൽ തന്നെ അവർ ജീവിച്ചു.

ഒരിക്കൽ കൃഷിക്കാരന്റെ ഭാര്യക്ക് ഒരു താറാവിൻകുഞ്ഞിനെ കിട്ടി. മക്കളില്ലാതിരുന്നതിനാൽ അവർ അതിനെ ഓമനിച്ചു വളർത്തി. താറാവ് അതിവേഗം വളർന്നു. നല്ല സുന്ദരിയായ ഒരു താറാവായി മാറി. "അത് മുട്ടയിടും. നമുക്ക് അങ്ങനെ കുറച്ചു പണം കിട്ടും." ഭാര്യ പറയും.

"പക്ഷേ ഇത്ര നാളുകളായിട്ടും അതു മുട്ടയിടുന്നില്ലല്ലോ." ഭർത്താവ് ആശങ്കയോടെ പറയും.

അങ്ങനെ കാലം കുറെ കഴിഞ്ഞു. താറാവ് മുട്ടയിടാനുള്ള ലക്ഷണമൊന്നും കാണിച്ചില്ല. എന്നാൽ ഒരുദിവസം പെട്ടെന്ന് താറാവിന്റെ ഭാവം മാറി. അത് രാവിലെ ഒരു മുറിയിൽ കയറി മൂലയിലിരുന്നു. കുറച്ചുനേരം കഴിഞ്ഞപ്പോൾ അത് അവിടെ ഒരു മുട്ടയിട്ടു. എന്തത്ഭുതം! അതൊരു സ്വർണമുട്ടയായിരുന്നു! കൃഷിക്കാരൻ മുട്ട എടുത്തു. ഭാര്യയെ കാണിച്ചു. അവർ അതു വിറ്റു. ധാരാളം പണം കിട്ടി. അതുകൊണ്ട് ഒരു മാസത്തേക്കു വേണ്ടതൊക്കെ വാങ്ങി. ബാക്കി പണം സൂക്ഷിച്ചുവച്ചു.

അങ്ങനെ എന്നും താറാവ് ഓരോ സ്വർണമുട്ടയിട്ടുകൊണ്ടിരുന്നു. അതൊക്കെ വിറ്റ് കൃഷിക്കാരൻ പണം സമ്പാദിച്ചു. അവർ അൽപ്പം വലിയ ഒരു വീടുവച്ചു. കുറച്ചു കൃഷിസ്ഥലങ്ങൾ വാങ്ങി. ദാരിദ്ര്യമില്ലാതെ അവർ സുഖമായി ജീവിക്കാൻ തുടങ്ങി.

അങ്ങനെ കുറേനാൾ കഴിഞ്ഞു. അപ്പോഴേക്ക് കൃഷിക്കാരനും ഭാര്യക്കും ആ ജീവിതം പോരാ എന്നായി ചിന്ത. "ഈ താറാവ് ഒരുദിവസം ഒരു പൊൻമുട്ടയല്ലേ ഇടൂ. ഒരു പത്തുനൂറു മുട്ട ഒന്നിച്ചു കിട്ടിയിരുന്നെങ്കിൽ നമുക്കു വലിയ സമ്പന്നരാകാമായിരുന്നു." അവർ ഒരു രാത്രി പരസ്പരം പറഞ്ഞു.

പെട്ടെന്ന് കൃഷിക്കാരന് ഒരു ബുദ്ധി തോന്നി. "നമുക്ക് ആ താറാവിനെ പിടിച്ചു വയർ കീറാം. വയറ്റിലെ പൊൻമുട്ടകൾ മുഴുവൻ എടുക്കാം." അതു കേട്ടതോടെ ഭാര്യക്കും ആ ആശയം ഇഷ്ടമായി.

പിറ്റേന്നു രാവിലെതന്നെ അവർ താറാവിനെ പിടിച്ചു. ജീവനോടെ വയർ കീറി! അപ്പോൾ അവർ ഞെട്ടി. വയറ്റിൽ ഒറ്റ മുട്ടപോലുമില്ല. കുറെ കുടലും ചോരയും മാത്രം. താറാവ് ചത്തും പോയി. അവരുടെ അത്യാഗ്രഹംമൂലം ഒറ്റ പൊൻമുട്ട പോലും കിട്ടാതായി!

42

ങ്ും എന്നു പറഞ്ഞാൽ സൂചി കിട്ടുമോ?

ഒരിടത്ത് ഒരമ്മൂമ്മയും നാലു മക്കളുമുണ്ടായിരുന്നു. ആ നാലു മക്കൾക്കും നാലു മക്കൾ വീതമുണ്ടായിരുന്നു. അപ്പോൾ ആ അമ്മൂമ്മയ്ക്ക് എത്ര കൊച്ചുമക്കളുണ്ടായിരുന്നു? കണക്കുകൂട്ടി കണ്ടുപിടിച്ചോളൂ. വീടു നിറയെ കൊച്ചുമക്കൾ. ചലപില ചലപില ചിലക്കുന്ന കൊച്ചുമക്കൾ. ഒരുദിവസം രാത്രി കിടക്കുമ്പോൾ കൊച്ചുമക്കൾ അമ്മൂമ്മയോടു കെഞ്ചി. "അമ്മൂമ്മേ ഒരു കഥ."

കഥയോ കഥ കഥ. കൊച്ചുമക്കൾ ചിലച്ചു. അമ്മൂമ്മ കൊച്ചുമക്കളുടെ നടുക്കു കിടന്നു. കിടന്നുകൊണ്ട് കഥ തുടങ്ങി.

പണ്ടുപണ്ട് ഒരിടത്തൊരു നാട്ടിലൊരു തയ്യൽക്കാരിയുണ്ടായിരുന്നു. തയ്യൽക്കാരി ഒരുദിവസം കിണറിനരികിലിരുന്നു തയ്ക്കുകയായിരുന്നു. ആർക്കോ എന്തോ ഉടുപ്പോ പാവാടയോ എന്തോ തയ്ച്ചുകൊണ്ടിരിക്കുമ്പോൾ അയ്യയ്യോ കൈയിൽ നിന്നു സൂചി താഴെ വീണു. താഴെയെന്നാൽ തറയിലല്ല. കിണറ്റിൽ. സൂചി താഴേക്കു താഴേക്കു വീണു വീണു കിണറിനടിയിലേക്കു പോയി. തയ്യൽക്കാരി കിണറിലേക്കു നോക്കി. സൂചി പോയിട്ട് ആന വീണാൽ പോലും കാണാൻ പറ്റാത്തത്ര ആഴമുണ്ടായിരുന്നു ആ കിണറിന്. അതിനകത്തൊരു സൂചി വീണാലെങ്ങനെയെടുക്കാനാണ്! അതോർത്ത് ആ തയ്യൽക്കാരി വിഷമിച്ചു. തന്റെ കൈയിലാകെയുണ്ടായിരുന്ന തയ്യൽസൂചിയാണ് കിണറ്റിൽ പോയത്. സൂചി കിട്ടിയില്ലെങ്കിൽ തയ്യൽ നടക്കില്ല. തയ്യൽ നടന്നില്ലെങ്കിൽ തയ്യൽക്കൂലി കിട്ടില്ല. തയ്യൽക്കൂലി കിട്ടിയില്ലെങ്കിൽ കഞ്ഞിവയ്ക്കുകയില്ല. കഞ്ഞി വച്ചില്ലെങ്കിൽ പട്ടിണിയുമാകും. അതോർത്ത് തയ്യൽക്കാരി കരഞ്ഞു.

ദൈവമേ ഞാനെങ്ങനെ എന്റെ സൂചി തിരിച്ചെടുക്കും? തയ്യൽക്കാരി കരഞ്ഞുകൊണ്ടു ചോദിച്ചു.

കഥ അത്രയും പറഞ്ഞ് അമ്മൂമ്മ കണ്ണടച്ചു. വല്ലാത്ത ക്ഷീണം. ഇനി ഉറങ്ങാം. അമ്മൂമ്മയ്ക്ക് ഉറക്കംവന്നു തൂങ്ങുന്നുണ്ടായിരുന്നു. പക്ഷേ കൊച്ചുമക്കൾ പതിനാറുംകൂടി അമ്മൂമ്മയുടെ നാലുവശവും കിടന്ന് കഥ കേൾക്കാൻ ധൃതിപിടിച്ചു.

"ങും. ബാക്കി പറ അമ്മൂമ്മെ."

അമ്മൂമ്മ ഉറക്കപ്പിച്ചിൽ കിടന്നുചോദിച്ചു.

"ങും എന്നു പറഞ്ഞാൽ സൂചി കിട്ടുമോ?"

"ഇല്ലില്ല. ബാക്കി പറ അമ്മൂമ്മെ" കൊച്ചുമക്കൾ അക്ഷമയോടെ പറഞ്ഞു.

"ഇല്ലില്ല എന്നു പറഞ്ഞാൽ സൂചി കിട്ടുമോ?" അമ്മൂമ്മ വീണ്ടും ചോദിച്ചു.

കൊച്ചുമക്കൾക്ക് ദേഷ്യം കൂടി. അവർ ഒന്നിച്ചു പറഞ്ഞു.

"സൂചി കിട്ടുകയില്ലേയില്ല. കഥ പറയമ്മൂമ്മേ." ഉടൻ അമ്മൂമ്മ ചോദിച്ചു.

"കഥ പറയമ്മൂമ്മെ എന്നു പറഞ്ഞാൽ സൂചികിട്ടുമോ?"

കൊച്ചുമക്കൾക്കു സഹിക്കാൻ പറ്റിയില്ല. അവർ അമ്മൂമ്മയെ ഇക്കിളികൂട്ടി ഉണർത്തിക്കൊണ്ടു പറഞ്ഞു:

"കണ്ണു തുറക്കമ്മൂമ്മെ. കണ്ണു തുറക്ക്."

ഉടൻ അമ്മൂമ്മ കണ്ണു തറുന്നുകൊണ്ടു ചോദിച്ചു.

"കണ്ണു തുറക്കമ്മൂമ്മേ എന്നു പറഞ്ഞാൽ സൂചി കിട്ടുമോ?"

അമ്മൂമ്മയുടെ കള്ളച്ചിരിയും ചോദ്യവും കേട്ടു കൊച്ചുമക്കൾ വീണ്ടും പ്രതിഷേധിച്ചു.

"അയ്യയ്യോ ഈ അമ്മൂമ്മയെക്കൊണ്ടു തോറ്റു."

ഉടൻ അമ്മൂമ്മ ചോദിച്ചു.

"അമ്മൂമ്മയെക്കൊണ്ടു തോറ്റു എന്നു പറഞ്ഞാൽ സൂചി കിട്ടുമോ?"

കൊച്ചുമക്കൾ പരസ്പരം നോക്കി. മിണ്ടാതിരിക്കുകതന്നെയാണ് നല്ല വഴി. എന്തു മിണ്ടിയാലും അമ്മൂമ്മ അതേപ്പിടിച്ച് സൂചി കിട്ടുമോ എന്നു ചോദിക്കും. അവർ കടിച്ചുപിടിച്ചു മിണ്ടാതിരുന്നു. ഉടൻ അമ്മൂമ്മ ചോദിച്ചു.

"മിണ്ടാതെ മുഖം വീർപ്പിച്ചിരുന്നാൽ സൂചി കിട്ടുമോ?"

അതുകേട്ടതോടെ കൊച്ചുമക്കൾ വാശിയിൽ പറഞ്ഞു:

"ഈ കഥ ഞങ്ങൾക്കു വേണ്ട വേണ്ട."

ഉടൻ അമ്മൂമ്മ ചോദിച്ചു.

"ഈ കഥ വേണ്ടേ വേണ്ട എന്നു പറഞ്ഞാൽ സൂചി കിട്ടുമോ?"

ഉടൻ കൊച്ചുമക്കളിലെ കാന്താരി ചാടിപ്പറഞ്ഞു

"സൂചി കിട്ടില്ല. പോരേ?"

ഉടൻ അമ്മൂമ്മ ചോദിച്ചു.

"സൂചി കിട്ടില്ല. പോരേ എന്നു പറഞ്ഞാൽ സൂചി കിട്ടുമോ?"

ഉടൻ കൊച്ചുമക്കൾ പറഞ്ഞു

"ഞങ്ങൾ ഉറങ്ങുന്നു."

അവർ പുതപ്പെടുത്തു പുതച്ചു കണ്ണടച്ചു മിണ്ടാതെ കിടന്നു.

അമ്മൂമ്മ സൂത്രത്തിൽ ഒളിഞ്ഞുനോക്കി. പതിനാറിൽ പത്തിനെങ്കിലും ഉറക്കം വരുന്നുണ്ട്. ബാക്കിയും ഉടനെ ഉറക്കം തൂങ്ങും. രക്ഷപ്പെട്ടു. അമ്മൂമ്മ അവരെ നോക്കി ചിരിച്ചു. അവർ എല്ലാവരും കണ്ണടച്ചു എന്നു തീർച്ചയായപ്പോൾ അമ്മൂമ്മ തലയിൽ കൈവച്ചു പറഞ്ഞു:

"ഭഗവാനെ, രക്ഷിച്ചതിന് നന്ദി."

ഉടൻ കൊച്ചുമക്കൾ പതിനാറും കൂടി കണ്ണുതുറന്ന് അമ്മൂമ്മക്കു ചുറ്റും നിന്ന് സന്തോഷത്തോടെ ചാടിച്ചിരിച്ചുകൊണ്ട് തിരിച്ച് ചോദിച്ചു:

"ഭഗവാനെ രക്ഷിച്ചതിന് നന്ദി എന്നു പറഞ്ഞാൽ സൂചി കിട്ടുമോ?"

അമ്മൂമ്മ ഞെട്ടിപ്പോയി. തന്റെ വിദ്യ തന്നെത്തന്നെ കുടുക്കിയിരിക്കുന്നു! അമ്മൂമ്മ തോറ്റു. രക്ഷയില്ല. അതുകൊണ്ട് പുതപ്പെടുത്ത് തലയിൽ മൂടി കിടന്നു.

കൊച്ചുമക്കൾ ചുറ്റും കിടന്ന് അമ്മൂമ്മയെ ഇക്കിളികൂട്ടി ചോദിച്ചുകൊണ്ടേയിരുന്നു.

"തലയിൽ പുതപ്പിട്ടു കിടന്നാൽ സൂചി കിട്ടുമോ?"

ചോദിച്ചു ചോദിച്ച് അവരും ക്ഷീണിച്ചുറങ്ങി. അതിനിടെ അമ്മൂമ്മയും ഉറങ്ങി. തയ്യൽക്കാരിയുടെ കാര്യം എല്ലാവരും മറന്നു!

43

കുരങ്ങന്മാരും തൊപ്പിക്കാരനും

ഒരിടത്തൊരു തൊപ്പിക്കാരനുണ്ടായിരുന്നു. തൊപ്പി വിറ്റ് കുടുംബം പുലർത്തിയിരുന്ന ഒരു സാധു. അയാൾ എന്നും രാവിലെ തൊപ്പികളുമായി ഇറങ്ങും. തോളിൽ തൊപ്പികൾ നിറഞ്ഞ ഭാണ്ഡം. തലയിലൊരു തൊപ്പി. കൈകളിൽ വേറെ തൊപ്പികളും. അങ്ങനെ അയാൾ നടക്കും. "തൊപ്പി വേണോ തൊപ്പി? പാളത്തൊപ്പി, തുണിത്തൊപ്പി, തൂവൽത്തൊപ്പി, ഓലത്തൊപ്പി, പീലിത്തൊപ്പി..." അങ്ങനെ പലതരം തൊപ്പികളുടെ പേരുകൾ വിളിച്ചുപറഞ്ഞ് അയാൾ നടക്കും. "തൊപ്പി വേണോ തൊപ്പി? കുട്ടിത്തൊപ്പി, ചട്ടിത്തൊപ്പി, കോലൻ തൊപ്പി, വട്ടത്തൊപ്പി, അച്ഛൻ തൊപ്പി, അമ്മത്തൊപ്പി..." അങ്ങനെയും അയാൾ വിളിച്ചുകൂവും.

അയാളുടെ വിളി കേട്ട് ചിലരൊക്കെ അയാളെ വീട്ടിലേക്കു വിളിച്ചുകയറ്റും. ചിലർ വിലപേശി വാങ്ങും. അതായിരുന്നു പതിവ്.

ഒരുദിവസം രാവിലെ മുതൽ ഉച്ചവരെ നടന്ന് തൊപ്പികൾ വിറ്റതോടെ തൊപ്പിക്കാരൻ ക്ഷീണിച്ചു. ഉച്ചയായി. അയാൾ ആ ഗ്രാമത്തിലെ വഴിയോരത്തെ ആലിൻചുവട്ടിലിരുന്നു. പൊതിച്ചോർ തുറന്ന് ഉണ്ടു. ആലിൻചുവട്ടിൽ നല്ല തണൽ. തണുപ്പും. അയാൾ ആലിൽ ചാരിയിരുന്ന് ഉറങ്ങി.

ആലിൽ കുറെ കുരങ്ങന്മാർ താമസമുണ്ടായിരുന്നു. തൊപ്പിക്കാരൻ ഉറങ്ങിയപ്പോൾ അവർ താഴെയിറങ്ങി. തൊപ്പിക്കാരന്റെ തലയിലെ തൊപ്പി കണ്ടപ്പോൾ അവർക്കും തൊപ്പിയിടാൻ കൊതി തോന്നി. അവരിലൊരു കുസൃതി നിലത്തിരുന്ന ഭാണ്ഡത്തിന്റെ

കെട്ടഴിച്ചു. ഒരു തൊപ്പിയെടുത്ത് അവന്റെ തലയിൽ വച്ചു. അതുകണ്ട് മറ്റു കുരങ്ങന്മാരും ഭാണ്ഡത്തിൽനിന്നും തൊപ്പികളെടുത്തു. ചിലർ മൂന്നും നാലും തൊപ്പികൾ ഒന്നിച്ചെടുത്തു തലയിൽ വച്ചു. അങ്ങനെ ഭാണ്ഡം ഒഴിഞ്ഞു. കുരങ്ങന്മാർ സന്തോഷത്തോടെ മരത്തിലേക്കു കയറി. അവിടെയിരുന്നു കളികൾ തുടങ്ങി.

കുറച്ചുനേരം കഴിഞ്ഞപ്പോൾ തൊപ്പിക്കാരനുണർന്നു. ഭാണ്ഡമെടുക്കാൻ കുനിഞ്ഞപ്പോഴാണ് അയാൾ അതു കണ്ടത്. ഭാണ്ഡം ഒഴഞ്ഞിരിക്കുന്നു. ഒറ്റ തൊപ്പിപോലും അതിലില്ല! അപ്പോഴായിരുന്നു അയാൾ ആലിലെ ബഹളം കേട്ടത്. അയാൾ തല ഉയർത്തി നോക്കി. ആലിൽ നിറയെ കുരങ്ങന്മാർ. എല്ലാവരുടെയും തലയിൽ തൊപ്പി.

തൊപ്പിക്കാരൻ അതുകണ്ടു കരഞ്ഞുപോയി. അയാൾ ദേഷ്യപ്പെട്ട് കുരങ്ങന്മാരെ നോക്കി. അവർ തിരിച്ചും നോക്കി. അയാൾ കൈപൊക്കി അടിക്കുമെന്ന് ഭീഷണിപ്പെടുത്തി. ഉടൻ കുരങ്ങന്മാരും കൈ പൊക്കി അടിക്കുമെന്ന് കാണിച്ചു. അയാൾ കൈ ചുരുട്ടി ഇടിതരുമെന്നു കാണിച്ചു. ഉടൻ കുരങ്ങന്മാരും കൈ ചുരുട്ടി ഇടിക്കുമെന്നു കാണിച്ചു. അയാൾ അവരെ എറിയുന്നതായി അഭിനയിച്ചു. ഉടൻ കുരങ്ങന്മാരും എറിയുന്നതായി കാണിച്ചു. അയാൾ എഴുന്നേറ്റു നിന്നു. കുരങ്ങന്മാരും മരക്കമ്പുകളിൽ എഴുന്നേറ്റു നിന്നു.

ഇവർ വിഡ്ഢികൾതന്നെ. എന്തു കാണിച്ചാലും അത് അനുകരിക്കും. അപ്പോൾ ഇവരുടെ ആ വാസന ഉപയോഗിച്ച് തൊപ്പി തിരിച്ചെടുക്കാം. തൊപ്പിക്കാരന്റെ ബുദ്ധിയിൽ അങ്ങനെയൊരു ആശയം ഉദിച്ചു. അയാൾ ഒരു കൈകൊണ്ട് തലയിൽനിന്നും തൊപ്പിയൂരി. കുരങ്ങന്മാരും അതുകണ്ട് തൊപ്പിയൂരി. അയാൾ തൊപ്പി വീശി. കുരങ്ങന്മാരും വീശി. അയാൾ ശക്തിയായി വീശി. കുരങ്ങന്മാരും വീശി. ഉടൻ അയാൾ തൊപ്പികൊണ്ട് കുരങ്ങന്മാരെ എറിഞ്ഞു. ഉടൻ കുരങ്ങന്മാർ അവരുടെ തൊപ്പികൊണ്ട് അയാളെയും എറിഞ്ഞു. നിമിഷങ്ങൾക്കകം തൊപ്പികളെല്ലാം നിലത്തുവീണു. പെട്ടെന്ന് തൊപ്പിക്കാരൻ നിലത്തു വീണ തൊപ്പികൾ പെറുക്കിയെടുത്തു. അതുകണ്ട് ചില കുരങ്ങന്മാർ താഴേക്കിറങ്ങാൻ തുടങ്ങി. അപ്പോൾ അയാൾ നിലത്തു കിടന്ന ഒരു വലിയ വടി കൈയിലെടുത്തു. അതുകണ്ട് പേടിച്ച് കുരങ്ങന്മാർ മരത്തിൽത്തന്നെ അടങ്ങിയിരുന്നു. തൊപ്പിക്കാരൻ തൊപ്പികൾ ഭാണ്ഡത്തിലാക്കി വടിയും ഉയർത്തിപ്പിടിച്ചു നടന്നുപോയി. കുരങ്ങന്മാർ സങ്കടപ്പെട്ട് മൂക്കും ചൊറിഞ്ഞ് ഇരുന്നു. ചിലർ തൊപ്പിക്കാരന്റെ നേരെ ഇളിച്ചും കാണിച്ചു.

തൊപ്പിക്കാരൻ അതിവേഗം നടന്ന് അവിടെനിന്നും രക്ഷപ്പെട്ടു. ബുദ്ധി പ്രയോഗിച്ചാൽ ഏതു പ്രതിസന്ധിയിൽനിന്നും കരകയറാമെന്ന് തൊപ്പിക്കാരൻ അന്നു പഠിച്ചു.

44

വഴക്കാളി മക്കളുടെ കഥ

ഒരിടത്ത് ഒരമ്മയ്ക്ക് അഞ്ചു മക്കളുണ്ടായിരുന്നു. അഞ്ച് ആൺ മക്കൾ. അമ്മയും അച്ഛനും കൂടി പൊന്നുമക്കളെ പുന്നാരിച്ചു വളർത്തി. തലയിൽ വച്ചാൽ പേനരിക്കും. നിലത്തുവച്ചാൽ ഉറുമ്പ രിക്കും. തട്ടിൽ വച്ചാൽ ചിതലരിക്കും. അതിനാൽ മടിയിൽ വച്ചും നെഞ്ചിൽ കിടത്തിയും താലോലിച്ചുതന്നെ വളർത്തി. കണ്ണോ കാലോ വളരുന്നതെന്നു കണ്ണിലെണ്ണയൊഴിച്ചിരുന്നു നോക്കി വളർത്തി.

അങ്ങനെ വളർന്ന് അഞ്ചു മക്കളും വലുതായി. തണ്ടും തടിയു മുള്ള ചെറുപ്പക്കാരായി. പക്ഷേ അതോടെ അവർ താന്തോന്നിക ളായി. അച്ഛന്റെ കൃഷിയിടങ്ങളിൽ കാലു കുത്താത്തവരായി. അ വിടെയും നടന്ന് ഇവിടെയും നടന്ന്, അതും കണ്ട് ഇതും കണ്ട്, തി ന്നും തിന്നും കിടന്നും കിടന്നും, അവർ കുഴിമടിയന്മാരായി. മണ്ണു ണ്ണികളുമായി. അതിനിടെ അമ്മ മരിച്ചു. അച്ഛനു വയസായി. കൃ ഷികൾ നോക്കിനടത്താൻ വയ്യാതായി. പക്ഷേ തടിയന്മാരായ മ ക്കൾ അതൊന്നും ശ്രദ്ധിച്ചതേയില്ല.

പിന്നെ എന്തിലായിരുന്നു അവരുടെ ശ്രദ്ധയെന്നോ? അയ്യയ്യോ അതു പറഞ്ഞാൽ ആരും കഷ്ടമെന്നു പറഞ്ഞുപോകും. നേരം വെളുത്താലുടൻ അവർ എഴുന്നേൽക്കും. എഴുന്നേൽക്കുമ്പോൾ ത ന്നെ തർക്കം തുടങ്ങും. അടിപിടി തുടങ്ങും. ആക്രോശം തുടങ്ങും. ബഹളം തുടങ്ങും. കളിക്കിടയിലും കുളിക്കിടയിലും തീറ്റയ്ക്കിട യിലും എല്ലാം ആ വഴക്കു തുടരും. ഇടയ്ക്കു ചീത്തവിളിയും തുട ങ്ങും. പിന്നെ ഉന്തും തള്ളും തുടങ്ങും. അവസാനം അടിപിടിയുമു ണ്ടാകും. അച്ഛൻ ഓടിവന്ന് മക്കളെ പിടിച്ചു മാറ്റും. തടിയന്മാരെ

തല്ലുന്നതെങ്ങനെ? എന്നാലും അച്ചരൻ തല്ലും. ചെവിക്കും പിടിക്കും. അഞ്ചുമക്കളേയും അഞ്ചിടത്തേക്കു മാറ്റിനിർത്തും.

എന്നാൽ അച്ചരൻ മാറുമ്പോൾ മക്കൾ പിന്നെയും അടുത്തു കൂടും. സ്നേഹിക്കാനല്ല. വഴക്കുണ്ടാക്കാൻ. പിന്നെയും തുടങ്ങും 'വാടാ പോടാ' വിളി. ബഹളം. ചിലപ്പോൾ സഹിക്കാനാകാതെ അച്ചരൻ പുറത്തിറങ്ങിപ്പോകും. അന്ന് അടിപിടി ഇടിപിടിയിലേക്കു മുന്നേറും! ചിലരുടെ മൂക്ക് അതോടെ മറ്റു ചിലർ ഇടിച്ചു വളയ്ക്കും!

അച്ചരൻ മടുത്തു. കീരിയും പാമ്പും പോലെയുള്ള മക്കൾ വീട്ടിലുണ്ടായാൽ ഏത് അച്ചരനാണു മടുത്തുപോകാത്തത്! അച്ചരൻ കുറെ ആലോചിച്ചു. അവസാനം ഒരു സൂത്രം കണ്ടെത്തി. മക്കളെ മര്യാദക്കാരാക്കാനൊരു സൂത്രം.

പിറ്റേന്നു രാവിലെ മക്കൾ ഉണർന്നു. വഴക്കിനു വിഷയം കണ്ടെത്തും മുൻപ് അച്ചരൻ അവരെ അടുത്തുവിളിച്ചു. എന്നിട്ടു പറഞ്ഞു:

"മക്കളെ ഇതാ ഒരു കെട്ടു കമ്പുകൾ. ചുള്ളിക്കമ്പുകൾ ആണ് കെട്ടിൽ. ഇതൊന്ന് ഒടിച്ചു തരണം. കെട്ടഴിക്കാതെ ഒടിക്കണം. ആർക്കു പറ്റും?"

വഴക്കിനൊരു വിഷയം കിട്ടിയ സന്തോഷത്തിൽ മക്കൾ അഞ്ചും ചാടി കെട്ടിൽ പിടിച്ചു. 'ഞാനൊടിക്കാം. ഞാനൊടിക്കാം. വെറും ചുള്ളിക്കമ്പുകളല്ലേ?' അങ്ങനെ പറഞ്ഞുകൊണ്ടായിരുന്നു അവർ കെട്ടിൽ പിടികൂടിയത്. അച്ചരൻ അവരെ പിടിച്ചു മാറ്റി. വരിവരിയായി നിർത്തി. "ഓരോരുത്തരായി ശ്രമിച്ചാൽ മതി. ആദ്യം ഏറ്റവും മൂത്തവർ ഒടിക്കാൻ നോക്ക്" അങ്ങനെ പറഞ്ഞു കെട്ട് മൂത്തവന്റെ കൈയിൽ കൊടുത്തു.

അവൻ ആവുന്നത്ര ശ്രമിച്ചു. ശക്തി മുഴുവൻ പ്രയോഗിച്ചിട്ടും കെട്ട് ഒടിഞ്ഞില്ല. അവൻ തോറ്റതു കണ്ട് മറ്റു മക്കൾ ചിരിച്ചു. അങ്ങനെ വഴക്കുണ്ടാക്കാമോ എന്നായിരുന്നു അവരുടെ ഉന്നം.

അച്ചരൻ കെട്ട് വാങ്ങി അടുത്തവന് കൊടുത്തു. അങ്ങനെ മാറി മാറി ഏറ്റവും ഇളയവനു വരെ കൊടുത്തു. എല്ലാവരും കെട്ട് ഒടിക്കുന്നതിൽ പരാജയപ്പെട്ടു.

അപ്പോൾ അച്ചരൻ കെട്ടുവാങ്ങി. അഴിച്ചു. എന്നിട്ട് അതിൽ ഓരോ കമ്പും എടുത്ത് ഓരോരുത്തർക്കും കൊടുത്തു. ഒടിച്ചു നോക്കാൻ പറഞ്ഞു. അവർ ഒടിക്കാൻ നോക്കി. എന്തതിശയം! നിമിഷങ്ങൾകൊണ്ട് ഒടിക്കാൻ പറ്റി. അനായാസം ഒടിക്കാൻ പറ്റി. വളരെ കുറച്ചു ബലംകൊണ്ട് ഒടിക്കാൻ സാധിച്ചു.

അപ്പോൾ അച്ഛൻ പറഞ്ഞു: "മക്കളെ, ഈ ചുള്ളിക്കമ്പുകളെപ്പോലെയാണ് നിങ്ങൾ ഓരോരുത്തരും. നിങ്ങൾ ഒറ്റയ്ക്കു നിന്നാൽ ദുർബലരാണ്. ആർക്കും നിങ്ങളെ തോൽപ്പിക്കാൻ പറ്റും. ആക്രമിക്കാൻ പറ്റും. ഇല്ലാതാക്കാൻ പറ്റും. എന്നാൽ നിങ്ങൾ അഞ്ചു പേരും ഒന്നിച്ച് ഒറ്റക്കെട്ടായി നിന്നാലോ? എങ്കിൽ നിങ്ങൾ ശക്തരാകും. ആർക്കും നിങ്ങളെ തോൽപ്പിക്കാനാവില്ല. അപ്പോൾ നിങ്ങൾ തന്നെ ഇനി നിശ്ചയിക്കുക. ഒറ്റയ്ക്കുനിന്ന്, ദുർബലരായി നിന്ന്, വഴക്കടിച്ച്, മറ്റുള്ളവരുടെ ആക്രമണങ്ങളും ഏറ്റ് നശിക്കണോ? അതോ ഒന്നിച്ചുനിന്ന് ശക്തരായി വളരണോ? വിജയിക്കണോ?"

അച്ഛന്റെ ഹൃദയസ്പർശിയായ വിവരണം ആ മക്കളെ മാറ്റി. അവർ ഒരുമയുടെ മഹത്വമറിഞ്ഞു. ഒന്നായി നിൽക്കാൻ പ്രതിജ്ഞയെടുത്തു. കൈകൾ കോർത്ത് അച്ഛനു ചുറ്റും നിന്ന് അവർ പാടി.

ഒന്നായി നിന്നു ഞങ്ങൾ നന്നാകും
നന്നായി നിന്നു ഞങ്ങൾ ഒന്നാകും!

45

ബുദ്ധിമാനായ കുറുക്കനും സിംഹരാജാവും

കുറുക്കൻെറ ബുദ്ധിയെപ്പറ്റി നിങ്ങൾ നൂറു കഥകളെങ്കിലും കേട്ടിരിക്കും. എന്നാൽ ഇത് അത്തരം കഥയൊന്നുമല്ല. ശരിക്കും ബുദ്ധിമാനായ, ശാസ്ത്രബോധം തന്നെയുള്ള ഒരു കുറുക്കന്റെ കഥയാണ്.

ഇത് പണ്ടൊരു കാട്ടിൽ നടന്ന കഥയാണ്. കാട്ടിലൊരു സിംഹമുണ്ടായിരുന്നു. ശരിക്കും ക്രൂരനായിരുന്നു സിംഹം. ആരോഗ്യമുണ്ടായിരുന്ന കാലത്ത് ആരേയും സ്നേഹിക്കാതിരുന്നവൻ. ഓടിനടന്ന് മറ്റു മൃഗങ്ങളെ വേട്ടയാടിയിരുന്നവൻ. വിശക്കാത്തപ്പോഴും വെറുതെ മറ്റു മൃഗങ്ങളെ ഉപദ്രവിച്ചിരുന്നവൻ.

എന്നാൽ അവനും ഒരിക്കൽ വയസായി. വയ്യാതായി. ഓടിനടന്നും ചാടിച്ചെന്നും ഇരകളെ കൊല്ലാൻ പറ്റാതായി. അങ്ങനെയൊരു കാലം അവനു വരുമെന്ന് അവൻ കരുതിയിരുന്നില്ല. ഏതു ജീവിക്കും വയസാകുമെന്നറിയാനുള്ള വിവരമൊന്നും അവനില്ലായിരുന്നു. വയ്യാതായപ്പോൾ അവൻ അവന്റെ ഗുഹയിൽ കിടപ്പായി. തീറ്റ തിന്നാതെ കിടന്ന് അവൻ സഹികെട്ടു. വിശപ്പ് വയറ്റിൽ തീ കൊളുത്തിയതുപോലെ അവനു തോന്നി. അവന് ദേഷ്യവും സങ്കടവും നിരാശയും ഒക്കെയുണ്ടായി.

അങ്ങനെ ഒരുദിവസം അവന്റെ മടയിലവൻ കിടക്കുമ്പോൾ ആ വഴിയെ ഒരു കുറുക്കൻ വന്നു.

വെറുമൊരു കുറുക്കനൊന്നുമല്ല. ബുദ്ധിമാൻ ആയ കുറുക്കൻ. സിംഹം അവനെ വിളിച്ചു കരഞ്ഞു. താനിവിടെ പട്ടിണിയാണെ

ന്നും തന്റെ പ്രജകളായ മൃഗങ്ങളെ കാണാനാശയുണ്ടെന്നും വരുമ്പോൾ അവരൊക്കെ ഓരോ കഷണം ഇറച്ചി കൊണ്ടുവരണമെന്നും പറഞ്ഞു.

കുറുക്കനു ദയ തോന്നി. ക്രൂരനാണെങ്കിലും തന്റെ കാടിന്റെ രാജാവല്ലേ. രാജാവിനും വിശപ്പില്ലേ. എല്ലാവരോടും പറഞ്ഞേക്കാം. കഴിയുന്ന സഹായം എല്ലാവരും ചെയ്യട്ടെ. കുറുക്കൻ അങ്ങനെ ചിന്തിച്ചു. എല്ലാവരോടും സിംഹത്തിനെ കാണണം എന്നു പറയാമെന്ന് അവൻ പറഞ്ഞു.

കുറുക്കൻ അപ്പോൾ തന്നെ കാട്ടിലെത്തി. വിവരം കാനനവാസികളെ അറിയിച്ചു. പിന്നെ കുറുക്കൻ കുറുക്കത്തിയെ കാണാൻ പോയി. അവളുടെ പുന്നാരം കേട്ടിരുന്നും പോയി. പിറ്റേന്ന് വൈകിട്ടാണു സിംഹത്തിന്റെ കാര്യം ഓർമവന്നത്. ഇപ്പോൾ തന്നെ പോയി സിംഹത്തെ കാണാം. ആരൊക്കെ അദ്ദേഹത്തെ കണ്ടുവെന്നും അറിയണമല്ലോ. അവൻ നിശ്ചയിച്ചു.

കുറുക്കൻ ഒരു കോഴിക്കാലുമായി സിംഹമടയിലേക്കു യാത്രയായി. നടന്ന് അവിടെ എത്തി. എന്നാൽ ആൾ കുറുക്കനല്ലേ? അതും അതിബുദ്ധിമാനായ കുറുക്കവീരൻ. ആലോചിച്ചും വീണ്ടും ആലോചിച്ചുമേ എന്തും ചെയ്യൂ. സിംഹമടയ്ക്ക് പുറത്തുചെന്നപ്പോൾ കുറുക്കൻ നിന്നു. എന്നിട്ട് ഒന്ന് ആലോചിച്ചു. കയറേണ്ടത് സിംഹമടയിലേക്കാണ്. സിംഹം കിടപ്പാണ് എന്നതും ശരിയാണ്. എന്നുവച്ച് ഒരു ഇര അടുത്തുചെന്നാൽ കയറി പിടിക്കാനോ കടിച്ചുകീറാനോ പറ്റാത്തത്ര രോഗിയാകണമെന്നില്ല. ആലോചിച്ചു മതി കയറ്റം.

രാവിലെ മുതൽ ചില മൃഗങ്ങൾ സിംഹത്തെ കാണാൻ പോയതായി കേട്ടു. അവരുടെ അവസ്ഥ എന്താണാവോ. കുറുക്കന് ബുദ്ധി മാത്രമല്ല ഉണ്ടായിരുന്നത്. നിരീക്ഷണപാടവവും ഉണ്ടായിരുന്നു. അതു നൽകുന്ന ശാസ്ത്രബോധവും ഉണ്ടായിരുന്നു. അതിനാൽ അവൻ സിംഹത്തിന്റെ ഗുഹയുടെ ചുറ്റുപാടും ശ്രദ്ധയോടെ പരിശോധിച്ചു. നന്നായി നിരീക്ഷിച്ചു. രണ്ടുമൂന്നു മൃഗങ്ങളുടെ കാൽപ്പാടുകൾ കാണുന്നുണ്ട്. ഗുഹയിലേക്കു പോകുന്ന കാലുകളുടെ പാടുകൾ. അവർ തിരിച്ചു പോകുമ്പോൾ കാൽപ്പാദങ്ങളുടെ പാട് തിരിച്ചാകണം. അത്തരം കാൽപ്പാടുകൾ ഒന്നുപോലുമില്ല. ഗുഹയിലേക്കു പോയവരൊന്നും തിരിച്ചുവന്നിട്ടില്ല എന്നർഥം. കുറുക്കൻ അങ്ങനെ ഒരു നിഗമനത്തിലെത്തി. വിവരശേഖരണത്തിലൂടെത്തന്നെ ശരിയായ നിഗമനത്തിലെത്തി.

എന്നിട്ട് കുറുക്കൻ പുറത്തുനിന്ന് ഒന്നു ചുമച്ചു. അപ്പോൾ സിംഹം അകത്തുനിന്ന് അതു ശ്രദ്ധിച്ചു. പുറത്തേക്കു നോക്കി. കുറുക്കനെ കണ്ടു. ഉടൻ പറഞ്ഞു:

"ആഹാ എന്റെ ഏറ്റവും പ്രിയപ്പെട്ട ചങ്ങാതീ. താങ്കളെന്താണിത്ര താമസിച്ചത്. വരൂ വരൂ. അടുത്തേക്കു വരൂ. നമുക്കൊന്നിച്ചിരുന്ന് കുറച്ചു വിശേഷങ്ങൾ പറയാം. എനിക്കുവേണ്ടി കൊണ്ടുവന്നിരിക്കുന്ന കോഴിക്കാല് നമുക്കു പകുത്തുകഴിക്കാം. വരൂ വരൂ."

കുറുക്കൻ പുറത്തുനിന്നതേയുള്ളൂ. എന്നിട്ട് വലിയ ബഹുമാനം നടിച്ചു പറഞ്ഞു. "രാജാവേ അങ്ങയുടെ അസുഖം എങ്ങനെയുണ്ട്? കുറവുണ്ടോ? ഞാൻ ചില മൃഗങ്ങളോട് അങ്ങയെ വന്നു കാണാൻ പറഞ്ഞിരുന്നു. അവർ കൊണ്ടുവന്ന ഇറച്ചി നന്നായിരുന്നോ?"

സിംഹം ഉടൻ പറഞ്ഞു:

"നന്നായിരുന്നു. അതിനു നന്ദി പറയേണ്ടത് താങ്കൾക്കല്ലേ. അവരൊക്കെ വിശേഷം പറഞ്ഞിരുന്നിട്ട് ഇപ്പോൾ പോയതേയുള്ളൂ."

അപ്പോൾ കുറുക്കൻ പറഞ്ഞു: "അടിയന് വിവരം കുറവാണേയ്. അതുകൊണ്ടു ചോദിക്കുന്നതാണെന്നു കരുതിയാൽ മതി. അങ്ങയുടെ മടയിലേക്കു മൃഗങ്ങൾ കയറിപ്പോയതിന്റെ കാൽപ്പാടുകളേ ഞാൻ കാണുന്നുള്ളൂ. തിരിച്ചു പോയതിന്റെ കാണുന്നില്ലല്ലോ."

സിംഹം ഉടൻ പറഞ്ഞു:

"അത് താങ്കൾ ശരിക്കു നോക്കാത്തതുകൊണ്ടാണ് സുഹൃത്തേ. അവരാരും എന്റെ മടയിലൊളിച്ചിരിപ്പില്ല. താങ്കൾ ഉള്ളിൽ കയറി നോക്കൂ. അപ്പോൾ സംശയം തീരും."

കുറുക്കൻ അപ്പോൾ പറഞ്ഞു:

"ഇപ്പോൾ സംശയം തീർക്കണമെന്നില്ല രാജാവേ."

"എങ്കിൽ വേണ്ട. എന്നാലും എനിക്കു കൊണ്ടുവന്ന കോഴിക്കാല് താങ്കൾതന്നെ അകത്തുകൊണ്ടുവന്നു തരൂ." സിംഹം നിർബന്ധിച്ചു.

കുറുക്കൻ അപ്പോൾ കാര്യം പച്ചയായി പറഞ്ഞു.

"മഹാരാജാവേ, ഒരുദിവസം രണ്ടുമൂന്നു മൃഗങ്ങളെ തിന്നതു പോരേ? കോഴിക്കാലുകൂടി ഇനി തിന്നേണ്ട! നാളെ മുതൽ അങ്ങ് പട്ടിണി കിടക്കാൻ തയാറായിക്കോളൂ. ഞാൻ വിവരങ്ങൾ എല്ലാവരോടും പറയുന്നുണ്ട്."

അതും പറഞ്ഞ് കുറുക്കൻ ഓടിപ്പോയി. കാട്ടിലെ മൃഗങ്ങളോട് വിവരം പറഞ്ഞു. അതോടെ ആരും സിംഹമടയിലേക്ക് പോകാതായി. കള്ളനായ സിംഹരാജാവ് പട്ടിണി കിടന്നുതന്നെ ചത്തു. കള്ളന് അങ്ങനെതന്നെ ശിക്ഷ കിട്ടി.

46

നിധി കണ്ടുപിടിച്ച മക്കൾ

മക്കൾ നന്നാകണം. നന്നായില്ലെങ്കിൽ അച്ഛനമ്മമാർക്കു സങ്കടമാകും. ചീത്ത മക്കൾ മൂലം കുടുംബം നശിച്ചു എന്നുവരാം. നാടിനു നാണക്കേടായി എന്നും വരാം. ഇതൊക്കെ മക്കളായ മക്കളൊക്കെ ഓർക്കേണ്ടതാണ്. കുറെ ചീത്ത മക്കളെ ഒരു സൂത്രംകൊണ്ട് ഒരു അച്ഛൻ നന്നാക്കിയ കഥ ഇനി പറയാം. എല്ലാ മക്കളും വായിക്കേണ്ട കഥയാണ്.

പണ്ടുപണ്ട് നടന്ന ഒരു കഥയാണ്. ഒരു ഗ്രാമത്തിൽ നടന്ന കഥ. ആ ഗ്രാമത്തിലൊരു സമ്പന്നനായ കൃഷിക്കാരനുണ്ടായിരുന്നു. സത്യം പറഞ്ഞാൽ അയാൾ ആദ്യം ദരിദ്രനായിരുന്നു. പക്ഷേ അധ്വാനശീലനായിരുന്നു. എല്ലുമുറിയെ പണിയുന്നവൻ. അങ്ങനെ ജോലിചെയ്ത് കുറച്ചു സമ്പാദിച്ചു. എന്നിട്ട് കല്യാണം കഴിച്ചു. മിടുമിടുക്കിയായിരുന്നു അയാളുടെ ഭാര്യ. പണി ചെയ്യുന്ന കാര്യത്തിൽ ഭർത്താവിനെ തോൽപ്പിക്കുന്നവൾ. അങ്ങനെ ചെറുപ്പക്കാരായ ആ ദമ്പതിമാർ ഒന്നിച്ചു പാടത്തു പണിതു. വിയർപ്പൊഴുക്കി. സമ്പത്ത് വർധിപ്പിച്ചു. അങ്ങനെ ധനികരായി.

കാലം കുറെ കഴിഞ്ഞു. അപ്പോൾ ഭാര്യ മരിച്ചു. ഭർത്താവിനും വയസായി. ക്ഷീണമായി. കൃഷിസ്ഥലങ്ങൾ വേണ്ടതിലധികമുണ്ടായിരുന്നു. മക്കളുണ്ടായിരുന്നു വേണ്ടതിലധികം! നല്ല തക്കിടിമുണ്ടന്മാരായ അഞ്ചെട്ടു ആൺമക്കൾ. നല്ല ആരോഗ്യമുള്ളവർ. പക്ഷേ പറഞ്ഞിട്ടെന്തു ഫലം. എല്ലാ മക്കളും മടിയന്മാരായിരുന്നു. കുഴിമടിയന്മാർ. അനങ്ങാക്കള്ളന്മാർ. സ്വന്തം ചുമലിൽ കയറിയ ഉറുമ്പിനെ

തട്ടിക്കളയാൻ പോലും കൈപൊക്കാത്തവർ. അവർ കൃഷിസ്ഥല ങ്ങളിലൊന്നും പോയി പോലുമില്ല. പന്നികളെപ്പോലെ തിന്നും. പിന്നെ ഉറങ്ങും. അതായിരുന്നു അവരുടെ രീതി.

ഒരുദിവസം അച്ഛൻ മക്കളെ അടുത്തുവിളിച്ചു. "ഒരു വലിയ രഹസ്യം പറയാനുണ്ട്. വാതിലുകൾ അടയ്ക്ക്." അച്ഛൻ പറഞ്ഞു. മക്കൾ വാതിലുകൾ അടച്ചു. അച്ഛനു ചുറ്റും വട്ടമിട്ടിരുന്നു. വലി യ രഹസ്യം കേൾക്കാൻ ശ്രദ്ധിച്ചിരുന്നു. അപ്പോൾ അച്ഛൻ പറ ഞ്ഞു: "മക്കളെ, ഈ രഹസ്യം മറ്റാരോടും പറയരുത്. എനിക്ക് കുറെ നാൾ മുൻപ് വലിയ ഒരു നിധി കിട്ടി. ഒരു കിണർ കുഴിച്ചപ്പോൾ കിട്ടിയതാണ്. ഒരു കുടം സ്വർണം. ഞാനത് നമ്മുടെ കൃഷിസ്ഥ ലത്തെവിടെയോ കുഴിച്ചിട്ടു. കുഴിച്ചിട്ട സ്ഥലം മറന്നുപോയി. നിങ്ങൾ കൃഷിസ്ഥലങ്ങൾ കിളച്ചുനോക്കുക. നിധി കണ്ടെടുക്കുക. അതു കിട്ടിയാൽ പിന്നെ നിങ്ങൾക്ക് ജീവിതം മുഴുവൻ സുഖമായി ജീവി ക്കാം."

അച്ഛൻ പറഞ്ഞതുകേട്ട് മക്കൾ സന്തോഷിച്ചു. അവർ ഉത്സാ ഹത്തോടെ ഓരോ കൃഷിസ്ഥലങ്ങളായി കിളച്ചുമറിച്ചു. മുഴുവൻ സ്ഥലവും കിളച്ചു മറിച്ചിട്ടും നിധി കിട്ടിയില്ല. "മണ്ണിളകിയല്ലോ... ഇനി നിധി തെളിഞ്ഞുവരും. ഇടയ്ക്കിടെ നോക്കിയാൽ മതി. മറ്റാരും കാണാതിരിക്കാൻ കൃഷിസ്ഥലത്തു മുഴുവൻ ഗോതമ്പ് വിതയ്ക്കൂ." അച്ഛൻ ഉപദേശിച്ചു. "ഗോതമ്പിന് ഇടയ്ക്കിടെ വെള്ളം നനക്കൂ. അല്ലെങ്കിലവ ഉണങ്ങും." അച്ഛൻ ഇടയ്ക്കിടെ പറഞ്ഞുകൊടുത്തു. ഇടയ്ക്കിടെ വളവും ഇട്ടുകൊടുക്കൂ." അച്ഛൻ ഉപദേശം തുടർന്നു.

ഗോതമ്പുചെടികൾ ഉഷാറായി വളർന്നു. കതിരിട്ടു. പാകമായ പ്പോൾ മക്കൾതന്നെ കൊയ്തു. തങ്ങൾ കിളച്ച മണ്ണിൽ തങ്ങൾ വി തച്ച വിത്തു മുളച്ചുണ്ടായവയല്ലേ? ആ സന്തോഷത്തിൽ ഉത്സാഹ പൂർവം അവർ കൊയ്തുമെതിച്ചു. എന്തൊരത്ഭുതം. അറയും മുറി യും നിറയാൻ മാത്രം ഗോതമ്പ്. മുടക്കിയ കാശിന് ആയിരം ഇരട്ടി ലാഭം. മക്കൾ അത്ഭുതപ്പെട്ടു. അപ്പോൾ അച്ഛൻ പറഞ്ഞു:

"മക്കളെ ഞാൻ പറഞ്ഞ നിധി ഇതാ നിങ്ങൾക്കു കിട്ടിയിരി ക്കുന്നു. മണ്ണിലൊളിച്ചിരിക്കുന്നത് നിധിയാണ്. നിങ്ങൾ അധ്വാനി ച്ചപ്പോൾ അത് ഗോതമ്പിന്റെ രൂപത്തിൽ നിങ്ങൾക്കു കിട്ടിയിരി ക്കുന്നു. ഇനിയും എന്നും കിട്ടും. മണ്ണാണ് നിധിയുടെ ഉറവിടം."

മക്കൾക്കു കാര്യം മനസിലായി. അധ്വാനം ആഹ്ലാദകരമാ ണെന്നും അവർക്കു മനസിലായിരുന്നു. അതോടെ അവരുടെ മടി മാറി. അവർ കൃഷിയിൽ ശ്രദ്ധിക്കാനും തുടങ്ങി. അച്ഛനോ സംതൃ പ്തിയോടെ എല്ലാം കണ്ടു. സമാധാനത്തോടെ മരിച്ചു.

47

മുന്തിരിപ്പഴത്തിന്റെ പുളി

പണ്ടൊരു കുറുക്കൻ വിശന്നു പൊരിഞ്ഞ് നടക്കുകയായിരുന്നു. വിശപ്പുമൂലം എരിപൊരികൊണ്ട് ഓടിനടന്നപ്പോഴാണ് അവനൊരു കാഴ്ച കണ്ടത്. അതാ ഒരു മുന്തിരിത്തോപ്പ്. പന്തലിനു മേൽ മുന്തിരിക്കുലകൾ തൂങ്ങിക്കിടക്കുന്നു. പഴുത്ത് പളുങ്കുമണികൾ പോലെ മിനുങ്ങിയാടുന്ന കുലകൾ. കറുപ്പും ചുവപ്പും ചേർന്ന മനോഹരമായ മുന്തിരിപ്പഴങ്ങൾ. കോഴിയിറച്ചി തീറ്റക്കാരനായിട്ടും അവന്റെ വായിൽ വെള്ളം നിറഞ്ഞു. അവൻ മുന്തിരിപ്പന്തലിനു താഴെ ചെന്നുനിന്നു. മുകളിലേക്കു ചാടി. പക്ഷേ പന്തലിനു വലിയ പൊക്കമായിരുന്നു. ചാടിയിട്ട് അത്ര ഉയരത്തിലെത്താൻ കഴിഞ്ഞില്ല. അവൻ പിന്നെയും ചാടി. പിന്നെയും പിന്നെയും ചാടി. ചാടിച്ചാടി തളർന്നു. മുന്തിരിപ്പഴങ്ങൾ ആടിനിന്ന് അവനെ കൊതിപ്പിച്ചു.

അവൻ നിരാശനായി. അവനു ദേഷ്യം വന്നു. അവൻ തിരിഞ്ഞുനിന്നു ദേഷ്യത്തിൽ പറഞ്ഞു. “ഓ ഈ പുളിക്കുന്ന മുന്തിരിപ്പഴങ്ങൾ ആർക്കുവേണം!” അങ്ങനെ പറഞ്ഞ് അവൻ ഓടിപ്പോയി. അതുകണ്ട് അടുത്ത മരത്തിലിരുന്ന കാക്ക പറഞ്ഞു: “കാ കാ കാ. കിട്ടാത്ത മുന്തിരി പുളിക്കും!”

48

മടിയൻ മീനിന്റെ അന്ത്യം

ഒരു കുളത്തിൽ മൂന്നു മീനുകൾ ഉണ്ടായിരുന്നു. മൂന്നുപേരും തടിയന്മാരായിരുന്നു. എന്നാൽ മൂന്നിനും മൂന്നു സ്വഭാവമായിരുന്നു. ഒരുനാൾ വൈകുന്നേരം ആ വഴിയെ കുറെ വലക്കാർ വന്നു. ആ കുളം കണ്ടു. "നമുക്കിതിലൊന്നു വലയിട്ടു നോക്കണം. അടിയിൽ മീൻ കാണും." വലക്കാരിലൊരുവൻ പറഞ്ഞു.

"ശരിയാ ശരിയാ. നാളെ രാവിലെ തന്നെ വലയിട്ടു നോക്കാം." മറ്റൊരു വലക്കാരൻ മറുപടിയും പറഞ്ഞു.

വലക്കാർ പോയി. ഉടൻ ഒരു മീൻ പറഞ്ഞു: "ആപത്തു വരുന്നു എന്നറിയുമ്പോൾ തന്നെ ഉണർന്നു പ്രവർത്തിക്കുന്നതാണ് വിവേകം. നാളെ വലക്കാർ വന്നേക്കാം. നമ്മെ പിടിച്ചേക്കാം. അതിനാൽ നമുക്ക് ഇന്നു രാത്രിതന്നെ രക്ഷപ്പെടണം."

എന്നാൽ രണ്ടാമൻ പറഞ്ഞു.

"പിടിച്ചാൽ പിടിക്കട്ടെ. അപ്പോൾ എന്തെങ്കിലും സൂത്രം പ്രയോഗിച്ചു രക്ഷപ്പെടാൻ നോക്കാം."

അപ്പോൾ മൂന്നാമൻ പറഞ്ഞു:

"വെറുതെ ആപത്ത് ആപത്ത് എന്നു പറഞ്ഞു പേടിക്കാനൊന്നും ഞാനില്ല. ഞാൻ വയർ നിറയെ തീറ്റ തിന്നട്ടെ. എന്നിട്ട് ഈ ചേറിൽ ഒളിച്ചു കിടന്നുറങ്ങട്ടെ. ആരും എന്നെ കണ്ടുപിടിക്കില്ല."

ഒന്നാമൻ ഉടൻ തന്നെ കുളത്തിൽനിന്നും അടുത്തുണ്ടായിരുന്ന തോട്ടിലേക്കു ചാടി. പല പ്രാവശ്യം ചാടിയപ്പോൾ തോട്ടിലെത്തി.

അതിലൂടെ നീന്തി പുഴയിലെത്തി. പുഴയോരത്തെ കണ്ടൽക്കാട്ടിലൊളിച്ചു കിടന്നു.

രാവിലെ വലക്കാർ വന്നു. ആദ്യം വലയിട്ടപ്പോഴെ രണ്ടാമൻ വലയിൽ കുടുങ്ങി. വലയിൽ കുടുങ്ങിയതും അവൻ ചത്തതുപോലെ കിടന്നു. വലക്കാർ അവനെ പുറത്തിട്ടു നോക്കി. അനക്കമേയില്ല. വല്ല വിഷവും തിന്നു ചത്തതായിരിക്കും. കളഞ്ഞേക്കാം. അവർ അവനെ തോട്ടിലേക്കു വലിച്ചെറിഞ്ഞു. അതിനാലവൻ ഭാഗ്യംകൊണ്ട് രക്ഷപ്പെട്ടു.

വലക്കാർ പിന്നെയും വലവീശി. ഒന്നും കിട്ടിയില്ല. അപ്പോൾ അവർ ചേറിൽ ഒറ്റാലിയിട്ടു തപ്പിയും നോക്കി. ഒറ്റാലിൽ മൂന്നാമൻ കുടുങ്ങി. അവനായിരുന്നു ഏറ്റവും തടിയൻ. ശക്തിമാൻ. പറഞ്ഞിട്ടെന്തു കാര്യം. അവനേയും പിടിച്ചുകൊണ്ട് വലക്കാർ പോയി. അവനെ അവർ അന്നുതന്നെ കൊന്നു കറിവച്ചു.

കഥ കഴിഞ്ഞു കൂട്ടുകാരെ. ഏതു മീനിന്റെ മനോഭാവമാണ് നാം ജീവിതത്തിൽ അനുകരിക്കേണ്ടത്? ആലോചിച്ചോളൂ.

49

പാലും സൂപ്പും

ഒരിക്കലൊരു ചെന്നായ ഒരു കൊക്കിനെ റിരുന്നിനു വിളിച്ചു. കൊക്കു പറന്നു വിശന്നു തളർന്ന് വിരുന്നുണ്ണാൻ ചെന്നു. അപ്പോൾ കണ്ടതെന്താണെന്നോ! പരന്ന ഒരു പാത്രത്തിൽ പഞ്ചസാരയിട്ട പാൽ വച്ചിരിക്കുന്നു. "വാ ചേച്ചീ. നമുക്കൊന്നിച്ചു പാലു കുടിക്കാം." ചെന്നായ പറഞ്ഞു. അവൻ പരന്ന പാത്രത്തിൽ തലയിട്ടു നാക്കു വളച്ച് പാൽ കുടിച്ചു തീർത്തു. കൊക്കിന് കൊക്കുകൊണ്ട് ഒരു തുള്ളി പാൽപോലും കുടിക്കാൻ പറ്റിയില്ല.

കുറച്ചുദിവസം കഴിഞ്ഞപ്പോൾ കൊക്ക് ചെന്നായയെ വിരുന്നിനു വിളിച്ചു. ചെന്നായ ചെന്നപ്പോൾ കണ്ടതെന്താണെന്നോ? വായ്‌വട്ടം തീരെ കുറഞ്ഞ നീണ്ട കഴുത്തുള്ള ഒരു പാത്രം നിറയെ ഞണ്ടുസൂപ്പ് വച്ചിരിക്കുന്നു. "വാ ചേട്ടാ. നമുക്കൊന്നിച്ച് സൂപ്പു കുടിക്കാം." കൊക്കു പറഞ്ഞു. അവൾ തന്റെ കഴുത്ത് കുപ്പിയിലിറക്കി കൊക്കു കൊണ്ടു വലിച്ചു സൂപ്പു കുടിച്ചുതീർത്തു. ചെന്നായ കൊതിവെള്ളമിറക്കി സൂപ്പിന്റെ മണം പിടിച്ച് കൊതിച്ചിരുന്നു. സൂപ്പു തീർന്നപ്പോൾ കൊക്ക് പറന്നുയർന്നുകൊണ്ടു പറഞ്ഞു:

"ചേട്ടാ പാലിനു പകരം സൂപ്പ്. കൊടുത്താൽ കൊല്ലത്തും കിട്ടും. ഉപ്പു തിന്നവൻ വെള്ളം കുടിക്കും. ടാറ്റാ. ബൈ ബൈ."

കൊക്കു പറന്നുപോയി. പിന്നീടൊരിക്കലും അവൾ ചെന്നായയ്ക്കടുത്തുകൂടി പോലും പോയിട്ടുമില്ല!

50

വവ്വാലിനു പറ്റിയ പറ്റ്

പണ്ടുപണ്ട് ഭൂലോകം മുഴുവൻ കാടായിക്കിടന്ന ഒരു കാലമുണ്ടായിരുന്നു. ആ വലിയ ഭൂലോകക്കാട്ടിൽ മൃഗങ്ങളും പക്ഷികളും സന്തോഷത്തോടെ സഹകരണത്തോടെ ജീവിച്ചു. എന്നാൽ എന്നോ എന്തിനോ എങ്ങനെയോ ഒരിക്കൽ അവർ തമ്മിൽ ഒരു വഴക്കുണ്ടായി. വഴക്ക് വലുതായി യുദ്ധമായി. യുദ്ധം വലിയ യുദ്ധമായി. ഒന്നാം ലോകമഹാമൃഗപക്ഷിയുദ്ധം. അതിൽ മൃഗങ്ങൾ ജയിച്ചു. അപ്പോൾ അതുവരെ ഒരു പക്ഷത്തും ചേരാതെ നിന്ന വവ്വാൽ മൃഗപക്ഷത്തു ചേർന്നു. വിജയാഹ്ലാദയോഗത്തിൽ മൃഗങ്ങളെ സ്തുതിച്ചും പക്ഷികളെ നിന്ദിച്ചും പ്രസംഗിച്ചു.

എന്നാൽ പെട്ടെന്ന് വീണ്ടും യുദ്ധമുണ്ടായി. പൊരിഞ്ഞ യുദ്ധം. രണ്ടാം ലോകമഹാമൃഗപക്ഷയുദ്ധം. അതിൽ പക്ഷികൾ ജയിച്ചു. ഉടൻ വവ്വാൽ പക്ഷിപക്ഷത്തു ചേർന്നു. വിജയാഘോഷയോഗത്തിൽ പക്ഷികളെ സ്തുതിച്ചു പ്രസംഗിച്ചു. മൃഗങ്ങളെ നിന്ദിച്ചും സംസാരിച്ചു.

എന്നാൽ സമാധാനം അധികനാൾ നീണ്ടുനിന്നില്ല. വീണ്ടും യുദ്ധം തുടങ്ങി. അപ്പോഴേക്ക് അനേകം മൃഗങ്ങളും പക്ഷികളും മരിച്ചു കഴിഞ്ഞിരുന്നു. അനേകം പേർക്കു പരിക്കും പറ്റിയിരുന്നു. അതിനാൽ പക്വതയും പാകതയുമുള്ള മൃഗങ്ങളും പക്ഷികളും കൂടിയാലോചിച്ചു. കാക്കയും പ്രാവും അണ്ണാനും മാനും ഒക്കെ മുൻകൈയെടുത്തു സമാധാന സമ്മേളനം നടത്തി. ഒരു യുദ്ധത്തിലും ആരും ജയിക്കുന്നില്ല. നമുക്കു വേണ്ടത് സമാധാനമാണ്. എല്ലാ പക്ഷികൾക്കും മൃഗങ്ങൾക്കും സമാധാനമായി ജീവിക്കാൻ പറ്റണം.

എന്നും ആ സമാധാനം ഇവിടെ നിലനിൽക്കണം." കാക്ക സംസാരിച്ചു.

എല്ലാവരും അത് അംഗീകരിച്ചു.

അപ്പോൾ വവ്വാൽ ചാടി വന്നു പറഞ്ഞു: "സുഹൃത്തുക്കളെ ഞാനും സമാധാനത്തിനാണ് നിലകൊള്ളുന്നത്!"

എന്നാൽ വവ്വാലിനെ കൂടുതൽ പ്രസംഗിക്കാൻ കുറുക്കൻ അനുവദിച്ചില്ല. അവൻ ഉച്ചത്തിൽ പറഞ്ഞു:

"കള്ളാ കള്ളാ നീ പ്രസംഗിച്ച് ഞങ്ങളെ പറ്റിക്കാൻ നോക്കേണ്ട. നീ അവസരവാദിയാണ്. ജയിക്കുന്നവരുടെ കൂടെക്കൂടി നേട്ടമുണ്ടാക്കാൻ ശ്രമിക്കുന്ന കള്ളൻ. നിന്നെ ഞങ്ങൾ മൃഗങ്ങളും പക്ഷികളും കൂടെ കൂട്ടുകയില്ല."

എല്ലാ മൃഗങ്ങളും പക്ഷികളും ആർത്തുവിളിച്ച് കുറുക്കന്റെ പ്രസംഗം സ്വീകരിച്ചു. എല്ലാവരുംകൂടി വവ്വാലിനെ അവരുടെ അടുത്തുനിന്നും ഓടിച്ചു. വവ്വാൽ നാണംകെട്ട് ഓടിപ്പോയി. പകൽ മുഴുവൻ ഒരു മരത്തിൽ തല കുത്തനെ കിടന്നു. രാത്രി മാത്രം ആരും കാണാതെ തീറ്റ തേടി നടക്കാനും തുടങ്ങി. പിന്നെ ഭൂമിയിലുണ്ടായ എല്ലാ വവ്വാലുകളും ആ ശീലം തുടർന്നു.

കണ്ടോ അവസരവാദികളായാലുള്ള കുഴപ്പം! അവസാനം ആരും കൂടെ കൂട്ടാതാകും.

51

ലോകാവസാനം!

ഒരുദിവസം നമ്മുടെ ചിന്നൻ മുയൽ ഉച്ചയുറക്കത്തിലായിരുന്നു. കാട് അനങ്ങാതെ നിൽക്കുകയായിരുന്നു. കാക്ക പേരാലിലിരുന്ന് ആലിൻകായ പഴുക്കാൻ താമസിക്കുന്നതെന്തുകൊണ്ടാണ് എന്ന് ആലോചിക്കുകയായിരുന്നു. അണ്ണാൻ വാഴയിലിരുന്ന് മനോരാജ്യം കാണുകയായിരുന്നു. മാനുകൾ പുല്ലുതിന്നിട്ട് അയവെട്ടുകയായിരുന്നു. കരിങ്കുയിൽ ഒരു പാട്ടുപാടിയാലോ എന്നു സംശയിച്ചിരിക്കുകയായിരുന്നു. സൂര്യൻ പടിഞ്ഞാട്ട് ചെരിഞ്ഞു കഴിഞ്ഞിരുന്നു.

ഡും! അപ്പോഴൊരു വലിയ ഒച്ച കേട്ടു. ഒച്ച എവിടന്നു വന്നെന്നോ എങ്ങനെ വന്നുവെന്നോ ചിന്നനറിഞ്ഞില്ല. ചിന്നൻ ഞെട്ടി ഉണർന്നു. ഓടാൻ തുടങ്ങി. ലോകാവസാനം ഒരു വലിയ പൊട്ടിത്തെറിയുണ്ടാകും. വലിയ ഒരു ശബ്ദം അപ്പോഴുണ്ടാകും. ഭൂമി അപ്പോൾ പിളരും. അനേകംപേർ ആ പിളർപ്പിൽ പെട്ടു പിടഞ്ഞുമരിക്കും. അങ്ങനെയൊക്കെ അമ്മ ചെറുപ്പത്തിൽ പറഞ്ഞത് ചിന്നന് ഓർമയുണ്ടായിരുന്നു. അതോർത്തായിരുന്നു അവൻ ഓടിയത്. ഡും! അതു വലിയ ഒച്ചയല്ലായിരുന്നോ? അപ്പോൾ ഭൂമി പിളർന്ന ഒച്ചതന്നെ. ഓടി രക്ഷപ്പെടാം. ചിന്നൻ അങ്ങനെ കരുതിയാണ് ഓടിയത്.

ചിന്നൻ ഓടുന്നത് അണ്ണാൻ കണ്ടു.

"ഛിൽ ഛിൽ ഛിൽ! എന്തിനാ ചേട്ടാ ഓടുന്നത്?" അണ്ണാൻ ചിലച്ചു ചോദിച്ചു.

"അയ്യോ ഭൂമി പിളരുന്നു. ഓടിക്കോ. ഓടി രക്ഷപ്പെട്ടോ." ചി

ന്നൻ ഓടുന്നതിനിടയിൽ പറഞ്ഞു. അതുകേട്ടു ചിന്നനു പുറകെ അണ്ണാനും ഓടാൻ തുടങ്ങി. അതുകണ്ട് മാൻ കാര്യം തിരക്കി.

"അയ്യോ ഭൂമി പിളരുന്നു. ഓടാമെങ്കിൽ ഓടിക്കോ. ഓടി രക്ഷപ്പെട്ടോ." അണ്ണാൻ വിളിച്ചുപറഞ്ഞു. അതുകേട്ട് മാനും ഓടാൻ തുടങ്ങി.

മുന്നിൽ മുയൽ. പിന്നിൽ അണ്ണാൻ. അതിനു പിന്നിൽ മാൻ. അവരങ്ങനെ ഓടുമ്പോൾ കാട്ടുപോത്തു കാര്യം തിരക്കി. വിവരമറിഞ്ഞ് അതും അവർക്കു പിന്നിൽ ഓടി. അതുകണ്ട് കുറുക്കൻ വിവരം ചോദിച്ചു. ഭൂമി പിളരുന്നു എന്നു കേട്ട് അവനും ഓടാൻ തുടങ്ങി. അതുകണ്ട് ചെന്നായയും ഓടി. പുലി ഓടി. കരടി ഓടി. കടുവ ഓടി. കാക്ക പറന്നു. തവള ചാടി. കാട്ടിലെ പക്ഷികളും മൃഗങ്ങളുമെല്ലാം ഒന്നിനു പുറകെ ഒന്നായി ഓടി. പറന്നു.

ബഹളം കേട്ട് കാട്ടിലെ രാജാവായ സിംഹം തന്റെ മടയിൽനിന്നു പുറത്തുവന്നു. സിംഹി പുറകെ വന്നു. "ഭൂമി പിളരുന്നു രാജാവെ ഓടിക്കോ." പക്ഷികളും മൃഗങ്ങളും വിളിച്ചുപറഞ്ഞു. അതു കേട്ട് സിംഹവും ഓടാനാഞ്ഞു. എന്നാൽ സിംഹി സിംഹത്തെ തടഞ്ഞു. ഓട്ടക്കാരുടെ നിരയേയും തടഞ്ഞു. അവൾക്ക് കൂടുതൽ ലോകപരിചയമുണ്ടായിരുന്നു. അതിനാൽ കാള പെറ്റു എന്നു കേട്ട് കയറെടുക്കുന്ന സ്വഭാവമില്ലായിരുന്നു. അവൾ ശാന്തയായി ചോദിച്ചു:

"ആരാ ഭൂമി പിളരുന്നത് കണ്ടത്?"

ആരും കണ്ടവരില്ല! ആരും കണ്ടില്ല എന്ന് ഓടിയവരും അപ്പോഴായിരുന്നു അറിയുന്നത്.

"ആരാ പറഞ്ഞത്?" സിംഹി വീണ്ടും ചോദ്യം ചെയ്തു.

കടുവായോടു കരടി പറഞ്ഞു. കരടിയോടു പുലി പറഞ്ഞു. പുലിയോടു ചെന്നായ പറഞ്ഞു. ചെന്നായയോട് കുറുക്കൻ പറഞ്ഞു. കുറുക്കനോട് കാട്ടുപോത്തും അതിനോട് മാനും പറഞ്ഞു. "മാനിനോടാരാ പറഞ്ഞത്?" സിംഹി തിരക്കി.

"അണ്ണാൻ." മാൻ പറഞ്ഞു.

"നിന്നോടാരാ പറഞ്ഞത്?" സിംഹി ചോദിച്ചു.

"എന്നോടു പറഞ്ഞത് മുയലാണ്." അണ്ണാൻ ഓർത്തുപറഞ്ഞു.

"നീ ഭൂമി പിളരുന്നതു കണ്ടോ?"

"കണ്ടില്ല. പക്ഷേ ഡും എന്നൊരു വലിയ ഒച്ച കേട്ടു. ഞാനുണർന്നു. ഓടി. ഭൂമി പിളരുമ്പോഴുള്ളത്ര വലിയതായിരുന്നു ഒച്ച."

സിംഹി കുലുങ്ങിച്ചിരിച്ചുപോയി.

"വാ വാ. എല്ലാവരും എൻെറ പുറകെ വാ."

അവൾ മുന്നിൽ നടന്നു. എല്ലാവരും പുറകെ നടന്നു. മുയൽ ഇരുന്നുറങ്ങിയ മരത്തിനു ചുവട്ടിലെത്തി. അതിനടുത്ത് ഒരു വലിയ തെങ്ങു നിന്നിരുന്നു. അതിനു മുകളിൽ ഒരുകുല തേങ്ങാ വിളഞ്ഞു പഴുത്തുനിന്നിരുന്നു. താഴെ ഒരു തേങ്ങാ വീണും കിടന്നിരുന്നു. സിംഹി അതു ചൂണ്ടിക്കാട്ടിയിട്ടു പറഞ്ഞു.

"വിഡ്ഢികളേ! ഈ തേങ്ങ താഴെ വീണ ഒച്ചയായിരുന്നു മുയൽ ഉറക്കത്തിൽ കേട്ടു പേടിച്ചത്."

മുയൽ നാണിച്ചു തലതാഴ്ത്തി. മറ്റു മൃഗങ്ങളും പക്ഷികളും നാണംകെട്ടു നിന്നു. കാര്യമറിയാതെ ഓടി മണ്ടരായി. അവർ അത് സമ്മതിച്ചു. നിശ്ശബ്ദം പിരിഞ്ഞുപോയി.

"നീ ഒരു ബുദ്ധിമതിതന്നെ." എല്ലാവരും പോയപ്പോൾ സിംഹരാജൻ ഭാര്യയെ പ്രശംസിച്ചു.

"ഇനിയും മടയിൽ കയറി കിടന്നുറങ്ങാതെ കാട്ടിലൂടെ നന്നായി നടക്ക്. നിങ്ങളുടെ പിളുന്തൻ തടി ഒന്നു കുറയട്ടെ." സിംഹി ഭർത്താവിനെ ശാസിച്ച് നടക്കാൻ വിട്ടു. എന്നിട്ടു മക്കളെ അന്വേഷിച്ചു യാത്രയായി.

52

അമ്മയുടെ ഉപദേശം

ഒരമ്മയ്ക്ക് വയസായി. നടക്കാൻ വയ്യാതായി. കിടപ്പായി. അമ്മയ്ക്ക് ഒരു മകൻ മാത്രമേയുള്ളൂ. മകൻ അടുത്തിരുന്നു. അമ്മയെ ശുശ്രൂഷിച്ചു. അച്ഛൻ പണ്ടേ മരിച്ചതാണ്. ഇപ്പോൾ അമ്മയും മരിക്കാൻ പോകുന്നു. ഇനി താൻ ഒറ്റയ്ക്കാകും. മകന് സങ്കടമായി.

അമ്മ മകനെ സമാധാനിപ്പിച്ചു. "ധൈര്യമായിരിക്കണം മോനെ. തനിയെ ജീവിക്കാൻ പഠിക്കണം. അയൽപക്കക്കാരോട് സ്നേഹമായി പെരുമാറണം. മാന്യമായി ഇടപഴകണം. അയലത്തെ ഒരിലച്ചോറ് ഒരിക്കലും നഷ്ടപ്പെടുത്തരുത്..." അങ്ങനെ ഉപദേശിച്ചുകൊണ്ടിരിക്കുമ്പോൾ അമ്മ മരിച്ചു.

നാട്ടുകാർ ഓടിക്കൂടി. ശവസംസ്കാരച്ചടങ്ങുകളിലെല്ലാം സഹായിച്ചു. പിന്നെ എല്ലാവരും പിരിഞ്ഞുപോയി.

കുറച്ചുദിവസങ്ങൾ കഴിഞ്ഞു. അപ്പോൾ മകൻ അമ്മയുടെ ഉപദേശം ഓർത്തു. "അയലത്തെ ഒരിലച്ചോറ് ഒരിക്കലും നഷ്ടപ്പെടുത്തരുത്." ആഹാ, അമ്മ പറഞ്ഞത് അനുസരിക്കേണ്ടേ? അതല്ലേ നല്ല മക്കളുടെ ലക്ഷണം? മകൻ അന്നു നേരത്തെ കുളിച്ചു. കുറിയിട്ടു. വെളുത്ത മുണ്ടുടുത്തു. അടുത്ത വീട്ടിലേക്ക് കയറിച്ചെന്നു.

ആദ്യമായിട്ടായിരുന്നു ആ വീട്ടിലേക്ക് അയാൾ കയറിച്ചെന്നത്. അതുകണ്ട് അവിടുത്തെ അമ്മ ചിരിച്ചുകൊണ്ട് ഓടിവന്നു. അയാളെ സ്വീകരിച്ചിരുത്തി. അയാളുടെ അമ്മയെ സ്തുതിച്ചു സംസാരിച്ചു. അതിനിടെ പറഞ്ഞു: "എന്റെ മോനെ നീ ഇപ്പോഴെങ്കിലും ഇവിടെ ഒന്നു വന്നല്ലോ. നന്നായി. ചോറു വെന്തുകിടക്കുകയാണ്. ഇനി ചോറുണ്ടിട്ടു പോയാൽ മതി."

അമ്മ ഓടിച്ചെന്നു ചോറു വിളമ്പി. കറികളും വിളമ്പി. അയാളെ പിടിച്ചിരുത്തി. ഊട്ടി. വീണ്ടും വീണ്ടും ചോറു വിളമ്പി. നിർബന്ധിച്ച് തീറ്റി. അയാൾ യാത്ര പറഞ്ഞിറങ്ങുമ്പോൾ ആ അമ്മ പറഞ്ഞു: "ഇനിയും നേരം കിട്ടുമ്പോൾ വരണേ."

മകൻ തലകുലുക്കി. തിരിച്ചുപോന്നു. പിറ്റേന്നും ഊണു സമയത്ത് അയാൾ ആ വീട്ടിൽ ചെന്നു. ആയമ്മ സന്തോഷത്തോടെ ചോറു കൊടുത്തു. എന്നാൽ പിന്നെ അതൊരു പതിവായി. എന്നും ഊണിനു ചെറുപ്പക്കാരൻ എത്തി. അതോടെ ആ അമ്മയ്ക്ക് ദേഷ്യമായി. ഒരുദിവസം അയാൾ ഉണ്ണാൻ ചെന്നതോടെ ആ അമ്മ ദേഷ്യപ്പെട്ടു. "ഇതെന്താ ഈ വീട് ഹോട്ടലാണോ? ഇവിടെ നിനക്കിനി ചോറില്ല. അയലത്തെ ഒരിലച്ചോറ് നഷ്ടപ്പെടുത്തരുതെന്ന് അറിയാത്ത വിഡ്ഢീ ഇറങ്ങിപ്പോ."

അവർ ദേഷ്യപ്പെട്ട് അകത്തുകയറി വാതിലടച്ചു. അയാൾ നാണംകെട്ട് തിരിച്ചുപോന്നു. അപ്പോൾ അയാൾക്ക് അമ്മ പറഞ്ഞതിന്റെ അർഥം ശരിക്കും മനസിലായി!

നിങ്ങൾക്കും മനസിലായില്ലേ?

53

ഒരു നമ്പൂതിരിയുടെ ആലോചന

ഒരിടത്തൊരു നമ്പൂതിരിയുണ്ടായിരുന്നു. അദ്ദേഹം ഒരു പ്രത്യേക സ്വഭാവക്കാരനായിരുന്നു. എന്തു ചെയ്യണമെങ്കിലും വളരെയേറെ ആലോചിക്കുന്ന സ്വഭാവം. "എന്താ കുളിക്കാൻ പോവുകയല്ലേ?" അന്തർജനം ചോദിക്കും. "പോകാം പോകാം ശ്ശി ആലോചിക്കട്ടെ."

"എന്താ ഇത്ര ആലോചിക്കാൻ? കുളിക്കാൻ പോകാനും ആലോചിക്കാനുണ്ടോ?" അന്തർജനത്തിനു ദേഷ്യം വരും. എന്നാൽ നമ്പൂതിരി ശാന്തനായി പറയും: "അതേയ് എന്തും നന്നായി ചിന്തിച്ചുചെയ്യണം. കുളിയായാലും കളിയായാലും." പിന്നെ അന്തർജനം മിണ്ടില്ല. "അദ്ദേഹത്തോടു തർക്കിച്ചിട്ട് കാര്യമൊന്നുമില്ല. ഒരുവർഷം ആലോചിച്ചിട്ടാ അദ്ദേഹം എന്നെ കല്യാണം കഴിച്ചത്! പിന്നെ എന്തു പറയാനാ." അന്തർജനം നമ്പൂതിരി കേൾക്കാതെ ആ രഹസ്യം ജോലിക്കാരിയോടു പറയും. അവർ കുലുങ്ങിച്ചിരിക്കും. ഇതായിരുന്നു ഇല്ലത്തെ പതിവ്.

ഒരുദിവസം ഉച്ചയൂണു കഴിഞ്ഞ് നമ്പൂതിരി ചാരുകസേരയിൽ കിടക്കുകയായിരുന്നു. ഇല്ലത്തിന്റെ മുൻവശത്തെ ഇറയത്തായിരുന്നു ആ പതിവു കിടപ്പ്. കാലുകൾ കസേരക്കൈയിൽ പൊക്കിവച്ചു രാജാവിനെപ്പോലെ കിടക്കുക. അന്തർജനം നിലത്തിരുന്ന് വെറ്റിലയിൽ ചുണ്ണാമ്പു തേയ്ക്കുകയായിരുന്നു. നമ്പൂതിരിക്കു മുറുക്കാനുള്ളത് ചുരുട്ടിക്കൊടുക്കാനായിരുന്നു അത്. കാര്യസ്ഥൻ മുറ്റത്തുനിന്ന് വിശേഷങ്ങൾ പറയുന്നുമുണ്ടായിരുന്നു.

പെട്ടെന്ന് പതിവില്ലാതെ നമ്പൂതിരി ചാടി എഴുന്നേറ്റു. "ഞാനിപ്പം വരാം" എന്നു പറഞ്ഞിട്ട് മുറ്റത്തിറങ്ങി. നേരെ പറമ്പിലേക്കു വേഗം നടന്നു.

പറമ്പിൽ പണിക്കാരൻ നിൽപ്പുണ്ടായിരുന്നു. അവൻ പോത്തിനു പുല്ലിട്ടു കൊടുക്കുകയായിരുന്നു. നമ്പൂതിരി പെട്ടെന്നു നടന്നു ചെന്നു. പോത്തിന്റെ മുന്നിലേക്കു ചെന്നു. എന്നിട്ട് തല പോത്തിന്റെ കൊമ്പുകൾക്കിടയിലേക്കു കയറ്റി!

പോത്തും പണിക്കാരനും അറിയുംമുൻപ് നമ്പൂതിരി ആ പണി പറ്റിച്ചു കഴിഞ്ഞിരുന്നു. തല കൊമ്പുകൾക്കിടയിലൂടെ കയറിയപ്പോഴാണ് പോത്തുപോലും വിവരമറിഞ്ഞത്. അത് വിരണ്ടു. ഓടാൻ തുടങ്ങി. നമ്പൂതിരി തല ഊരിയെടുക്കാൻ നോക്കി. പറ്റിയില്ല. അതിനാൽ നമ്പൂതിരിയേയും കൊണ്ടായിരുന്നു പോത്തിന്റെ ഓട്ടം. വേലക്കാരൻ പുറകേയും ഓടാൻ തുടങ്ങി.

പോത്ത് വിരണ്ട് ഓടിച്ചെന്നത് ഇല്ലത്തിന്റെ മുൻവശത്തെ മുറ്റത്തേക്കായിരുന്നു. അതിനാൽ കാര്യസ്ഥൻ ആ അത്ഭുതകരമായ

കാഴ്ച കണ്ടു. ഓടുന്ന പോത്ത്. മുന്നിൽ കൊമ്പുകൾക്കിടയിൽ തൂങ്ങുന്ന നമ്പൂതിരി. പോത്തിനു പുറകെ വേലക്കാരനും.

കാര്യസ്ഥൻ ഓടിച്ചെന്നു. പോത്തിന്റെ മൂക്കുകയറിൽ പിടിച്ചു. പോത്തിനെ ബലമായി പിടിച്ചുനിർത്തി. വേലക്കാരൻ ഓടിച്ചെന്നു നമ്പൂതിരിയുടെ തല വലിച്ചു പുറത്തെടുത്തു. നമ്പൂതിരിക്കു ചെറിയ പരിക്കുകളേ ഉണ്ടായിരുന്നുള്ളൂ. നെറ്റിയുടെ ഇരുവശത്തും കുറച്ചു തൊലി പോയി. തലയുടെ ഒരുവശത്തെ തലമുടി കുറച്ചു പറിഞ്ഞും പോയി. അത്രമാത്രം.

പണിക്കാരൻ പോത്തിനെ മുറ്റത്തെ മാവിൽ കെട്ടി. എന്നിട്ട് അതിനെ വഴക്കു പറഞ്ഞു. "തെമ്മാടീ! തിരുമേനിയേയും കൊണ്ടാണോടാ ഓടുന്നത്?"

പണിക്കാരന് പോത്തിനെ വഴക്കു പറയാനല്ലേ പറ്റൂ! പോത്ത് അപ്പോഴും പരിഭ്രമം മാറാതെ തലയുയർത്തി ചുറ്റും നോക്കുന്നുണ്ടായിരുന്നു. നമ്പൂതിരിയോ ഒന്നും സംഭവിക്കാത്ത മട്ടിൽ നടന്നു ചെന്ന് ചാരുകസേരയിൽ കയറിക്കിടന്നു. കാലുകൾ കസേരക്കൈകളിൽ വച്ചു. "മുറുക്കാൻ തന്നോളൂ" എന്ന് അന്തർജനത്തിനോടു പറഞ്ഞു.

അപ്പോഴേക്ക് കാര്യസ്ഥൻ നമ്പൂതിരിയുടെ അടുത്തെത്തിയിരുന്നു. ദേഷ്യത്തോടെ, പരിഭവത്തോടെ, കാര്യസ്ഥൻ ചോദിച്ചു.

"എന്റെ തിരുമേനീ ഇതെന്തു ഭ്രാന്താണു കാണിച്ചത്. ഒന്ന് ഉണ്ണാൻ വിളിച്ചാലും ഒരുമണിക്കൂർ ആലോചിച്ചിട്ടു മാത്രം സമ്മതിക്കുന്ന ആളല്ലേ അങ്ങ്? എന്നിട്ട് ഒരു ആലോചനയുമില്ലാതെ ഇങ്ങനെയൊരു സാഹസം കാട്ടിയല്ലോ. ദൈവം രക്ഷിച്ചു എന്നു കരുതിയാൽ മതി."

അതുവരെ ശാന്തനായിരുന്ന നമ്പൂതിരി പെട്ടെന്ന് ക്ഷോഭിച്ചു. കാര്യസ്ഥന്റെ നേരെ തിരിഞ്ഞ് ഉച്ചത്തിൽ പറഞ്ഞു:

"വിഡ്ഢീ! നോം ആലോചിക്കാതെ എന്തെങ്കിലും ചെയ്യുമോ? നീ ഈ പോത്തിനെ വാങ്ങി ഇല്ലത്തു കൊണ്ടുവന്നത് ഒരുകൊല്ലം മുൻപല്ലേ? എത്ര ഗംഭീരമാ നമ്മുടെ പോത്തിന്റെ കൊമ്പുകൾ! അതിനിടയിൽ തലയൊന്നു കേറ്റിയാലോ എന്ന് പോത്തിനെ കണ്ട അന്നു മുതൽ നോം ആലോചിക്കുന്നതാ, അറിയാമോ? തല കയറ്റിനോക്കാതെ അതിന്റെ രസമറിയാൻ പറ്റുമോ? ഇപ്പോൾ കയറ്റി നോക്കി. രസവും അറിഞ്ഞു. അത്രതന്നെ. മനസിലായോ തനിക്ക്."

കാരസ്ഥൻ തലകുനിച്ചുകൊണ്ടു പറഞ്ഞു. "മനസിലായി മനസിലായി. എന്നാലും ഒരുകൊല്ലം മുഴുവൻ ആലോചിച്ചു എന്ന് അടിയനറിഞ്ഞിരുന്നില്ല. ക്ഷമിക്കണം!"

54

പുലിയച്ഛനെ പറ്റിച്ച കുറുക്കനും കുറുക്കത്തിയും

കുറുക്കൻ കുന്നിന്റെ നിറുകയിലെ പാറക്കെട്ടിലൊരു മാളത്തിലായിരുന്നു കുറുക്കനും കുറുക്കത്തിയും താമസിച്ചിരുന്നത്. ഒരുദിവസം അവർ കുന്നിറങ്ങി താഴ്‌വരയിലേക്കു പോവുകയായിരുന്നു. അവിടെ ചെന്നൊരു വീട്ടിലെ കോഴിയെ പിടിക്കണം. അതായിരുന്നു അവരുടെ പരിപാടി. ഒരു ഇടുങ്ങിയ വഴിയിലൂടെ താഴേക്കിറങ്ങുമ്പോൾ അതാ മുന്നിൽ ഒരു പുലി. വലിയ പുലി. ക്രൂരനും ശക്തനുമായ കരിമ്പുലി. രണ്ടു കുറുക്കന്മാരെയും ഒന്നിച്ചു പിടിച്ചുതിന്നാൻ അവൻ കൈകളുയർത്തി. ഓടിപ്പോകാൻ വഴിയില്ല. എതിർത്തു നിൽക്കാൻ ശക്തിയുമില്ല. പിന്നെ രക്ഷക്കെന്താണൊരു വഴി? ഒരേയൊരു വഴിയേ ഉണ്ടായിരുന്നുള്ളൂ? കൗശലത്തിന്റെ വഴി. ബുദ്ധിയുടെ വഴി.

കുറുക്കത്തിയും കുറുക്കനും ആ വഴിതന്നെ സ്വീകരിച്ചു. കുറുക്കത്തി കുറക്കനു നേരെ നോക്കി ഒന്നു കണ്ണിറുക്കി. എന്നിട്ട് വലിയ സന്തോഷത്തോടെ പുലിയച്ഛനൊരു സലാം കൊടുത്തു. പുലിയച്ഛൻ അത്ഭുതപ്പെട്ടുപോയി. ഇവളാരു പെണ്ണ്. പിടിക്കാൻ വരുന്ന പുലിയെ സലാം നൽകി സ്വീകരിക്കുകയോ! കുറുക്കത്തി പുലിയുടെ അടുത്തുതന്നെ ചെന്നുനിന്നു. പിടിച്ചാൽ പിടിക്കട്ടെ എന്ന ധൈര്യത്തിൽ നിന്നു. എന്നിട്ടു പറഞ്ഞു:

“എന്റെ പുലിയച്ഛാ! ഞങ്ങൾ പുലിയച്ഛന്റെ അടുത്തേക്കു വരികയായിരുന്നു. ദൈവത്തിനു സ്തുതി. തേടിയ വള്ളി കാലിൽ ചുറ്റി. അങ്ങയെ ദൈവം ഞങ്ങളുടെ മുന്നിലെത്തിച്ചു.”

കുറുക്കത്തിയുടെ സംസാരം കേട്ടതോടെ പുലിയച്ചൻ കൂടുതൽ അത്ഭുതപ്പെട്ടു. കറുക്കുന്മാർ പുലിയെ അന്വേഷിച്ചു വന്ന ചരിത്രം പോലുമില്ല. ഏതായാലും രണ്ടു കുറുക്കന്മാർ ഉണ്ടല്ലോ. രണ്ടിനേയും ഒന്നിച്ചു തിന്നാം. പിന്നെ ഉച്ചവരെ വിശക്കാതെ കിടക്കാം. പുലിയച്ചൻ അങ്ങനെ ചിന്തിച്ചു.

അപ്പോഴേക്ക് കുറുക്കത്തി ഒരു കഥ കെട്ടിച്ചമച്ചു പറഞ്ഞു:

"പുലിയച്ചാ അങ്ങാണ് ഈ കാട്ടിലെ ഏറ്റവും ബുദ്ധിയും പാകതയുമുള്ള ആൾ എന്ന് ഞങ്ങൾക്കറിയാം. അതിനാൽ അങ്ങുതന്നെ ഞങ്ങളുടെ പ്രശ്നം തീർക്കണം."

അതുകൂടി കേട്ടതോടെ പുലിയച്ചനു സന്തോഷം സഹിക്കാനാകാതായി. തനിക്കു വിവരമുണ്ടെന്ന് ആദ്യമായി ഒരുത്തി പരസ്യമായി പറയുന്നതു കേട്ടാൽ പിന്നെ സന്തോഷം വരാതിരിക്കുമോ. പിന്നെ ഇവരുടെ പ്രശ്നം തീർക്കാൻ തന്നെ സമീപിച്ചിരിക്കുകയുമല്ലേ. പ്രശ്നം അല്ലെങ്കിലും താൻ തീർക്കും. രണ്ടും എന്റെ വായിലായിക്കഴിഞ്ഞാൽ പിന്നെ എന്തു പ്രശ്നം! പുലിയച്ചൻ അതോർത്ത് ഒന്നു മുരണ്ടു.

അപ്പോഴേക്ക് കുറുക്കത്തി കഥ ബാക്കിയും പറഞ്ഞു.

"പുലിയച്ചാ പൊന്നേ കേൾക്ക്. ഇയാളും ഞാനും കുടുംബമായി കഴിയാൻ തുടങ്ങിയിട്ടു കാലം കുറെ ആയി. ഞങ്ങൾക്ക് ഏഴു മക്കളും ഉണ്ടായിട്ടുണ്ട്. ഇപ്പോൾ ഞങ്ങൾ പിണങ്ങി പിരിയുകയാണ്. ഇയാൾ മരമണ്ടനും മടിയനും കുശുമ്പനും സ്നേഹമില്ലാത്തവനുമാണ്. ഞാൻ മക്കളെ മാത്രമല്ല ഇയാളെക്കൂടി തീറ്റിപ്പോറ്റണം. ഞാൻ മടുത്തു. പിരിയാൻ ഇയാൾ സമ്മതിച്ചു. പക്ഷേ മക്കളെ നാലെണ്ണത്തിനെ അയാൾക്കു വേണമെന്ന്. അതു ശരിയാണോ? ഞാൻ പെറ്റ പിള്ളേരൊക്കെ എനിക്കവകാശപ്പെട്ടതല്ലേ? പുലിയച്ചൻ ഈ വഴക്കൊന്നു തീർത്ത് എന്നെയും എന്റെ മക്കളേയും ഒന്നു രക്ഷിക്കണം."

അത്രയും കൂടി കേട്ടതോടെ പുലിയച്ചനു പെരുത്തു സന്തോഷമായി. രണ്ടു കുറുക്കന്മാരെ മാത്രമല്ല, ഏഴു മക്കളെക്കൂടി തിന്നാനുള്ള അവസരമാണ് ലഭിച്ചിരിക്കുന്നത്. ദൈവത്തിനു നന്ദി. അങ്ങനെയൊക്കെ ചിന്തിച്ച് പുലിയച്ചൻ ഗൗരവത്തിൽ കുറുക്കനെ നോക്കി ചോദിച്ചു:

"എന്താ നീ മിണ്ടാതെ മണ്ടനെപ്പോലെ നിൽക്കുന്നത്? ഈ കേട്ടതൊക്കെ ശരിതന്നെയാണോ?"

അപ്പോൾ കുറുക്കൻ പറഞ്ഞു "എന്റെ പൊന്ന് പുലിയച്ചാ, അവൾ പറഞ്ഞത് ശരിയാ. ഞങ്ങൾ പിരിയുകതന്നെയാണ്. പക്ഷേ

മക്കൾ എന്റേതു കൂടിയല്ലേ? അതിനാൽ ആണായ ഞാൻ നാലുമക്കളെ എടുക്കും. പെണ്ണായ ഇവൾക്കു മൂന്നിനെ കൊടുക്കും. അതാണെന്റെ തീരുമാനം."

പുലിയച്ചന്റെ ഉള്ളിൽ അപ്പോഴൊരു ക്രൂരമായ പരിപാടി രൂപപ്പെട്ടു. വഴക്കു തീർക്കാനെന്ന മട്ടിൽ മക്കളെക്കൂടി പുറത്തുകൊണ്ടുവരുക. എന്നിട്ട് ആദ്യം തള്ളയേയും തന്തയെയും ശാപ്പിടുക. പിന്നെ ഏഴു മക്കളേയും തിന്നാം. ആകെ ഒൻപത്. ഹഹഹഹ. കൊള്ളാം. നല്ല പരിപാടി. അങ്ങനെയൊക്കെ മനോരാജ്യം കണ്ട് പുലിയച്ചൻ പറഞ്ഞു.

"തീരുമാനം ഞാനാണ് എടുക്കാൻ പോകുന്നത്. നിങ്ങൾ അനുസരിക്കണം. ഞാനും നിങ്ങളുടെ കൂടെ വരുന്നു. നിങ്ങളുടെ മാളം വരെ വരുന്നു. നിങ്ങൾ മക്കളെ ഏഴിനേയും എന്റെ മുന്നിൽ കൊണ്ടുവരിക. ഞാൻ മക്കളുമായി സംസാരിക്കും. അവരുടെ ഇഷ്ടമനുസരിച്ച് ആരുടെ കൂടെ പോകണമെന്ന് അവർ നിശ്ചയിക്കും. അതനുസരിച്ച് ഞാൻ മക്കളെ വീതിക്കും. എന്താ?"

കുറുക്കത്തിയും കുറുക്കനും തല കുലുക്കി. കുറുക്കൻ കുന്നിന്റെ മുകളിലേക്കു നടന്നു. പുലിയച്ചൻ പുറകേയും ചെന്നു. മലമുകളിലെ പാറക്കെട്ടിലെത്തി. "അതാ ആ കാണുന്ന മാളമാണ് ഞങ്ങളുടെ മാളം. അതിനകത്താണ് മക്കൾ." കുറുക്കത്തി പുലിയച്ചനെ മാളം കാണിച്ചുകൊടുത്തു.

ഓ, ഇടുങ്ങിയ മാളമാണ്. തന്റെ തലപോലും അതിലൂടെ കടക്കുകയില്ല. അപ്പോൾ അകത്തു കടക്കാൻ നോക്കേണ്ട. മക്കളെ പുറത്തു കൊണ്ടുവരാൻ പറയാം. പുലിയച്ചൻ പ്ലാനിട്ടു. പുലിയച്ചന്റെ ചിന്തകൾ ഊഹിച്ചെടുത്ത കുറുക്കൻ കുറുക്കത്തിയുടെ നേരെ നോക്കി ഒരിക്കൽ കൂടി കണ്ണിറുക്കി. എന്നിട്ടു പറഞ്ഞു.

"പുലിയച്ചാ പുലിയച്ചാ ഇവിടെ നിൽക്ക്. ഞാനകത്തു പോയി മക്കളെയൊക്കെ വിളിച്ചുകൊണ്ടുവരാം."

പുലിയച്ചൻ തല കുലുക്കി. കുറുക്കൻ മാളത്തിലേക്കു കയറിപ്പോയി. പുലിയച്ചനും കുറുക്കത്തിയും കുറെനേരം കാത്തുനിന്നു. ഉള്ളിൽനിന്നും ആരും പുറത്തുവരുന്നില്ല. അപ്പോൾ കുറുക്കത്തി ദേഷ്യം അഭിനയിച്ചുകൊണ്ടു പറഞ്ഞു. "പുലിയച്ചാ പുലിയച്ചാ അയാൾടെ സൂത്രം കണ്ടോ? ഉള്ളിൽ ചെന്നിരുന്ന് മക്കളെ ഉപദേശിച്ചും പേടിപ്പിച്ചും അവരുടെ മനം മാറ്റാൻ നോക്കുകയാണ്. അത് ശരിയാണോ? അല്ല. ഞാൻ പോയി മക്കളെ പിടിച്ചുകൊണ്ടുവരാം. ആ കള്ളക്കുറുക്കനേയും കൈയോടെ പിടിച്ചുവലിച്ചു പുറത്തിടാം."

അങ്ങനെ പറഞ്ഞ് കുറുക്കത്തി അതിവേഗം മാളത്തിലേക്കു ക

യറിപ്പോയി. പുലിയച്ചൻ കാത്തുനിന്നു. കാത്തുകാത്തു നിന്നു. ഉള്ളിൽ നിന്നും ഒച്ചയോ അനക്കമോ ഒന്നുമില്ല. ഓ അവർ അകത്തു കിടന്നു വഴക്കു കൂടുകയായിരിക്കും. അങ്ങനെ കരുതി പുലിയച്ചൻ വിളിച്ചു പറഞ്ഞു:

"നിങ്ങൾ അകത്തുനിന്ന് വഴക്കുണ്ടാക്കി സമയം കളയേണ്ട. കൊച്ചുങ്ങളേയും തൂക്കി പുറത്തുവാ. വഴക്കു തീർക്കാൻ ഞാനിവിടെ കാത്തുനിൽപ്പുണ്ട്. വേഗം വാ. എനിക്ക് അകത്തേക്കു കടക്കാൻ പറ്റില്ല കേട്ടോ."

പുലിയച്ചൻ അങ്ങനെ വിളിച്ചു പറഞ്ഞപ്പോൾ ഉള്ളിൽനിന്നും ഒരു കൂവൽ കേട്ടു. ഉച്ചത്തിൽ നീട്ടിയുള്ള കൂവൽ. കുറുക്കനും കുറുക്കത്തിയും ഒന്നിച്ചായിരുന്നു കൂവിയത്. പുലിയച്ചനെ കളിയാക്കിയായിരുന്നു ആ കൂവൽ. പിന്നെ അവർ ഒന്നിച്ചു വിളിച്ചുപറഞ്ഞു:

"പുലിയച്ചാ പുലിയച്ചാ ഞങ്ങളുടെ വഴക്കുതീർന്നു. ഇപ്പോൾ ഞങ്ങൾ തമ്മിൽ വലിയ സ്നേഹമായി. പുലിയച്ചൻ പോയാട്ടെ."

പുലിയച്ചൻ മണ്ടനായിരുന്നല്ലോ. തന്നെ കുറുക്കത്തിയും കുറുക്കനും കൂടി പറ്റിച്ചു എന്ന് അവനു മനസിലായില്ല. കുറുക്കന്മാരെ തിന്നാൻ പറ്റാത്ത നിരാശയിൽ കുന്നിറങ്ങുമ്പോൾ അവൻ അവനോടു തന്നെ ഒരു സംശയം ചോദിച്ചുകൊണ്ടിരുന്നു.

"ഇത്ര പെട്ടെന്ന് കുറുക്കത്തിയും കുറുക്കനും തമ്മിൽ ഉള്ള വഴക്കു തീർന്നതെങ്ങനെയാണ്?"

പുലിയച്ചന് അതിന്റെ ഉത്തരം ആരും പറഞ്ഞുകൊടുത്തതേയില്ല.

55

തർക്കം തീർക്കും സന്യാസി

ഒരിക്കലൊരു മരംകൊത്തി ഒരു മരത്തിൽ കൊത്തിക്കൊത്തി ഒരു പൊത്തുണ്ടാക്കി. പൊത്തിൽ മരംകൊത്തി കുറേനാൾ പാർത്തു. പിന്നെ മരംകൊത്തി ആ പൊത്തിലേക്കു തിരിഞ്ഞുനോക്കിയില്ല. അങ്ങനെ ആരും താമസമില്ലാതെ ആ പൊത്തു കിടക്കുമ്പോൾ അതിലൊരു അണ്ണാൻ കയറി താമസമാക്കി. കുറെനാൾ കഴിഞ്ഞപ്പോൾ മരംകൊത്തിക്ക് തന്റെ പൊത്തിൽ താമസിക്കണമെന്ന് മോഹം തോന്നി. പക്ഷേ പൊത്തിലിരുന്ന അണ്ണാൻ മാറിക്കൊടുത്തില്ല. അങ്ങനെ അവർ തമ്മിൽ തർക്കമായി. വഴക്കായി.

"പൊത്തുണ്ടാക്കിയതു ഞാനാണ്. ഞാനാണതിൽ താമസിച്ചിരുന്നത്. അതിനാലത് എന്റേതാണ്." മരംകൊത്തി വാദിച്ചു.

"ഞാൻ കണ്ടുപിടിച്ചതാണീ പൊത്ത്. അപ്പോൾ ഇതിലാരും താമസമില്ലായിരുന്നു. ആരും താമസിക്കാത്ത പൊത്തായതിനാൽ ഞാൻ താമസമാക്കി. അപ്പോൾ പൊത്ത് എന്റേതായി. എനിക്കാണിപ്പോൾ കൈവശാവകാശം." അണ്ണാനും തർക്കിച്ചു.

മരംകൊത്തി ചിറകു വിറപ്പിച്ച് ദേഷ്യപ്പെട്ടു ചിലച്ചു. അണ്ണാൻ വാലുയർത്തി വിറപ്പിച്ച് ഒച്ച ഉയർത്തിയും ചിലച്ചു. അങ്ങനെ അവർ വഴക്കടിക്കുന്നത് ആ വഴി വന്ന കള്ളക്കണ്ടൻപൂച്ച കണ്ടു. അവൻ ഉടൻ അൽപ്പം മാറിയൊരിടത്ത് നിന്നു. കണ്ണടച്ചു. ഒറ്റക്കാലിൽ തല ഉയർത്തിനിന്നു. തപസു തുടങ്ങി. ശരിക്കുമൊരു കള്ളത്തപസ്സ്! ഇടയ്ക്ക് ഒളികണ്ണിട്ട് വഴക്കാളികളെ നോക്കിയും നിന്നു.

വഴക്കിനിടെ ഒന്നു തിരിഞ്ഞപ്പോൾ അണ്ണാൻ പൂച്ചയെ കണ്ടു. മരംകൊത്തിയും കണ്ടു. രണ്ടുപേരും പൂച്ചയുടെ നിൽപ്പുകണ്ട് അന്തുതപ്പെട്ടു. "പൂച്ചസന്യാസിയോ ഇദ്ദേഹം?" അണ്ണാൻ തന്നോടു തന്നെയെന്ന വണ്ണം ചോദിച്ചുപോയി. "അതാ എന്റെയും സംശയം." മരംകൊത്തിയും പറഞ്ഞു. "പൂച്ചയാണെങ്കിലും സന്യാസിയല്ലേ? അപ്പോൾ നല്ല വിവരം കാണും. ചതിക്കുകയുമില്ല. നമുക്ക് നമ്മുടെ തർക്കം അദ്ദേഹത്തിനു മുന്നിൽ അവതരിപ്പിക്കാം. എന്താ?" അണ്ണാൻ ചോദിച്ചു.

മരംകൊത്തി സമ്മതിച്ചു. നമ്മളിൽ ആരാണ് മരപ്പൊത്തിനവകാശി എന്ന് അദ്ദേഹം നിശ്ചയിക്കട്ടെ." മരംകൊത്തിയും പറഞ്ഞു.

അവർ പൂച്ചസന്യാസിക്കടുത്തേക്കു നടന്നു. സന്യാസിയാണെങ്കിലും പൂച്ചയല്ലേ. അതിനാൽ അൽപ്പം പേടിച്ച് അകന്നാണവർ നിന്നത്.

"ഞങ്ങൾക്കൊരു തർക്കമുണ്ട്. ഭവാൻ അതിനൊരു തീർപ്പു കൽപ്പിക്കണം." അണ്ണാൻ തൊഴുതുകൊണ്ടുപറഞ്ഞു.

പൂച്ചസന്യാസി കണ്ണു പാതി തുറന്നു. ചെവി ശരിക്കും കേൾക്കുന്നില്ല എന്ന് അഭിനയിച്ചു കാണിച്ചു.

അപ്പോൾ അണ്ണാനും മരംകൊത്തിയും കുറേക്കൂടി അടുത്തേക്കു ചെന്നു. അണ്ണാൻ തർക്കം തുടങ്ങി. "കൈവശാവകാശക്കാരനല്ലേ പ്രധാനം." അണ്ണാൻ ചോദിച്ചു തുടങ്ങി.

"പക്ഷേ ആ പൊത്ത് ഉണ്ടാക്കിയവനല്ലേ ശരിയായ അവകാശി?" മരംകൊത്തി ഇടപെട്ടു. കൈയും കാലുമെടുത്ത് അണ്ണാൻ തർക്കിച്ചു. കാലുയർത്തി ചിറകു വിടർത്തി വീറോടെ മരംകൊത്തിയും തർക്കിച്ചു. അങ്ങനെ പരസ്പരം തർക്കിച്ചപ്പോൾ അവരറിയാതെ അവർ പൂച്ചസന്യാസിയോടു കൂടുതലടുത്തു. പെട്ടെന്ന് തർക്കം തീർന്നു. അവിടം നിശ്ശബ്ദമായി. എന്ത്? എന്തു സംഭവിച്ചു?

അതോ പറയാം. അവർ പൂച്ചസന്യാസിയോട് അടുത്തുചെന്നതും സന്യാസി കണ്ണു മുഴുവൻ തുറന്നു. ഇരുകൈകളും നീട്ടി. അവരെ അനുഗ്രഹിക്കാനെന്നവണ്ണം നീട്ടി. പെട്ടെന്ന് ഒരു കൈ കൊണ്ട് മരംകൊത്തിയെ പിടിച്ചു. മറുകൈകൊണ്ട് അണ്ണാനേയും പിടിച്ചു. പിടിച്ചമർത്തി ഞെരിച്ചു. പൂച്ചസന്യാസിയുടെ നഖത്തിനിടയിൽപ്പെട്ട് ശ്വാസം മുട്ടിയ അവർ തർക്കം മറന്നു. വഴക്കു മറന്നു. എല്ലാം മറന്നു. അതെന്താണെന്നോ? രണ്ടുപേരേയും ഒന്നിച്ച് പൂച്ചസന്യാസി തന്റെ വായിലിട്ടു. വായടച്ചു. തർക്കക്കാർ അങ്ങനെ ഒന്നായി ഒരേ പൂച്ച യുടെ വയറ്റിലായി.

ഇനി ഒറ്റക്കാലിൽ നിന്നു തപസുചെയ്ത് ആരെ കാണിക്കാനാണ്! പൂച്ചസന്യാസി നടുനിവർത്തി സന്തോഷത്തോടെ നാലു കാലിൽ നടന്നു. ഇനി ആരെങ്കിലും എവിടെയെങ്കിലും നിന്നു തർക്കിക്കുന്നുണ്ടോ എന്നറിയാൻ നടന്നു. തർക്കം തീർക്കും സന്യാസി അങ്ങനെ അടിവച്ചടിവച്ചു നടന്നു.

56

കദനരസം കരകവിയും കഥ

കുട്ടത്തി പ്രാവിനെ കണ്ടിട്ടില്ലേ? അവൾ കരയുന്നത് കേട്ടിട്ടില്ലേ? "കൊച്ചുകുട്ടത്തീ പയറൊത്തു. പയറൊത്തു." അങ്ങനെയാണവൾ കരയുന്നത്. പാവം. എത്രയോ കാലങ്ങളായി അവൾ അങ്ങനെ കരയുന്നു. അവളെന്തിനാണ് അങ്ങനെ കരയുന്നതെന്നോ? അതിനു പിന്നിലൊരു കഥയുണ്ട്. ഒരു കദന കഥ. കരളുരുകി കരളുരുകി കരയാനുള്ള കഥ. ആ കഥയാണ് ഈ കഥ.

പാവം കുട്ടത്തി. അവളിപ്പോൾ ഒറ്റയ്ക്കാണ്. കൂടെ കരയാനോ കൂട്ടിരിക്കാനോ പോലും ആരുമില്ല. പണ്ട് അങ്ങനെയായിരുന്നില്ല. അവൾ ഒറ്റയ്ക്കായിരുന്നില്ല. അവൾക്കൊരു സുന്ദരിയായ മകളുണ്ടായിരുന്നു. ഒരു കുഞ്ഞിപ്രാവ്. ഒരു കൊച്ചുകുട്ടത്തി. കണ്ണിൽ സ്വപ്നങ്ങളും ചുണ്ടിൽ സ്നേഹവും നിറഞ്ഞ ഒരു കൊച്ചുസുന്ദരി. കൂട്ടിൽ കുട്ടത്തിയെ തൊട്ടുരുമ്മി കൂടിച്ചേർന്നു കെട്ടിപ്പിടിച്ചിരിക്കാൻ ഒരു കൊച്ചുമാലാഖ. കുട്ടത്തിയുടെ പുന്നാരപ്പുത്രി. പിന്നെ ആ മകളെവിടെപ്പോയെന്നോ? അതല്ലേ കഥ. അതാണു പറയാൻ പോകുന്ന കഥ.

കുട്ടത്തിപ്രാവും മകളും അങ്ങനെ സന്തോഷത്തോടെ കൂട്ടിൽ കഴിയുകയായിരുന്നു. ഇരുമെയ്യാണെങ്കിലും നമ്മളൊറ്റക്കരളല്ലേ എന്നു പാടാതെ പാടി ജീവിക്കുകയായിരുന്നു. മകൾക്ക് ഒരുനിമിഷം പോലും അമ്മയെ പിരിഞ്ഞിരിക്കാൻ വയ്യ. അമ്മയ്ക്കോ അരനിമിഷം പോലും മകളെ കാണാതെ കഴിയാനും വയ്യ. അത്ര സ്നേഹം. അമ്മ അകലെവരെ പറന്നുപോകും. നല്ല നല്ല പഴങ്ങളും കായ്ക

ളും കൊണ്ടുവരും. കൊണ്ടുവന്നു മകൾക്കു കൊടുക്കും. മകൾ അടുത്തൊക്കെ പറന്നു നടക്കും. കൊച്ചുപയർമണികളും രാജമല്ലിയുടെ ഇളം വിത്തുകളും കൊത്തിക്കൊണ്ടു വന്ന് അമ്മയ്ക്കും നൽകും. അമ്മയ്ക്കു കൊടുക്കുന്നതിൽ പകുതി അമ്മ മകളെ തീറ്റും. അങ്ങനെ സ്നേഹം കൊടുത്തും സ്നേഹം വാങ്ങിയും കളിച്ചും പാടിയും തൊട്ടുരുമ്മിയും ഒന്നിച്ചിരുന്നു മാനം കണ്ടും സ്വപ്നങ്ങൾ കണ്ടും അവർ ജീവിച്ചു.

അങ്ങനെ സന്തോഷത്തോടെ അവർ ജീവിക്കുമ്പോൾ ഒരുനാൾ കുട്ടത്തിപ്രാവിന് അകലെയൊരിടത്തേക്കു യാത്ര പോകേണ്ടിവന്നു. അവിടെയൊരു വീട്ടിലൊരു വിരുന്നിനു പോകാതെ പറ്റാതെ വന്നു. കൂടു കാക്കാൻ കുട്ടിയെ വിട്ട് ആയമ്മ പോകാൻ നിശ്ചയിച്ചു. അന്ന് വെളുപ്പിനുതന്നെ കുട്ടത്തിപ്രാവെഴുന്നേറ്റു. കുളിച്ചു. ചിറകു ചീകിയൊരുക്കി. പൊട്ടും തൊട്ടു. പിന്നെ മകളെ വിളിച്ചുണർത്തി പറഞ്ഞു: "പുന്നാരപ്പുത്രീ എനിക്കിന്ന് ഒരു ദൂരയാത്രയുണ്ട്. പോകാതെ പറ്റില്ല. നിന്നെ വിട്ടുപോകാൻ വിഷമമുണ്ടെങ്കിലും പോവുകയാണ്. നിനക്കുള്ള തീറ്റയൊക്കെ കൂട്ടിലൊരുക്കിവച്ചിട്ടുണ്ട്. നീ കുളിച്ചു വൃത്തിയായി ആഹാരം കഴിച്ചിരിക്കുക. പകൽ മുഴുവൻ മനോരാജ്യം കണ്ടിരിക്കരുത്. കൂടു വൃത്തിയാക്കണം. എന്നിട്ട് കൂട്ടിലൊരു കൂടിലിരിക്കുന്ന നാഴി പയറെടുത്തുവറക്കണം. കൂടിനു പുറത്ത് നിലത്ത് കല്ലുവച്ച് അടുപ്പുകൂട്ടി ഉരുളി വയ്ക്കണം. ചുള്ളിക്കമ്പുകത്തിച്ച് തീ കൂട്ടണം. ഉരുളിയിൽ പയറിട്ട് ഇളക്കി വറക്കണം."

"ശരി ശരി." കൊച്ചുകുട്ടത്തി എല്ലാം സമ്മതിച്ചു.

അപ്പോൾ കുട്ടത്തിപ്രാവു പറഞ്ഞു. "പെണ്ണേ, ചക്കരേ, മുത്തേ, കരളേ, ഒരു കാര്യമുണ്ട്. നീയൊരു കൊതിച്ചിയാണെന്ന് എനിക്കറിയാം. പയർ മൂത്തു പാകമായ മണം വരുമ്പോൾ നിനക്കു കൊതിയും വരുമെന്ന് ഈ അമ്മയ്ക്കറിയാം. പക്ഷേ നീ കൊതിയടക്കി പയർ വറുത്തുവയ്ക്കണം. ഒരു പയറുമണിപോലും തിന്നരുത്. നാഴി പയറാണ് തരുന്നത്. ഞാൻ വരുമ്പോൾ അളന്നുനോക്കും. നാഴിക്കു നാഴി തന്നെ കാണണം."

"ശരി ശരി ശരി." കൊച്ചുകുട്ടത്തി വീണ്ടും സമ്മതിച്ചു.

കുട്ടത്തിപ്രാവ് കൊച്ചുകുട്ടത്തിയെ കെട്ടിപ്പിടിച്ചു. കൊക്കും കൊക്കും ഉരുമ്മി സ്നേഹിച്ചു. എന്നിട്ടു യാത്ര പറഞ്ഞ് പറന്നുയർന്നകന്നുപോയി.

കൊച്ചുകുട്ടത്തി കൂടടിച്ചുവാരി. കരിയിലക്കിടക്ക വിരിച്ചിട്ടു. പിന്നെ കുളിച്ചു വന്നു. അമ്മ ഉണ്ടാക്കിവച്ചിരുന്ന ഗോതമ്പുകഞ്ഞി കുടിച്ചു.

ഇനി പയറുവറുക്കാം. കൊച്ചുകുട്ടത്തി താഴേക്കു പറന്നു. മൂന്നു കാട്ടുകല്ലുകൾ ഉരുട്ടിക്കൊണ്ടുവന്നു അടുപ്പുകൂട്ടി. താഴെ ചുള്ളിക്കമ്പുകൾ വച്ചു തീ കൂട്ടി. അടുപ്പിലുരുളി വച്ചു. ഉരുളിയിൽ പയറിട്ടു. മുളങ്കമ്പുകൊണ്ട് ഇളക്കാൻ തുടങ്ങി. ഉരുളി പഴുത്തു. പയർ ചൂടായി. ചൂടായി ചൂടായി വരുന്നതിനിടെ ചില പയറുകൾ ചാടാനും മറിയാനും പൊട്ടി പുറത്തേക്കു തെറിക്കാനും തുടങ്ങി. പുറത്തേക്കു തെറിച്ച പയറുകൾ കൊച്ചുകുട്ടത്തി പെറുക്കിയെടുത്തു. പിന്നെയും പറയുകൾ തെറിച്ചുചാടി. അപ്പോൾ കൊച്ചുകുട്ടത്തി അടുപ്പിലെ തീ കുറച്ചു. എന്നിട്ടും കുറെ പയറുകൾ കൂടി ചാടി പുറത്തുവീണു. അവയേയും കൊച്ചുകുട്ടത്തി പെറുക്കിയെടുത്തു.

പയർ മൂത്തപ്പോൾ ഹായ് എന്തൊരു സുഗന്ധം! മൂത്ത പയറിന്റെ മനം മയക്കുന്ന മണം. കൊച്ചു കുട്ടത്തിയുടെ വായിൽ കപ്പലോടിക്കാറായി. എന്നിട്ടും അവളൊരുമണി പയർപോലുമെടുത്തു തിന്നില്ല. കൊതിയടക്കി അവർ ഉരുളി വാങ്ങി താഴെവച്ചു. വീണ്ടും ഇളക്കി. പയർ തണുത്തപ്പോൾ ഇളക്കു നിർത്തി. പയറു മുഴുവൻ വാരി കൂട്ടിലിട്ടു. അമ്മയേയും കാത്തിരുന്നു.

കൊച്ചുകുട്ടത്തി കാത്തിരുന്നു. കാത്തുകാത്തിരുന്നു. നേരം പോയ നേരത്ത്, ഇരുട്ടു പരന്ന നേരത്ത്, കുട്ടത്തിപ്രാവു പറന്നു തളർന്നു കൂട്ടിലെത്തി. എത്തിയതും പയറിന്റെ കാര്യം തിരക്കി. കൊച്ചുകുട്ടത്തി പയറിരിക്കും കൂട് എടുത്തുകൊടുത്തു. കുട്ടത്തിപ്രാവിന് ആ അന്തിമയങ്ങും നേരത്ത് ആ കൂടു കണ്ടപ്പോൾ ഒരു ശങ്ക. പയർ കുറെ കുറവുണ്ടോ? നാഴി പയർ വറുക്കാൻ പെണ്ണിനെ ഏൽപ്പിച്ചിട്ട് അരനാഴിയേ ഉള്ളോ? കുട്ടത്തിപ്രാവ് കൂട്ടിലിരുന്ന നാഴിയെടുത്ത് വറുത്ത പയറതിലിട്ടു നോക്കി. എന്ത്? നാഴി നിറച്ചില്ല. മുക്കാൽ ഭാഗം മാത്രം. അപ്പോൾ ബാക്കി കട്ടു. ആരോ കട്ടു. ആരു കട്ടു? തന്റെ പുന്നാരപ്പുത്രി! കള്ളം പറയരുതെന്നും കള്ളം കാണിക്കരുതെന്നും കള്ളിയാകരുതെന്നും ആയിരം പ്രാവശ്യം താൻതന്നെ ഉപദേശിച്ചു വളർത്തിയ പുന്നാരമകൾ. ഹയ്യോ!

തന്റെ മകൾ കള്ളം കാണിച്ചതോർത്ത് ആ അമ്മയുടെ ചങ്കു പൊട്ടി. ഉള്ളിൽ വേദന. സങ്കടം. ദേഷ്യം. നിരാശ. വൈരാഗ്യം. അവൾ ദേഷ്യംകൊണ്ടു ഭ്രാന്തിയായി. ചിറകു വിടർത്തി ചുണ്ടുയർത്തി കണ്ണുകൾ തുള്ളിച്ച് അവൾ കൊച്ചുകുട്ടത്തിയെ കൊത്തി. ഒന്ന് രണ്ട് മൂന്ന്... കൊച്ചുകുട്ടത്തി ദീനദീനം കേണു. അമ്മേ അമ്മയുടെ മകൾ കള്ളിയല്ല. കള്ളം കാണിച്ചിട്ടില്ല. പയറു വറുത്തപ്പോൾ കുറെ ചാടിപ്പോയി. കണ്ടതൊക്കെ പെറുക്കിയെടുത്തതാണ്. പയർ വറു

ക്കുമ്പോൾ കുറയുന്നതാണ്. അമ്മേ അമ്മേ ഞാൻ പയർ മോഷ്ടിച്ചിട്ടില്ല. കട്ടുതിന്നിട്ടില്ല. കള്ളിയായിട്ടില്ല..."

കൊച്ചുകുട്ടത്തി പൊട്ടിക്കരഞ്ഞു പറഞ്ഞു. അമ്മയുടെ കാലും കൈയും പിടിച്ചു കരഞ്ഞു. സത്യം ചെയ്തു കരഞ്ഞു. പക്ഷേ കുട്ടത്തിപ്രാവ് അതൊന്നും കേൾക്കാതെ കൊച്ചുകുട്ടത്തിയുടെ കണ്ണിൽ കൊത്തി. അവളുടെ കണ്ണുകൾ പൊട്ടി. കൊച്ചുകുട്ടത്തി വേദനകൊണ്ടു പുളഞ്ഞു. അപ്പോൾ അമ്മക്കുട്ടത്തി മകളുടെ മാറിൽ കൊത്തി. കൊച്ചുകുട്ടത്തി മാറു പിളർന്നുതളർന്നു വീണു. പിടഞ്ഞു മരിച്ചു. അമ്മക്കുട്ടത്തി അവളുടെ ശവം വലിച്ചു കാട്ടിലെറിഞ്ഞു. എന്നിട്ട് കൂട്ടിൽ കിടന്നു പൊട്ടിക്കരഞ്ഞു. നെഞ്ചുപൊട്ടിക്കരഞ്ഞു. മകളില്ലെങ്കിലും ജീവിക്കാം. കള്ളിയായ മകളുമൊത്ത് ഒരുനിമിഷം ജീവിക്കാനാവില്ല. കുട്ടത്തിപ്രാവ് മറ്റു മൃഗങ്ങളോടും പക്ഷികളോടും പറഞ്ഞു.

കുറെനാൾ കരഞ്ഞു കരഞ്ഞു കഴിഞ്ഞിട്ട് കുട്ടത്തിപ്രാവ് പുറത്തിറങ്ങാൻ തുടങ്ങി. തീറ്റ തേടാനും തുടങ്ങി. പിന്നെയും കുറേനാൾ കഴിഞ്ഞപ്പോൾ അവളുടെ നാഴി നിറയെ പയറായി.

അവൾ പുറത്ത് അടുപ്പുകൂട്ടി. ഉരുളിയിൽ പയറിട്ടു വറുത്തു. വറുത്തു കോരി എടുത്തുവച്ചു. തിന്നാൻ തുടങ്ങും മുൻപ് അവൾക്കൊരു സംശയം. നാഴി പയറല്ലേ വറത്തത്. നാലഞ്ചു പയറുകൾ വറുക്കുമ്പോൾ പുറത്തു ചാടിയതും പെറുക്കിയെടുത്തിട്ടുണ്ട്. വറുത്തത് ഒന്ന് അളക്കാം. കൂടുതലുണ്ടാകുമോ?

കുറവുണ്ടാകുമോ? ഇല്ല. ഒന്നുമുണ്ടാകില്ല. നാഴി വറുത്താൽ നാഴിയുണ്ടാകണം. കുട്ടത്തി വറുത്ത പയർ നാഴിയിലിട്ടു നോക്കി.

എന്ത്? നാഴി നിറച്ചില്ലേ? മുക്കാൽ ഭാഗം മാത്രമേയുള്ളൂ. വറക്കുന്നതിനിടയിൽ ആരും കട്ടുതിന്നിട്ടില്ല. കട്ടായം. അപ്പോൾ പിന്നെ പയർ എവിടെപ്പോയി?

ആലോചിച്ചിരുന്നപ്പോൾ അവൾക്കു കാര്യം മനസിലായി. നാഴി വറുത്താൽ നാഴി കാണില്ല. മുക്കാൽ നാഴിയേ കാണൂ. കുറച്ചുകുറയും. ചാടിപ്പോയതും തൂവിപ്പോയതുമൊക്കെ തിരിച്ചെടുത്തിട്ടാലും നാഴി തികയില്ല. അയ്യോ കൊച്ചുകുട്ടത്തി പറഞ്ഞത് ശരിയായിരുന്നു. നാഴി വറുത്താൽ മുക്കാൽ നാഴി മതി. അപ്പോൾ പയർ ഒത്തു. ഒട്ടും കുറയുന്നില്ല. തന്റെ മകൾ പയർ കട്ടതായിരുന്നില്ല. കാര്യമറിയാതെ ഞാനെന്റെ മകളെ കൊത്തിക്കൊന്നു! അയ്യോ! ഞാനെത്ര ദുഷ്ട!

കുട്ടത്തിപ്രാവ് പയർ തിന്നാതെ കാലുകൊണ്ടു തട്ടിത്തെറിപ്പിച്ചു. കൂടു കൊത്തിക്കീറിയെറിഞ്ഞു. തൂവലുകൾ വലിച്ചു പറിച്ചു. തലയിലെ പൂടകൾ പിഴുതെറിഞ്ഞു. തല നിലത്തടിച്ചു. പൊട്ടിപ്പൊട്ടിക്കരഞ്ഞുകൊണ്ട് അവൾ കൂടുവിട്ടു. ഭ്രാന്തു പിടിച്ചതുപോലെ പറന്നുനടന്നു. അതിനിടെ നിലവിളിച്ചു.

"കൊച്ചുകുട്ടത്തീ പയറൊത്തു. പയറൊത്തു.

കൊച്ചുകുട്ടത്തീ പയറൊത്തു. പയറൊത്തൂ....

പിന്നീടിന്നുവരെ കുട്ടത്തി ആ കരച്ചിൽ നിർത്തിയിട്ടില്ല. കാലമെത്ര കഴിഞ്ഞു. പക്ഷേ കുട്ടത്തിയുടെ സങ്കടം മാറിയിട്ടില്ല. അവൾ കണ്ണുനീരൊഴുക്കി കരഞ്ഞു വിളിക്കുകയാണ്: "കൊച്ചുകുട്ടത്തീ പയറൊത്തു. പയറൊത്തു."

57

മുൻകരുതൽ

എപ്പോൾ എവിടെ വച്ച് എങ്ങനെ എന്ത് അപകടമുണ്ടാകും? ആർക്കും പറയാനാവില്ല. അതിനാൽ മുൻകരുതൽ എടുക്കണം. വേണ്ടേ? വേണം എന്നു നിർബന്ധമുള്ള ഒരു ജ്യോതിഷക്കാരൻ ഒരിടത്തുണ്ടായിരുന്നു.

ഒരുദിവസം രാവിലെ ജ്യോതിഷി അകലെയുള്ള ഒരു വീട്ടിലേക്കു പുറപ്പെട്ടു. അവിടെ ചെന്ന് പ്രശ്നം വയ്ക്കാനാണ്. വീട്ടിൽനിന്നിറങ്ങിയപ്പോൾതന്നെ ശകുനം മോശമായിരുന്നു. അപ്പോൾ മുൻകരുതൽ കൂടുതലുണ്ടാകണം. ജ്യോതിഷി ഓലക്കുടയും ചൂടി നടന്നു. ഒരു പുഴയുടെ ഒരുവശത്തുകൂടിയായിരുന്നു നടപ്പുവഴി. മഴക്കാലമായിരുന്നു. പുഴ നിറഞ്ഞാണ് ഒഴുകിയിരുന്നത്. നല്ല വീതിയുള്ള വലിയ പുഴയായിരുന്നു അത്. ജ്യോതിഷി ഓരോന്നോർത്ത് നടക്കുമ്പോൾ അതാ ഒരു കുര. അമ്പട! കേട്ടിട്ട് ഒരു വലിയ നായുടെ പോലുണ്ട്. ജ്യോതിഷി നോക്കി. അക്കരെയുള്ള വീട്ടുമുറ്റത്തു നിന്നായിരുന്നു കുര. ഇക്കരെക്കൂടി പോകുന്ന ജ്യോതിഷിയെ കണ്ട് കുരയ്ക്കുകയായിരുന്നു നായ. നായയെ തുടലിട്ട് പൂട്ടിയിരുന്നു. അതിനാൽ അതിന് ഓടിനടക്കാൻ പറ്റില്ലായിരുന്നു. തുടലിന്റെ നീളം വരെ വന്നു നിന്നായിരുന്നു കുര.

ജ്യോതിഷി ഒരുനിമിഷം നിന്നു ചിന്തിച്ചു. അപ്പോഴത്തെ സമയം നോക്കി. പെട്ടെന്ന് നിന്നിടത്തുനിന്ന് തന്റെ ഓലക്കുടയുടെ ഓല വലിച്ചു കീറി പുഴയിലെറിഞ്ഞു. കുടക്കാൽമാത്രം വലിച്ചെടുത്ത് ഉയർത്തിപ്പിടിച്ചു. നായുടെ നേരെ അത് ചുഴറ്റി കാണിച്ചുനിന്നു.

അതുകണ്ട് അതിലെ വന്ന ഒരു കൊച്ചുകുട്ടി ചോദിച്ചു:

"അയ്യോ എന്തിനാണ് അങ്ങു കുടക്കാൽ വലിച്ചെടുത്ത് നായയുടെ നേരെ ഓങ്ങുന്നത്? പുഴ നിറഞ്ഞുകിടക്കുകയല്ലേ? നായെ തുടലിലിട്ടിരിക്കുകയുമല്ലേ?"

പെട്ടെന്ന് ജ്യോതിഷി പയ്യന്റെ നേരെ നോക്കി. മണ്ടൻ. അവനുണ്ടോ കാര്യവിവരം. അതിനാൽ തന്റെ ആശങ്ക വിവരിച്ചു പറഞ്ഞു:

"കുട്ടീ പുഴ വറ്റീം പോയി, തുടലറ്റും പോയി, കടി പറ്റീം പോയാൽ തീർന്നില്ലേ? കുടക്കാലു കൈയിലുണ്ടെങ്കിൽ ഒരടിയെങ്കിലും കൊടുക്കാലോ!"

എങ്ങനെയുണ്ട് ജ്യോതിഷിയുടെ മുൻകരുതൽ?

58

കുഞ്ഞിപ്പക്ഷിയുടെ കഥ

പണ്ടു പണ്ടൊരു കാലം ഒരു കുഞ്ഞുനാട്ടിലൊരു കുഞ്ഞുകാട്ടിലൊരു കുഞ്ഞിപ്പക്ഷി ഒരു കുഞ്ഞുകൂടു കെട്ടി. കമ്പുകളും നാരുകളും ഇലകളും പഞ്ഞിക്കീറുകളും കൊണ്ടൊരു നല്ല ഭംഗിയുള്ള കൂട്. കുഞ്ഞിപ്പക്ഷി നാരുകൾ മുറുക്കി കൂട് ബലപ്പെടുത്തി. കൂടിനുള്ളിൽ രണ്ട് അറകളും തീർത്തു. ഒരു മുറി കുഞ്ഞു മുറി. കുഞ്ഞിപ്പക്ഷിക്ക് കൂനിക്കൂടിയിരിക്കാനൊരു കുടുസുമുറി. മറുമുറി വല്യമുറി. മുട്ടകൾ വിരിഞ്ഞുണ്ടാകുന്ന കുഞ്ഞുകുഞ്ഞു മക്കൾക്ക് കൂടിച്ചേർന്നു ചൂടു പകർന്നിരിക്കാനൊരു വല്യമുറി. കുഞ്ഞിപ്പക്ഷി കൂടിനൊരു ബലമേറിയ വാതിലും വാതിലിനൊരു പൂട്ടും തീർത്തു. പിന്നെ സമാധാനമായി കുടുസുമുറിയിൽ കൂനിക്കൂടിയിരുന്നു സ്വപ്നം കാണാൻ തുടങ്ങി.

കൂടുകണ്ട് മോഹിച്ച് ചിലരൊക്കെ കൂട്ടിരിക്കാമെന്നും പറഞ്ഞു ചെന്നു. ചെമ്പരുന്തും മെണ്ടക്കണ്ണൻ മൂങ്ങയും വീരൻ ശിക്രയുമൊക്കെ ചെന്നു വാതിലിൽ മുട്ടി. എന്നാൽ കുഞ്ഞിപ്പക്ഷി ആർക്കും വേണ്ടി വാതിൽ തുറന്നില്ല.

പിന്നെയൊരു നാൾ മുതൽ ആറുനാൾ കുഞ്ഞിപ്പക്ഷി ഓരോ മുട്ടയിട്ടു. വലിയ മുറിയിലായിരുന്നു മുട്ടകൾ. മുട്ടകൾക്കു മുകളിൽ കുഞ്ഞിപ്പക്ഷി അടയിരുന്നു. അനങ്ങാതെ, മാറാതെ, തീറ്റ തേടാതെ, ജലപാനമില്ലാതെ മുട്ടകൾക്കു മുകളിൽ അവൾ അനേകനാൾ തപസിരുന്നു. അങ്ങനെ ഒരുനാൾ ആറു മുട്ടകളും പൊട്ടി. ആറു കുഞ്ഞിപ്പക്ഷികൾ പുറത്തുവന്നു. ചിറകു മുളയ്ക്കാത്ത കുഞ്ഞികൾ.

അവരെ ആയമ്മ ചിറകിനടിയിൽ വച്ചു ചൂടും വാത്സല്യവും പകർന്നുകൊടുത്തു.

പിറ്റേന്നു രാവിലെ മുതൽ കുഞ്ഞുകുഞ്ഞികൾ കീയോകീയോ എന്നു കരയാൻ തുടങ്ങി. ആയമ്മ പുറത്തു പറന്നു കിട്ടിയ കുഞ്ഞു പ്രാണികളെയും കൊച്ചു പഴങ്ങളെയും മുറിച്ചു പതുക്കി മക്കൾക്കു കൊടുത്തു. എത്ര തിന്നിട്ടും അവർ കീയോ കീയോ കരഞ്ഞു. അവരുടെ കരച്ചിൽ കള്ളിക്കാക്കയുടെ ചെവിയിലെത്തി. രാത്രി കാക്കള്ളി ഉറങ്ങാതിരുന്നു. പാതിരാത്രി കൊടുംമഴയത്ത് അവർ കുഞ്ഞിപ്പക്ഷിയുടെ കൂടിനടുത്തുചെന്നു. വാതിലിൽ മുട്ടിവിളിച്ചു. "നേരം പോയ നേരത്താരാ കതകിൽ മുട്ടുന്നത്?" കുഞ്ഞിപ്പക്ഷി ദേഷ്യപ്പെട്ടു.

"ഞാനാണേയ്. ഒരു പാവം കാക്കയമ്മ. മഴയിൽ കുതിർന്നു. എന്നെക്കൂടി കൂട്ടിൽ കയറ്റൂ."

കുഞ്ഞിപ്പക്ഷി പറഞ്ഞു: "എന്റെ കൂട്ടിൽ എന്റെ മക്കളുണ്ട്. നീ അവരെ ഉപദ്രവിക്കും."

"ഇല്ലില്ല. നീയാണെ സത്യം. എനിക്കു നിന്റെ മക്കളെ വല്യ ഇഷ്ടവുമാണ്."

കുഞ്ഞിപ്പക്ഷി എന്നിട്ടും കതകു തുറന്നില്ല.

"ഞാനെന്റെ ആറു മക്കളേയും ചീകിയൊതുക്കി വൃത്തിയാക്കുകയാണ്." കുഞ്ഞിപ്പക്ഷി പറഞ്ഞു.

കാക്ക മഴകൊണ്ടു കാത്തിരുന്നു. കുറേനേരം കഴിഞ്ഞു ചോദിച്ചു:

"ഞാൻ മഴ നനഞ്ഞു നനഞ്ഞു വലഞ്ഞു. നിന്റെ മക്കളെ വൃത്തിയാക്കിക്കഴിഞ്ഞോ?"

"ഇല്ലില്ല. ഞാനവരെ ഒരുക്കി സുന്ദരിമാരും സുന്ദരന്മാരുമാക്കുകയാ."

കാക്ക മഴയത്തു കുത്തിയിരുന്നു. കുറേനേരം കഴിഞ്ഞു ചോദിച്ചു:

"ഞാനിവിടെ മഴയിൽ നനഞ്ഞു നനഞ്ഞു തുലഞ്ഞു. നീ അവരെ ഒരുക്കിയില്ലേ?"

"ഉവ്വ്. പക്ഷേ ഞാനവർക്കു തീറ്റ കൊടുക്കുകയാ."

കുറേനേരം കഴിഞ്ഞു കാക്ക ദീനദീനം കരഞ്ഞുകൊണ്ടു ചോദിച്ചു:

"കുഞ്ഞിപ്പെണ്ണേ നീ നിന്റെ മക്കളെ തീറ്റിച്ചു തീർന്നില്ലേ? ഞാനീ മഴകൊണ്ടു മരവിച്ചു മരിക്കാൻ പോവുകയാ."

കുഞ്ഞിപ്പക്ഷിക്ക് അപ്പോൾ കാക്കയമ്മയോടു ദയ തോന്നി. അവൾ കതകു തുറന്നു. കാക്കയമ്മ അകത്തു കയറി. മക്കളെ കണ്ടു. "നിന്റെ മക്കൾ നല്ല മക്കളാണേയ്. നീ എന്തൊരു ഭാഗ്യവതി."

കാക്കയമ്മ പറഞ്ഞു. പിന്നെ മക്കളുടെ അറയുടെ അരികിലൊരിട ത്തൊതുങ്ങിയിരുന്നു പറഞ്ഞു:

"ഞാനീ മൂലയിലൊതുങ്ങി രാത്രി മുഴുവൻ നിന്റെ മക്കൾക്ക് കാവലിരിക്കാം. അവരെ പൊന്നുപോലെ നോക്കിയിരിക്കാം. നീ നിന്റെ കുടുസുമുറിയിലിരുന്നു വിശ്രമിക്ക്. ഒന്നുറങ്ങിക്കോ. നേരം വെളുക്കുമ്പോൾ ഞാൻ വിളിച്ചുണർത്താം."

കുഞ്ഞിപ്പക്ഷി കാക്കയമ്മയെ വിശ്വസിച്ചു.

കുടുസുമുറിയിൽ കയറി കണ്ണടച്ചിരുന്നു.

കുറേനേരം കഴിഞ്ഞപ്പോൾ മക്കളുടെ മുറിയിൽ നിന്നൊരു ഒച്ച. "എന്താ കാക്കയമ്മേ അവിടെ ഒരു ഒച്ച. എന്റെ മക്കൾക്കു വല്ലതും പറ്റിയോ?" കുഞ്ഞിപ്പക്ഷി ചോദിച്ചു.

"ഇല്ലില്ല. ഞാനെന്റെ സഞ്ചിയിൽ കരുതിയിരുന്ന ആറു വറു ത്ത ചക്കക്കുരുവിലൊന്നു കൊറിച്ചതാ. നീ സമാധാനമായി ഉറ ങ്ങ്." കാക്കയമ്മ മറുപടി പറഞ്ഞു.

കുറേനേരം കഴിഞ്ഞപ്പോൾ മക്കളുടെ മുറിയിൽനിന്നും പി ന്നെയും ഒരൊച്ച.

"എന്താ കാക്കയമ്മേ അവിടെ?" കുഞ്ഞിപ്പക്ഷി ചോദിച്ചു.

"ഞാനെന്റെ രണ്ടാമത്തെ ചക്കക്കുരു തിന്നതാ. നീ ഉറങ്ങി ക്കോ."

അങ്ങനെ ആറു പ്രാവശ്യം ആ മുറിയിൽനിന്നും ഒച്ചകേട്ടു. ആ റു പ്രാവശ്യവും കുഞ്ഞിപ്പക്ഷി കാര്യം തിരക്കി. ആറുപ്രാവശ്യവും കാക്കയമ്മ ചക്കക്കുരു തിന്നതാണെന്നു കള്ളം പറഞ്ഞു. പിന്നെ അനക്കമൊന്നും കേൾക്കാതിരുന്നതിനാൽ കുഞ്ഞിപ്പക്ഷി കണ്ണട ച്ചൊന്നുറങ്ങി. എന്നാൽ നേരം വെളുക്കുംമുൻപ് അവൾ ഉണർന്നു. കാക്ക കരയുന്ന നേരമാകാത്തതിനാൽ കാക്കയമ്മ ഉറങ്ങുകയായി രുന്നു. കുഞ്ഞിപ്പക്ഷി കുടുസുമുറിയിൽനിന്നും കിളിവാതിൽ ഉയർ ത്തി മക്കളെ നോക്കി. ഇതെന്തു കഥ. കൂട്ടിൽ മക്കളെ കാണാനി ല്ലല്ലോ. വെളിച്ചം പോരാഞ്ഞാണോ? കുഞ്ഞിപ്പക്ഷി വീണ്ടും നോക്കി.

കണ്ണടച്ചുതുറന്നു നന്നായി നോക്കി. ഇല്ല കൂട്ടിലൊരു കുഞ്ഞു പോലുമില്ല. അങ്ങിങ്ങു കുറച്ചു പൂടകൾ ചിതറിക്കിടക്കുന്നു. അ യ്യോ കാക്കയമ്മ ചതിച്ചോ! അയ്യോ. അയ്യോ. കുഞ്ഞിപ്പക്ഷി അറി യാതെ കരഞ്ഞുപോയി. അവളുടെ ദയനീയമായ രോദനം കേട്ട് കാക്ക ഞെട്ടിയുണർന്നു. പേടിച്ച് പുറത്തേക്കു പറന്നു.

അപ്പോൾ കുഞ്ഞിപ്പക്ഷിക്കു കാര്യം പിടികിട്ടി. കാക്കയമ്മ ച തിച്ചു. കുഞ്ഞുങ്ങളെ തിന്നു. ദുഷ്ട. ദ്രോഹി. രാക്ഷസി. ഞാനിവ ളെ ശരിയാക്കും. കുഞ്ഞിപ്പക്ഷി കാക്കയമ്മയുടെ പുറകെ പറന്നു

ചെന്നു. അവളെ തലങ്ങും വിലങ്ങും കൊത്തി. അവളുടെ രണ്ടു കണ്ണുകളും കൊത്തിപ്പൊട്ടിച്ചു. അവളെ കാടുകടത്തി നാട്ടിലേക്ക് ഓടിച്ചു. അങ്ങനെയാണ് കാക്കകൾ കാടുവിട്ട് നാട്ടിൽ താമസമാക്കിയത്.

കുഞ്ഞിപ്പക്ഷി പിന്നെ കൂട്ടിലിരുന്നു കരഞ്ഞു. അവളുടെ കരച്ചിൽ കണ്ട് മറ്റു പക്ഷികളും കരഞ്ഞു. അക്കൂട്ടത്തിൽ ആനറാഞ്ചിപ്പക്ഷിയുമുണ്ടായിരുന്നു. ആ കൊച്ചു കറമ്പൻ സുന്ദരന് കുഞ്ഞിപ്പക്ഷിയെ വലിയ ഇഷ്ടവുമായിരുന്നു. അവൻ കുഞ്ഞിപ്പക്ഷിയെ സമാധാനിപ്പിച്ചു. എന്നിട്ടു പറഞ്ഞു "ഇനി ഞാനും എന്റെ കൂട്ടരും എപ്പോഴും കാക്കകളെ ആക്രമിച്ചു കൊള്ളാം." അന്നുമുതൽ ആനറാഞ്ചി കാക്കകളെ എവിടെ കണ്ടാലും ആക്രമിച്ചു തുടങ്ങി. യാതൊരു കാര്യവുമില്ലെങ്കിലും തലങ്ങും വിലങ്ങും കൊത്തിത്തുടങ്ങി. അത്രയെങ്കിലും ശിക്ഷ കാക്കകൾക്കു കിട്ടട്ടെ. കുഞ്ഞിപ്പക്ഷിയുടെ കൂട്ടുകാർക്കും സന്തോഷമായി.

59

പണ്ടൊരു കാക്ക ഏകാദശി നോറ്റു

പണ്ടൊരു കാക്ക ഏകാദശി നോറ്റു. ഏകാദശി നോൽക്കാനാഗ്രഹിച്ചതുകൊണ്ടാണ് കാക്ക അതിനു തയാറായത്. അതിനാലത് എല്ലാം ആത്മാർഥമായി ചെയ്തു. വെളുപ്പിനെഴുന്നേറ്റു. കുളിച്ചു. അലക്കി വൃത്തിയായി വച്ചിരുന്ന വെളുത്ത മുണ്ടുടുത്തു. അമ്പലത്തിൽ പോയി പ്രാർഥിച്ചു. പിന്നെ സ്വന്തം വീട്ടിൽ വന്നിരുന്നു. ഒരു തുള്ളി വെള്ളംപോലുമിറക്കാതെ നോമ്പു നോറ്റു. അവസാനം സൂര്യനസ്തമിച്ചു. കാക്ക അപ്പോൾ നോമ്പു നിർത്താനൊരു തീറ്റ തേടി നടന്നു. കിട്ടിയതൊരു കാട്ടുപഴം. അതും കൊത്തിയെടുത്ത് ഒരു വാഴക്കൈയിൽ പോയിരുന്നു. ചുണ്ടിലെ പഴം വാഴക്കൈയിൽ വച്ചു കൊത്താനാഞ്ഞു. അപ്പോൾ വാഴക്കൈ ഒടിഞ്ഞു. പഴം താഴെയുണ്ടായിരുന്ന കിണറ്റിലേക്കു വീണു. കൂടെ കാക്കയും വീണു.

അയ്യോ പഴം കിട്ടാതെ നോമ്പു തീർക്കാൻ പറ്റുമോ? കിണറ്റിലെ ഇരുട്ടിൽ ഒന്നും കാണാൻ വയ്യ. കാക്ക പ്രാർഥനയോടെ ഒരു കാലുകൊണ്ടു വെള്ളത്തിൽ തപ്പി. പഴത്തിനു പകരം കാലിൽ കുരുങ്ങിയതൊരു സ്വർണത്തള. അപ്പോൾ കാക്ക കൊക്കുകൊണ്ട് തപ്പി. അപ്പോൾ കൊക്കിലൊരു പൊന്നിൻ മൂക്കുത്തി കുരുങ്ങി. ഉടൻ കാക്ക കഴുത്തുകൊണ്ടു വെള്ളത്തിൽ തപ്പി. അപ്പോൾ കഴുത്തിലൊരു തങ്കമാല വീണു. അപ്പോൾ കാക്ക അര കൊണ്ടായി വെള്ളത്തിൽ തപ്പൽ. അപ്പോൾ അരയിലൊരു പൊന്നരഞ്ഞാണവും കുരുങ്ങി. കാക്ക പിന്നെയും പ്രാർഥിച്ചുകൊണ്ടു തപ്പിയപ്പോൾ പഴം തന്നെ

കിട്ടി. അതുമായി കിണറിനു പുറത്തേക്കു പറന്നു ആ നല്ല കാക്ക. എന്നിട്ടു പഴം തിന്നു നോമ്പു വീട്ടി.

പിറ്റേന്നു മുതൽ മൂക്കുത്തിയും വളയും അരഞ്ഞാണവുമിട്ടു നടക്കുന്ന കാക്കയെ കണ്ട് അയൽപക്കത്തെ കള്ളൻകാക്കയ്ക്ക് അസൂയയായി. അവൻ നല്ല കാക്കയോടു വിവരങ്ങൾ തിരക്കി. സത്യസന്ധനായ നല്ല കാക്ക ഉണ്ടായതൊക്കെ പറഞ്ഞു.

അപ്പോൾ ചീത്തകാക്കയ്ക്ക് അത്യാഗ്രഹമായി. അവന്റെ കള്ളത്തരം കൊണ്ട് എല്ലാവരേയും പറ്റിക്കണമെന്നായിരുന്നു അവന്റെ വിചാരം. അവനും ഒരുദിവസം രാവിലെ കുളിച്ചു. വെള്ളമുണ്ടും ചുറ്റി അമ്പലത്തിൽ പോയി. അവിടെ ചെന്നിട്ടും അവൻ പ്രാർഥിച്ചില്ല. ഞാനും ഏകാദശി നോക്കുകയാണെന്ന് അവൻ അവിടെ കണ്ടവരോടൊക്കെ പറഞ്ഞുനടന്നു.

പിന്നെ വീട്ടിൽ തിരിച്ചെത്തി. നോമ്പു നോക്കുകയാണെന്ന മട്ടിലവിടെ ഇരുന്നു. വിശന്നപ്പോൾ കണ്ണടച്ചിരുന്ന് ഇറച്ചി കൊത്തിത്തിന്നു. ദാഹിച്ചപ്പോൾ വയർ നിറയെ വെള്ളവും കുടിച്ചു.

സൂര്യനസ്തമിച്ചപ്പോൾ കള്ളൻ കാക്ക കാട്ടുപഴവും തേടി നടന്നു. ഏറെ തെരഞ്ഞപ്പോഴൊരു പനമ്പഴം കിട്ടി. അതുമായി കിണറിനരികിലെ വാഴയിലേക്കു പറന്നു. കിണറിലേക്കു തള്ളിനിന്ന വാഴക്കൈയിൽ പോയിരുന്നു. പഴം വാഴക്കൈയിൽ വച്ചുകൊത്തി. എത്ര കൊത്തിയിട്ടും വാഴക്കൈ ഒടിഞ്ഞില്ല. അപ്പോഴവന് കലി വന്നു. അവൻ കൊക്കുകൊണ്ടു വാഴക്കൈയിൽ കൊത്തി അത് ഒടിച്ചു. എന്നിട്ട് പഴവുമായി കിണറിലേക്ക് ചാടി. പഴം വെള്ളത്തിലിട്ടു. പിന്നെ പഴം കിട്ടാനെന്ന മട്ടിൽ കാലുകൊണ്ടു കിണറിനടിയിൽ തപ്പി. അപ്പോഴൊരു വിഷപ്പാമ്പ് അവന്റെ കാലിൽ ചുറ്റി. അപ്പോഴവൻ കൊക്കുകൊണ്ടു തപ്പി. കൊക്കൊടിഞ്ഞു വെള്ളത്തിൽ പോയി. കൊക്ക് ഒടിഞ്ഞുമാറിയപ്പോഴുണ്ടായ മുറിവിൽനിന്നു ചോര ഒഴുകാൻ തുടങ്ങി.

അവനതു ഗൗനിക്കാതെ കഴുത്തുകൊണ്ടു തപ്പി. അപ്പോൾ കഴുത്തിൽ കാരമുള്ളു കയറി. ഉടനവൻ അരകൊണ്ടു തപ്പി. അപ്പോൾ അരയിൽ കുപ്പിച്ചില്ലു കയറി.

പാമ്പു കാലിൽ കടിച്ചു. കൊക്കൊടിഞ്ഞുണ്ടായ മുറിവിലൂടെ ചോര ഒഴുകി. കഴുത്തിൽ കുത്തിക്കയറിയ കാരമുള്ളു കാരണം കഴുത്ത് വേദനിക്കാൻ തുടങ്ങി. അരയിലെ കുപ്പിച്ചില്ലുകൾ കയറിയ ഭാഗത്തുനിന്നും ചോര ഒഴുകി. അവിടെ അസഹ്യമായ വേദനയും തുടങ്ങി. കള്ളൻ കാക്ക കരഞ്ഞു. അലറിച്ചിലച്ചു കരഞ്ഞു. ചോര വാർന്നൊഴുകിയതിനാലവൻ തളർന്നു. തല ചുറ്റി അവൻ കിണ

റ്റിൽ വീണു. വെള്ളത്തിൽ താണു. ശ്വാസംമുട്ടി അവൻ ചത്തു. ചത്തു പൊങ്ങി.

നല്ല കാക്ക അതുകണ്ടു കാകാ എന്നു കേണു. അതിന്റെ കണ്ണുകളിൽ കണ്ണുനീർ നിറഞ്ഞു. ചീത്തയായാലും കള്ളനായാലും കൂട്ടത്തിലൊരുവനല്ലായിരുന്നോ. നല്ല കാക്ക അതോർത്ത് സങ്കടപ്പെട്ടിരുന്നു.

60

ഇടയച്ചെറുക്കന്റെ പുലി

ഒരിക്കൽ ഒരിടത്ത് ഒരു ഇടയച്ചെറുക്കൻ ആടുകളെ മേയ്ച്ചുകൊണ്ടിരിക്കുകയായിരുന്നു. പെട്ടെന്ന് അവനൊരു കുസൃതി തോന്നി. തന്റെ വീട്ടുകാരേയും നാട്ടുകാരേയും ഒന്നു പറ്റിക്കാനുള്ള വിദ്യ തോന്നി. അവൻ ആടുകൾക്കരികിൽനിന്നുകൊണ്ടു വിളിച്ചു കൂവി കരഞ്ഞു: "പുലി വരുന്നേ. പുലി വരുന്നേ. രക്ഷിക്കണേ."

അവന്റെ നിലവിളികേട്ട് അടുത്തുള്ള ഗ്രാമത്തിൽനിന്നും ആളുകൾ ഓടിയെത്തി. അവന്റെ വീട്ടുകാരും നാട്ടുകാരും വിരുന്നുകാരും ഒക്കെ ഓടിച്ചെന്നു. അപ്പോൾ അവൻ കൈകൊട്ടിച്ചിരിച്ചുകൊണ്ടുപറഞ്ഞു: "പറ്റിച്ചേ, പറ്റിച്ചേ. എല്ലാവരേയും പറ്റിച്ചേ!"

പുലിയെ നേരിടാൻ ഓടിക്കൂടിയവരൊക്കെ വിഡ്ഢികളായി. അവർ അവനെ അൽപ്പം വഴക്കും പറഞ്ഞ് തിരിച്ചുപോയി. അത്രയും പേർ ഓടിവന്ന് നാണംകെട്ടു പോയതുകണ്ട് ഇടയച്ചെറുക്കന് സന്തോഷമായി. അന്നത്തെ ദിവസം പെട്ടെന്നു തീർന്നല്ലോ. ഒട്ടും ബോറടിയുണ്ടായില്ല. എന്നും ഇങ്ങനെ എന്തെങ്കിലും കുസൃതി ഒപ്പിക്കാൻ പറ്റണം. അവൻ നിശ്ചയിച്ചു.

ഒന്നുരണ്ടു ദിവസം അവൻ മറ്റു ചെറിയ കുസൃതികൾ കാണിച്ച് നേരം കളഞ്ഞു. പിന്നെ ഒരുദിവസം ഉച്ചയായപ്പോൾ അവൻ പുൽമേട്ടിൽനിന്നു വീണ്ടുംവിളിച്ചുകൂവി "പുലി വന്നേ. പുലി വന്നേ. ഓടിവായോ നാട്ടുകാരേ! വീട്ടുകാരേ!"

അവന്റെ നാട്ടുകാർ സാധാരണക്കാരായിരുന്നു. ഇപ്രാവശ്യം ശരിക്കും പുലി വന്നതാകാം. അങ്ങനെ കരുതി അവർ അപ്രാവശ്യ

വും ഓടിച്ചെന്നു. അപ്പോൾ പയ്യൻ കൈകൊട്ടിച്ചിരിച്ചു. “പറ്റിച്ചേ പറ്റിച്ചേ” എന്നു പറഞ്ഞ് നാട്ടുകാരെ കളിയാക്കി.

പിന്നെയും രണ്ടുമൂന്നു ദിവസങ്ങൾ കഴിഞ്ഞു. ഒരുദിവസം ഇടയച്ചെറുക്കൻ പുൽമേട്ടിൽ ആടുകളെ മേയ്ക്കുകയായിരുന്നു. നേരം ഉച്ച കഴിഞ്ഞിരുന്നു. താഴെയുള്ള ഗ്രാമത്തിലെ താമസക്കാർ ഉച്ചഭക്ഷണം കഴിച്ച് വിശ്രമിക്കുകയായിരുന്നു. പുൽമേടിനുമപ്പുറമായിരുന്നു കാട്. കാട്ടിൽനിന്നും അന്നൊരു പുലി പുൽമേട്ടിലേക്ക് കയറി. കാടിനടുത്തു നിന്നിരുന്ന ഇടയച്ചെറുക്കൻ പുലിയെ കണ്ടു. ഉ

ച്ചത്തിൽ കരഞ്ഞു. "അയ്യോ അയ്യോ പുലി വന്നേ. പുലി വന്നേയ്..." അപ്രാവശ്യം അവൻ സത്യസന്ധമായാണ് വിളിച്ചുപറഞ്ഞത്. പക്ഷേ ഗ്രാമത്തിലുള്ളവർ അവനെ വിശ്വസിച്ചില്ല. അവൻ കള്ളം പറയുകയാണെന്ന് അവർ കരുതി. അധ്വാനം കഴിഞ്ഞ് ഉച്ചഭക്ഷണം കഴിഞ്ഞു ക്ഷീണിച്ചിരിക്കുമ്പോൾ വെറുതെ വിഡ്ഢികളാകാൻ അവർ മടിച്ചു. ആ ചെറുക്കൻ വെറുതെ പറ്റിക്കാൻ പറയുന്നതാണ് എന്ന് അവർ എല്ലാവരും കരുതി. ആരും അനങ്ങിയില്ല.

ഇടയച്ചെറുക്കൻ കൈയിൽ വടിയും പിടിച്ചുനിന്ന് അലറിക്കൂവി കരയുന്നതുകേട്ട് പുലി വിരണ്ടു. കോപിച്ചു. അത് അവന്റെ നേരെ ചാടി. അവനെ കടിച്ചുകുടഞ്ഞു നിലത്തിട്ടു. കടിച്ചുകീറി കൊന്നു. ബഹളം കേട്ട് ആടുകൾ നിലവിളിച്ചു. അപ്പോൾ പുലി ആടുകളേയും ആക്രമിച്ചു. അവസാനം ഒരു ആടിനേയും കടിച്ചുപിടിച്ച് കാട്ടിലേക്കോടി.

സന്ധ്യയായിട്ടും ഇടയച്ചെറുക്കൻ തിരിച്ചുചെന്നില്ല. ആടുകളും ചെന്നില്ല. അപ്പോൾ ജന്മിയുടെ ജോലിക്കാർ ഗ്രാമത്തിലെത്തി. ആളുകളെ കൂട്ടി. വെട്ടവും വടിയുമൊക്കെയായി പുൽമേട്ടിലെത്തി. അവിടെ കണ്ട കാഴ്ച അവരെ ഞെട്ടിച്ചു. ഇടയച്ചെറുക്കന്റെ ശരീരം പല കഷണങ്ങളായി ചിതറിക്കിടക്കുന്നു. അടുത്ത് രണ്ടുമൂന്ന് ആടുകളും ചത്തുകിടക്കുന്നു. മറ്റ് ആടുകൾ പേടിച്ചരണ്ട് ഒരു കുറ്റിക്കാട്ടിൽ അനങ്ങാതെ നിൽക്കുന്നു!

"കള്ളം പറഞ്ഞ് മറ്റുള്ളവരെ കബളിപ്പിക്കുന്നവന്റെ ഗതി ഇതാകും." അവിടെ നിന്നിരുന്ന ഒരു അപ്പൂപ്പൻ അപ്പോൾ പറഞ്ഞു.

61

കിടുവയെ കണ്ട കടുവ

ഒരിക്കലൊരു കുറുക്കൻ കൂട്ടുകാരുമായി ഒരു യാത്ര പോയി. പകൽ മുഴുവൻ നടന്ന് നാടും കാടും കണ്ട് അവർ രസിച്ചു. രാത്രിയായപ്പോൾ കാട്ടിൽ കണ്ട ഒരു ഗുഹയിൽ കയറി ഉറങ്ങാൻ കിടന്നു. കൂട്ടുകാരോടൊക്കെ ഉറങ്ങിക്കൊള്ളാൻ പറഞ്ഞിട്ട് കുറുക്കൻ കാവലിരുന്നു. മുള്ളൻപന്നിയും ആമയും കഴുതയുമായിരുന്നു കുറുക്കന്റെ കൂട്ടുകാർ. അവർ കിടന്നതറിയാതെ ഉറങ്ങി.

അപ്പോൾ പുറത്തൊരു ശബ്ദം കേട്ടു. ഒരു കടുവയുടെ അമറൽ. തന്റെ ഗുഹയിൽ മറ്റാരോ കയറിയതറിഞ്ഞ് പുറത്തുനിന്ന് ദേഷ്യപ്പെട്ട് അമറുകയായിരുന്നു കടുവ. അതുകേട്ട് കുറുക്കൻ പേടിച്ചുവിറച്ചു. എന്നാലും കൗശലംകൊണ്ട് കടുവയെ പേടിപ്പിച്ചോടിക്കാൻ കുറുക്കൻ നിശ്ചയിച്ചു.

കടുവ ദേഷ്യത്തോടെ ചോദിച്ചു.

"അകത്താരാ?"

ഉടൻ കുറുക്കൻ ഒരു വികൃതമായ ശബ്ദത്തിൽ മറുചോദ്യം ചോദിച്ചു.

"പുറത്താരാ?" കടുവ ആ ശബ്ദം കേട്ട് പേടിച്ചു. ഇതുവരെ കേൾക്കാത്ത വൃത്തികെട്ട ഒരു ശബ്ദം. അവൻ അൽപ്പം പേടിയോടെ പറഞ്ഞു.

"പുറത്തു കടുവ. ഈ ഗുഹയുടെ ഉടമ."

ഉടൻ വന്നു കുറുക്കന്റെ വികൃതശബ്ദത്തിലുള്ള മറുപടി.

"അകത്തു കിടുവ. പത്തു കടുവകളെ ഒന്നിച്ചു വിഴുങ്ങുന്ന കിടുവ."

അതുകൂടി കേട്ടതോടെ കടുവ വിറച്ചു. കടുവയെ പിടിക്കുന്ന കിടുവയെപ്പറ്റി ചെറുപ്പത്തിൽ അമ്മൂമ്മ പറഞ്ഞിട്ടുണ്ട്. അനുസരണക്കേടു കാണിക്കുമ്പോഴൊക്കെ അമ്മൂമ്മ പേടിപ്പിക്കുമായിരുന്നു. "ഞാനിപ്പം വിളിക്കും ആ കിടുവയെ. എന്നിട്ടു നിന്നെ അതിനിട്ടു കൊടുക്കും."

അതു കേൾക്കുമ്പോഴൊക്കെ അവൻ മര്യാദക്കാരനുമാകുമായിരുന്നു.

ഇങ്ങനെ കേട്ടിട്ടുള്ളതല്ലാതെ ഒരു കിടുവയെ ഇതുവരെ കണ്ടിരുന്നില്ല. ഇപ്പോൾ തന്റെ ഗുഹയിൽതന്നെ ഒരുത്തൻ കയറിയിരിക്കുന്നു. വേഗം ഓടി രക്ഷപ്പെട്ടേക്കാം. കടുവ ഓടൻ തുടങ്ങുന്നത് ഉള്ളിലിരുന്നിരുന്ന കുറുക്കൻ കണ്ടു. പക്ഷേ ഒരു സംശയം തോന്നിയതുകൊണ്ടാകണം അവൻ നിന്നു. എന്നിട്ടു പറഞ്ഞു:

"എന്നെ പിടിക്കാനൊന്നും വരല്ലേ. ഞാൻ പോയേക്കാം. എന്നാലും ഈ കിടുവ എത്ര വലുതാണെന്നറിയണമെന്നുണ്ടായിരുന്നു. പുറത്തു വരേണ്ട. അങ്ങയുടെ ഒരു രോമം ഒന്നു പുറത്തേക്കിടാമോ?"

ഉടൻ കുറുക്കൻ മുള്ളൻപന്നിയുടെ ഒരു മുള്ളു പറിച്ചെടുത്ത് പുറത്തേക്ക് എറിഞ്ഞു. തന്റെ അടുത്തുവീണ മുള്ളുകണ്ട് കടുവ കിടുങ്ങി. അമ്പട! ഇത്ര വലിയ രോമമുള്ള കിടുവ എത്ര വലുതായിരിക്കും! അതോർത്തപ്പോൾ കടുവയുടെ കാലുകൾക്ക് പിരുപിരുപ്പു തോന്നി. പേടിച്ചുവിറച്ചുകൊണ്ട് അവൻ ചോദിച്ചു:

"അങ്ങയെ കണ്ടില്ലെങ്കിലും അങ്ങയുടെ ദേഹത്തുള്ള ഒരു ചെള്ളിനെ ഒന്നു കാണിക്കാമോ?"

ഉടൻ കുറുക്കൻ ആമയെ എടുത്തു പുറത്തേക്കിട്ടു. ആമയെ കണ്ട് കടുവ കൂടുതൽ പേടിച്ചു. അമ്പട! ഇത്ര വലിയ ചെള്ളു താമസിക്കുന്ന ദേഹം എത്ര വലുതായിരിക്കും. അങ്ങനെ ചിന്തിച്ചുകൊണ്ട് കടുവ ചോദിച്ചു.

"അങ്ങ് ഒന്ന് അലറി കേൾക്കണമെന്നുണ്ടായിരുന്നു."

ഉടൻ കുറുക്കൻ മുള്ളൻപന്നിയുടെ ഒരു മുള്ളെടുത്ത് കഴുതയുടെ മൂക്കിലേക്ക് കുത്തിക്കയറ്റി. ഉറക്കത്തിൽ കുത്തുകിട്ടിയ കഴുത പേടിച്ചും വേദനിച്ചും ഒറ്റ അലറൽ. അതുവരെ ഒരു കഴുതയും ഒരു ജീവിയും അലറാത്തത്ര ഭീകരമായിട്ടായിരുന്നു ആ അലർച്ച.

അതുകേട്ടതും കടുവ ഓടടാ ഓട്ടം. അവൻ ഓടിയോടി ആ കാട്ടിൽ നിന്നുതന്നെ പോയി. കിടുവ പിടിക്കാത്ത ഒരിടം കണ്ടെത്തേണ്ടേ?

കടുവ പോയതോടെ ആമ ഗുഹയിലേക്ക് ഇഴഞ്ഞു കയറി. കുറുക്കൻ കഴുതയുടെ മൂക്കിൽനിന്നു മുള്ളു വലിച്ചൂരി. പിന്നെ എല്ലാവരും സമാധാനത്തോടെ കിടന്നുറങ്ങി.

പിറ്റേന്ന് അവർ കാട്ടിലൂടെ സഞ്ചരിക്കുമ്പോൾ ഒരു കഥ കേട്ടു. കാട്ടിലെ മൃഗങ്ങളെല്ലാം അത്ഭുതത്തോടെ ആ കഥ പരസ്പരം പറയുന്നു! കാട്ടിലെ കടുവയെ ഒരു കിടുവ പിടിക്കാൻ ഓടിച്ച കഥ. കടുവ തന്നെ പറഞ്ഞു പരത്തിയ ആ കഥ കേട്ട് അവരെല്ലാം അത്ഭുതപ്പെടുകയായിരുന്നു.

കുറുക്കനും കൂട്ടുകാരും അടക്കിപ്പിടിച്ച ചിരിയോടെ കാട്ടിലൂടെ കാഴ്ചകൾ കണ്ടുനടന്നു!

62

മല്ലനും മാതേവനും

മല്ലനും മാതേവനും കരടിയെ കണ്ട കഥ കേട്ടോളൂ.

മല്ലനും മാതേവനും വലിയ കൂട്ടുകാരായിരുന്നു. ഒരേ നാട്ടുകാർ. ഒരേ കരക്കാർ. ഒരേ പ്രായക്കാർ. ഒരേ കളരിയിൽ ഒന്നിച്ചിരുന്ന് ഒരേ ആശാനിൽനിന്ന് 'അ ആ ഇ ഈ' പഠിച്ചവർ. അത്രയൊക്കെ പഠിച്ചാൽ പോരേ? മതി. മതിയെന്ന് അവർ അന്ന് നിശ്ചയിച്ചു. പിന്നെ പണിക്കും പോയി. പണിക്കു പോയതും ഒന്നിച്ച്. അങ്ങനെ തന്നെ അതു തുടരുകയും ചെയ്തു. നാട്ടുകാർക്കും മറുനാട്ടുകാർക്കുപോലും അതൊക്കെ അറിയാമായിരുന്നു. അതിനാൽ അവരെല്ലാം അവരെ ഒന്നിച്ചേ പണിക്കു വിളിച്ചിരുന്നുള്ളൂ. മല്ലാ മാതേവാ മരം വെട്ടാൻ വരൂ. മല്ലാ മാതേവാ വിറകുകീറാൻ വരാമോ? മല്ലാ മാതേവാ എന്നാണ് ഞങ്ങളുടെ കിണർ തേകാൻ വരുന്നത്? അങ്ങനെയങ്ങനെ.

ഒരുനാൾ അവർ അകലെയൊരിടത്ത് പണിക്കു പോയി. പണിയും കഴിഞ്ഞ്, കുളിയും കഴിച്ച്, അവർ വീട്ടിലേക്കു യാത്രയായി. ഒരു കാടു കടന്നുവേണം വീട്ടിലെത്താൻ. നേരം ഇരുണ്ടുതുടങ്ങിയിരുന്നു. അവർ വേഗം നടന്നു. നടക്കുന്നതിനിടയിൽ നാട്ടുകാര്യങ്ങൾ പറഞ്ഞ് ചിരിച്ചു. ഇടയ്ക്ക് മല്ലൻ പറഞ്ഞു: "മാതേവാ കാടാണ് എന്ന് മറക്കേണ്ട. കരടിയോ പുലിയോ വന്ന് ആക്രമിച്ചെന്നു വരാം. വന്നാൽ, നമുക്കൊന്നിച്ചു നിന്നാൽ, ഒന്നും പേടിക്കേണ്ട. നമുക്ക് ഏതു കരടിയെയും പുലിയെയും തോൽപ്പിക്കാം."

അപ്പോൾ മാതേവൻ പരിഭവത്തോടെ പറഞ്ഞു: "നമ്മൾ ഒ

ന്നിച്ചു നിൽക്കണമെന്ന് പ്രത്യേകം പറയണോ ചേട്ടാ. കരടിയും പുലിയുമൊന്നും നമ്മെ ആക്രമിക്കുകയില്ല. ആക്രമിച്ചാൽ അവർ നമ്മുടെ കൊച്ചുപിച്ചാത്തികളുടെ മൂർച്ച അറിയും!"

അങ്ങനെ നടന്നു പോകുമ്പോൾ അതാ ഒരു കരടി. ഒരു തടിയൻ കരടി. അവർ കരടിയെ കണ്ടു. പെട്ടെന്ന്, പുറകിലായിരുന്ന മാതേവൻ ഓടി. അടുത്തു കണ്ട മരത്തിൽ കയറി ഒളിച്ചു. മല്ലൻ തിരിഞ്ഞുനോക്കുമ്പോഴുണ്ട് കൂട്ടുകാരൻ പുറകിലില്ല! കരടി അവരെ ഉടനെ കാണും. തുണയ്ക്ക് കൂട്ടുകാരനടുത്തില്ല. ഓടിയൊളിക്കാൻ നേരവുമില്ല. പെട്ടെന്ന് മല്ലനൊരു ബുദ്ധിതോന്നി. ഒച്ചയുണ്ടാക്കാതെ അവൻ നിലത്തു കിടന്നു. ശ്വാസം പിടിച്ച് ചത്തതുപോലെ കിടന്നു. കരടി മുന്നോട്ടു വന്നതും മല്ലനെ കണ്ടു. കരടി അടുത്തു ചെന്നു. അവന്റെ മൂക്കിനു നേരെ മൂക്കു പിടിച്ചു മണത്തുനോക്കി. പിന്നെ ചെവിക്കടുത്തും മൂക്കുകൊണ്ടു ചെന്നു. ചെവിയിൽ തന്നെ മൂക്കുതൊട്ടു. വായ തൊട്ടു. പിന്നെ മല്ലനെ ചുറ്റി നടന്നു പരിശോധിച്ചു. നിലത്തുകിടക്കുന്ന ആളിന് ജീവനില്ല എന്ന് ഉറപ്പിച്ചു. കരടിക്ക് ചത്തുകിടക്കുന്ന ഇരകളെ തിന്നുന്നത് ഇഷ്ടമായിരുന്നില്ല. ജീവനുള്ളതിനെ ആക്രമിച്ചു തിന്നണം.

ആ സ്വഭാവമുണ്ടായിരുന്നതിനാൽ അവൻ അൽപ്പനേരം മല്ലന്റെയടുത്ത് ആലോചിച്ചു നിന്നു. സംശയിച്ചു നിന്നു. പിന്നെ മല്ലനെ ഉപേക്ഷിച്ചു നടന്നുപോയി.

കരടി പോയപ്പോൾ മാതേവൻ മരത്തിൽനിന്നും താഴെയിറങ്ങി. മല്ലനെ പിടിച്ചു കുലുക്കിക്കൊണ്ടു പറഞ്ഞു. "ചേട്ടാ കരടി പോയി. കണ്ണു തുറന്നോ. ഏതായാലും ചേട്ടന്റെ സൂത്രം നന്നായി. ചേട്ടൻ രക്ഷപ്പെട്ടല്ലോ."

മല്ലൻ കണ്ണുതുറന്നു. എഴുന്നേറ്റു. മുന്നോട്ടു നടന്നു. മാതേവൻ പുറകെ ചെന്നു. എന്നിട്ടു ചോദിച്ചു: "ചേട്ടാ കരടി ചേട്ടന്റെ ചെവിയിൽ എന്തോ പറയുന്നതുപോലെ തോന്നിയല്ലോ. എന്താ പറഞ്ഞത്?"

മല്ലൻ തിരിഞ്ഞുനോക്കാതെ പറഞ്ഞു. "ആപത്തു വരുമ്പോൾ കൂടെ നിൽക്കാത്തവൻ ചങ്ങാതിയല്ല. അവനെ വിശ്വസിക്കരുത്. അത്രയുമാണ് പറഞ്ഞത്."

മാതേവൻ അതുകേട്ട് നാണംകെട്ട് തലകുനിച്ചു നടന്നു.

63

മുട്ടനും മുട്ടനും കൂട്ടിമുട്ടിയ കഥ

പണ്ടുപണ്ട് രണ്ടു മുട്ടന്മാർ കൂട്ടിമുട്ടി. എന്തിനു മുട്ടി, എങ്ങനെ മുട്ടി എന്നൊക്കെ ഇനി പറയാം. അവർ ഒരമ്മ പെറ്റ മക്കളായിരുന്നു. ഒരേ ആടമ്മയ്ക്ക് ഒരേ നാൾ ജനിച്ച മക്കൾ. ഇരട്ടകൾ. ഒരുത്തൻ വെളുത്തിരുന്നു. ഒരുത്തൻ കറുത്തിരുന്നു. വെള്ളിമുട്ടനും കരിമുട്ടനും ഒരേ അമ്മയുടെ മുല കുടിച്ചു വളർന്നു. മത്സരിച്ചു വളർന്നു. ഓടാനും ചാടാനും ഇടിക്കാനും പഠിച്ചു. ഇടിച്ചു കളിച്ച് അവർ കരുത്തരായി. ഒരാൾക്ക് മറ്റേയാളെ കാണാതെ ഇരിക്കാൻ വയ്യായിരുന്നു. അത്ര സ്നേഹമായിരുന്നു അവർക്ക് തമ്മിൽത്തമ്മിൽ. കണ്ടാലുടനെ രണ്ടും ചാടിവരും. കൂട്ടിമുട്ടും. കൂട്ടിമറിയും. ഓടി മാറും. ചാടിയടുക്കും. അങ്ങനെ കളിച്ച് ഇടിച്ചു രസിച്ചു നേരം കളയും. അങ്ങനെ അവർ നല്ല മുട്ടന്മാരായി വളർന്നു. ആരേയും ഇടിച്ചിടാൻ തക്ക ശക്തരായി. അവരുടെ കാട്ടിൽ അവരായിരുന്നു ഏറ്റവും ശക്തർ.

അക്കാലത്തൊരു നാൾ ഒരു കള്ളക്കുറുക്കൻ അവരെ കണ്ടു. കണ്ടതും നോക്കിനോക്കി നിന്നു. അവന്റെ വായിൽ നിറയെ അപ്പോൾ കൊതിവെള്ളം നിറഞ്ഞു. അമ്പട! എത്ര വലിയ മുട്ടന്മാർ. ഇവരെ രണ്ടിനേയും കിട്ടിയാൽ രണ്ടാഴ്ച കുശാലായി ഇറച്ചിതിന്നാം. അത്ര വലുപ്പമുള്ളവരാണ് അവർ. പക്ഷേ ഇവരെ കൊല്ലാൻ മറ്റാർക്കും കഴിയുകയില്ല. കഴിയുന്നത് ഇവർക്കു മാത്രം.

കുറുക്കന് അത്രയും ചിന്തിച്ചപ്പോൾ ഒരു കൗശലം തലയിൽ വന്നു. ഇവരെ പരസ്പരം ഇടിപ്പിക്കണം. അതിന് പരസ്പരം വെറുപ്പിക്കണം.

അതിന് ഏഷണി പറയണം. കള്ളം പറഞ്ഞ് രണ്ടുപേരേയും അകറ്റണം. ശത്രുക്കളാക്കണം. കുറുക്കൻ അതിനുള്ള പരിപാടികൾ ആലോചിച്ചുണ്ടാക്കി. എന്നിട്ട് ആദ്യം വെള്ളിമുട്ടനെ ഒറ്റയ്ക്കു കണ്ടു. കരിമുട്ടന്റെ കുറ്റങ്ങൾ പറഞ്ഞു. അവന് വെള്ളിമുട്ടനോട് അസൂയ ആണ് എന്നു പറഞ്ഞു. വെള്ളിമുട്ടന്റെ വെളുപ്പ് കരിമുട്ടനില്ലാത്തതിന്റെ അസൂയ. അതിനാൽ വെള്ളിമുട്ടനെ കൊല്ലാൻ അവൻ അവസരം കാത്തിരിക്കുകയാണെന്നും തട്ടിവിട്ടു.

പിന്നെ കരിമുട്ടനെ കണ്ടു. വെള്ളിമുട്ടന് കരിമുട്ടന്റെ കറുപ്പിൽ അസൂയയാണെന്നു പറഞ്ഞു. സൗന്ദര്യം കറുപ്പിനാണെന്നും കറുത്തിരിക്കാത്തതിന്റെ ദേഷ്യത്തിലാണ് വെള്ളിമുട്ടനെന്നും പറഞ്ഞു. കരിമുട്ടനെ കൊല്ലാനിരിക്കുകയാണ് വെള്ളിമുട്ടനെന്നും തട്ടിവിട്ടു.

അങ്ങനെ രണ്ടുപേരേയും പറഞ്ഞുപറഞ്ഞ് തലതിരിച്ചു. അവ

സാനം മുട്ടന്മാർ മിണ്ടാതായി. പരസ്പരം കാണാതായി. പിന്നെ ഒരുനാൾ കണ്ടപ്പോൾ വഴക്കായി. തർക്കമായി. ആരാണ് കൂടുതൽ ബലവാൻ എന്നായി തർക്കം. കുറുക്കനായിരുന്നു ആ സംശയം ചോദിച്ചു വഴക്കുണ്ടാക്കിയത്. എന്നിട്ടവൻ പറഞ്ഞു:

"നിങ്ങളൊന്നു കൂട്ടിമുട്ടി നോക്ക്. അപ്പോഴറിയാം ആരാണ് ബലവാനെന്ന്."

അതുകേട്ടതും അവർ തമ്മിൽ ഇടി തുടങ്ങി. രണ്ടുപേരും പുറകോട്ടു മാറും. പിന്നെ മുന്നോട്ടു വരും. ചാടി വരും. നെറ്റികൾ കൊണ്ട് പരസ്പരം ഇടിക്കും. അങ്ങനെ കുറേനേരം ഇടിച്ചു. രണ്ടുപേരും തോറ്റില്ല. ജയിച്ചുമില്ല. പക്ഷേ രണ്ടുപേരുടെയും നെറ്റിപൊട്ടി. എന്നിട്ടും അവർ ശക്തിയായി കൂട്ടിമുട്ടി. അപ്പോൾ കുറച്ചു ചോര നിലത്തുവീണു. അവരത് ഗൗനിക്കാതെ പിന്നെയും പുറകോട്ടു വിട്ടുമാറി.

നിലത്തു ചോര വീണു കിടക്കുന്നത് കുറുക്കൻ കണ്ടു. അവന് കൊതി സഹിക്കാതായി. അവൻ ചാടിച്ചെന്നു ചോര നക്കി. അപ്പോഴായിരുന്നു മുട്ടന്മാർ വീണ്ടും മുന്നോട്ടു ചാടി ഇടിച്ചത്. ഒറ്റ ഇടി. 'ഠപ്പേ' എന്ന് എന്തോ പൊട്ടുന്ന ഒച്ചകേട്ടു. പൊട്ടിത്തെറിച്ചത് കുറുക്കന്റെ തലയായിരുന്നു. എന്താണു പറ്റിയതെന്നോ? മുട്ടന്മാർ ഇടിച്ചപ്പോൾ ഇടയ്ക്കുനിന്ന കുറുക്കനാണ് ഇടികിട്ടിയത്. അവൻ പപ്പടം പോലെ പൊട്ടി. പിന്നെ ചതഞ്ഞരഞ്ഞു.

അവൻ ചോര കുടിച്ചത് മുട്ടന്മാർ കണ്ടിരുന്നു. അപ്പോഴവർക്ക് കാര്യത്തിന്റെ കിടപ്പു പിടികിട്ടി. കുറുക്കൻ തങ്ങളെ തമ്മിലടിപ്പിച്ചു കൊല്ലാൻ ശ്രമിച്ചു എന്ന രഹസ്യം പിടികിട്ടി.

അതോടെ അവർ ഇടിനിർത്തി. കുറുക്കന്റെ ശവം കാലുകൊണ്ടു തട്ടി കാട്ടിലേക്കിട്ടു. പിന്നെ സ്നേഹത്തോടെ പരസ്പരം കെട്ടിപ്പിടിച്ചു.

64

മണ്ണാങ്കട്ടയും കരിയിലയും കാശിക്കുപോയ കഥ

മണ്ണാങ്കട്ടയും കരിയിലയും കൂടി കാശിക്കുപോയ കഥ പറയാം.

പണ്ട് പണ്ട് ഒരിടത്തൊരിടത്ത് ഒരു മണ്ണാങ്കട്ടയും കരിയിലയും ഉണ്ടായിരുന്നു. അവർ വലിയ കൂട്ടുകാരായിരുന്നു. അവർക്ക് ഒരു നിമിഷവും പിരിഞ്ഞിരിക്കാൻ വയ്യായിരുന്നു. അതിനാൽ അവർ ഒരേ വീട്ടിൽ ഒരേ മുറിയിൽ ഒന്നിച്ചു താമസിച്ചു. കഥ പറഞ്ഞും കളി പറഞ്ഞും കാലം കഴിച്ചു.

അങ്ങനെയങ്ങനെ സന്തോഷിച്ചു ജീവിച്ചുകൊണ്ടിരുന്നപ്പോൾ അവർക്കൊന്നു കാശിക്കു പോകണമെന്ന് ആശ തോന്നി. ഉടൻ തന്നെ അവർ യാത്ര പുറപ്പെട്ടു. പണ്ടത്തെ കാലമല്ലേ? യാത്രയൊക്കെ നടന്നല്ലേ നടത്തിയിരുന്നത്? അവരും നാട്ടുവഴിയിലൂടെ നടക്കാൻ തുടങ്ങി. കഥ പറഞ്ഞും കളിപറഞ്ഞും നാടു കണ്ടും നാട്ടുകാരോടു കുശലം പറഞ്ഞും അവൻ നടന്നുനടന്നു പോയി.

നേരം ഉച്ചയാകാറായി. പെട്ടെന്നൊരു കാറ്റുവന്നു. വലിയ കാറ്റായിരുന്നു ആ കാറ്റ്. കാറ്റടിച്ചാൽ കരിയില പറന്നു പോകില്ലേ? കൂട്ടുകാരന് അതറിയാമായിരുന്നു. അതിനാൽ മണ്ണാങ്കട്ട ഉടൻതന്നെ കരിയിലച്ചേട്ടന്റെ മുകളിൽ കയറിയിരുന്നു. കാറ്റു തോറ്റുപോയി. കരിയിലയെ ഒന്നനക്കാൻ പോലും പറ്റാതെ കാറ്റ് കടന്നുപോയി. അവർ പിന്നെയും നടക്കാൻ തുടങ്ങി. കഥ പറഞ്ഞും കളിപറഞ്ഞും നാടുകണ്ടും നാട്ടുകാരെ കണ്ടും നടന്നു.

പെട്ടെന്ന് ഒരു മഴ വന്നു. വലിയ മഴയായിരുന്നു. ആർത്തലച്ചു

നിലത്തു വീഴുന്ന ഭ്രാന്തൻ മഴ. അതിന്റെ ഇരമ്പം കേട്ടപ്പോഴെ മണ്ണാങ്കട്ട മരച്ച് നിലത്തിരുന്നു പോയി. പെട്ടെന്ന് കരിയിലച്ചേട്ടൻ മണ്ണാങ്കട്ടയുടെ മണ്ടയിൽ ചാടിയിരുന്നു. കുടപോലെയിരുന്നു. മഴയിൽ തന്റെ ചങ്ങാതിയായ മണ്ണാങ്കട്ട അലിയുമെന്ന് കരിയിലയ്ക്കറിയാമായിരുന്നു.

മഴ പെയ്തു തോർന്നു. പിന്നെ മരങ്ങൾ പെയ്തു തോർന്നു. ആകാശം തെളിഞ്ഞു. അപ്പോൾ കരിയില നിലത്തേക്കു ചാടി. നനഞ്ഞതിനാൽ അവനൊന്നു കുതിർന്നിരുന്നു. മണ്ണാങ്കട്ട അവനെ ഒന്നു താങ്ങിപ്പിടിച്ചു. മഴയേൽക്കാഞ്ഞതിനാൽ മണ്ണാങ്കട്ട നല്ല ഉഷാറിലായിരുന്നു. അവർ അങ്ങനെ ചേർന്നുനിന്നു മുന്നോട്ടുനടന്നു.

പെട്ടെന്ന് ഒരു വലിയ കാറ്റും വലിയ മഴയും കൂടി ഒന്നിച്ചു വന്നു. മണ്ണാങ്കട്ടയ്ക്കും കരിയിലക്കും ഒന്നും ആലോചിക്കാൻ നേരം കിട്ടിയില്ല. മണ്ണാങ്കട്ട അലിഞ്ഞും പോയി. കരിയില പറന്നും പോയി.

കഥ കഴിഞ്ഞും പോയി!

65

വിഡ്ഢിക്കു കിട്ടിയ വരം!

കേൾക്കണോ ഒരാൾക്കു 'ലോട്ടറിയടിച്ച' കഥ. വെറും ലോട്ടറിയുമല്ല. വലിയ ഭാഗ്യം തന്നെ ലഭിച്ച കഥയാണ്. കഥയിലെ കഥാനായകൻ ഒരു ദരിദ്രനായിരുന്നു. അരിഷ്ടിച്ചു ജീവിച്ചിരുന്ന ഒരു വിഡ്ഢി. "ഇങ്ങനെ പട്ടിണി കിടക്കാതെ പോയി തപസു ചെയ്യൂ മനുഷ്യാ. ഭാഗ്യദേവതയെ പ്രത്യക്ഷപ്പെടുത്തി വരം വാങ്ങ്." ഭാര്യ ഭർത്താവിനെ ഉപദേശിച്ചു.

അങ്ങനെ ആ വിഡ്ഢി തപസിനു പോയി. കൊടുംതപസുതന്നെ ചെയ്തു. അവസാനം ഭാഗ്യദേവത പ്രത്യക്ഷപ്പെട്ടു. അയാൾക്ക് മൂന്നു മാന്ത്രികനാളികേരം കൊടുത്തു. പൊതിച്ച നാളികേരം. "നീ എന്ത് ആഗ്രഹിച്ചുകൊണ്ട് നാളികേരമുടയ്ക്കുന്നോ അതു നിനക്കുകിട്ടും." അങ്ങനെ പറഞ്ഞ് ഭാഗ്യദേവത അപ്രത്യക്ഷയായി.

നമ്മുടെ വിഡ്ഢിച്ചേട്ടൻ നാളികേരങ്ങളുമായി വീട്ടിലെത്തി. വിവരം ഭാര്യയോടുപറഞ്ഞു. എന്നിട്ട് ഒരു നാളികേരമെടുത്ത് നിലത്തെറിഞ്ഞ് ഉടയ്ക്കാൻ തുടങ്ങി. എനിക്ക് വലിയ ധനവാനാകണം എന്നു പ്രാർഥിച്ചുകൊണ്ട് നാളികേരം ഉടയ്ക്കാനായിരുന്നു അവന്റെ ഉദ്ദേശ്യം. എന്നാൽ നാളികേരം എടുത്തു പൊക്കിപ്പിടിക്കാൻ തുടങ്ങിയതേയുള്ളൂ ഭാര്യ അയാളുടെ കൈയിൽ കയറിപ്പിടിച്ചുകൊണ്ട് ചോദിച്ചു. "ഹേ മനുഷ്യാ, നിങ്ങൾ എന്തുകിട്ടാനാണ് ഇതുടയ്ക്കുന്നത്?" ഭർത്താവ് വല്ല മണ്ടത്തരവും ആവശ്യപ്പെടരുതല്ലോ എന്നുകരുതിയാണ് ഭാര്യ ഇടയ്ക്കുകയറിയത്. എന്നാൽ ഭർത്താവിന് അപ്പോൾ വലിയ ദേഷ്യം വന്നു. അയാൾ നാളികേരം നില

ത്തെറിഞ്ഞപ്പോൾ ദേഷ്യംകൊണ്ട് പറഞ്ഞുപോയി. "നിനക്കു മൂക്കുകിട്ടാനാണിത് എറിയുന്നത്."

നാളികേരം നിലത്തു വീണുടഞ്ഞതും ഭാര്യക്കു മൂക്കുമുളയ്ക്കാൻ തുടങ്ങി. തലനിറയെ മൂക്കുകൾ. ഇരുകവിളിലും മൂക്കുകൾ. കഴുത്തിലും നെഞ്ചിലും എന്തിന് കൈവിരലുകൾക്കറ്റത്തുവരെ വലുതും ചെറുതുമായ മൂക്കുകൾ. എല്ലാ മൂക്കുകളും കൂടി വായു വലിച്ചെടുത്തപ്പോൾ ഭാര്യയുടെ നെഞ്ചുവീർക്കാൻ തുടങ്ങി. ഭാര്യ തന്റെ വികൃതവേഷംകണ്ട് നിലവിളിച്ചു.

"ദൈവമേ ഈ മനുഷ്യൻ എന്നോടിതു ചെയ്തല്ലോ. അമ്പതു വർഷം കഞ്ഞിവെച്ചു വിളമ്പിയവളോടല്ലേ ഇതു ചെയ്തത്!"

ഭാര്യയുടെ ഭീകരമായ രൂപം കാണുകയും നെഞ്ചുപൊട്ടിയുള്ള കരച്ചിൽ കേൾക്കുകയും ചെയ്തപ്പോൾ ഭർത്താവ് രണ്ടാമത്തെ തേങ്ങയെടുത്തുയർത്തി നിലത്തേക്കെറിഞ്ഞുകൊണ്ട് ഉച്ചത്തിൽ പ്രാർഥിച്ചു. "എൻെറ ഭാര്യയുടെ മൂക്കുകൾ പോകണേ."

ഉടൻ ഭാര്യയുടെ മൂക്കുകൾ മുഴുവൻ പോയി. പണ്ടുണ്ടായിരുന്ന ഒരു മൂക്കും പോയി. കഷ്ടം കഷ്ടം. മൂക്കില്ലാതെ ശ്വാസമെടുക്കാൻ പറ്റുമോ? ശ്വാസമെടുക്കാതെയും പുറത്തുവിടാതെയും ജീവിക്കാൻ പറ്റുമോ? ഇല്ല. പാവം ഭാര്യ ശ്വാസം കിട്ടാതെ കിടന്നു പിടച്ചു. കരയാൻ പോലും കഴിയാതെ പിടഞ്ഞു.

അതുകണ്ടപ്പോൾ പിന്നെ മറ്റൊന്നും ആലോചിക്കാൻ ഭർത്താവു കാത്തില്ല. മൂന്നാമത്തെ നാളികേരമെടുത്തുടച്ചുകൊണ്ട് അയാൾ പ്രാർഥിച്ചു. "എന്റെ ഭാര്യയുടെ പഴയ മൂക്കു തിരിച്ചുതരണേ."

ഉടൻ ഭാര്യയുടെ പഴയ മൂക്ക് അതേപടി കിട്ടി! അവർ ആശ്വാസത്തോടെ ശ്വാസമെടുത്തു; വിട്ടു. ഭർത്താവും ആശ്വാസത്തോടെ തലയിൽ കൈവച്ചു പറഞ്ഞു. "നമ്മൾ രക്ഷപ്പെട്ടു."

ഭാഗ്യദേവത മൂന്നു വരം നൽകിയിട്ടും ദരിദ്രനായി അയാൾ പിന്നെയും ജീവിച്ചു. വിഡ്ഢിക്കു വരം കിട്ടിയാലെന്തു കാര്യം?

66

കുറുക്കൻ രാജാവായ കഥ

കാട്ടിലും നാട്ടിലുമായിട്ടായിരുന്നു ഒരു കള്ളക്കുറുക്കന്റെ ജീവിതം. പകൽ കാട്ടിലൊളിച്ചിരിക്കും. രാത്രി നാട്ടിലിറങ്ങി, നാട്ടുകാരുടെ കോഴികളെ പിടിക്കും. പിടിച്ചിട്ടു വളർത്തുകയല്ല. ശാപ്പിടും. അങ്ങനെ കുശാലായി അവൻ ജീവിക്കുന്ന കാലം. ഒരുദിവസം പകൽതന്നെ അവൻ കാട്ടിലൂടെ കറങ്ങിനടന്നു. വിശന്നിട്ട് ഇരതേടി നടക്കുകയായിരുന്നു. അപ്പോൾ ആ വഴി ഒരു നായാട്ടുസംഘമെത്തി. നായാട്ടുകാരുടെ കൂടെ കുറച്ചു വേട്ടപ്പട്ടികളുമുണ്ടായിരുന്നു. കുറുക്കനെ കണ്ടതും അവർ കുരച്ചുകൊണ്ട് അവനെ ആക്രമിക്കാൻ ചെന്നു. അവൻ ഓടി. കാടും കടന്ന് കാടിനരികിലെ ഗ്രാമത്തിലെത്തി. പട്ടികൾ പുറകെയുണ്ട്. രക്ഷപ്പെടാൻ എന്താ വഴി? ഒരു വീടിന്റെ മുറ്റത്തുണ്ടായിരുന്ന വലിയ പാത്രം അവൻ കണ്ടു. വീപ്പ പോലൊരു പാത്രം. അവൻ അതിലേക്കു ചാടി.

ചാടി വീണത് അതിലെ ചായത്തിലേക്കായിരുന്നു. ആ വീട്ടിലുണ്ടായിരുന്നത് നെയ്ത്തുകാരനായിരുന്നു. അയാൾ നൂലിനു നിറം നൽകാൻ നീലച്ചായം കലക്കിവച്ചിരിക്കുകയായിരുന്നു. കുറുക്കൻ അതിൽ വീണുപോയതാണ്. അവൻ കലത്തിൽ മുങ്ങി. അറിയാതെ കുറെ ചായം മൂക്കിലും വായിലും കയറി. ശ്വാസം മുട്ടിയപ്പോൾ അവൻ കുതിച്ചുയർന്നു. ഒരുവിധത്തിൽ പുറത്തുചാടി. പുറത്ത് അവനെ കാത്ത് വേട്ടപ്പട്ടികൾ നിൽപ്പുണ്ടായിരുന്നു. അവർ ചായത്തൊട്ടിയിൽനിന്നു പുറത്തുവന്ന കുറുക്കനെ കണ്ടു പേടിച്ചോടി. വേട്ടപ്പട്ടികളെ കണ്ടു പേടിച്ചുവിറച്ചു നിന്നിരുന്ന കുറുക്കൻ അത്ഭുത

പ്പെട്ടു. കാര്യം മനസിലാകാതെ അവൻ അവന്റെ ദേഹത്തേക്കു നോക്കി. ദേഹം മുഴുവൻ നീലച്ഛായം. നീലനിറത്തിലുള്ള ഒരു ജന്തുവിനെ കണ്ട് വേട്ടപ്പട്ടികൾ പേടിച്ചോടിയതായിരുന്നു!

കള്ളക്കുറുക്കന്റെ ബുദ്ധി അപ്പോൾ ഉണർന്നു. തന്നെ കണ്ട് വേട്ടപ്പട്ടികൾ വരെ പേടിച്ചു പോയില്ലേ? അപ്പോൾ മറ്റു മൃഗങ്ങൾ തീർച്ചയായും പേടിക്കും. തന്നെ തിരിച്ചറിയില്ല. അതൊരു അവസരമായിട്ടെടുക്കാം. അവൻ സന്തോഷത്തോടെ കാട്ടിലേക്ക് ഓടി. കാട്ടിലെത്തി. കണ്ണിൽ കണ്ട മൃഗങ്ങളോടെല്ലാം ഒരു കള്ളം പറഞ്ഞു. താൻ സ്വർഗത്തിൽനിന്നും വന്നിരിക്കുന്ന ശക്തിമാനായ ജന്തുവാണെന്ന്. കാട്ടിലെ രാജാവായി ദൈവം വിട്ടിരിക്കുന്നവനാണെന്ന്. അണ്ണാനും മുയലും ചെന്നായയും പുലിയും കാട്ടുപോത്തും മുതൽ ആനവരെയുള്ള മൃഗങ്ങളായ മൃഗങ്ങളൊക്കെ അതു വിശ്വസിച്ചു. കാട്ടുകോഴി മുതൽ കാടുമുഴക്കി വരെയുള്ള പക്ഷികളും വിശ്വസിച്ചു. സിംഹം രാജാവിന്റെ സ്ഥാനം ഒഴിഞ്ഞുകൊടുത്തു. കുറുക്കൻ അങ്ങനെ രാജാവായി. മറ്റു മൃഗങ്ങൾ അവന്റെ ആജ്ഞ അനുസരിച്ചു. എന്നാൽ കുറുക്കന്മാർക്ക് നീലക്കുറുക്കന്റെ കള്ളുവച്ച നുണ വിശ്വാസമായില്ല. അവർ നേരിട്ടെതിർക്കാൻ പോയില്ല. ഒളിച്ചും പാത്തും നീലക്കുറുക്കന്റെ സൂത്രങ്ങൾ നിരീക്ഷിച്ചു നിന്നു.

ഒരുദിവസം രാത്രി കുറുക്കൻരാജാവ് വയർ നിറയെ തീറ്റ തിന്നു. മറ്റു മൃഗങ്ങൾ കൊണ്ടുചെന്നു കാഴ്ചവച്ച ഇറച്ചിയായിരുന്നു തീറ്റ. കുറുക്കൻ തീറ്റ തിന്നു വിശ്രമിക്കുന്നത് മറ്റു കുറുക്കന്മാർ ഒളിച്ചുനിന്നു കണ്ടു. അവരൊരു സൂത്രം പ്രയോഗിക്കാൻ പരിപാടിയിട്ടു. നല്ല നിലാവുള്ള രാത്രിയായിരുന്നു. കുറുക്കന്മാർ പാടിപ്പോകുന്ന രാത്രി. ആനന്ദിച്ച് ഓലിയിടുന്ന രാത്രി. ഒരുത്തൻ കൂവുമ്പോൾ അതു കേൾക്കുന്നവരും അറിയാതെ കൂവും. അതായിരുന്നു കുറുക്കന്റെ സ്വഭാവം. പാരമ്പര്യം. അപ്പോൾ നീലക്കുറുക്കനെക്കൊണ്ട് ഒന്നു കൂവിച്ചാൽ അവന്റെ രഹസ്യം പുറത്താകും. അവനൊരു വെറും കുറുക്കനാണെന്ന് മറ്റുള്ളവർ മനസിലാക്കും. അതിനായിരുന്നു മറ്റു കുറുക്കന്മാരുടെ പരിപാടി.

നീലക്കുറുക്കൻ നിലാവും കണ്ടു കിടക്കുകയായിരുന്നു. മറ്റു കുറുക്കന്മാർ മാറി പല ദിക്കുകളിലായി നിന്നു. കൂട്ടത്തിലെ ഏറ്റവും ശബ്ദമുള്ള കുറുക്കൻ പെട്ടെന്ന് ഒറ്റ കൂവ്. നീണ്ട ഒരു ഓലിയിടൽ. അത് തുടങ്ങി ഉച്ചത്തിലായപ്പോൾ മറ്റൊരുത്തൻ കൂടി കൂവി. ഉടൻ വേറൊരുത്തൻ. അങ്ങനെ പലർ. കൂട്ടക്കൂവൽ തന്നെ. അതു കേട്ടതും നീലക്കുറുക്കൻ ഒറ്റ കൂവ്. തന്റെ കൂവൽ മറ്റുള്ളവരിലും ഉ

യർന്നു കേൾക്കാനായി അവൻ ശക്തിമുഴുവനുമെടുത്തു കൂവി. അത് അടുത്തുണ്ടായിരുന്ന അണ്ണാനും ആനയും ചെന്നായും പുലിയും ഒക്കെ കേട്ടു. അവർക്കു കാര്യം പിടികിട്ടി. തങ്ങൾ രാജാവാക്കി വച്ചിരിക്കുന്നവൻ വെറുമൊരു കുറുക്കനാണ് എന്ന സത്യം. അവർക്ക് അവനോട് വലിയ ദേഷ്യവും വെറുപ്പും തോന്നി. അവർ കൂട്ടമായിട്ടെത്തി. അവനെ ആക്രമിച്ചു. അവന്റെ തല പൊട്ടി. പുറം കീറി. മുഖം മുറിഞ്ഞു. കാലൊടിഞ്ഞു. അവൻ ദയനീയമായി മോങ്ങി. ഓടി. ഓടിയോടി കാട്ടിലെ കുറുക്കന്മാരുടെ താവളത്തിലെത്തി.

എന്നാൽ അവിടെ അപ്പോഴുണ്ടായിരുന്ന കുറുക്കന്മാർ അവനെ സ്വീകരിച്ചില്ല. അവർ അവനെ കടിച്ചും മാന്തിയും ആക്രമിച്ച് ഓടിച്ചു. നീ കുറുക്കനെല്ലല്ലോ. രാജാവല്ലേ? സ്വർഗത്തിൽനിന്നും വന്നവനല്ലേ? പൊയ്ക്കോ നേരെ സ്വർഗത്തിലേക്ക്. അവർ കൂവി പ്പറഞ്ഞു.

അവൻ മോങ്ങിക്കൊണ്ട് അവിടുന്നും ഓടി. നാട്ടിൽ ചെന്നാൽ കോഴിക്കള്ളനായ തന്നെ നാട്ടുകാർ തല്ലിക്കൊല്ലും. അവൻ ഓർത്തു. പിന്നെ എവിടെപ്പോകും? അവൻ ഓടി. കാടും നാടും കടന്ന് ഓടി. വിജനമായ ഒരിടത്തെത്തി. മനുഷ്യരും മൃഗങ്ങളുമൊന്നും താമസമില്ലാത്ത ഒരു പാറക്കെട്ടിലെത്തി. തളർന്ന് അവിടെ കിടന്നു. താൻ ചെയ്ത തെറ്റുകൾ ഓർത്ത് പശ്ചാത്തപിച്ചു. കരഞ്ഞുവിളിച്ചു. തല നിലത്തടിച്ച് തളർന്ന് ബോധം കെട്ട് അവൻ പാറപ്പുറത്തു വീണു. വീണുകിടന്നു.

67

ആന എങ്ങനെയിരിക്കും?

"ഈ ആനയില്ലേ ആന? അത് എങ്ങനെയിരിക്കും?" കണ്ണു കാണാൻ വയ്യാത്ത ഒരാൾ ഒരിക്കൽ ഒരു സംശയം ചോദിച്ചു. ചോദിച്ചതോ കണ്ണിനു കാഴ്ചയില്ലാത്ത കൂട്ടുകാരോടും. "ആനയെന്നും ചേനയെന്നുമൊക്കെ ഞാനും കേട്ടിട്ടേയുള്ളൂ ചങ്ങാതി. രണ്ടും എന്താണ് എന്നറിയില്ല." ഒരു കൂട്ടുകാരൻ സങ്കടത്തോടെ മറുപടി പറഞ്ഞു.

അപ്പോഴാണ് ആ വഴി കാഴ്ചയുള്ള ഒരാൾ വന്നത്. ഉടൻ അന്ധന്മാർ അവരുടെ സംശയം അയാളോടു ചോദിച്ചു. ആനയെ കണ്ടിട്ടുണ്ടെങ്കിലും പറഞ്ഞു മനസിലാക്കാൻ അയാൾക്കറിയില്ലായിരുന്നു. അതിനാൽ അയാൾ പറഞ്ഞു: "ആന ആനയെപ്പോലെ. അതെങ്ങനെ പറഞ്ഞുതരും? നിങ്ങൾക്കു കാണാൻ വയ്യ എന്നല്ലേ ഉള്ളൂ? പോയി തൊട്ടുനോക്കി മനസിലാക്ക്."

എടടാ. അതൊരു നല്ല ആശയംതന്നെ. പോയി തൊട്ടുനോക്കാം. അന്ധന്മാർ നിശ്ചയിച്ചു. അവർ ഒന്നിച്ച് ആനയുള്ള നാട്ടിലേക്കു യാത്രപോയി. അവിടെച്ചെന്നു. ഒരു ആനക്കാരനെ സമീപിച്ചു. ആഗ്രഹം പറഞ്ഞു.

"അതിനെന്താ വിഷമം. എന്റെ ആന നല്ല മര്യാദരാമനാ. നിങ്ങൾ അടുത്തുചെന്ന് അവനെ നന്നായി തൊട്ടുനോക്കിക്കോ." ആനക്കാരൻ അനുവാദം കൊടുത്തു.

അന്ധന്മാർ അത്യാഹ്ലാദത്തോടെ ആനയുടെ അടുത്തുചെന്നു. ആനയെ നന്നായി തൊട്ടു മനസിലാക്കി. സന്തോഷത്തോടെ തിരിച്ചുനടന്നു. നടക്കുന്നതിനിടയിൽ ഒരുത്തൻ പറഞ്ഞു:

"ഹൊ ആന ഇങ്ങനെയാണെന്ന് ഇപ്പോഴല്ലേ മനസിലായത്. അത് നല്ല വണ്ണമുള്ള ഒരു തൂണുപോലെയുണ്ട്!" അയാൾ ആനയുടെ കാലിലായിരുന്നു തൊട്ടത്.

അതുകേട്ടതും മറ്റൊരാൾ എതിർത്തു. "ചേട്ടാ ആന തൂണുപോലെയൊന്നുമല്ല. ചൂലുപോലെയാ. ഞാൻ നന്നായി തൊട്ടറിഞ്ഞതാ." അയാൾ ആനയുടെ വാലിലായിരുന്നു തൊട്ടത്.

അപ്പോൾ മൂന്നാമൻ പറഞ്ഞു.

"ആന തൂണുമല്ല ചൂലുമല്ല. മുറമാണ്. മുറം പോലെയൊന്ന്. പക്ഷേ ഇളകിക്കൊണ്ടിരിക്കുമെന്നു മാത്രം." അയാൾ തൊട്ടത് ആനയുടെ ചെവിയിലായിരുന്നു.

അന്നു മുഴുവൻ അവർ തർക്കിച്ചിട്ടും തർക്കം തീർന്നില്ല. ഓരോരുത്തർക്കും അവർ പറയുന്നത് ശരിയാണെന്നും അവർ മാത്രമാണ് ശരിയെന്നും ഉറച്ച വിശ്വാസമുണ്ടായിരുന്നു.

ഇക്കഥ എങ്ങനെയോ എവിടെയൊക്കെയോ പരന്നു. അതോടെ അവിടെയൊക്കെ ഒരു ശൈലിയും ഉണ്ടായി. "അന്ധന്മാർ ആനയെ കണ്ടതുപോലെ" എന്നൊരു ചൊല്ല്. അതിന്റെ അർഥം ആലോചിച്ചു കണ്ടുപിടിച്ചോളൂ.

68

മത്തങ്ങയോളമുണ്ടോ തല?

ബുദ്ധി ഉപയോഗിച്ചാൽ വെട്ടാൻ വരുന്ന പോത്തിനെപ്പോലും തോൽപ്പിക്കാം. ഒരു മാസ്റ്റർ എന്നും തന്റെ കുട്ടികളോട് അങ്ങനെ പറഞ്ഞിരുന്നു. എന്നാൽ ഒരുദിവസം മാസ്റ്ററെ വെട്ടാനും ഒരു 'പോത്ത്' എത്തി. മനുഷ്യരൂപത്തിലായിരുന്നു എന്നു മാത്രം. മാസ്റ്റർ അപ്പോൾ ബുദ്ധി ഉപയോഗിച്ചോ? ആ കഥ ഇനി പറയാം.

ബുദ്ധിമാനായിരുന്നു ആ മാസ്റ്റർ. അദ്ദേഹത്തിന്റെ പേര് എന്തായിരുന്നു ആവോ. നിങ്ങൾക്ക് ഇഷ്ടമുള്ള ഒരു പേരിട്ടോളൂ. ആ മാഷിനൊരു മകളുണ്ടായിരുന്നു. അകലെയൊരു ഗ്രാമത്തിലേക്കായിരുന്നു അവളെ കെട്ടിച്ചയച്ചത്. ഇടയ്ക്ക് മാഷിന് മകളെ കാണണമെന്നു തോന്നും. അപ്പോൾ അദ്ദേഹം അങ്ങോട്ടു പോകും. എങ്ങനെ പോകും? നടന്നുതന്നെ പോകും. കാറും വണ്ടിയും ഒന്നുമില്ലാത്ത കാലമായിരുന്നല്ലോ. നടന്നുതന്നെ പോകണമായിരുന്നു.

ഒരുദിവസം മാഷ് അങ്ങനെ മകളെ കാണാൻ നടന്നു പോവുകയായിരുന്നു. വഴിയേറെ നടക്കണം. നാട്ടുവഴി ഇടയ്ക്ക് കാട്ടുവഴിയാകും. കുറ്റിക്കാടുകൾക്കിടയ്ക്കു കൂടിയുള്ള ഒറ്റയടിപ്പാത. ആ കാടുകളിൽ വെട്ടുപോത്തോ ആനയോ അനങ്ങാതെ നിന്നാൽ ആരും അറിയില്ല. മനുഷ്യർ നിന്നാലോ അനങ്ങിയാലോ ഒട്ടും അറിയില്ല!

മാസ്റ്റർ വിയർത്തുകുളിച്ചു നടക്കുകയായിരുന്നു. പെട്ടെന്ന് കുറ്റിക്കാട്ടിൽനിന്നും ഒരു കൊള്ളസംഘം ചാടിച്ചെന്നു വഴിതടഞ്ഞു. വെട്ടുപോത്തുകളെപ്പോലെ കുറെ മനുഷ്യർ. ആരെ എങ്ങനെ ഉപദ്രവിക്കണമെന്ന് ആലോചിച്ചു നടക്കുന്ന ക്രൂരന്മാർ.

"താനാരാണ്?" കൊള്ളത്തലവൻ ചോദിച്ചു.

"ഞാനാണ് വടക്കെ ഗ്രാമത്തിലെ മാഷ്. കുട്ടികളെ പഠിപ്പിക്കുന്ന ആൾ." മാഷ് വിനയത്തോടെ മറുപടി പറഞ്ഞു.

അതുകേട്ടപ്പോൾ കൊള്ളത്തലവന് കലി കയറി. അയാൾ പറഞ്ഞു.

"ഹൊ! താനൊരു വെറും മാഷാണോ? കൈയിൽ കാശൊന്നും കാണാത്ത മാഷ്! തന്നെ പിടിച്ചുനിർത്തിയ ഞങ്ങളാണ് മണ്ടന്മാർ. പഠിച്ചിരുന്ന കാലത്ത് എന്നെ എന്റെ മാഷന്മാർ കുറെ തല്ലിയിട്ടുമുണ്ട്."

"അത് വല്ല കുരുത്തക്കേടും കാണിച്ചിട്ടായിരിക്കും." മാഷ് അതു പറഞ്ഞൊന്നു ചിരിച്ചു. കൊള്ളത്തലവന് ആ തമാശ പിടിച്ചു. അയാളും ചിരിച്ചു. ചിരിച്ചുകൊണ്ടു പറഞ്ഞു.

"കുരുത്തക്കേടേ ഞാൻ കാണിച്ചിട്ടുള്ളൂ! പിന്നെ മാഷന്മാർ ഒത്തിരി പരീക്ഷകളിട്ട് കുട്ടികളെ ശിക്ഷിക്കുന്നവരല്ലേ? ഞാൻ നിങ്ങൾക്കൊരു പരീക്ഷ ഇടാം. ജയിച്ചാൽ വിടാം. തോറ്റാൽ തലവെട്ടി വിടാം."

കൊള്ളത്തലവൻ അതു പറഞ്ഞപ്പോൾ അയാളുടെ മുഖം ഗൗരവം നിറഞ്ഞതായി. അയാൾ കുറേക്കൂടി ദേഷ്യം മുഖത്തുവരുത്തിക്കൊണ്ടു പറഞ്ഞു:

"എടുക്ക് ആ ചാക്കിലുള്ള മത്തങ്ങ."

കൊള്ളക്കാരിലൊരുത്തന്റെ കൈയിലെ ചാക്കിലായിരുന്നു മത്തങ്ങ. മാഷ് ചാക്കിൽ കൈയിട്ടു മത്തങ്ങ എടുത്തുപിടിച്ചു. വലിയ ഒരു മത്തങ്ങ ആയിരുന്നു അത്. എവിടെനിന്നോ കട്ടുപറിച്ചത്. കൊള്ളത്തലവൻ അപ്പോൾ പറഞ്ഞു:

"ഈ മത്തങ്ങയ്ക്ക് എന്തു ഭാരമുണ്ട്? നന്നായി കൈയിൽ പിടിച്ചുനോക്കി പറയ്. പിന്നെ ഞങ്ങളത് തൂക്കിനോക്കും. നിങ്ങൾ പറഞ്ഞത് കിറുകൃത്യമായാൽ നിങ്ങളെ സ്വതന്ത്രനാക്കും. വ്യത്യാസമുണ്ടെങ്കിൽ ഞങ്ങൾ തലവെട്ടും. ശരി. പറയ്."

മാസ്റ്റർ പെട്ടെന്ന് തന്റെ ബുദ്ധി ഉപയോഗിച്ചു. ചിന്തിച്ചു. കൊള്ളത്തലവനെ കുടുക്കുന്ന ഒരു മറുപടിയും പറഞ്ഞു. അതെന്തായിരുന്നു? കേട്ടോളൂ.

മാഷ് മത്തങ്ങ രണ്ടു കൈകളിലുമായി പിടിച്ചു തൂക്കം നോക്കുന്നതായി അഭിനയിച്ചു. എന്നിട്ടായിരുന്നു ഉത്തരം പറഞ്ഞത്.

"നിങ്ങളുടെ തലയുടെ അതേ ഭാരമാണ് ഈ മത്തങ്ങായ്ക്ക്. കിറുകൃത്യം. സംശയമുണ്ടെങ്കിൽ രണ്ടും തൂക്കി നോക്കാം!"

കൊള്ളക്കാർക്ക് ബുദ്ധി അൽപ്പം കുറവായിരുന്നു. അവർ ചി

ന്തിക്കുംമുൻപ് ചാടിക്കേറി സംസാരിക്കുന്നവരായിരുന്നു. അതിനാൽ കൊള്ളത്തലവൻ പറഞ്ഞു. "എടാ മറ്റേ ചാക്കിലെ ത്രാസെടുത്ത് ദാ ആ മരക്കമ്പിൽ തൂക്ക്."

മാഷ് അത്ഭുതപ്പെട്ടു. ഇവർ ത്രാസുംകൊണ്ടാണോ കൊള്ളയ്ക്കിറങ്ങിയിരിക്കുന്നത്? കൊള്ളയടിച്ചു കിട്ടുന്ന സ്വർണവും വെള്ളിയുമൊക്കെ തൂക്കി പങ്കുവയ്ക്കാനായിരിക്കും. അതോ ഇന്ന് എവിടെ നിന്നോ മോഷ്ടിച്ചുകൊണ്ടുവന്നിരിക്കുന്നതോ? മാഷ് ആലോചിച്ചുനിന്നു.

അതിനിടെ കൊള്ളക്കാരിലൊരാൾ ത്രാസ് ഒരു മരക്കമ്പിൽ തൂക്കി. ആ തട്ടിൽ മത്തങ്ങ വച്ചു. എന്നിട്ടു പറഞ്ഞു:

"മറ്റേ തട്ടിൽ തലകൂടി വച്ചാൽ ഈ മാഷ് പറഞ്ഞത് ശരിയാണോ എന്നറിയാം."

"ശരിയാ ശരിയാ" കൊള്ളത്തലവനും സമ്മതിച്ചു.

"എങ്കിൽ ഞാൻ അങ്ങയുടെ തലമാത്രം വെട്ടി ത്രാസിൽ വയ്ക്കാം." കൊള്ളസംഘത്തിലെ പമ്പരവിഡ്ഢി ഒരു വാൾ ഊരി മുന്നോട്ടുവന്നു.

അപ്പോൾ കൊള്ളത്തലവൻ ശരിക്കും ഞെട്ടി. കാര്യങ്ങളുടെ കിടപ്പ് അയാൾക്ക് അപ്പോൾ മാത്രമാണ് മനസിലായത്. തന്റെ തല വെട്ടിയെടുത്തു തൂക്കി നോക്കിയാലല്ലേ അതിന്റെ ഭാരം മത്തങ്ങക്കൊപ്പമാണോ എന്നറിയാനാകൂ! അയാൾ ദേഷ്യംകൊണ്ടു വിറച്ച് വാളുമായി നിൽക്കുന്നവനു നേരെ അലറി.

"എടാ വിഡ്ഢീ! എന്റെ തല വെട്ടിയെടുത്താൽ ഞാൻ ചത്തുപോവുകയില്ലേ?"

വിഡ്ഢി അപ്പോൾ പറഞ്ഞു: "ക്ഷമിക്കണം നേതാവേ. ഞാനത് ഓർത്തില്ല!"

മാഷ് ശരിക്കും ഒരു ബുദ്ധിമാനാണ് എന്നും ബുദ്ധി ഉപയോഗിച്ച് തന്നെ കുടുക്കിയതാണെന്നും കൊള്ളത്തലവന് അപ്പോൾ മനസിലായി. അയാൾ മാഷിനു നേരെ തിരിഞ്ഞുപറഞ്ഞു.

"എന്റെ തലവെട്ടി തൂക്കാനൊന്നും താൻ ശ്രമിക്കേണ്ട. വേഗം ഓടിപ്പൊയ്ക്കോ."

മാഷ് അവർക്കു നന്ദി പറഞ്ഞ് ഓടിപ്പോയി. ഓടുമ്പോൾ മാഷ് ഒരു കാര്യം തീരുമാനിച്ചു. നാളെ കുട്ടികളോട് ഈ കഥ കൂടി പറയണം. കൊള്ളക്കാരിൽനിന്ന് ബുദ്ധി ഉപയോഗിച്ച് താൻ രക്ഷപ്പെട്ട കഥ!

69

കുരങ്ങന്മാരെ തോട്ടമേൽപ്പിച്ചാൽ

ഒരു രാജാവിനൊരു തോട്ടക്കാരനുണ്ടായിരുന്നു. ഒരു കുഴിമടിയൻ. അവനു പണി ചെയ്യാൻ ഇഷ്ടമില്ലായിരുന്നു. പകിട കളിക്കാനും തെണ്ടിനടക്കാനും ഉത്സവം കൂടാനുമൊക്കെ വലിയ ഇഷ്ടവുമായിരുന്നു.

രാജാവിന്റെ പൂന്തോട്ടത്തിൽ മുഴുവൻ പുതിയ ചെടികൾ നടുന്ന കാലം വന്നു. തോട്ടക്കാരൻ നിലം നന്നാക്കി. ഇനി ചെടികൾ നടണം. തൈകൾ തോട്ടത്തിൽ കൊണ്ടുവന്ന് ഒരു മൂലയിലിട്ടു. "ദൈവമേ ഇനി ഇതൊക്കെ ഞാൻ തന്നെ നടണമല്ലോ."അങ്ങനെ ചിന്തിച്ച്, ദുഃഖിച്ച്, അയാൾ ചെടികൾ നടാൻ തുടങ്ങി. അതുകണ്ട് കുറെ കുരങ്ങന്മാർ അടുത്തുകൂടി. തോട്ടക്കാരൻ വല്ലപ്പോഴും അവർക്കു തീറ്റ കൊടുത്തിരുന്നു. അതിനാൽ അവർക്കു തോട്ടക്കാരനെ ഇഷ്ടവുമായിരുന്നു.

ഒരു കുരങ്ങൻ മുന്നോട്ടു വന്ന് അവന്റെ നെഞ്ചിലടിച്ചു കാണിച്ചു. ഞങ്ങൾക്ക് ചെടി നടാനറിയാം എന്നായിരുന്നു അതിനർഥം. തോട്ടക്കാരൻ ഒരു തൈ എടുത്ത് ആ കുരങ്ങന് കൊടുത്തു. എന്തത്ഭുതം! അവനത് കൃത്യമായി കുഴിച്ചുവച്ചു.

"നന്നായിരിക്കുന്നു." തോട്ടക്കാരൻ കുരങ്ങനെ അഭിനന്ദിച്ചു. അവന്റെ തോളിൽ തട്ടി. അതോടെ എല്ലാ കുരങ്ങന്മാരും മുന്നോട്ടു നടന്നു. ചെടികൾ നടാൻ തയാറായി.

അപ്പോൾ തോട്ടക്കാരന് ഒരു ബുദ്ധി തോന്നി. താനൊറ്റയ്ക്ക് ഈ തൈകൾ നട്ടാൽ ഒറ്റദിവസംകൊണ്ടു തീരില്ല. എല്ലാ കുര

ങ്ങന്മാരും കൂടി നട്ടാൽ ഒന്നുരണ്ടു മണിക്കൂർകൊണ്ട് പണിതീരും. നല്ല സൂത്രം. കുരങ്ങന്മാർ ചെടി നടട്ടെ. തനിക്ക് ഉത്സവം കാണാൻ പോകാം!

അയാൾ കുരങ്ങന്മാരെ അടുത്തു വിളിച്ചു. തൈകൾ നടേണ്ട സ്ഥലം ചൂണ്ടിക്കാട്ടി. കയർ കെട്ടിയ ലൈനിൽ നടണമെന്നു കാണിച്ചുകൊടുത്തു. എത്ര അകലത്തിൽ നടണമെന്നും കാണിച്ചുകൊടുത്തു. നട്ടിട്ടോരോന്നിന്റെയും ചുവട്ടിൽ വെള്ളമൊഴിക്കണം. അതും കാണിച്ചുകൊടുത്തു.

കുരങ്ങന്മാർ ഉത്സാഹത്തോടെ പണിതുടങ്ങി. കൊള്ളാം. നന്നായി ചെയ്യുന്നുണ്ട്. തോട്ടക്കാരൻ സന്തോഷത്തോടെ ഉത്സവം കാണാൻ പോയി. ആനകളെ എഴുന്നെള്ളിച്ചു നിർത്തിയിരിക്കുന്നതു കണ്ട് അയാൾ നിന്നു. ചെണ്ടമേളത്തിനൊത്തു താളം പിടിച്ചുനിന്നു. നേരം പോയതറിഞ്ഞതേയില്ല.

കുരങ്ങന്മാർ ഒന്നുരണ്ടു മണിക്കൂറുകൾകൊണ്ട് തൈകൾ മുഴുവൻ നട്ടു. എല്ലാറ്റിനും ചുവട്ടിൽ അൽപ്പാൽപ്പം വെള്ളവുമൊഴിച്ചു. ഇനി എന്താ ചെയ്യേണ്ടത്? ഒന്നും ചെയ്യാനില്ല. അവർ പരസ്പരം നോക്കി ഇളിച്ചു. പിന്നെ കളിച്ചു. ചാടിയും മറിഞ്ഞും കളിച്ചിട്ടും നേരം പോകുന്നില്ല.

അപ്പോൾ ഒരു കുരങ്ങന് ഒരു സംശയം. അവർ നട്ട തൈകൾക്കു വേരു പിടിച്ചോ? അവയുടെ ചുവട്ടിൽ വേണ്ടത്ര വെള്ളം ഇറങ്ങിയിട്ടുണ്ടോ? അടങ്ങാത്ത കൗതുകം. അറിയാനുള്ള കൗതുകം! അവൻ ഓടിച്ചെന്ന് ഒരു ചെടി പറിച്ചു നോക്കി. ഇല്ല. വേരു പിടിച്ചിട്ടില്ല. അതല്ലേ വലിച്ചപ്പോൾ പെട്ടെന്നു പൊങ്ങിപ്പോന്നത്! അവൻ ചുവടു മാന്തി നോക്കി. കൊള്ളാം. ചുവട്ടിൽ നനവുണ്ട്. അവനൊന്നു ഇളിച്ചു. ചെടി വീണ്ടും കുഴിച്ചുവച്ചു.

അതുകണ്ട് എല്ലാ കുരങ്ങന്മാർക്കും അങ്ങനെ ചെയ്യാനും കണ്ടറിയാനും മോഹമായി. എല്ലാവരുംകൂടി തോട്ടത്തിലിറങ്ങി. വച്ച തൈകളെല്ലാം പറിച്ചുനോക്കി. ഒന്നിനും വേരു പിടിച്ചിട്ടില്ല എന്ന വലിയ രഹസ്യം കണ്ടുപിടിച്ചു. പിന്നെ തൈകൾക്കടി മാന്തിയും നോക്കി. അപ്പോഴേക്ക് നട്ടുച്ചയായിരുന്നു. നല്ല വെയിലായിരുന്നു. അതൊന്നും ഗൗനിക്കാതെ കുരങ്ങന്മാർ വീണ്ടും ചെടികൾ കുഴിച്ചുവയ്ക്കാൻ തുടങ്ങി.

ഈ കളി അവർ പല പ്രാവശ്യം ആവർത്തിച്ചു. ചെടികൾ കുഴിച്ചുവച്ചാലുടനെ സംശയമായി. വേരു പിടിച്ചോ? സംശയം വന്നാൽ പിന്നെ പിടിച്ചുനിൽക്കുന്നതെങ്ങനെ? ചെടി പറിച്ചു പരിശോധിച്ചു

നോക്കാതെ പറ്റുമോ? ഇങ്ങനെ ഏറെനേരം കളിച്ചിട്ട് കുരങ്ങന്മാർ തീറ്റ തേടി പോയി.

വൈകിട്ട് തോട്ടക്കാരൻ തോട്ടത്തിൽ തിരിച്ചെത്തി. അവിടത്തെ കാഴ്ച കണ്ട് അയാൾ കരഞ്ഞുപോയി. മുഴുവൻ തൈകളും വാടി ക്കരിഞ്ഞു നിൽക്കുന്നു. തോട്ടം മുഴുവൻ നടന്നു ചവിട്ടി മിക്ക ചെ ടികളേയും കുരങ്ങന്മാർ ഒടിച്ചിരിക്കുന്നു. ആന കയറിയ കരിമ്പിൻ തോട്ടംപോലെ പൂന്തോട്ടം തകർന്നിരിക്കുന്നു. അയാൾക്കു തല ക റങ്ങി. രാജാവെങ്ങാൻ ഈ സമയം ഈ വഴി വന്നാൽ തന്റെ തല തെറിക്കും. അയാൾ നിലത്തിരുന്നു വിലപിച്ചു. "കുരങ്ങന്മാരെ ചെടി നടാൻ ഏൽപ്പിച്ച ഞാനെന്തു വിഡ്ഢി!"

70

കണ്ടന്റെ വീഴ്ച

ചിലപ്പൻകിളിക്ക് ചിലച്ചു നടക്കാനായിരുന്നു ഏറെ ഇഷ്ടം. എട്ടുപത്തു കൂട്ടുകാരുടെ ഒരു സംഘത്തിലായിരുന്നു അവളും. എല്ലാവരും കരിയിലകൾക്കിടയിൽനിന്ന് ചിലയ്ക്കും. പിന്നെ കരിയിലകൾ കൊത്തിപ്പൊക്കി പ്രാണികളെ തിന്നും. അങ്ങനെ നടക്കുമ്പോൾ ഒരു ദിവസം അവൾക്കു മുട്ടയിടാൻ മുട്ടി. പൊക്കം കുറഞ്ഞ ഒരു അത്തിമരപ്പൊത്തിലവൾ കരിയിലകളും പഞ്ഞിയുമൊക്കെ നേരത്തെ കൊണ്ടുചെന്നു വച്ചിരുന്നു. അവൾ പറന്നുചെന്ന് അതിൽ മുട്ടയിട്ടു. പിന്നെയും കൂട്ടുകാരുടെ കൂടെച്ചേർന്നു ചിലച്ചു നടന്നു. പിറ്റേന്നും പക്ഷേ മുട്ടയിടാൻ മുട്ടി. അങ്ങനെ നാലഞ്ചു ദിവസങ്ങൾ അവൾ തുടർച്ചയായി മുട്ടയിട്ടു. പിന്നെ ചിലയ്ക്കൽ കുറച്ചു. കൂടുതൽ സമയവും കൂട്ടിൽ അടയിരിക്കാൻ തുടങ്ങി.

ഒരുദിവസം മറ്റു ചിലപ്പൻകിളികൾ താഴെ കിടന്നു ചിലയ്ക്കുന്നത് അവൾ കേട്ടു. ഏതോ ശത്രു എത്തിയിട്ടുണ്ട്. ആ വിവരം അറിയിക്കുകയായിരുന്നു കൂട്ടുകാർ. ചിലപ്പൻ കിളി താഴേക്കു നോക്കി. അയ്യോ. അതാ ഒരു കാട്ടുകണ്ടൻ. ആ വഴി ഇതുവരെ വരാത്ത ഒരു തടിമാടൻ. അവൻ തീറ്റതേടി നടന്ന് അവിടെ എത്തിയതായിരിക്കണം. അവൻ എങ്ങനെയോ തന്റെ കൂടു കണ്ടുപിടിച്ചു. കയറിവരുകയാണ്.

ചിലപ്പൻകിളി ചിന്തിച്ചു. രക്ഷപ്പെടാനൊരു വഴി ആലോചിച്ചുണ്ടാക്കി. കണ്ടൻ പൊത്തിനടുത്തെത്തിയതോടെ ചിലപ്പൻകിളി സന്തോഷം പ്രകടിപ്പിച്ച് നന്നായൊന്നു ചിലച്ചു. ചിലച്ചുകൊണ്ട് കണ്ടനെ സ്വാഗതം ചെയ്തുപറഞ്ഞു.

"നമസ്കാരം കണ്ടൻചേട്ടാ. എത്ര നാളായി നമ്മൾ തമ്മിൽ കണ്ടിട്ട്. ഇഷ്ടക്കാരാകുമ്പോൾ ഇടയ്ക്കിടെ കണ്ടുകൊണ്ടിരിക്കണം. അല്ലേ ചേട്ടാ?"

കണ്ടന് അവളുടെ കിന്നാരമൊന്നും പിടിച്ചില്ല. അവൻ ദേഷ്യപ്പെട്ട് ഒന്നു മുരണ്ടു. "വിഡ്ഢിപ്പെണ്ണേ ഞാനും നീയും തമ്മിൽ ഒരു ബന്ധവുമില്ല. നീ എന്റെ ഇഷ്ടക്കാരിയല്ല; ഇരയാണ്. ചാകാൻ തയാറായിക്കോ."

ചിലപ്പൻകിളി അപ്പോൾ ഒട്ടും കൂസാതെ പറഞ്ഞു:

"അയ്യോ ചേട്ടാ അങ്ങനെ പറയരുതേ. എനിക്ക് ചെറുപ്പം മുതൽ ഏറ്റവും ഇഷ്ടം കണ്ടന്മാരോടായിരുന്നു. ഒരു കൊള്ളാവുന്ന കണ്ടന്റെ തീറ്റയാകണമെന്നായിരുന്നു എന്റെ എക്കാലത്തെയും മോഹം. അത് സാധിക്കുന്നതിൽ എനിക്ക് സന്തോഷമാണ്. പക്ഷേ ചേട്ടനൊന്നു ക്ഷമിച്ചാൽ എന്റെ അഞ്ചു മുട്ടകളും വിരിയും. അഞ്ചു കിളികൾ പുറത്തുവരും. അവരെക്കൂടി തിന്നാൻ കിട്ടും; എന്താ?"

കണ്ടൻ ആലോചിച്ചു. ചിലപ്പൻ പറഞ്ഞതിലും കാര്യമുണ്ട്. ഇനി രണ്ടാഴ്ച കാത്തിരുന്നാൽ കുശാലാണ്. അഞ്ചു മക്കളേയും ഒരു തള്ളയേയും ഒന്നിച്ചു ശാപ്പിടാം. കണ്ടന് ആ അഭിപ്രായം രസിച്ചു.

"ശരി. ഞാൻ രണ്ടാഴ്ച കഴിഞ്ഞുവരാം. നിന്നേയും മക്കളേയും ഒന്നിച്ചുതിന്നാം." കണ്ടൻ അങ്ങനെ പറഞ്ഞ് താഴേക്കിറങ്ങിപ്പോയി.

രണ്ടാഴ്ചയൊന്നും കണ്ടന് കൃത്യമായി കണക്കാക്കാനറിയില്ലായിരുന്നു. മൂന്നാഴ്ച കഴിഞ്ഞപ്പോഴായിരുന്നു അവൻ ചിലപ്പനെപ്പറ്റി ഓർത്തത്. അവൻ ഓടി അത്തിമരച്ചുവട്ടിലെത്തി. മറ്റു ചിലപ്പൻകിളികൾ ഒന്നിച്ച് ചിലച്ച് ബഹളമുണ്ടാക്കി. അപ്പോൾ അമ്മക്കിളി താഴേക്കു നോക്കി. അമ്പട. വരുന്നുണ്ടല്ലോ കാലമാടൻ! ചിലപ്പൻകിളി അവനെ സ്വീകരിക്കാൻ തയാറായിരുന്നു. അഞ്ചുമുട്ടകൾ വിരിഞ്ഞിറങ്ങിയ അഞ്ചുമക്കളും അമ്മയുടെ ചിറകിനടിയിലൊളിച്ചിരിപ്പുണ്ടായിരുന്നു.

കണ്ടൻ പൊത്തിന്റെ വാതിൽക്കലെത്തിയിട്ടു പറഞ്ഞു. "വേഗം ഇറങ്ങിവന്നോ. ഇല്ലെങ്കിൽ ഞാൻ പൊത്തിൽ കൈയിടും."

ചിലപ്പൻകിളി അപ്പോൾ പറഞ്ഞു. "ചേട്ടാ പൊത്തിലേക്കു കൈയിടരുതേ. കൈമുറിയും. വാതിലിൽ മുള്ളിരിപ്പുണ്ട്. ഞാനും മക്കളും ചേട്ടന്റെ തീറ്റയാകാൻ കാത്തിരിക്കുകയാ ചേട്ടാ. പക്ഷേ കുട്ടികൾ അഞ്ചും മുട്ടയിൽനിന്നു പുറത്തു വന്നതേയുള്ളൂ. ചേട്ടൻ രണ്ടാഴ്ച ക്ഷമിക്ക്. അപ്പോഴെ മക്കൾ വലുതാകൂ. അപ്പോൾ ഓരോ കുഞ്ഞും ഒരു വായ നിറയെ കാണും. അതല്ലേ ചേട്ടാ ചേട്ടനു ലാഭം?"

അതുശരിയാ. കണ്ടൻ കണക്കുകൂട്ടി കണ്ടെത്തി. "ശരി. ഞാൻ

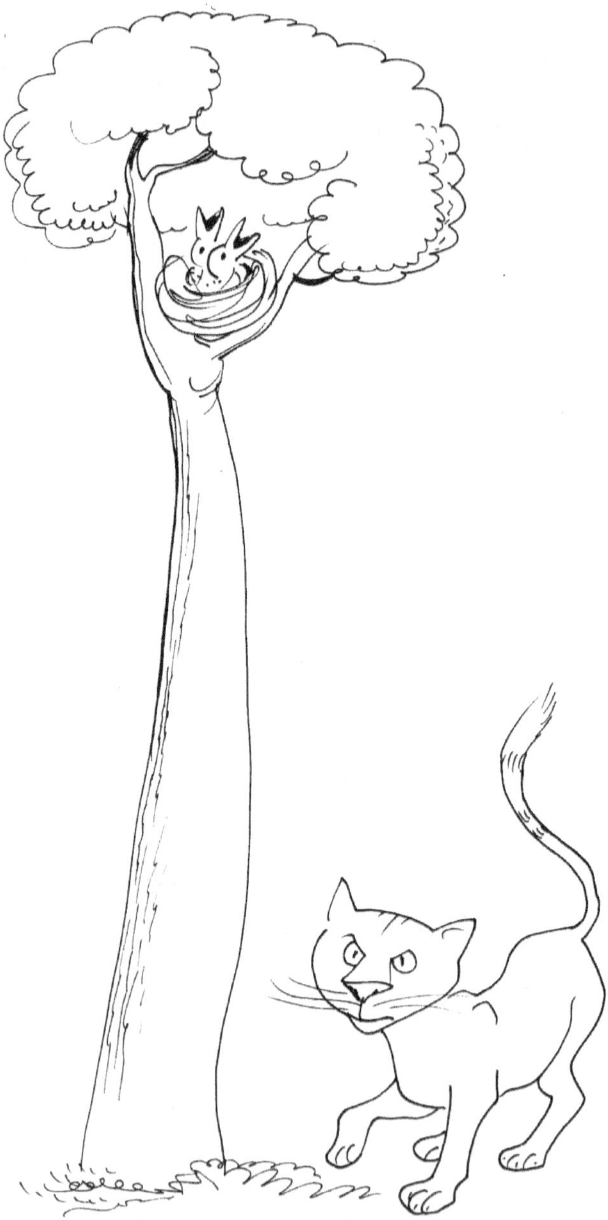

രണ്ടാഴ്ചകഴിഞ്ഞുവരാം. കാത്തിരിക്ക്. കളിപ്പിച്ചേക്കരുത്. കളിപ്പിച്ചാൽ ഞാൻ കടിച്ചുകീറിയേ കൊല്ലൂ."

കണ്ടൻ ഒരു മുന്നറിയിപ്പും കൊടുത്ത് നടന്നുനീങ്ങി. പിന്നെ അവൻ മൂന്നുനാലാഴ്ച കഴിഞ്ഞാണ് അത്തിമരച്ചോട്ടിലെത്തിയത്. അതിനു മുൻപുതന്നെ ചിലപ്പൻകിളി മക്കളെ നന്നായി തീറ്റകൊടുത്ത് വലുതാക്കിയിരുന്നു. നന്നായി പറക്കാനും പഠിപ്പിച്ചിരുന്നു. കണ്ടൻ വരുന്ന വിവരമറിയിക്കാൻ ചിലപ്പൻ കിളിക്കൂട്ടത്തേയും ശട്ടം കെട്ടിയിരുന്നു.

കണ്ടൻ അത്തിമരച്ചോട്ടിലേക്കു നടന്നുവരുന്ന വിവരം ചിലപ്പൻ കിളികൾ ചിലച്ചറിയിച്ചു. അവരിലെ ചില വീരന്മാർ കണ്ടന്റെ പുറകെ പറന്നുചെന്ന് അവന് നല്ല കൊത്തും കൊടുത്തു. കൊത്തുകിട്ടിയതോടെ കണ്ടന് കലി കയറിയിരുന്നു. അവൻ അത്തിച്ചുവട്ടിലെത്തിയതും ഭീകരമായി മുരണ്ടു. "കൊല്ലും ഞാൻ മുഴുവൻ ചിലപ്പൻമാരെയും!" എന്നിട്ട് അവൻ ധൃതിയിൽ മരത്തിൽ കയറാൻ തുടങ്ങി.

പെട്ടെന്ന് അമ്മക്കിളി എഴുന്നേറ്റു. "മക്കളെ, എന്റെ പുറകെ പറന്നുപോരുക. കണ്ടൻ നമ്മെ പിടിക്കാൻ പോവുകയാണ്."

അങ്ങനെ പറഞ്ഞുകൊണ്ട് അമ്മക്കിളി കൂട്ടിനു പുറത്തേക്കു പറന്നു. അത്തിയുടെ ഉയരത്തിലുള്ള കമ്പിലേക്കു മാറിയിരുന്നു. മക്കൾ ഒന്നൊന്നായി പുറകെ പറന്നുചെന്നു. ഒന്ന്, രണ്ട്, മൂന്ന്, നാല്, അഞ്ച്. അമ്മക്കിളി എണ്ണി. കൃത്യം അഞ്ചും പറന്നുയർന്ന് അമ്മയുടെ അടുത്തേക്കു ചെന്നു. അവിടെ ഇരുന്നു.

കണ്ടൻ പൊത്തിന്റെ വായിലെത്തി. പൊത്തിലേക്കു നോക്കി. അതിൽ ഒരു കിളിപോലുമില്ല എന്നുകണ്ട് ദേഷ്യപ്പെട്ടു. കൂട്ടിലേക്കു കൈ ഇട്ടപ്പോൾ മുള്ളുകൾ കൈയിൽകൊണ്ടു. അവൻ വേദനകൊണ്ടു പുളഞ്ഞു. അപ്പോഴാണ് അവനതു ശ്രദ്ധിച്ചത്. ചിലപ്പൻകിളിയമ്മയും മക്കളും അകലെ ഉയരത്തിൽ ഒരു കമ്പിലിരിക്കുന്നു. അവൻ ദേഷ്യപ്പെട്ട് ആ കമ്പിലേക്ക് ചാടി. അതിൽ കൈപിടിക്കാൻ നോക്കി. പക്ഷേ പിടികിട്ടിയില്ല. അവൻ നേരെ താഴേക്കു വീണു. "ഇട്ടിപ്പൊത്തോ' എന്ന് നടുവും ഇടിച്ചു വീണു. അവിടെ കിടന്നു മോങ്ങി. അതുകണ്ടു ചിലപ്പൻ കിളികൾ ആഹ്ലാദിച്ചു. ചിലച്ചുചിലച്ച് അവർ കണ്ടന്റെ വീഴ്ച ആഘോഷിച്ചു.

71

നായയെ കണ്ടു പഠിച്ച വിദ്യ

ഇതു പണ്ടുപണ്ടു നടന്ന കഥയാണ്. ആദ്യത്തെ ആശാരി ആദ്യത്തെ ഉളിയെടുത്ത് ആദ്യത്തെ കൊട്ടുവടികൊണ്ട് ഒരു തടിക്കഷണം ചെത്തിമിനുക്കിയ നാൾ നടന്നത്. തടിക്കഷണം നിലത്തായിരുന്നു. ആശാരിയപ്പൂപ്പൻ ഉളി അതിനു മേൽ വച്ചു. കൊട്ടുവടികൊണ്ട് മുകളിൽ ഇടിച്ചു. അല്ല, അടിച്ചു. അപ്പോൾ തടിക്കഷണം തെന്നിമാറി. എടടാ. നീയങ്ങനെ തെന്നാനും മാറാനും മറ്റും നോക്കേണ്ട. ആശാരിയപ്പൂപ്പൻ പിന്നെയും ഉളി മരത്തിനുമേൽ വച്ചിടിച്ചു. പക്ഷേ മരക്കഷണം പിന്നെയും തെന്നി. ഇടിക്കുമ്പോഴൊക്കെ തെന്നി. ഇതിനെന്താ ജീവനുണ്ടോ? ആ അപ്പൂപ്പൻ അത്ഭുതപ്പെട്ടു. ക്ഷീണിച്ചു തലപൊക്കി. അപ്പോൾ ആ കാഴ്ച കണ്ടു. മുറ്റത്തരികിലൊരു നായ നിന്ന് ഒരു എല്ലിൽ കടിക്കുന്നു. എല്ലിന്മേൽ ചവിട്ടിപ്പിടിച്ചിട്ട് ശക്തിയായി കടിച്ചുവലിച്ച് എല്ലിന്മേൽ പിടിച്ചിരുന്ന ഇറച്ചി തിന്നുകയായിരുന്നു നായ. അതുകണ്ട് ആശാരിയപ്പൂപ്പൻ ഒന്നു ചിരിച്ചു. "കൊള്ളാമല്ലോ നായേ നിന്റെ വിദ്യ!" അപ്പൂപ്പൻ നായയെ അഭിനന്ദിച്ചു. എന്നിട്ട് മരക്കഷണത്തിൽ ചവിട്ടിപ്പിടിച്ച് അത് ഉളികൊണ്ടു ചെത്തിമിനുക്കാൻ തുടങ്ങി. മരക്കഷണം മര്യാദയ്ക്ക് അനങ്ങാതെ കിടന്നുകൊടുത്തു.

അന്നുതന്നെ ആ അപ്പൂപ്പൻ ആ നായയെ വീട്ടിൽ വളർത്താനും തുടങ്ങി.

മനുഷ്യൻ മൃഗങ്ങളെ നിരീക്ഷിച്ചും കാര്യങ്ങൾ പഠിച്ചു എന്നു തെളിയിക്കുന്ന കഥയുമാണീ കഥ.

72

കുറുക്കന്റെ പുറത്ത് മരംവച്ച കഥ

പണ്ടുപണ്ട്, ദൂരെ ദൂരെയൊരു പേരില്ലാ നാട്ടിലൊരു പേരില്ലാക്കാട്ടിലൊരു പേരില്ലാപ്പൂച്ചയുണ്ടായിരുന്നു. വെളുവെളെ വെളുത്ത ആ പൂച്ചസുന്ദരിക്കൊരു കറുത്ത പൊട്ടുമുണ്ടായിരുന്നു. ആരും പേരു വിളിക്കാതെ, ആരും ഒരു പേരും പറഞ്ഞുകേൾക്കാതെ വളർന്ന ആ സുന്ദരിയെ ഒരിക്കൽ ഒരു സുന്ദരൻ കണ്ടൻ കണ്ടു. കണ്ട ഉടനെ അവൻ അവളെ വെളുമ്പിസുന്ദരീ എന്നു വിളിച്ചു. നീയാണു ലോകസുന്ദരി. നീയില്ലാതെ ഞാൻ ജീവിക്കുകയില്ല. നീയില്ലെങ്കിൽ ഞാനില്ല. നിന്നെ ഞാനൊരിക്കലും കരയിപ്പിക്കുകയില്ല. ഞാൻ തിന്നില്ലെങ്കിലും നിന്നെ തീറ്റും. നമ്മൾ ഇരുമെയ്യാണെങ്കിലും ഒരൊറ്റ കരളായി ജീവിക്കും... ഇങ്ങനെയൊക്കെ വെളുമ്പിയോടു പുലമ്പി കണ്ടൻ കുമാരൻ അവളെ മയക്കി. അവളുമൊത്ത് ആ കണ്ടൻ ആ കാട്ടിൽ ജീവിക്കാൻ തുടങ്ങി. ആ കറമ്പൻ ഭർത്താവിനെ വെളുമ്പിസുന്ദരിക്ക് വലിയ സ്നേഹവുമായിരുന്നു.

അവരങ്ങനെ ജീവിക്കുമ്പോൾ വെളുമ്പിച്ചക്കി ഗർഭിണിയായി. നമുക്കൊന്നിച്ച് നമ്മുടെ പൊന്നുമക്കളെ വളർത്തണം. കണ്ടൻ അങ്ങനെയൊക്കെ പൊക്കം പറഞ്ഞുനടന്നു. എന്നാൽ എന്നോ ഒരു നാൾ കണ്ടനെ കാണാതായി. അവൻ വെറെ ഏതോ ചക്കിയുടെ പുറകെ പോയി എന്ന് ചിന്നൻ മുയൽ പറഞ്ഞു. ആ രഹസ്യമറിഞ്ഞപ്പോൾ വെളുമ്പിയുടെ കണ്ണുനിറഞ്ഞു. എന്നാൽ അവൾ കിടന്നു കരയാനൊന്നും കൂട്ടാക്കിയില്ല. "പോയവൻ പോകട്ടെ. എനിക്കവൻ വേണ്ട. എന്നാലെന്റെ കുഞ്ഞുങ്ങൾ വേണം. ഞാനൊറ്റയ്ക്ക്

എന്റെ പുന്നാരമക്കളെ വളർത്തും." വെളുമ്പി പ്രതിജ്ഞയെടുത്തു.

ഏതാനും ദിവസങ്ങൾ കഴിഞ്ഞു. ഒരു വെളുപ്പിന് വെളുമ്പി പ്രസവിച്ചു. നാലു ആൺകുട്ടികൾ. നാലു നല്ല ചക്കരക്കുട്ടികൾ. കറുപ്പും വെളുപ്പും ഉടുപ്പിട്ട സുന്ദരന്മാർ. നാലു പഞ്ഞിക്കെട്ടുകൾപോലെയിരുന്നു കൊച്ചുകുട്ടികൾ. ആ പേരില്ലാക്കുട്ടികൾ അമ്മയോടൊട്ടിക്കിടന്നു. കണ്ണടച്ചു കിടന്നു. അമ്മിഞ്ഞ കുടിച്ചു കിടന്നു. വളർന്നു. മിടുക്കരായി. ഓടിനടക്കാൻ പഠിച്ചു.

ഓടി നടക്കാനും ഇരയെ ചാടി പിടിക്കാനും ശത്രുക്കൾ വന്നാൽ ഓടി ഒളിക്കാനും ഒക്കെ അമ്മ അവരെ പഠിപ്പിച്ചു. അതിനൊക്കെയുള്ള പരീക്ഷകൾ അവർ പാസായി. അതോടെ അമ്മയ്ക്ക് ആശ്വാസമായി. ഇനി മക്കൾ സ്വന്തം കാര്യം നോക്കാറായി. അതിനാൽ മറ്റു കാര്യങ്ങളിൽ ശ്രദ്ധിക്കാം. വെളുമ്പി നിശ്ചയിച്ചു. "മക്കൾ വലുതാകുമ്പോഴും ഒന്നിച്ചു കഴിയേണ്ടേ? അതിന് ഒരു വലിയ വീടുവേണം." വെളുമ്പി പറഞ്ഞു. "അതിനെന്താ. വീടുകെട്ടാനുള്ള സാധനങ്ങൾ ഞങ്ങൾ കൊണ്ടുവരാം." മക്കൾ പറഞ്ഞു. അവർ ഉശിരുള്ള കുട്ടികളായിരുന്നല്ലോ. അവർ നാലുപേരും നാലു ദിക്കുകളിലേക്കാണു പോയത്. ഒരുത്തൻ കിഴക്കോട്ട്. ഒരുത്തൻ പടിഞ്ഞാട്ട്. ഒരുത്തൻ തെക്കോട്ട്. ഒരുത്തൻ വടക്കോട്ട്.

മൂന്നാം നാൾ മക്കൾ തിരിച്ചെത്തി. നാലുപേരും വലിയ ചുമടുമായാണ് എത്തിയത്. ഒന്നാമന് പലകുല പഴുക്ക കിട്ടി. നന്നായി പഴുത്ത പാക്കുകളായിരുന്നു കുലകൾ മുഴുവനും. രണ്ടാമനോ പല കെട്ട് തളിർ വെറ്റില കിട്ടി. നല്ല വലിപ്പവും വഴക്കവുമുണ്ടായിരുന്ന തുളസിവെറ്റിലകൾതന്നെ. ഒരുത്തനു കിട്ടിയതോ ഒരു കലം ചുണ്ണാമ്പ്. വെളുവെളുത്ത നല്ല ചുണ്ണാമ്പ്. നാലാമനോ പല ചുരുട്ടു കാലിപ്പുകയിലയും കിട്ടി. അമ്മ, മക്കൾ കൊണ്ടുവന്ന സാധനങ്ങൾ നോക്കി. അവരെ അഭിനന്ദിച്ചു. എല്ലാവരും ഒന്നാംതരം സാധനങ്ങളുമായല്ലേ എത്തിയിരിക്കുന്നത്! അമ്മ സാധനങ്ങൾ നോക്കിക്കണ്ട് സന്തോഷിച്ചു നിന്നപ്പോൾ അമ്മയ്ക്ക് ആദ്യമായി നാലു പേരുകൾ മനസിൽ തോന്നി. അതോടെ പേരില്ലാത്ത അമ്മ പേരില്ലാത്ത മക്കൾക്ക് പേരുകളിട്ടു. പേരുകളെന്തായിരുന്നു എന്നു നിങ്ങൾ ഊഹിച്ചിരിക്കുമല്ലേ? ഇല്ലെങ്കിൽ പറയാം.

പാക്ക് അഥവാ അടയ്ക്കാ കൊണ്ടുവന്നവൻ അടയ്ക്കാക്കുട്ടൻ. വെറ്റില കൊണ്ടുവന്നവൻ വെറ്റിലക്കുട്ടൻ. ചുണ്ണാമ്പു കൊണ്ടുവന്നവൻ ചുണ്ണാമ്പുകുട്ടൻ. പുകയില കൊണ്ടുവന്നവനോ പുകയിലക്കുട്ടൻ.

അമ്മയും നാലു കുട്ടന്മാരും കൂടി വീടുപണി തുടങ്ങി. അടയ്

ക്കാക്കുട്ടൻ അടയ്ക്കാ അടുക്കി തറ തീർത്തു. അടയ്ക്കാ കെട്ടി ഭിത്തിയും പണിതു. വെറ്റിലക്കുട്ടൻ വെറ്റില മേഞ്ഞ് മേൽക്കൂര തീർത്തു. ചുണ്ണാമ്പുകുട്ടൻ ചുണ്ണാമ്പു കലക്കി എല്ലായിടവും വെള്ള പൂശി. പുകയിലക്കുട്ടൻ പുകയിലകൊണ്ട് മെത്തകൾ മെനഞ്ഞു. അങ്ങനെ അന്നുവരെ ആരും കാണാത്ത, കേൾക്കാത്ത, ഉണ്ടാക്കാത്ത ഒരു സുന്ദരമായ വീടുണ്ടാക്കി. അവരതിൽ താമസം തുടങ്ങി.

അന്നുരാത്രി വല്ലാതെ മഞ്ഞുപാളികൾ വീണു. തണുപ്പ് ഇരട്ടിച്ചു. പാതിരാത്രിയിൽ പുറംലോകം മരവിച്ചു നിന്നപ്പോൾ അവരുടെ വീട്ടിൽ നല്ല ചൂടുണ്ടായിരുന്നു. അപ്പോൾ പുറത്തുനിന്നുമൊരു മുട്ടുകേട്ടു.

“പൂച്ചയമ്മേ പൂച്ചയമ്മേ വാതിൽ തുറക്ക്. ഞാൻ കറമ്പൻ കുറുക്കൻ. മഞ്ഞുകൊണ്ടു ചാകാൻ പോകുകയാണു ഞാൻ. എന്നെ ഒന്ന് അകത്ത് കടത്ത്.”

കുറുക്കനോ! കള്ളൻകുറുക്കനോ! ചതിയൻ കുറുക്കനോ! വേണ്ടവേണ്ട. കുറുക്കൻ ഈ വീട്ടിൽ കയറുന്ന പ്രശ്നമില്ല. പൂച്ചയമ്മ വാതിൽ തുറക്കില്ല എന്നു വിളിച്ചുപറഞ്ഞു. എന്നാൽ കുറുക്കൻ കിടന്നു മോങ്ങി. അതുകേട്ട് കുട്ടികൾക്കു സങ്കടമായി. “അമ്മേ കുറുക്കനാണെങ്കിലും മഞ്ഞിൽ കിടന്നു മരിച്ചുചാകാൻ പോവുകയല്ലേ. ഇന്നു രാത്രി അവനെ നമ്മുടെ വീട്ടിൽ കിടത്താം.” മക്കൾ പറഞ്ഞു. അങ്ങനെ അവസാനം പൂച്ചയമ്മ വാതിൽ തുറന്നു. കുറുക്കൻ അകത്തുകയറി.

പൂച്ചവീടിനു രണ്ടു മുറിയേ ഉണ്ടായിരുന്നുള്ളൂ. മക്കൾ നാലും വലിയ മുറിയിലായിരുന്നു ഉറക്കം. അമ്മ ചെറിയ മുറിയിലും. ഞാനീ ‘മക്കൾമുറി’യുടെ മൂലയിൽ ചുരുണ്ടു കിടന്നോളാം. നേരം വെളുക്കുംമുൻപ് എഴുന്നേറ്റു പൊയ്ക്കൊള്ളാം. അങ്ങനെ പറഞ്ഞ് കുറുക്കൻ ആ മുറിയുടെ മൂലയിൽ ചുരുണ്ടുകിടന്നു.

“എന്റെ മക്കളെ തൊടുകപോലും ചെയ്യരുത്. നീ തന്നെ അവരെ കാത്തുരക്ഷിച്ചോണം.” പൂച്ചയമ്മ കുറുക്കനോടു പറഞ്ഞു. കുറുക്കൻ തലകുലുക്കി.

മക്കൾ ഉറങ്ങി. അമ്മ അടുത്ത മുറിയിൽ ഉറക്കം വരാതെ തിരിഞ്ഞും മറിഞ്ഞും കിടന്നു. കുറുക്കൻ ചുരുണ്ടുകൂടി തല കാലുകൾക്കിടയിൽ തിരുകി കണ്ണടച്ചും കിടന്നു.

പൂച്ചയമ്മ ഇടയ്ക്കൊന്ന് എഴുന്നേറ്റു.

അടുത്ത മുറിയിൽ ചെന്നുനോക്കി. മക്കൾ ബോധംകെട്ട് ഉറങ്ങുന്നു. കുറുക്കൻ കൂർക്കം വലിച്ചുറങ്ങുന്നു. അത് അവന്റെ അഭിനയമായിരുന്നുവെന്ന് ആയമ്മ അറിഞ്ഞില്ല.

പൂച്ചയമ്മ സമാധാനത്തോടെ പോയിക്കിടന്നു. പാതിരാ കഴിഞ്ഞിട്ടു നേരമേറെയായി. ഇനി വെളുക്കാനധികം കാത്തിരിക്കേണ്ട. ഇനി ഒന്നും പേടിക്കാനില്ല. സമാധാനമായി കിടന്നുറങ്ങി.

എന്തോ ഒരു ശബ്ദംകേട്ടതുപോലെ തോന്നിയിട്ട് പൂച്ചയമ്മ ഉണർന്നു. "എന്താ കുറുക്കാ ഒരു ശബ്ദം കേട്ടത്?" അവൾ വിളിച്ചു ചോദിച്ചു.

"ഒന്നുമില്ല അമ്മേ. ഞാനൊരു അടയ്ക്കാ കടിച്ചതാണേയ്."

പൂച്ചയമ്മ സമാധാനത്തോടെ കണ്ണടച്ചു. അൽപ്പം കഴിഞ്ഞപ്പോൾ 'ഗൾപ്' എന്നൊരൊച്ച.

"എന്താ കുറുക്കാ ഇപ്പോൾ കേട്ടത്?" പൂച്ചയമ്മ ചോദിച്ചു.

"ഒന്നുമില്ല അമ്മേ. ഞാനൊരു വെറ്റില വിഴുങ്ങിയതാണേയ്."

"എന്റെ മക്കൾ ഉറക്കമാണോ?"

"അതെയമ്മേ. നാലും നല്ല ഉറക്കംതന്നെ."

അൽപ്പനേരം കഴിഞ്ഞപ്പോൾ വീണ്ടും ഒരൊച്ച.

"എന്താ കുറുക്കാ ഒരൊച്ച കേട്ടത്? ഉറങ്ങാതെ കിടന്ന പൂച്ചയമ്മ ചോദിച്ചു.

"ഒന്നുമില്ല അമ്മേ. ഞാനൊരു പുകയില ഒടിച്ചു വായിലിട്ടതാണേയ്."

പൂച്ചയമ്മ സമാധാനത്തോടെ കണ്ണടച്ചു. എന്നാൽ അൽപ്പനേരം കഴിഞ്ഞപ്പോൾ ഒരൊച്ച. പൂച്ചയമ്മ ഞെട്ടി ഉണർന്നു ചോദിച്ചു.

"എന്താ കുറുക്കാ വീണ്ടും ഒരൊച്ച?"

"ഒന്നുമില്ല അമ്മേ. ഞാനൽപ്പം ചുണ്ണാമ്പു ചുരണ്ടി വിഴുങ്ങിയതാണേയ്."

"എന്റെ മക്കളുണർന്നോ?"

"ഇല്ലില്ല. ഇപ്പോഴും ഉറക്കം തന്നെയാണേയ്!"

കുറുക്കൻ പറഞ്ഞത് ശരിയായിരുന്നു. നാലു പൂച്ചക്കുട്ടികളും നല്ല ഉറക്കത്തിലായിരുന്നു. നാലുപേരും, അവരെ കുറുക്കൻ വിഴുങ്ങിയതുപോലുമറിയാതെ, ഉറങ്ങുകയായിരുന്നു. കുറുക്കന്റെ വയറ്റിലെത്തിയിട്ടും വിവരമറിയാതെ ഉറങ്ങുകയായിരുന്നു.

നാലു പൂച്ചക്കുട്ടികളും വയറ്റിലായതോടെ കുറുക്കനു ശ്വാസം മുട്ടി. വയറിപ്പോൾ പൊട്ടുമെന്ന നിലവന്നു. കുറുക്കൻ ക്ഷീണിച്ചു.

ഇത്രയും പണി ഒപ്പിച്ചതല്ലേ? ക്ഷീണം വരാതിരിക്കുമോ? ഇനി ഒന്നു നന്നായി ഉറങ്ങാം. വിശപ്പില്ലാതെ ഉറങ്ങാം. നേരം പുലരുംവരെ ഉറങ്ങാം. പൂച്ചയമ്മ ഉണർന്ന് മക്കളെ തെരയുമ്പോൾ എഴുന്നേറ്റ് ഓടാം. അതുവരെ സുഖമായി ഉറങ്ങാം. മഞ്ഞുകൊള്ളാതെ, തണുപ്പ് ഏൽക്കാതെ ഇവിടെത്തന്നെ കിടന്നുറങ്ങാം. കുറു

ക്കൻ മുറിയിൽ മലർന്നുകിടന്നു. വയർ വല്ലാതെ വീർത്തിരിക്കുകയല്ലേ. കമഴ്ന്നു കിടക്കാൻ വയ്യ. മലർന്നുതന്നെ കിടന്നുറങ്ങി. ബോധം കെട്ടുറങ്ങി.

പൂച്ചയമ്മ പുലർന്നപ്പോഴുണർന്നു. ഉണർന്നപ്പോൾ ചാടിയോടി. മക്കളെ കാണാനായി ഓടി. അടുത്ത മുറിയിലെത്തി. മക്കൾ കിടന്നിടത്ത് മക്കളുടെ പൂട പോലുമില്ല. കള്ളൻ കുറുക്കനോ മലർന്നു കിടന്നുറങ്ങുന്നു. അവന്റെ വയറോ മലപോലെ പൊങ്ങിനിൽക്കുന്നു. ആ മലവയർ കണ്ടപ്പോഴെ പൂച്ചയമ്മക്കു കാര്യം മനസിലായി. "അയ്യോ എന്റെ മക്കളേ! നിങ്ങളെ ചതിയൻ കുറുക്കൻ വിഴുങ്ങിയോ! അയ്യയ്യോ നിങ്ങൾക്കു വല്ലതും പറ്റിയോ? നിങ്ങൾ അവന്റെ വയറ്റിലുണ്ടോ?..."

പൂച്ചയമ്മ ഉച്ചത്തിൽ നിലവിളിച്ചുകൊണ്ടു ചോദിച്ചു. പൂച്ചയമ്മയുടെ നിലവിളി കേട്ടു മക്കൾ നാലുമുണർന്നു. അവർ കുറുക്കന്റെ വയറ്റിൽ പെട്ടിരിക്കുന്ന കാര്യം അവർക്കു മനസിലായി. അവർ നാലുപേരും ഒന്നിച്ചു കൈകൾ പൊക്കി. അവരുടെ കുഞ്ഞുകൈകളിലെ കുഞ്ഞു നഖങ്ങൾ നീട്ടി. കുഞ്ഞുനഖങ്ങൾ കൊണ്ട് കുറുക്കന്റെ വയർ കീറിത്തുടങ്ങി.

കുറുക്കൻ ഞെട്ടി ഉണർന്നു. വയറ്റിലൊരു പിടുത്തം. സൂചികൾ കുത്തിയിറക്കുംപോലൊരു വേദന. കുറുക്കൻ വേദനകൊണ്ടു ചാടിപ്പുളഞ്ഞു. പൂച്ചക്കൂട്ടിൽനിന്നും ഓടി രക്ഷപ്പെടാനായി അവൻ പുറത്തേക്കു ചാടിയതും വിറച്ചു താഴെ വീണുപോയി. എന്തുപറ്റിയെന്നോ? നാലു പൂച്ചക്കുട്ടികളും കൂടി അവന്റെ വയർ കീറിമാറ്റി പുറത്തുചാടി. കുറുക്കൻ നിലത്തുകിടന്നു പിടഞ്ഞുമരിച്ചു.

പൂച്ചയമ്മ ഓടിച്ചെന്നു. മക്കളെ നാലിനേയും കെട്ടിപ്പിടിച്ചു. സന്തോഷംകൊണ്ട് കരഞ്ഞു. പിന്നെ മക്കളെ നാലിനേയും നക്കിത്തുടച്ചു വൃത്തിയാക്കി. എന്നിട്ടു പറഞ്ഞു;

"മക്കളെ, ചതിയൻ ചത്തു. ചതിക്കുന്നവന്റെ എല്ലാം ഗതി ഇതുതന്നെ. നമുക്കിനി ഇവനെ കുഴിച്ചിടാം."

മക്കൾ ഉഷാറായി. കുഴി കുത്തി. കുറുക്കനെ കുഴിയിലിട്ടു മൂടി. അതിനു മുകളിൽ ഒരു മരവും നട്ടു. കുറുക്കന്റെ ശവം മരത്തിനു വളമാകട്ടെ. അതായിരുന്നു അവരുടെ തീരുമാനം.

73

കുറുക്കന്റെ ബുദ്ധി

ബുദ്ധി ഉപയോഗിച്ചാൽ ഏതു ശക്തനേയും തോൽപ്പിക്കാം. കാക്ക ആ പാഠം പഠിച്ചത് കുറുക്കനിൽനിന്നാണ്. ആ കഥ പറയാം.

കാക്കയമ്മയും കാക്കയച്ഛനും കൂടി ഉയരമുള്ള ഒരു മരത്തിലായിരുന്നു കൂടുകെട്ടിയത്. കാക്കയമ്മ കൂട്ടിൽ മുട്ടകളിട്ടു. അടയിരുന്നു. വിരിയിച്ചു. മക്കളെല്ലാം പുറത്തുവന്നതോടെ കാക്കയമ്മയ്ക്കും കാക്കയച്ഛനും തിരക്കായി. അവർ മക്കൾക്കു തീറ്റതേടി പുറത്തേക്കു പറന്നു. തിരിച്ചു തീറ്റയുമായി വരുമ്പോൾ കണ്ട കാഴ്ച അവരെ ഞെട്ടിച്ചു. മരത്തിന്റെ താഴെ ഒരു പൊത്തിൽ ഒരു വലിയ പാമ്പു താമസമുണ്ടായിരുന്നു. അവൻ മരത്തിൽ കയറി കാക്കക്കുഞ്ഞുങ്ങളെ മുഴുവൻ വിഴുങ്ങിയിട്ട് താഴേക്കു പോകുന്നു! ആ കാഴ്ചയാണവരെ ഞെട്ടിച്ചത്. അവർ കരഞ്ഞു. പാമ്പിന്റെ പുറകെ പറന്നുചെന്നു. പക്ഷേ പാമ്പ് പൊത്തിൽ കയറി ഒളിച്ചു.

കാക്കയമ്മ സങ്കടംകൊണ്ട് തളർന്നു കൂട്ടിൽ കിടന്നു. ഞാൻ തല തല്ലി ചാകും. ഈ മരത്തിൽ താമസിച്ച് ഈ കൂട്ടിലിനി മുട്ടയിട്ടിട്ടു കാര്യമില്ല. ആ പാമ്പ് ഇനിയും നമ്മെ ആക്രമിക്കും. കാക്കയമ്മ കരഞ്ഞുകൊണ്ടു പറഞ്ഞു. അപ്പോൾ കാക്കയച്ഛൻ അവളെ സമാധാനിപ്പിച്ചു. "നമുക്ക് എന്തെങ്കിലും പരിഹാരമുണ്ടാക്കാം."

"എന്തു പരിഹാരം? പാമ്പ് വലിയ ശക്തനല്ലേ? ദുർബലരായ നമുക്ക് അവനെ എന്തു ചെയ്യാനാകും?" കാക്കയമ്മ ചോദിച്ചു.

അപ്പോൾ കാക്കയച്ഛൻ പറഞ്ഞു. "എന്റെ കൂട്ടുകാരനാണ് കുറുക്കൻ. അവൻ വലിയ ബുദ്ധിമാനാണ്. പാമ്പിനെ ഇല്ലാതാക്കാനുള്ള വിദ്യ അവനോടു ചോദിക്കാം."

അച്ചരൻകാക്ക പറന്നുചെന്നു കുറുക്കനെ കണ്ടു കാര്യം പറഞ്ഞു. കുറുക്കൻ അൽപ്പനേരം ആലോചിച്ചു. എന്നിട്ടു പറഞ്ഞു.

“ആ മരപ്പൊത്തിൽ താമസിക്കുന്ന പാമ്പ് വലിയ വിഷപ്പാമ്പാണ്. അവനെ നമുക്ക് നേരിട്ട് ആക്രമിച്ചു കൊല്ലാനാവില്ല. അതിനാൽ നമുക്ക് ഒരു വിദ്യ പ്രയോഗിക്കാം.”

“എന്തു വിദ്യ?” കാക്ക ചോദിച്ചു.

“വളരെ ലളിതമായ ഒരു വിദ്യ. നീ ഇപ്പോൾത്തന്നെ കൊട്ടാരത്തിലേക്കു പറന്നുചെല്ലുക. അവിടെ രാജ്ഞിയും സഖിമാരും കുളത്തിൽ നീന്തിക്കുളിക്കുന്ന സമയമാണ്. നീ നേരെ കുളക്കടവിലേക്ക് പറന്നുചെല്ലണം. കാക്ക ചെന്നാൽ പെണ്ണുങ്ങൾക്കു പിണക്കമൊന്നുമുണ്ടാകില്ല. അവിടെ ചെന്നിരുന്ന് സൂത്രത്തിൽ റാണിയുടെ മാല കണ്ടുപിടിക്കണം. കരയ്ക്ക് അത് പ്രത്യേകമായി ഊരി വച്ചിരിക്കും. അത് എല്ലാവരും കാൺകെ കൊത്തിക്കൊണ്ടു പറക്കുക. പറന്നുവന്ന് മാല പാമ്പിന്റെ കൂട്ടിലിടുക. എന്നിട്ട് നീ പറന്നു മാറുക. മാറിയിരുന്നു നാടകം കണ്ടോളൂ.”

കാക്ക കുറുക്കൻ പറഞ്ഞത് അതേപടി ചെയ്തു. റാണിയുടെ മാല കണ്ടുപിടിച്ചു. അതിനടുത്തിരുന്ന് കാ കാ കാ എന്നു കരഞ്ഞു. അപ്പോൾ റാണിയും മറ്റും കാക്കയെ ശ്രദ്ധിച്ചു. അപ്പോൾ കാക്ക മാലയും കൊത്തി പറന്നു. കാവൽക്കാർ വരെ അതു കണ്ടു. കാക്ക മാല കൊണ്ടുപോയി പൊത്തിലിടുന്നത് കാവൽക്കാർ കണ്ടു. ഉടൻ മാല എടുത്തുകൊണ്ടുവരുവാൻ റാണി പരിചാരികമാരോടു പറഞ്ഞു. അവർ കാവൽക്കാരോടും പറഞ്ഞു. അവർ വടിയും കമ്പിയും തൂമ്പായുമൊക്കെയായി പൊത്തിലെത്തി. പൊത്തിൻെറ വായിൽ കിളച്ചു മണ്ണു മാറ്റുന്ന ശബ്ദം കേട്ട് പാമ്പ് ദേഷ്യപ്പെട്ടു. ചീറ്റി പത്തി വിടർത്തി പുറത്തേക്കു ചാടി. എല്ലാവരേയും പേടിപ്പിക്കുകയായിരുന്നു അതിന്റെ ലക്ഷ്യം. പക്ഷേ കാവൽക്കാർ ഉടൻ വടി കൊണ്ട് അടിച്ച് പാമ്പിനെ കൊന്നു. മാല എടുത്തു റാണിക്കു കൊടുത്തു.

അങ്ങനെ കാക്കകുടുംബത്തിന്റെ ശല്യം തീർന്നു. അടുത്ത പ്രാവശ്യം കാക്കയമ്മ ഇട്ട മുട്ടകൾ മുഴുവൻ വിരിഞ്ഞു കുഞ്ഞുങ്ങൾ ഇറങ്ങി. അവരെല്ലാം മിടുക്കരായ കാക്കകളായി വളരുകയും ചെയ്തു.

74

തെണ്ടിപ്പട്ടിയുടെ സങ്കടം

ഒരിടത്തൊരു തെണ്ടിപ്പട്ടിയുണ്ടായിരുന്നു. ആർക്കും വേണ്ടാത്ത പട്ടി. ആരുടേയുമല്ലാത്ത തെണ്ടി. ഓർമ വച്ച നാൾ മുതൽ അവൻ തെണ്ടിതന്നെയായിരുന്നു. അവനെ കണ്ടാൽ ഉടൻ എല്ലാവരും കല്ലു കൈയിലെടുക്കുമായിരുന്നു. അത് ഉടൻ ചീറിപ്പാഞ്ഞുവരും. തന്റെ പള്ളയ്ക്കുതന്നെ കൊള്ളും. അതിന്റെ വേദന വളരെ വലുതാണ്. അവനതറിയാമായിരുന്നു. അവൻ അതിനാൽ ഓടും. അങ്ങനെ ഓടിയോടി അവനൊരു നല്ല ഓട്ടക്കാരനായി.

എന്തിനാണ് ഈ മനുഷ്യർ എന്നെ കല്ലെറിയുന്നത്? അവന് എത്ര ആലോചിച്ചിട്ടും അതിനുത്തരം കിട്ടിയിട്ടില്ല. താൻ കട്ടു തിന്നാറുണ്ട്. അതു വിശന്നിട്ടല്ലേ? അതിനു കല്ലെറിയുന്നതെന്തിനാണ്? അവൻ അങ്ങനെയങ്ങനെ ആലോചിച്ച് എന്നും വഴിയെ നടക്കും. തീറ്റ തേടി നടക്കും. തുറന്നു കിടക്കുന്ന വാതിലുകളിലൂടെ അകത്തു കയറും. കിട്ടുന്ന തീറ്റയൊക്കെ മോഷ്ടിക്കും. അതായിരുന്നു അവൻെറ പതിവ്.

ഒരുദിവസം വിശന്നുവലഞ്ഞ് അവൻ നടക്കുകയായിരുന്നു. അപ്പോഴാണ് വഴിവക്കിലെ കശാപ്പുശാല കണ്ടത്. അവിടെ നിലത്തൊരു എല്ലു കിടന്നിരുന്നു. അവൻ ചാടിച്ചെന്ന് അതു കടിച്ചെടുത്തു. കശാപ്പുകാരൻ തിരിഞ്ഞുനോക്കി. അയാൾ മുറിയിലിരുന്ന വടിയെടുത്തു. പക്ഷേ അടിക്കും മുൻപ് പട്ടി പുറത്തുചാടി. ഓടി. അതിവേഗം ഓടി. കശാപ്പുകാരൻ വടിയുമായി പുറകേയും ഓടി. എന്നാൽ കശാപ്പുകാരൻ ഒരു തടിയനായിരുന്നു. അതിനാൽ അ

തിവേഗം ഓടാൻ കഴിവുള്ളവനല്ലായിരുന്നു. പട്ടിയോ ഓട്ടത്തിൽ വിദഗ്ധനും. അതിനാൽ അവൻ പെട്ടെന്ന് വളരെ അകലെയെത്തി.

അപ്പോഴാണ് അവൻ വഴിയരികിലെ തോടു കണ്ടത്. തോടിനു കുറുകെ ഒരു ഒറ്റത്തടിപ്പാലവും കണ്ടത്. ചെറിയ തടികൊണ്ടുള്ള പാലമാണ്. അതിലൂടെ കയറി അക്കരെയെത്തിയാൽ രക്ഷപ്പെടാം. കശാപ്പുകാരൻ ഈ പാലത്തിൽ കയറില്ല. കയറിയാൽ പാലം ഒടിയും.

പട്ടി പിന്നെ ഒന്നും ആലോചിച്ചില്ല. പാലത്തിൽ കയറി. ശ്രദ്ധയോടെ നടന്നു. നടുവിലെത്തി. അപ്പോൾ വെറുതെ താഴേക്കൊന്നു നോക്കി. താഴെ ഒരു പട്ടി. തന്നെപ്പോലൊരു സുന്ദരൻതെണ്ടി. അവൻ തന്നെ നോക്കുന്നു. അവന്റെ വായിലുമുണ്ടൊരു എല്ല്. അമ്പട. എന്റെ പുറകെ വരാനാണോ? അതുവേണ്ട. വേണ്ട വേണ്ട.

തെണ്ടിപ്പട്ടി ദേഷ്യപ്പെട്ട് ഒറ്റ കുര. ബൗ ബൗ ബൗ. കുരയ്ക്കാൻ വായ പൊളിച്ചതും വായിലെ എല്ല് താഴേക്ക് വീണു. താഴെ വെള്ളമിളകിയപ്പോൾ വെള്ളത്തിലെ പട്ടിയെ കാണാനുമില്ല!

തെണ്ടിപ്പട്ടിക്ക് സങ്കടം അടക്കാനായില്ല. താഴെ മറ്റൊരു പട്ടിയെ കണ്ടപ്പോൾ കുരയ്ക്കേണ്ട യാതൊരു ആവശ്യവുമില്ലായിരുന്നു. പക്ഷേ വെറുതെ വഴക്കുണ്ടാക്കി ശീലിച്ചുപോയതാണ്. മറ്റൊരു പട്ടിയെ കണ്ടാൽ കുരച്ചു വഴക്കുണ്ടാക്കി ശീലിച്ചു. അതിന്റെ ശിക്ഷയും കിട്ടി. അവൻ സങ്കടം സഹിക്കാനാകാതെ പാലത്തിൽ നിന്നു മോങ്ങി. മോങ്ങി കാലുതെറ്റി വെള്ളത്തിൽ വീണു. കഷ്ടപ്പെട്ടു നീന്തി കരക്കുകയറി. നിലത്തു തളർന്നുകിടന്ന് അവൻ വീണ്ടും മോങ്ങി. 'അയ്യോ അയ്യോ അയ്യോ. എനിക്കാരുമില്ലേയ്. ഒന്നുമില്ലേയ്. കിട്ടിയ എല്ലും പോയേ....'

75

കൈക്കൂലിക്കാരനു കിട്ടിയ അടി

ഒരു രാജ്യത്തൊരു രാജാവുണ്ടായിരുന്നു. രാജാവിനൊരു മകളുണ്ടായിരുന്നു. മകളുടെ കല്യാണമായി. അത് നാട്ടിൽ ഉത്സവമായി. നാടുമുഴുവൻ അലങ്കരിക്കണം. രാജകൊട്ടാരം മുഴുവൻ പൂക്കൾ കൊണ്ടുതന്നെ അലങ്കരിക്കണം. എത്ര പൂക്കൾ കിട്ടിയാലും പോരാതായി. പൂക്കൾ വാങ്ങിവരാൻ രാജാവ് സേവകന്മാരെ വിട്ടു. നാലു ദിക്കിലും വിട്ടു. പൂക്കൾ കുറവുള്ള കാലമായിരുന്നു. അതിനാൽ എത്ര തെരഞ്ഞിട്ടും പൂക്കൾ വേണ്ടത്ര കിട്ടിയില്ല.

ആ വിവരമറിഞ്ഞ് അകലെനിന്നും അവിടെ ഒരു പൂക്കാരനെത്തി. അയാളുടെ തലയിൽ വലിയ ഒരു കൂട നിറയെ പുതുപുത്തൻ പൂക്കളുണ്ടായിരുന്നു. രാജാവ് അതുകണ്ടാൽ ആഹ്ലാദംകൊണ്ടു നൃത്തം ചവിട്ടും. പൂക്കളുടെ വിലയായി സ്വർണനാണയങ്ങൾ തന്നെ തരും. പൂക്കാരൻ സന്തോഷിച്ചു. കൊട്ടാരവാതില്ക്കലെത്തി.

പൂക്കാരൻ വാതിൽക്കലെത്തിയതും അവിടെ മുഴുവൻ പൂമണം പരന്നു. പൂക്കാരന്റെ തലയിലെ കൂട മുഴുവൻ പൂവാണ് എന്ന് കാവൽക്കാരനു മനസിലായി. ഇത്രയും പൂക്കൾ കൊണ്ടുചെന്നു കൊടുത്താൽ രാജാവ് രണ്ടുകൈയും നിറയെ സ്വർണനാണയങ്ങൾ വാരിക്കൊടുക്കുമെന്ന് കാവൽക്കാരനറിയാമായിരുന്നു. അയാൾ പൂക്കാരനെ തടഞ്ഞുനിർത്തിയിട്ടു ചോദിച്ചു:

"എന്താണെടോ കൂടയിൽ?"

"പൂക്കളാണേയ്. രാജാവിനു കൊടുക്കാനാണേയ്. അങ്ങ് എന്നെ അകത്തൊന്നു വിടണേയ്."

"എടോ തന്നെ അകത്തു കടത്തിവിട്ടാൽ എനിക്കെന്തു താൻ തരും? കൈനിറയെ സ്വർണനാണയങ്ങൾ തനിക്കു കിട്ടുമ്പോൾ എനിക്കും അതിന്റെ ഓഹരി കിട്ടേണ്ടേ?"

പൂക്കാരൻ ബുദ്ധിമാനായിരുന്നു. അയാൾ എളിമയോടെ പറഞ്ഞു:

"കിട്ടുന്നതിൽ പാതി തരാമേ?"

"മതിമതി. അതു മതി." കാവൽക്കാരൻ സന്തോഷത്തോടെ സമ്മതിച്ചു. പൂക്കാരനെ അകത്തേക്കു കടത്തിവിട്ടു.

പൂക്കാരൻ പൂക്കളുമായി രാജാവിന്റെ മുന്നിലെത്തി. അയാളുടെ പൂക്കൂടയിലെ പുതുപുത്തൻ പൂക്കൾ കണ്ട് രാജാവ് വളരെ സന്തോഷിച്ചു. അദ്ദേഹം പറഞ്ഞു:

"ഇപ്പോഴാണ് എനിക്ക് മനസിനിണങ്ങിയ പൂക്കൾ കിട്ടിയത്. എനിക്കു വലിയ സമാധാനമായി. താൻ ഒരു മിടുക്കൻതന്നെ. പൂക്കളില്ലാത്ത കാലമായിട്ടും ഇത്ര നല്ല പൂക്കൾ താൻ എവിടെനിന്നു ശേഖരിച്ചു?"

"വളരെ കഷ്ടനഷ്ടങ്ങൾ സഹിച്ച് വളരെ അകലെപ്പോയി ജീവൻ പണയം വച്ചു പറിച്ചെടുത്തവയാണ് തിരുമേനീ ഈ പൂക്കൾ."

"നന്നായി. തനിക്കതിനു തോന്നിയത് എന്റെ ഭാഗ്യം. ആട്ടെ തനിക്കിതിന് എന്തു വില വേണം. എന്തു ചോദിച്ചാലും ഞാൻ തരും."

പൂക്കാരൻ അപ്പോൾ ഒരു പുഞ്ചിരിയോടെ പറഞ്ഞു.

"എനിക്ക് നൂറടി തന്നാൽ മതി. അതിൽ പകുതി ആദ്യം തന്നെ അങ്ങയുടെ കാവൽക്കാരനു നൽകണം."

രാജാവ് പൂക്കാരന്റെ മറുപടി കേട്ട് അത്ഭുതപ്പെട്ടു. കാര്യങ്ങൾ തിരക്കി. പൂക്കാരൻ അപ്പോൾ കഥ മുഴുവൻ പറഞ്ഞു. ഉടൻ രാജാവ് കാവൽക്കാരനെ വിളിച്ചുവരുത്തി. ഏറ്റവും നന്നായി അടിക്കാനറിയാവുന്ന പട്ടാളക്കാരനെയും വിളിച്ചുവരുത്തി. നാട്ടുകാരുടെ മുന്നിൽവച്ച് കാവല്ക്കാരനെ പിടിച്ചുകെട്ടി. ചാട്ടവാറിന് അമ്പതടി കൊടുത്തു. അയാളെ ജോലിയിൽനിന്നും പിരിച്ചുവിട്ടു. നാടുകടത്തുകയും ചെയ്തു.

പൂക്കാരനോ രണ്ടു കൈയും നിറയെ സ്വർണനാണയങ്ങൾ നൽകി. രാജകുമാരിയുടെ വിവാഹത്തിൽ പങ്കെടുക്കാൻ പ്രത്യേകമായ ക്ഷണവും നൽകി. കൊട്ടാരത്തിനടുത്ത് അയാൾക്ക് താമസിക്കാൻ വീടും നൽകി.

76

ഒളിച്ചോടിയ കുറുക്കൻ

ഒരു കുറുക്കൻകഥ കൂടി കേട്ടോളൂ. ഇതുമൊരു കള്ളൻകുറുക്കന്റെ കഥതന്നെ. മേലനങ്ങാതെ തീറ്റ ഒപ്പിച്ചിരുന്ന ഒരു കള്ളന്റെ കഥ. ഒരു അരുവിക്കരയിലായിരുന്നു അവന്റെ താമസം. അരുവിയുടെ ആ കര വലിയ കാടായിരുന്നു. അനേകം മൃഗങ്ങൾ അവിടെ താമസിച്ചിരുന്നു. അവരൊക്കെ വെള്ളം കുടിക്കാൻ അരുവിയിലിറങ്ങുമായിരുന്നു. കുറുക്കനതറിയാമായിരുന്നു. അതിനാൽ അവൻ അരുവിയുടെ ആ കരയിലെ കടവിലൊരു പൊത്തിലായിരുന്നു ഒളിച്ചു താമസിച്ചിരുന്നത്. അവിടെ ഒളിച്ചിരുന്നുകൊണ്ട് കടവിലേക്കിറങ്ങുന്ന മൃഗങ്ങളെ ശ്രദ്ധിക്കും. ചെറിയ മൃഗങ്ങളാണെങ്കിൽ നേരെ ചെന്ന് ആക്രമിച്ചു കൊന്നുതിന്നും. വലുതാണെങ്കിൽ അവയെ പറ്റിച്ച് തീറ്റ പിടുങ്ങാൻ നോക്കും. കുറുക്കന്റെ ശല്യമുണ്ടായിരുന്നതിനാൽ മിക്ക മൃഗങ്ങളും വെള്ളം കുടിക്കാൻ വേറെ കടവു തേടി പോയിത്തുടങ്ങി.

അതിനാൽ ഒരുദിവസം ഉച്ച കഴിയുന്നതുവരെ കാത്തിരുന്നിട്ടും കുറുക്കന് ഒറ്റ മൃഗത്തേയും ആക്രമിക്കാൻ കിട്ടിയില്ല. കുറുക്കന്റെ വയറ്റിൽ കാറ്റു കയറി. വല്ലാത്ത വിശപ്പ്. ആരെയെങ്കിലും തിന്നാതെ പറ്റില്ല. കുറുക്കൻ അക്ഷമയോടെ കടവിലേക്കു നോക്കിയിരുന്നു. അപ്പോൾ അവിടേക്ക് ഒരു തടിയൻ കഴുത നടന്നുചെന്നു. കഴുതയെ നേരെചെന്നു കടിച്ചുകൊല്ലാം. അങ്ങനെ ചിന്തിച്ചുകൊണ്ട് കുറുക്കൻ മാളത്തിൽനിന്നും പുറത്തുവന്നു. അപ്പോഴായിരുന്നു അവൻ കഴുതയെ നന്നായി കണ്ടത്. അമ്പട!

എന്തൊരു വലിപ്പം! ഒരു കുട്ടിയാനയുടെ അത്രയുണ്ട്. നല്ല ആരോഗ്യം. ശരിക്കും ഒരു ശക്തിമാൻ. ഇവനെ ആക്രമിക്കാൻ ചെന്നാൽ നടക്കില്ല. അവൻ ഒരു കുത്തുകുത്തിയാൽ താൻ ചമ്മന്തിയാകും. അപ്പോൾ പിന്നെ എന്തെങ്കിലും സൂത്രം പ്രയോഗിക്കുകയേ രക്ഷയുള്ളൂ. എന്തു സൂത്രം! കുറുക്കൻ ആലോചിച്ചിരുന്നു.

അപ്പോഴേക്ക് കഴുത കടവിലിറങ്ങി. വയർനിറയെ വെള്ളം കുടിച്ചു. ദാഹം മാറ്റി. എന്നിട്ട് സാവധാനം കാട്ടിലേക്കു നടക്കാൻ തുടങ്ങി. പെട്ടെന്ന് കുറുക്കൻ കുറുകെ ചാടി. വഴി തടഞ്ഞുനിന്ന് അലറി.

"തെമ്മാടീ! നീ എന്ത് ധിക്കാരമാണ് കാണിച്ചത്?"

കഴുത ആദ്യം പരിഭ്രമിച്ചുപോയി. താൻ ഒരു തെറ്റും ചെയ്തില്ലല്ലോ. യാതൊരു ധിക്കാരവും കാണിച്ചില്ലല്ലോ. പിന്നെ ഈ കുറുക്കനെന്താണിങ്ങനെ പറയുന്നത്! കഴുത കാര്യമറിയാതെ നിന്നു പരുങ്ങി. പിന്നെ പറഞ്ഞു:

"സുഹൃത്തേ, ഞാൻ അറിഞ്ഞുകൊണ്ട് ഒരു തെറ്റും ചെയ്തിട്ടില്ല. എന്തു തെറ്റു ചെയ്തിട്ടുണ്ടെങ്കിലും ശിക്ഷ സ്വീകരിച്ചുകൊള്ളാം."

അതുകേട്ട് കുറുക്കൻ കൂടുതൽ ദേഷ്യം അഭിനയിച്ചുകൊണ്ടു പറഞ്ഞു.

"നീ വലിയ തെറ്റാണു ചെയ്തത്. ഈ കടവ് എന്റേതാണ്. എന്റെ അനുവാദമില്ലാതെ ഇവിടെനിന്നും നീ വെള്ളം കുടിച്ചു. എന്റെ വെള്ളം കുടിച്ചതിന് എനിക്ക് വില തന്നേ തീരൂ."

കഴുതയ്ക്ക് അപ്പോഴാണ് കാര്യങ്ങളുടെ കിടപ്പു പിടികിട്ടിയത്. കള്ളക്കുറുക്കൻ ഒരു തട്ടിപ്പിനിറങ്ങിയിരിക്കുകയാണ്. ഇവനെ ഒരു പാഠം പഠിപ്പിക്കാം. അങ്ങനെ ചിന്തിച്ചുകൊണ്ട് അവൻ പറഞ്ഞു.

"ബഹുമാന്യനായ സുഹൃത്തേ! അങ്ങയുടെ കടവിലെ വെള്ളം കുടിച്ചതിന്റെ വില ഞാൻ തരാം. എന്തു തരണം? എന്റെ കൈയിൽ സ്വർണവും വെള്ളിയുമൊന്നുമില്ല. പിന്നെ ഞാനെന്തു തരും."

കുറുക്കൻ ഉടൻ ചാടിപ്പറഞ്ഞു.

"നിനക്ക് ആനയുടേതുപോലൊരു വലിയ തടിയുണ്ടല്ലോ. നിന്റെ ശരീരത്തിൽനിന്നും കുറച്ച് ഇറച്ചി എനിക്കു തന്നാൽ മതി."

അതുകേട്ട ഉടൻ കഴുത പറഞ്ഞു. "അതിനെന്താണു വിഷമം. അങ്ങ് എൻെറ പിൻതുടയിൽനിന്നും കുറച്ച് ഇറച്ചി കടിച്ചെടുത്തോളൂ."

കുറുക്കന് അത് കേട്ടപ്പോൾ സന്തോഷമായി. കഴുതയിറച്ചി തി

ന്നിട്ട് കാലമെത്രയായി? അതും ഇത്ര നല്ല തടിച്ചുകൊഴുത്ത ചെറുപ്പക്കാരൻ കഴുതയുടെ! അവൻ സന്തോഷത്തോടെ കഴുതയുടെ പുറകുഭാഗത്തേക്കു ചെന്നു. പിൻകാലിനോടു ചേർന്നുചെന്നു. തുടയിൽ കടിക്കാനായി തല ഉയർത്തി.

പെട്ടെന്ന് കഴുത പിൻകാൽ ഉയർത്തി ഒറ്റച്ചവിട്ട്! ഉരുക്കുലക്കകൊണ്ടുള്ള ഇടി പോലൊരു ഉശിരൻ ചവിട്ട്. കുറുക്കന്റെ പള്ളയ്ക്കാണു ചവിട്ടു കിട്ടിയത്. ചവിട്ടിന്റെ ശക്തിയിൽ കുറുക്കൻ തെറിച്ചു പറന്നുയർന്നു. അകലെയുണ്ടായിരുന്ന പാറക്കെട്ടിൽ ചെന്നു നടുവും കുത്തി വീണു. അവന്റെ നടുവൊടിഞ്ഞു. ബോധം കെട്ടു. ഒരു പഴന്തുണിക്കെട്ടുപോലെ അവൻ പാറക്കെട്ടിൽ കിടന്നു.

കഴുത അവന്റെ നേരെ ഒന്നു നോക്കി. ചെന്ന് ഒരു കുത്തുകൂടി കൊടുക്കണോ? കഴുത സംശയിച്ചു. പിന്നെ അതു വേണ്ടെന്നു വച്ചു. കൊല്ലേണ്ട. ഒരിക്കലും മറക്കാത്ത ഒരു ശിക്ഷ നൽകിയാൽ മതി. കഴുത അങ്ങനെ ചിന്തിച്ച് കാട്ടിലേക്കു നടന്നുപോയി.

കുറുക്കൻ എപ്പോൾ എഴുന്നേറ്റെന്നോ എങ്ങനെ നടന്നെന്നോ ആർക്കുമറിയില്ല. ഒരു കാര്യം എല്ലാവരും അറിഞ്ഞു. കുറുക്കൻ ഒളിച്ചോടി. നാടുവിട്ടു. അതോടെ കുറുക്കൻകടവിൽ ആർക്കും എപ്പോഴും ഇറങ്ങി വെള്ളം കുടിക്കാനും കഴിഞ്ഞു.

77

മുക്കുവനും ഭൂതവും

ഒരു ദിവസം ഒരു മുക്കുവൻ ഒരു കടലിൽ വല വീശി. ദൈവമേ ഇന്നു നല്ല കോളു കിട്ടണേ. അയാൾ പ്രാർഥിച്ചു. പിന്നെ സാവധാനം വല വലിച്ചു കരയിലേക്കു കയറ്റാൻ തുടങ്ങി. വലയ്ക്കു വലിയ വലിവ്. വലിയ ഭാരമുള്ളതുപോലെ. നല്ല ഭാരമുള്ള എന്തോ വലയിൽ കുടുങ്ങിയിട്ടുണ്ട്. മുക്കുവനു സന്തോഷമായി. അയാൾ ഉത്സാഹത്തോടെ ആഞ്ഞുവലിച്ചു വല കരയിലേക്കിട്ടു. ഏതു മീനാണ് വലയിലെന്നറിയാനായി അയാൾ വല കുടഞ്ഞു. എന്തത്ഭുതം! അതിൽ മീനല്ലായിരുന്നു. മറിച്ച് ഒരു കുടമായിരുന്നു. ഒരു ചെമ്പുകുടം. വളരെ വളരെ പഴക്കം തോന്നിക്കുന്ന കുടമായിരുന്നു അത്. പുറം മുഴുവൻ പായൽ. അയാൾ പായൽ വടിച്ചു കളഞ്ഞിട്ടു കുടം പരിശോധിച്ചു.

കുടം ബലമായി അടച്ചിരിക്കുകയായിരുന്നു. പുറം നിറയെ വരയും കുറിയും ചിത്രങ്ങളും. അറിയാത്ത ഭാഷയിലെഴുതിയ എന്തൊക്കെയോ. മന്ത്രങ്ങളാണോ? കുടത്തിൽ നിധിയാണോ? എന്തായാലും തുറന്നു നോക്കാം. അയാൾ അരയിലിരുന്ന കത്തിയെടുത്തു. അതിനറ്റംകൊണ്ട് അടപ്പ് ശ്രദ്ധയോടെ തുറന്നു.

തുറന്നിട്ട് ഉള്ളിലേക്കു നോക്കാൻ തുടങ്ങുകയായിരുന്നു അയാൾ. പക്ഷേ അതിനു മുൻപുതന്നെ കുടത്തിൽനിന്നും പുക ഉയരാൻ തുടങ്ങി. മുക്കുവൻ അമ്പരന്നു നിന്നുപോയി. പുക അതിവേഗം ഉയർന്നു. ഉടൻ രൂപം മാറി ഭീകരമായ ഒരു ഭൂതമായി മുക്കുവനു മുന്നിൽനിന്ന് അലറി. പിന്നെ വികൃതമായി ചിരിച്ചു.

മുക്കുവൻ പേടിച്ചരണ്ട് മിണ്ടാൻപോലും വയ്യാതെ നിന്നു വിറച്ചു.

അപ്പോൾ ഇടി വെട്ടുന്ന ശബ്ദത്തിൽ ഭൂതം പറഞ്ഞു:

"ഒരു വൃത്തികെട്ട മന്ത്രവാദി മന്ത്രംകൊണ്ട് എന്നെ പിടിച്ച് ഈ കുടത്തിലടച്ചു. ഞാൻ കിടന്നു കരഞ്ഞിട്ടൊന്നും അയാൾ കനിഞ്ഞില്ല. അയാൾ കുടം കടലിലെറിഞ്ഞു. കടലിനടിയിൽ തണുത്തുമരച്ച് ചുരുണ്ടുകിടന്ന് ഞാൻ നരകിച്ചു. എന്നെ മോചിപ്പിക്കുന്നവനെ ഞാൻ ലോകത്തെ ഏറ്റവും വലിയ ധനവാനാക്കുമെന്ന് ഞാൻ സത്യം ചെയ്തു. ആയിരംകൊല്ലം കാത്തുകിടന്നു. ആരും എന്നെ മോചിപ്പിച്ചില്ല. ഞാൻ നിരാശനായി. എനിക്കു കലി കയറി. ഇനി എന്നെ പുറത്തുവിടുന്നവനെ ഞാൻ അപ്പോൾ തന്നെ കൊന്നുതിന്നും എന്നു പ്രതിജ്ഞയെടുത്തു. എന്നിട്ടും ആരും എന്നെ രക്ഷിക്കാനെത്തിയില്ല. അങ്ങനെ പതിനായിരംകൊല്ലമായി ഞാൻ തടവിൽ കിടന്നു. എന്നാൽ ഇന്നു നീ എന്നെ പുറത്തുവിട്ടു. എനിക്ക് എന്റെ പ്രതിജ്ഞ നിറവേറ്റിയേ പറ്റൂ. ഞാൻ ഇപ്പോൾത്തന്നെ നിന്നെ കൊന്നുതിന്നും."

മുക്കുവൻ ഞെട്ടിവിറച്ചു. ഭൂതം ഇപ്പോൾത്തന്നെ പിടിക്കും. കൊല്ലും. തിന്നും. പെട്ടെന്ന് ഒരു ബുദ്ധി പ്രയോഗിച്ചേ പറ്റൂ. ബുദ്ധിമാനായ മുക്കുവൻ ഭൂതത്തെ താണു തൊഴുതുകൊണ്ടുപറഞ്ഞു:

"അങ്ങയെപ്പോലൊരു വലിയ ഭൂതം പ്രതിജ്ഞ നിറവേറ്റുകതന്നെ വേണം. അതിനായി അങ്ങ് എന്നെ തിന്നുകൊള്ളൂ. എനിക്കതിൽ സന്തോഷമേയുള്ളൂ."

മുക്കുവന്റെ മറുപടി ഭൂതത്തിന് ഇഷ്ടമായി. അതിനാൽ ഭൂതം പറഞ്ഞു:

"നീ ആൾ നല്ലവൻതന്നെ. സന്തോഷത്തോടെ മരിക്കാൻ തയാറായല്ലോ. അതിനാൽ മരിക്കുംമുൻപ് നിനക്കെന്തെങ്കിലും ആഗ്രഹമുണ്ടെങ്കിൽ പറയൂ. ഞാൻ സാധിച്ചുതരാം."

മുക്കുവൻ വീണ്ടും ഭൂതത്തെ വണങ്ങി. എന്നിട്ടു പറഞ്ഞു:

"അങ്ങയുടെ ദയക്കു നന്ദി. വെറുമൊരു പാവം മുക്കുവനായ അടിയന് വലിയ ആഗ്രഹങ്ങളൊന്നുമില്ല. ഒരു സംശയമുള്ളത് ഒന്നു മാറ്റിയെടുക്കണമെന്നേയുള്ളൂ."

"എന്താണ് നിനക്കുള്ള സംശയം. കേൾക്കട്ടെ."

"പ്രഭോ. ഇത്രവലിയ അങ്ങ് എങ്ങനെയാണ് ഇത്ര ചെറിയ ഒരു കുടത്തിൽ ഒരുങ്ങിക്കൂടിയിരുന്നത്? എനിക്കതാണു സംശയം. അങ്ങേയ്ക്ക് ഇനിയും അങ്ങനെ കുടത്തിൽ കയറി കാണിക്കാൻ പറ്റുമോ?"

ഭൂതം കുലുങ്ങിച്ചിരിച്ചുകൊണ്ടു പറഞ്ഞു:

"വിഡ്ഢീ! എനിക്ക് അസാധ്യമായി ഒന്നുമില്ല. നീ നോക്കി കണ്ടോളൂ. ഞാൻ കുടത്തിൽ കയറി കാണിക്കാം."

പെട്ടെന്ന് ഭൂതം വീണ്ടും പുകയായി. പുക വളഞ്ഞ് കുടത്തിലേക്കു കയറി. മുഴുവൻ പുകയും കുടത്തിലായിക്കഴിഞ്ഞപ്പോൾ ഉള്ളിൽനിന്നൊരു ശബ്ദം വന്നു.

"നീ കണ്ടു കഴിഞ്ഞോ? എങ്കിൽ ഞാൻ പുറത്തുവരാം."

മുക്കുവൻ പെട്ടെന്നു പറഞ്ഞു.

"ഒന്നു നന്നായി കണ്ടോട്ടെ പ്രഭോ." അങ്ങനെ പറയുന്നതിനിടയിൽതന്നെ മുക്കുവൻ കൈയിലിരുന്ന അടപ്പുകൊണ്ട് കുടം അടച്ചു. നന്നായി അമർത്തി അടച്ച ഉടൻതന്നെ അയാൾ കുടമെടുത്തു കടലിലേക്കു വലിച്ചെറിയുകയും ചെയ്തു. സർവശക്തിയുമെടുത്തായിരുന്നു എറിഞ്ഞത്. "അയ്യോ എന്നെ വീണ്ടും കടലിലിടരുതേ. ഞാൻ നിന്നെ സമ്പന്നനാക്കാം. എന്നൊക്കെ കുടത്തിലിരുന്നു ഭൂതം വിളിച്ചു പറയുന്നുണ്ടായിരുന്നു. പക്ഷേ അതൊക്കെ മുക്കുവൻ ഗൗനിച്ചതേയില്ല. കുടം അകലെ കടലിൽ വീണു. കടലിന്റെ അടിയിലേക്കു താണു.

മുക്കുവൻ കടൽക്കരയിൽ കമഴ്ന്നു കിടന്നു സാഷ്ടാംഗം നമസ്കരിച്ചുകൊണ്ടു പറഞ്ഞു:

"ദൈവമേ രക്ഷയ്ക്കുള്ള ബുദ്ധി തോന്നിച്ചതിന് നന്ദി, നന്ദി."

78

മുയൽ രാജാവായ കഥ

ഒരിടത്തൊരു കാടുണ്ടായിരുന്നു. വലിയ ഒരു കാട്. അവിടെ അനേകം മൃഗങ്ങളുണ്ടായിരുന്നു. അണ്ണാൻ മുതൽ ആന വരെ. എലി മുതൽ പുലി വരെ. ഉടുമ്പു മുതൽ പാമ്പുവരെ. എല്ലാവരും സമാധാനമായി സന്തോഷത്തോടെ അവിടെ ജീവിച്ചു. മാംസഭുക്കുകൾ വിശക്കുമ്പോൾ മാത്രം മറ്റു ജന്തുക്കളെ പിടിച്ചു തിന്നിരുന്നു. ബാക്കി സമയം ശാന്തരായി ജീവിച്ചു.

അങ്ങനെ കഴിയുമ്പോൾ എവിടെനിന്നോ അവിടെ ഒരു ഭ്രാന്തൻ സിംഹം എത്തി. ഒരു തലതിരിഞ്ഞവൻ.കാടിന്റെ നിയമം അംഗീകരിക്കാത്തവൻ. വിശക്കാത്തപ്പോഴും വേട്ടയാടി രസിച്ചിരുന്നവൻ. അവൻ തലങ്ങും വിലങ്ങും ഓടിനടന്നു. കൈയിൽ കിട്ടിയ മൃഗങ്ങളെയെല്ലാം ഉപദ്രവിച്ചു. കൊന്നും പരിക്കേൽപ്പിച്ചും പീഡിപ്പിച്ചും രസിച്ചു. അവസാനം മൃഗങ്ങൾ സംഘടിച്ചു. സിംഹത്തെ സമീപിച്ചു. ഈ ഭ്രാന്ത് നിർത്തിയില്ലെങ്കിൽ അവർ ആ കാടു വിടുമെന്നു ഭീഷണപ്പെടുത്തി. അവരൊരു നിർദേശം വച്ചു. ഒരുദിവസം ഒരു മൃഗം സിംഹത്തിന്റെ അടുത്തുചെല്ലും. അതിനെ മാത്രം തിന്നു തൃപ്തിപ്പെടണം. അണ്ണാനായാലും അതു മതി അന്നത്തേക്കെന്ന് സമ്മതിക്കണം. അവസാനം സിംഹം അതു സമ്മതിച്ചു. ഒരിടത്ത് മര്യാദയ്ക്ക് താമസിക്കാൻ തുടങ്ങി.

ഓരോ ദിവസം ഓരോ മൃഗം ഇരയായി സിംഹത്തിനു മുന്നിൽ ചെന്നു. അങ്ങനെ അവസാനം ഒരു മുയലിന്റെ ഊഴമെത്തി. അവൻ അവിടെയും ഇവിടെയും നടന്നു കുറെ താമസിച്ചാണ് ചെ

ന്നത്. സിംഹം വിശന്ന് കലിതുള്ളി ഇരിക്കുകയായിരുന്നു. മുയലിനെ കണ്ടതും സിംഹം ദേഷ്യപ്പെട്ടു.

“എടാ തെമ്മാടീ നീ എന്താണിത്ര താമസിച്ചത്?”

മുയൽ പേടിച്ചു വിറയ്ക്കുന്നതായി അഭിനയിച്ചു. വിറയ്ക്കുന്ന ശബ്ദത്തിൽ പറഞ്ഞു.

“അയ്യോ ഞാൻ രാവിലെതന്നെ വീട്ടിൽ നിന്നിറങ്ങിയതായിരുന്നു. വഴിയിൽവച്ച് മറ്റൊരു സിംഹം എന്നെ ഓടിച്ചു പിടിക്കാൻ നോക്കി. അവനിൽനിന്ന് രക്ഷപ്പെടാനാണ് ഇത്ര നേരമെടുത്തത്.”

“എന്ത്! ഈ കാട്ടിൽ മറ്റൊരു സിംഹമോ? എങ്കിൽ അവനെ ഒന്നു കണ്ടിട്ടുതന്നെ കാര്യം? എന്റെ ഇരയെ വേട്ടയാടുന്ന അവനെ ഇപ്പോൾതന്നെ ഞാൻ കൊല്ലും.” സിംഹം അലറിപ്പറഞ്ഞു.

മുയൽ സമ്മതിച്ചു മുന്നോട്ടു നടക്കാനും തുടങ്ങി. സിംഹം പുറകെയും നടന്നു. കുറെ ഏറെനേരം അങ്ങനെ മുയൽ നടന്നു. സിംഹത്തെ ക്ഷീണിപ്പിച്ചു. എന്നിട്ട് വഴിവക്കിലുണ്ടായിരുന്ന ഒരു പൊട്ടക്കിണറിനടുത്തേക്കു നയിച്ചു. അതിന്റെ വക്കിൽ ചെന്നുനിന്ന് ഉള്ളിലേക്കു കൈ ചൂണ്ടി.

സിംഹം കിണറിനരികിൽ നിന്നു. ഉള്ളിലേക്കു നോക്കി. വെയിലുള്ള സമയമായിരുന്നു. കിണറിലെ വെള്ളത്തിൽ സിംഹം തന്റെ പ്രതിബിംബം കണ്ടു. അതൊരു സിംഹമാണെന്നു കരുതി ഒന്നലറി. ഉടൻ വന്നു കിണറിൽനിന്നും ഒരു ശബ്ദം. സിംഹത്തിന്റെ ശബ്ദത്തിന്റെ പ്രതിധ്വനി. സിംഹം വായ് പൊളിച്ചു. ദംഷ്ട്രങ്ങൾ കാണിച്ച് ഇളിച്ചു. ഉടൻ കിണറിലെ സിംഹവും അതുതന്നെ ചെയ്തു. സിംഹം ഒരു കൈ ഉയർത്തി അടിക്കുമെന്നു കാണിച്ചു. ഉടൻ കിണറിലെ സിംഹവും അതുതന്നെ ചെയ്തു.

പിന്നെ സിംഹം ഒരുനിമിഷം കാത്തുനിന്നില്ല. മറ്റേ സിംഹത്തെ കൊല്ലാനായി കിണറിലേക്ക് എടുത്തുചാടി. കിണറിൽ നല്ല ആഴത്തിൽ വെള്ളമുണ്ടായിരുന്നു. ആ വെള്ളത്തിൽ മുങ്ങിപ്പൊങ്ങി ശ്വാസം മുട്ടി അവൻ മരിച്ചു.

വിവരമറിഞ്ഞ് കാട്ടിലെ മൃഗങ്ങൾ ഒത്തുകൂടി. സിംഹത്തിന്റെ അന്ത്യം ആലോഷിച്ചു. എല്ലാവരും കൂടി അന്നുമുതൽ ബുദ്ധിമാനായ മുയലിനെ കാടിന്റെ രാജാവാക്കി.

79

എലിമൂലം പെണ്ണുകിട്ടി

ഒരിക്കലൊരു ചെറുപ്പക്കാരന് സന്യാസിയായി ജീവിക്കണമെന്ന് തോന്നി. അദ്ദേഹം ഒരിടത്ത് ഒരു ആശ്രമം കെട്ടി. അവിടെ താമസം തുടങ്ങി. ആരുടെയും ശല്യമില്ലാതെ മുഴുവൻ സമയവും വായനയും പഠനവും പ്രാർഥനയും പൂജയും തപസുമായി ജീവിക്കാൻ തുടങ്ങി. ഒരു കാടിനരികിലായിരുന്നു ആശ്രമം. കാട്ടിലെ എലികൾക്ക് അത് സൗകര്യമായി. അവർ കൂട്ടത്തോടെ ആശ്രമത്തിലേക്ക് കുടിയേറി. രാവും പകലും ആശ്രമത്തിലൂടെ ഓടിനടന്നു. പൂജാപാത്രങ്ങളിൽ കാഷ്ഠമിട്ടു. കണ്ണടച്ചു ധ്യാനിച്ചിരുന്ന സന്യാസിയുടെ തലയിൽ വരെ കയറിയിറങ്ങി.

സന്യാസി മടുത്തു. ഒരു പൂച്ചയെ വളർത്തിയാൽ എലിശല്യം ഇല്ലാതാകും. ആരോ പറഞ്ഞുകൊടുത്തു. സന്യാസി ഒരു പൂച്ചയെ വാങ്ങി വളർത്താൻ തുടങ്ങി. എന്നാൽ പൂച്ച സന്യാസിയുടെ അടുത്തുനിന്ന് എപ്പോഴും കരയാൻ തുടങ്ങി. പൂച്ചയ്ക്കു പാൽ കുടിക്കണം. അതുകിട്ടാഞ്ഞിട്ടാണ് കരയുന്നത്. ആരോ കാര്യം പറഞ്ഞുകൊടുത്തു.

സന്യാസി ഉടനൊരു പശുവിനെ വാങ്ങി. പശു ആശ്രമമുറ്റത്ത് പുല്ലും തിന്നു ജീവിച്ചു. പക്ഷേ പശുവിന്റെ തൊഴുത്തു വൃത്തിയാക്കണം. പശുവിനെ കറക്കണം. പശുക്കുട്ടിയെ നോക്കണം. അതിനെന്താ വഴി?

അതിനൊരു വഴിയേ ഉള്ളൂ. ഒരാളെ സഹായത്തിനു നിർത്തുക. സന്യാസി നാട്ടുകാരുടെ ആ ഉപദേശം കേട്ടു. ഒരു വൃദ്ധയെ സ

ഹായത്തിനു വച്ചു. വൃദ്ധയ്ക്ക് എല്ലാ പണികളും കൂടി ചെയ്യാൻ പറ്റിയില്ല. അതിനാൽ അവർ മകളേയും പണിക്കു കൂട്ടിനു വിളിച്ചു. മകൾ യുവതിയായിരുന്നു. മിടുക്കിയായിരുന്നു. നന്നായി എല്ലാ പണികളും ചെയ്തുതീർക്കുമായിരുന്നു. സന്യാസിക്കു മകളെ ഇഷ്ടമായി.

എന്നാലിവൾ ഇവിടെ താമസിക്കട്ടെ എന്നായി വൃദ്ധ. സന്യാസി സമ്മതിച്ചു. മകൾ സന്യാസിക്ക് ആഹാരമുണ്ടാക്കാനും തുടങ്ങി. സന്യാസിക്ക് അവളെ എപ്പോഴും അടുത്തുവേണമെന്നായി. പൂജാപാത്രങ്ങൾ വൃത്തിയാക്കണം. പൂക്കൾ പറിക്കണം. അങ്ങനെ നൂറു കൂട്ടം പണികളില്ലേ. മകൾ അതൊക്കെ നന്നായി ചെയ്തുകൊടുത്തു.

കുറച്ചുദിവസങ്ങൾ കഴിഞ്ഞപ്പോൾ സന്യാസി അവളെ കല്യാണം കഴിച്ചു. മൂന്നുനാലു കൊല്ലംകൊണ്ട് സന്യാസിക്കു മൂന്നു മക്കളുമുണ്ടായി. മക്കൾ ആശ്രമത്തിലൂടെ ഓടിക്കളിച്ചു. സന്യാസിയുടെ മടിയിൽ കയറിയിരിക്കാൻ മത്സരിച്ചു. സന്യാസിയെക്കൊണ്ടു കഥകൾ പറയിച്ചു. ഇടയ്ക്കു മക്കൾ തമ്മി ത്തല്ലി. സന്യാസി വഴക്കു തീർക്കാനും ഇടപെടേണ്ടി വന്നു. അങ്ങനെ സന്യാസി സന്യസിക്കാൻ മറന്നു. പൂജ മറന്നു.

ഒരുദിവസം സന്യാസി അതോർത്ത് സങ്കടപ്പെട്ടു. ഭാര്യയോടു പറഞ്ഞു: എലിക്കുവേണ്ടി പൂച്ചയെ വാങ്ങി. പൂച്ചയ്ക്കു പാലിനു വേണ്ടി പശുവിനെ വളർത്തി. പശുവിനെ നോക്കാൻ പെണ്ണുകെട്ടി. പെണ്ണുപെറ്റു കുട്ടികളുമായി. ഇപ്പോൾ സന്യാസവും നിന്നു.

ഭാര്യ അദ്ദേഹത്തെ ആശ്വസിപ്പിച്ചു. "നമ്മുടെ മക്കളൊക്കെ മിടുക്കരായി വളരട്ടെ. അവരുടെ കല്യാണം കഴിയട്ടെ. നമുക്കപ്പോൾ വയസാകും. അപ്പോൾ നമുക്ക് ഒന്നിച്ച് തപസിനുപോകാം."

സന്യാസി അവസാനം അതു സമ്മതിച്ചു. കുടുംബത്തിനു വേണ്ടി ജീവിക്കാൻ തുടങ്ങി.

80

പേടിക്കാരൻ കടുവ

ഒരമ്മ ഒരുദിവസം മക്കളുമായി വീട്ടിലേക്കു പോവുകയായിരുന്നു. ഒരു കാട്ടുവഴിയിലൂടെയായിരുന്നു അവർ നടന്നിരുന്നത്. വഴിയരികിലെ മരങ്ങളുടെ മറവിൽ ഒരു കടുവ ഇരയെ കാത്ത് നിന്നിരുന്നു. അമ്മയെയും മക്കളെയും കണ്ടതോടെ കടുവ വഴിയിലേക്ക് ചാടി. കടുവ ഉടൻ ആക്രമിക്കും എന്ന് അമ്മക്കു മനസിലായി. അമ്മ ഉടൻ ഒരു സ്വകാര്യം പറഞ്ഞു. തോളിൽ കിടന്നിരുന്ന കുഞ്ഞിനോടായിരുന്നു സ്വകാര്യം പറഞ്ഞത്. പക്ഷേ കടുവയ്ക്കു കേൾക്കാവുന്നത്ര ശബ്ദം കൂട്ടി പറയുകയും ചെയ്തു. വിശന്നു കരയുന്ന കുഞ്ഞിനെ ആശ്വസിപ്പിച്ചുകൊണ്ടായിരുന്നു സ്വകാര്യം പറഞ്ഞത്. "മോളെ നീ കരയാതെ. ദാ ഒരു കടുവ വഴിയിലെത്തിയിട്ടുണ്ട്. ഞാനതിനെ പിടിച്ചുകൊന്ന് മൂന്നായി മുറിച്ച് മൂന്നിലൊന്നു നിനക്കു തരാം. ബാക്കി ചേട്ടന്മാരും തിന്നട്ടെ."

മൂത്ത രണ്ടു കുട്ടികൾ അമ്മയോടൊത്ത് നടന്നിരുന്നു. അതുകൊണ്ടാണ് കടുവയെ മൂന്നായി മുറിക്കാമെന്ന് അമ്മ പറഞ്ഞത്.

അമ്മ പറഞ്ഞ സ്വകാര്യം കേട്ട് കടുവ ഞെട്ടി. അയ്യയ്യോ. പണ്ടു തന്റെ അമ്മൂമ്മക്കടുവ ഒരു രഹസ്യം പറഞ്ഞുകേട്ടിട്ടുണ്ട്. കടുവയെ പിടിക്കുന്ന കിടുവായുണ്ടെന്ന്. പക്ഷേ അതൊരു മനുഷ്യസ്ത്രീയാണെന്നു അറിഞ്ഞിരുന്നില്ല. ഇനി ഇവിടെ നിന്നാൽ ഈ കിടുവ പിടിക്കും. ചിലപ്പോൾ കൊല്ലും മുൻപുതന്നെ മൂന്നായി മുറിച്ചേക്കും. എന്തൊരു വേദനയായിരിക്കും. അയ്യോ. ഓർക്കാൻ പോലും മേല. കടുവ പേടിച്ചുവിറച്ച് ഒറ്റ ഓട്ടം ഓടി.

കടുവ ഓടുന്നതു കണ്ട് അമ്മ ഉച്ചത്തിൽ പറഞ്ഞു: “മോളു കരയാതെ മോളെ. ആ കടുവയെ വഴിയിലെവിടെവച്ച് ഇനി കണ്ടാലും ഉടൻ ഞാൻ പിടിച്ചുകൊന്നുതരാം.”

അതുകൂടി കേട്ടതോടെ കടുവ കൂടുതൽ വേഗത്തിലോടി. അമ്മയുടെ സ്വകാര്യം പറച്ചിലും കടുവയുടെ ഓട്ടവും എല്ലാം ഒളിച്ചുനിന്ന് ഒരു കുറുക്കൻ കാണുന്നുണ്ടായിരുന്നു. ഈ കടുവ എന്തൊരു മണ്ടൻ. ഒരമ്മയും മൂന്നു മക്കളും മുന്നിൽ എത്തിയിട്ട് കൊല്ലാതെ പോകുന്നു. നാലുപേരേയും കൊന്നാൽ നാലു ദിവസം തിന്നാം. തനിക്കതിനു ശക്തിയുണ്ടായിരുന്നെങ്കിൽ ഈ നിമിഷം കൊല കഴിഞ്ഞേനെ. കുറുക്കൻ അങ്ങനെയൊക്കെ ചിന്തിച്ചു ഒരുനിമിഷം നിന്നു.

അപ്പോൾ കുറുക്കനൊരു പ്ലാൻ തോന്നി. ഓടിപ്പോയി കടുവയോട് കാര്യം പറഞ്ഞ് മനസിലാക്കാം. എന്നിട്ടു പിടിച്ചു തിരിച്ചുകൊണ്ടുവരാം. എന്നിട്ടിവരെ കൊല്ലിക്കാം. കൊള്ളാം. നല്ല ബുദ്ധി. കുറുക്കൻ അങ്ങനെ ചിന്തിച്ച് കടുവയുടെ പുറകെ ഓടി.

കടുവ ഓടിത്തളർന്ന് ഒരു കുറ്റിക്കാട്ടിലെത്തിയിരുന്നു. അവൻ വല്ലാതെ അണച്ചുപോയിരുന്നു. അതിനാൽ അവിടെ ഒരു മരത്തിൽ ചാരിനിന്നു. ക്ഷീണം തീരാൻ കാത്തുനിന്നു.

കുറുക്കൻ ഓടി അവിടെയെത്തി. കടുവയോടു കാര്യം പറഞ്ഞു. ‘ആ അമ്മ വെറുതെ പേടിപ്പിക്കാൻ പറഞ്ഞതാണ്. ഒന്നും പേടിക്കേണ്ട. തിരിച്ചുവന്ന് അവരെ കൊല്ല്. നമുക്ക് കുശാലായി തിന്നാം. ഞാൻ കൂടെയുണ്ട്.’

ഇങ്ങനെയൊക്കെ പറഞ്ഞെങ്കിലും കടുവയുടെ പേടി മാറിയില്ല. “തന്നെ കൊല്ലുമെന്ന് ആ അമ്മ രണ്ടുപ്രാവശ്യം മകളോടു പറഞ്ഞതാണ്. താനതു ചെവികൊണ്ടു കേട്ടതുമാണ്. പിന്നെ എങ്ങനെ അവരുടെ അടുത്തുചെല്ലും?” കടുവ തന്റെ പേടിക്കാര്യം പറഞ്ഞു.

അവസാനം കുറുക്കൻ പറഞ്ഞു. “ചേട്ടന് ധൈര്യത്തിന് ഒരു കാര്യം ചെയ്യാം. ഒരു വള്ളി എന്റെ കഴുത്തിൽ കെട്ടാം. മറ്റേ അറ്റം ചേട്ടന്റെ അരയിലും കെട്ടിക്കോളൂ. അപ്പോൾ നമ്മൾ ഒന്നിച്ചുണ്ട് എന്നു ചേട്ടനു തീർച്ചയാകുമല്ലോ. നമുക്ക് ഒന്നിച്ച് അവരെ ആക്രമിക്കാം.”

പേടി മാറിയില്ലെങ്കിലും കടുവ അതു സമ്മതിച്ചു. കുറുക്കൻ ഒരു വള്ളി കടിച്ചുമുറിച്ചെടുത്തു. കടുവ അതിന്റെ ഒരറ്റം കുറുക്കന്റെ കഴുത്തിൽ കെട്ടി. മറ്റേ അറ്റം തന്റെ അരയിലും കെട്ടി. രണ്ടുപേരും കൂടി അമ്മയെ ആക്രമിക്കാൻ ചെന്നു.

കടുവ കുറുക്കനുമായി തിരിച്ചുവരുന്നത് അമ്മ അകലെനിന്നേ

കണ്ടു. കുറുക്കൻ നിർബന്ധിച്ചു കൊണ്ടുവരികയാണ് എന്ന് അമ്മയ്ക്കു മനസിലായി. കടുവ കുറേക്കൂടി അടുത്തുവന്നപ്പോൾ അമ്മ ഉറക്കെ പറഞ്ഞു:

"മോളെ ആ കള്ളക്കുറുക്കൻ മൂന്നു കടുവകളേയും കൂട്ടിക്കൊണ്ടു വരാമെന്നു സമ്മതിച്ചുപോയിട്ട് എത്ര നേരമായി! ദാ ആ വിഡ്ഢി ഇപ്പോൾ ഒരു വയസൻ കടുവയേയുംകൊണ്ടാണു വരുന്നത്. ഞാനവനു വച്ചിട്ടുണ്ട്. ഏതായാലും അവൻ കൊണ്ടുവരുന്ന കടുവയെ ഞാൻ ഉടനെ കൊന്നു നിനക്കു തരാം."

അമ്മ പറയുന്നതു കേട്ടതും കടുവ പേടിച്ചുവിരണ്ട് തിരിഞ്ഞോടി. കുറുക്കന് ഒന്നും പറയാൻ നേരം കിട്ടിയതേയില്ല. കടുവ അതിവേഗം അതിദൂരം ഓടി. ഓടിയോടി തളർന്നു. താൻ സുരക്ഷിതമായ ഒരിടത്ത് എത്തിയെന്നു തോന്നിയപ്പോഴെ അവൻ നിന്നുള്ളൂ. കുറുക്കന്റെ കാര്യംപോലും ഓടുന്നതിനിടയിൽ അവൻ മറന്നുപോയിരുന്നു. ജീവൻ രക്ഷിക്കാനുള്ള ഓട്ടമല്ലായിരുന്നോ!

അവസാനം ഓട്ടം നിർത്തി വിശ്രമിക്കാൻ തുടങ്ങുമ്പോഴായിരുന്നു അവൻ കുറുക്കന്റെ കാര്യം ഓർത്തത്. അവൻ പുറകോട്ടു തിരിഞ്ഞുനോക്കി. എന്താ കുറുക്കൻ ഒന്നും മിണ്ടാത്തത്? കടുവ അതുതപ്പെട്ടുനോക്കി. കുറുക്കന്റെ ശവമായിരുന്നു വള്ളിയുടെ അറ്റത്ത്. കടുവ ഓടിയപ്പോൾ കുറുക്കന്റെ കഴുത്തിലെ കെട്ടുമുറുകി. അവൻ ശ്വാസംമുട്ടി ചത്തു! കടുവ അതൊന്നുമറിയാതെ ഏറെദൂരം ഓടിക്കഴിഞ്ഞിരുന്നു. കുറുക്കന്റെ ശവത്തിന്റെ തൊലിയും പാതി പാറയിലുരഞ്ഞു കീറിപ്പറിഞ്ഞു പോയിരുന്നു.

കടുവ കുറുക്കന്റെ കഴുത്തിലെ കെട്ടഴിച്ചു. തന്റെ അരയിൽനിന്നും വള്ളി വലിച്ചുമാറ്റി. "നീ എന്നെ പറ്റിക്കാമെന്നു കരുതി അല്ലേ? ഞാൻ ഓടിയതുകൊണ്ട് എന്റെ ജീവൻ രക്ഷിക്കാൻ കഴിഞ്ഞു. ഇനി ഏതായാലും ഞാൻ നിന്നെ തിന്നാം."

കടുവ കുറുക്കന്റെ ശരീരം തിന്നു. എന്നിട്ടവിടെ കിടന്നുറങ്ങി.

81

കുഴിയിലായ മടിയന്മാർ

ഒരു വീട്ടിൽ മൂന്നു മടിയന്മാരുണ്ടായിരുന്നു. ചേട്ടൻ മടിയൻ. അനിയൻ മടിയൻ. കൊച്ചനിയൻ മടിയൻ. മൂന്നു മടിയന്മാരും മഹാ മടിയന്മാരായിരുന്നു. ലോകം കണ്ട മടിയന്മാരിൽ ഏറ്റവും വലിയ മടിയന്മാർ. അവരുടെ അച്ഛനും അമ്മയുമൊന്നും ജീവിച്ചിരിപ്പില്ലായിരുന്നു. സ്വത്തുക്കൾ വിറ്റ് തിന്നുമുടിച്ച് അവർ ദരിദ്രരായിക്കഴിഞ്ഞിരുന്നു. എത്ര പട്ടിണി കിടന്നിട്ടും അവർ ഒരു പണിക്കുപോലും പോകാതെ വീട്ടിൽ കുത്തിയിരുന്നു.

ഒരുദിവസം അയൽപക്കത്തെ അമ്മൂമ്മ അവർക്ക് ഒരു പാത്രം ചോറുകൊടുത്തു. മൂന്നുപേരുംകൂടി പങ്കിട്ട് മൂന്നിലൊന്നുവീതം കഴിക്കണം. അതായിരുന്നു വേണ്ടത്. പക്ഷേ മടിയന്മാർ അതിനും തയാറായില്ല. ഓരോരുത്തരും മുഴുവൻ ചോറും തനിക്കു വേണമെന്നു വാശിപിടിച്ചു. തർക്കമായി. അവസാനം മൂത്ത ചേട്ടൻ പറഞ്ഞു: "നമുക്കൊരു കാര്യം ചെയ്യാം. നമുക്ക് നിലത്ത് പായ വിരിച്ച് അതിൽ അനങ്ങാതെ കിടക്കാം. ആരും മിണ്ടരുത്. അവസാനം മിണ്ടുന്നവന് മുഴുവൻ ചോറും തിന്നാം."

ചേട്ടന്റെ അഭിപ്രായം അനിയന്മാർ ശരിവച്ചു. മടിയന്മാരല്ലേ. മിണ്ടാതെ, അനങ്ങാതെ, എത്രനേരം വേണമെങ്കിലും കിടക്കാൻ മടിയില്ലാത്തവരല്ലേ? അവർ അങ്ങനെ മിണ്ടാതെ അനങ്ങാതെ കണ്ണടച്ചു കിടന്നു മത്സരിച്ചു.

നേരം വെളുത്തു. കറുത്തു. രാത്രിയായി. പിന്നെയും വെളുത്തു. അങ്ങനെ മൂന്നുനാലു ദിവസങ്ങൾ കഴിഞ്ഞു. എന്നിട്ടും അ

വർ കണ്ണു തുറന്നില്ല. അയലത്തെ അമ്മൂമ്മ ഇടയ്ക്കിടെ വന്നുനോക്കി. ഒരനക്കവുമില്ല. അവർ കൊടുത്ത ചോറിരുന്ന് ഉറുമ്പരിച്ചു. അമ്മൂമ്മ അതെടുത്തു കളഞ്ഞു. പിന്നെ അയൽക്കാരെ വിളിച്ചുകൂട്ടി. വാതിൽ തുറന്നു. അവർ വിളിച്ചുനോക്കി. എന്നാൽ ആരും അനങ്ങിയില്ല.

"അവർ മൂന്നും ചത്തെന്നാ തോന്നുന്നത്." അമ്മൂമ്മ പറഞ്ഞു. നാട്ടുകാർ ശരിവച്ചു.

ഇനിയെന്തു ചെയ്യണം? മൂന്നിനേയും കുഴിച്ചിടാം. മൂന്നും ഒന്നിച്ചു ജീവിച്ചതല്ലേ? ഒരേ സ്വഭാവക്കാരുമായിരുന്നു. അതിനാൽ മൂന്നുപേരേയുംകൂടി ഒരേ കുഴിയിലിടാം. ഒരു മൂപ്പൻ പറഞ്ഞു.

"അങ്ങനെതന്നെ". ആരോ സമ്മതമറിയിച്ചു. നാട്ടുകാരിലെ ചെറുപ്പക്കാർ തൂമ്പായും മൺവെട്ടിയുമൊക്കെയായി എത്തി. മൂന്നുപേർക്കും കൂടി കിടക്കാൻ പറ്റിയ വലിയ ഒരു കുഴി കുഴിച്ചു. അതിൽ ആദ്യം ചേട്ടനെ കിടത്തി. മുകളിൽ അനിയനെ കിടത്തി. അതിനും മുകളിൽ ഏറ്റവും ഇളയവനെ കിടത്തി. "ഇനി മണ്ണിട്ടു മൂടിക്കോളൂ." ആരോ പറഞ്ഞു.

മണ്ണിട്ടു മൂടാനായി ഒരു ചെറുപ്പക്കാരൻ മൺവെട്ടിയെടുത്തു. മണ്ണ് വെട്ടി. അയാൾ കുഴിക്കരികിലെ മണ്ണ് വെട്ടി കുഴിയിലേക്ക് ഇടുകയായിരുന്നു. എന്നാൽ മൺവെട്ടി മാറിവെട്ടി. വെട്ടുകിട്ടിയത് മുകളിൽ കിടന്ന അനിയന്റെ ഒരു കാലിനും! അയാൾ വേദനകൊണ്ടു പുളഞ്ഞുകരഞ്ഞു: "അയ്യോ എൻെറ കാലുപോയേ!" അങ്ങനെ പറഞ്ഞായിരുന്നു അവന്റെ നിലവിളി. നിലവിളിച്ചുകൊണ്ട് അവൻ ചാടി കുഴിക്കു പുറത്തേക്കു വീണു.

ഉടൻ താഴെ കിടന്നവൻ ചാടി കൂവി. "കൊച്ചനിയൻ മിണ്ടിയേ. അതിനാൽ ചോറു ഞാൻ തിന്നുമേ." അവൻ പുറത്തേക്കു ചാടി. സന്തോഷംകൊണ്ടു തുള്ളി.

ഉടൻ ഏറ്റവും അടിയിൽ കിടന്നിരുന്ന ഏറ്റവും മൂത്ത ചേട്ടനും ചാടി എഴുന്നേറ്റു. "ഞാനാണേ അവസാനം മിണ്ടിയത്. ചോറിനവകാശി ഞാനാണേ. ഞാനതു മുഴുവൻ തിന്നുമേ!" അയാൾ വീട്ടിലേക്ക് ചാടിയോടി. ഉള്ളിൽ കയറി നോക്കി. ചോറുപാത്രമിരുന്നിടത്ത് കുറച്ചു ഉറുമ്പുകൾ മാത്രം കൂടിയിരിക്കുന്നു. രണ്ടു മൂന്നു ചോറുകൾ അവ അരിച്ചുകൊണ്ടിരിക്കുന്നു. അയാൾ ചോറുപാത്രം കാണാതെ അവിടെനിന്നു മോങ്ങി. "അയ്യോ ചോറും പോയേ. പാത്രവും പോയേ!"

നാട്ടുകാർ കാര്യം മനസിലാക്കാതെ നിന്നു പരിഭ്രമിച്ചു. അവസാനം, പല പ്രാവശ്യത്തെ ചോദ്യം ചെയ്യലിനുശേഷമാണ് അവർ

ക്കു കഥ മുഴുവൻ പിടികിട്ടിയത്. കഥയറിഞ്ഞ ഉടൻ നാട്ടിലെ തമാശക്കാരൻ തട്ടിവിട്ടു.

"നമ്മുടെ നാടിന്റെ അഭിമാനമായ ഈ മടിയന്മാർ വെറും മടിയന്മാരല്ല. അവർ കുഴിമടിയന്മാരാണ്. കുഴിയിലിട്ടാൽ പോലും അനങ്ങാത്തവർ."

അതോടെ മലയാളത്തിൽ കുഴിമടിയന്മാരെന്ന പ്രയോഗവും ഉണ്ടായി.

82

പുഴയിൽ പോയ കോടാലികൾ

ഒരിടത്തൊരു സത്യസന്ധനായ മരംവെട്ടുകാരനുണ്ടായിരുന്നു. അയാൾ സൽസ്വഭാവിയുമായിരുന്നു. ഒരു ദിവസം അയാൾ പുഴയോരത്തെ ഒരു മരം വെട്ടുകയായിരുന്നു. ആഞ്ഞുവെട്ടിയപ്പോൾ അയാളുടെ കോടാലി കൈയിൽനിന്നും തെറിച്ചുപോയി. കോടാലി തെറിച്ചു പറന്നു വീണത് പുഴയുടെ നടുവിലായിരുന്നു. പുഴ വളരെ വലുതായിരുന്നു. നല്ല ആഴവും ഒഴുക്കുമുണ്ടായിരുന്ന പുഴ. അതിലേക്കൊരു കോടാലി വീണാൽ എങ്ങനെ എടുക്കാനാണ്. അതോർത്ത് മരംവെട്ടുകാരൻ സങ്കടപ്പെട്ടു. അയാൾ കൈകൂപ്പി നദിയിലേക്കു നോക്കിനിന്ന് ദയനീയമായി കരഞ്ഞു പ്രാർഥിച്ചു: "ദൈവമേ എന്നെ രക്ഷിക്കണേ. എന്റെ കോടാലിയാണ് എന്റെ ആശ്രയം. അതു പോയാൽ ഞാനും കുടുംബവും പട്ടിണിയാകും. എന്നോടു കനിവു കാണിക്കണേ. എനിക്കെന്റെ കോടാലി തിരിച്ചുതരണേ."

പാറകളെപ്പോലും ഇളക്കുന്നത്ര ദുഃഖത്തോടെയായിരുന്നു അയാളുടെ പ്രാർഥന. അപേക്ഷ. അത് നദിയിലൂടെ ഒഴുകി. നദിയുടെ ഹൃദയത്തിൽ വരെ എത്തി. പെട്ടെന്ന് നദിയുടെ നടുവിൽ നദീദേവൻ പ്രത്യക്ഷപ്പെട്ടു. സൂര്യനെപ്പോലെ പ്രഭ ചൊരിഞ്ഞുകൊണ്ട് ദേവൻ അവിടെ നിന്നു. മരംവെട്ടുകാരനോടു ചോദിച്ചു:

"മകനെ ഞാൻ നിന്റെ പ്രാർഥന കേട്ടു. എന്താണ് സംഭവിച്ചത്? നിനക്കെന്താണു വേണ്ടത്?"

മരംവെട്ടുകാരൻ ഉണ്ടായ കാര്യങ്ങളൊക്കെ പറഞ്ഞു. കോടാലി കിട്ടിയില്ലെങ്കിൽ താനും കുടുംബവും പട്ടിണിയാകുമെന്നു പറഞ്ഞു.

ഉടൻ നദീദേവൻ നദിയിലേക്കു മുങ്ങിപ്പോയി. അൽപ്പനേരം കഴിഞ്ഞ് അദ്ദേഹം പൊങ്ങിവന്നു. കരയിലേക്കു ചെന്നു. ദേവന്റെ കൈയിൽ അപ്പോൾ ഒരു കോടാലിയുണ്ടായിരുന്നു. അത് ഉയർത്തിക്കാണിച്ച് അദ്ദേഹം ചോദിച്ചു. "ഇതല്ലേ നിന്റെ കോടാലി?"

മരംവെട്ടുകാരൻ നോക്കി. അതൊരു സ്വർണക്കോടാലിയായിരുന്നു. ദേവന്റെ കൈയിലിരുന്ന് അത് തിളങ്ങുന്നുണ്ടായിരുന്നു. അതു കണ്ട ഉടൻ മരംവെട്ടുകാരൻ കൈകൂപ്പി പറഞ്ഞു:

"ദേവാ ക്ഷമിക്കണം. ഇത് എന്റെ കോടാലിയല്ല."

ഉടൻ നദീദേവൻ ആ കോടാലി പുഴയോരത്തുവച്ചിട്ട് വീണ്ടും പുഴയിലേക്കു മുങ്ങി. പിന്നെ പൊങ്ങി. കരയ്ക്കു കയറി. കൈയിലിരുന്ന കോടാലി ഉയർത്തിക്കാണിച്ചുകൊണ്ടു ചോദിച്ചു:

"ഇതല്ലേ നിന്റെ കോടാലി?"

മരംവെട്ടുകാരൻ നോക്കി. അതൊരു നല്ല വെള്ളിക്കോടാലിയായിരുന്നു. മരംവെട്ടുകാരൻ കൈകൂപ്പി വിനയത്തോടെ വീണ്ടും സത്യം പറഞ്ഞു.

"പ്രഭോ ക്ഷമിക്കണം. ഇതുമല്ല എന്റെ കോടാലി."

ഉടൻതന്നെ നദീദേവൻ ആ കോടാലിയും കരയ്ക്കിട്ടു. നദിയിൽ മുങ്ങി.പിന്നെ പൊങ്ങി. കരയിലേക്കു ചെന്നു. അദ്ദേഹത്തിന്റെ കൈയിൽ വേറൊരു കോടാലിയുണ്ടായിരുന്നു. ദേവൻ ചോദിച്ചു: "ഇതാണോ നിന്റെ കോടാലി?"

മരംവെട്ടുകാരൻ ശ്രദ്ധിച്ചുനോക്കി. അതൊരു ഇരുമ്പു കോടാലിയായിരുന്നു. തന്റേതുതന്നെയാണോ? അയാൾ ശ്രദ്ധയോടെ വീണ്ടുംവീണ്ടും നോക്കി. തന്റെ കോടാലിയുടെ കൈയിലുള്ള വെട്ട് അതിലുണ്ടോ? ഉണ്ട്. അതുകൂടി കണ്ടപ്പോൾ അത്യാഹ്ലാദത്തോടെ അയാൾ ദേവനെ തൊഴുതുകൊണ്ടു പറഞ്ഞു:

"പ്രഭോ ഇതുതന്നെ എന്റെ കോടാലി. അതിന്റെ കൈയിലൊരു വെട്ടുകണ്ടോ? അത് അടയാളമാണ്."

ഉടൻ ദേവൻ പറഞ്ഞു:

"മകനേ ഞാൻ നിന്നിൽ പ്രസാദിച്ചിരിക്കുന്നു. നീ സത്യം തന്നെ പറഞ്ഞു. എപ്പോഴും പറഞ്ഞു. സ്വർണക്കോടാലി കാണിച്ചു പ്രേരിപ്പിച്ചിട്ടും നീ സത്യത്തിൽ തന്നെ ഉറച്ചുനിന്നു. അതിനാൽ ഈ മൂന്നു കോടാലികളും ഞാൻ നിനക്കുതരുന്നു."

കോടാലികൾ മൂന്നും എടുത്ത് ദേവൻ മരംവെട്ടുകാരന്റെ കൈകളിലേക്കു നൽകി. മരംവെട്ടുകാരൻ ഭക്തിയോടെ അവ സ്വീകരിച്ചു. ദേവന്റെ കാൽപ്പാദങ്ങളിൽ തൊട്ട് നമസ്കരിച്ചു. ദേവൻ അയാളെ അനുഗ്രഹിച്ച് അപ്രത്യക്ഷനായി.

നേരം സന്ധ്യയായിരുന്നു. അതിനാൽ മരംവെട്ടുകാരൻ മൂന്നു കോടാലികളും എടുത്തുകൊണ്ട് വീട്ടിലേക്ക് നടന്നു. വഴിയിൽ കണ്ടവരൊക്കെ മൂന്നു കോടാലികളെപ്പറ്റി ചോദിച്ചു. മരംവെട്ടുകാരൻ സത്യംതന്നെ പറഞ്ഞു. വീട്ടിൽ ചെന്ന് അയാൾ വിശേഷങ്ങൾ ഭാര്യയോടും അയൽക്കാരോടുമൊക്കെ പറഞ്ഞു. അങ്ങനെ അയാളുടെ കഥ നാട്ടുകാർ മുഴുവനും അറിഞ്ഞു.

ആ കൂട്ടത്തിൽ ഒരു അത്യാഗ്രഹിയുമുണ്ടായിരുന്നു. അയാളൊരു കള്ളനായിരുന്നു. കാശു കിട്ടാനായി കള്ളം പറയുന്നത് അയാളുടെ ശീലമായിരുന്നു. മരംവെട്ടുകാരന്റെ കഥയറിഞ്ഞതോടെ അയാളുടെ ഉള്ളുനിറയെ അസൂയയും അത്യാഗ്രഹവും നിറഞ്ഞു. എങ്ങനെയെങ്കിലും നദീദേവനെ പറ്റിച്ച് സ്വർണക്കോടാലിയും വെള്ളിക്കോടാലിയും വാങ്ങണം. പറ്റുമെങ്കിൽ പല പ്രാവശ്യം പറ്റിക്കണം. അതിനൊരു സൂത്രം അയാൾ ആലോചിച്ചുണ്ടാക്കി.

അയാൾ ഒരു മരംവെട്ടുകാരൻ പോലുമല്ലായിരുന്നു. എന്നിട്ടും അയാൾ വീട്ടിലെ പഴയ കോടാലിയുമെടുത്ത് പിറ്റേന്നു രാവിലെ തന്നെ പുഴയോരത്തേക്കു പോയി. അവിടെനിന്നിരുന്ന ഒരു മരത്തിൽ കൊത്തിയും വെട്ടിയും കുറച്ചുനേരം നിന്നു. പിന്നെ കോടാലിയിൽ ബലമായി പിടിക്കാതെ മരത്തിൽ ആഞ്ഞുവെട്ടി. നാശം. എന്നിട്ടും കോടാലി തെറിച്ചു പുഴയിൽ വീണില്ല! തെറിച്ചു വീഴണമെന്നെന്താ നിർബന്ധമുണ്ടോ? വലിച്ചെറിഞ്ഞാലും പുഴയിൽ കോടാലി വീഴുമല്ലോ. അയാൾ കോടാലി പുഴയിലേക്കു വലിച്ചെറിഞ്ഞു. പിന്നെ കിടന്നു കരഞ്ഞു. ദൈവത്തെയും നദീദേവനെയും വിളിച്ചു കരഞ്ഞു പ്രാർഥിച്ചു. ഉള്ളിൽ കൊള്ളാതെയുള്ള കരച്ചിലും പ്രാർഥനയുമായിരുന്നല്ലോ. അതിനാൽ അതു കേട്ടിട്ടും കേട്ടിട്ടും നദീദേവൻ പ്രത്യക്ഷപ്പെട്ടില്ല. അയാൾ അപ്പോൾ അക്ഷമയോടെ വീണ്ടും വീണ്ടും നിലവിളിച്ചു. ബഹളമുണ്ടാക്കി. കള്ളപ്രാർഥനയും തുടർന്നു.

ഏറെനേരം അയാളെക്കൊണ്ട് കുരങ്ങു കളിപ്പിച്ചതിനുശേഷം നദീദേവൻ നദിയുടെ നടുവിൽ ഉയർന്നുവന്നു. പ്രത്യക്ഷപ്പെട്ടു. സൂര്യ തേജസുള്ള ദേവനെകണ്ടതും കള്ളന്റെ ഉള്ള് ഒന്നുകിടുങ്ങി. മുട്ടുകൾ കൂട്ടിയിടിച്ചു. എന്നിട്ടും, പേടിയുണ്ടായിട്ടും, അയാൾ ദേവനെ തൊഴുതു. ദേവൻ ചോദിക്കും മുൻപുതന്നെ അങ്ങോട്ടു കയറി പറഞ്ഞു:

"പൊന്നുദേവാ എന്നെ രക്ഷിക്കണേ. എന്റെ കോടാലി നദിയിൽ വീണുപോയി. അതൊന്ന് എടുത്തുതരണേ."

ദേവൻ പറഞ്ഞു: "ശരി. ഞാൻ മുങ്ങിനോക്കട്ടെ."

ദേവൻ നദിയിലേക്കു മുങ്ങി. പക്ഷേ പ്രത്യക്ഷപ്പെട്ടില്ല. കള്ളന് ക്ഷമ നശിച്ചു. ഇതെന്താണിത്ര താമസം. പണ്ടാരം. ഈ ദേവൻ എന്നെ പറ്റിക്കുമോ? അയാൾ അങ്ങനെയൊക്കെ ചിന്തിച്ചു. ദേവനെ വരുത്താനായി പിന്നെയും കിടന്നു കരഞ്ഞു. കള്ളപ്രാർഥനയും ആവർത്തിച്ചു.

ഉടൻ ദേവൻ നദിയുടെ നടുവിൽ പൊങ്ങിവന്നു. അവിടെത്തന്നെ ഉയർന്നുനിന്നു. കരയിലേക്കൊന്നും ചെന്നതേയില്ല. അദ്ദേഹം കൈയിലൊരു കോടാലി ഉയർത്തിപ്പിടിച്ചിരുന്നു. എന്നിട്ടു ചോദിച്ചു:

"ഇതാണോ നിന്റെ കോടാലി?"

കള്ളൻ നോക്കി. അത് അയാൾ പുഴയിലേക്കു വലിച്ചെറിഞ്ഞ പഴയ ഇരുമ്പു കോടാലിതന്നെയായിരുന്നു. "ഓ ഇതാർക്കു വേണം." അയാൾ അക്ഷമയോടെ പറഞ്ഞു.

"അല്ലല്ല. ഇതല്ല എന്റെ കോടാലി."

കള്ളം പറയാൻ നല്ല വിരുതനായിരുന്നല്ലോ അയാൾ.

ഉടൻ നദീദേവൻ ആ കോടാലി നദിയിലേക്കുതന്നെ എറിഞ്ഞു. എന്നിട്ട് വീണ്ടും നദിയിൽ മുങ്ങി. ഏറെനേരം കഴിഞ്ഞ് നടുവിൽ പൊങ്ങി. കൈയിലിരുന്ന കോടാലി ഉയർത്തിക്കാട്ടി ചോദിച്ചു.

"ഇതാണോ നിന്റെ കോടാലി?"

കള്ളൻ നോക്കി. അത് നല്ല ഒരു വെള്ളിക്കോടാലിയായിരുന്നു. പക്ഷേ തനിക്കു സ്വർണക്കോടാലിതന്നെ വേണം. അതിനാൽ അയാൾ വീണ്ടും കള്ളം പറഞ്ഞു:

"അയ്യോ ഇതല്ല എന്റെ കോടാലി."

ഉടൻ ദേവൻ അതും നദിയിലേക്ക് എറിഞ്ഞു. എന്നിട്ട് നദിയിൽ മുങ്ങി. പക്ഷേ ഉടൻ പൊങ്ങിവന്നില്ല. ഏറെനേരം കള്ളൻ കാത്തുനിന്നു. നാശം. ഈ ദേവനെന്താ കിടന്നുറങ്ങിയോ. എന്നെ എത്രനേരമാണ് നിർത്തി വലയ്ക്കുന്നത്. ഇങ്ങനെയൊക്കെ ചിന്തിച്ച് ദേഷ്യപ്പെട്ട് കള്ളൻ നിന്നപ്പോൾ ദേവൻ വീണ്ടും പ്രത്യക്ഷപ്പെട്ടു. നദിയുടെ നടുവിൽ, ജലനിരപ്പിനു മുകളിൽനിന്നുകൊണ്ട് അദ്ദേഹം ഒരു കോടാലി ഉയർത്തിക്കാണിച്ചു. എന്നിട്ടു ചോദിച്ചു:

"ഇതാണോ നിന്റെ കോടാലി?"

കള്ളൻ നോക്കി. ഹായ്! നല്ല തിളങ്ങുന്ന സ്വർണക്കോടാലി. മരംവെട്ടുകാരന് കിട്ടിയതിന്റെ ഇരട്ടിവലിപ്പം. രക്ഷപ്പെട്ടു. അത്യധികം സന്തോഷത്തോടെ അയാൾ പറഞ്ഞു:

"അതെയതെ. ഇതുതന്നെയാണ് എന്റെ കോടാലി."

പെട്ടെന്ന് ദേവന്റെ മുഖം ചുവന്നു. കണ്ണിൽനിന്നു തീപ്പൊരി

ചിതറി. അദ്ദേഹം അതിരൂക്ഷമായി കള്ളനെ നോക്കി. അവന്റെ മുട്ടുകൾ തമ്മിൽ കൂട്ടിയിടിച്ചു. ഉള്ള് പേടികൊണ്ട് വിറച്ചു. ദേവൻ ദേഷ്യത്തോടെ പറഞ്ഞു:

"നീ ഒരു അത്യാഗ്രഹിതന്നെ. നീ വെറും കള്ളനല്ല. പെരുങ്കള്ളൻ. നിനക്ക് ഈ കോടാലിയും കിട്ടാൻ പോകുന്നില്ല."

ദേവൻ കോടാലി നദിയിലേക്ക് എറിഞ്ഞു. എന്നിട്ട് നദിയിലേക്ക് താഴ്ന്നു. അപ്രത്യക്ഷനായി.

കള്ളൻ ഞെട്ടി. നിരാശയോടെ കൈകൾ തലയിൽ വച്ച് നിലത്തുകുത്തിയിരുന്നു. കടിച്ചതും പോയി പിടിച്ചതും പോയി! അയാൾ ഇരുന്നു മോങ്ങി. പിന്നെ നടന്നു മോങ്ങി. മോങ്ങി മോങ്ങി വീട്ടിലെത്തി! എത്തിയിട്ടും മോങ്ങി!

83

കാക്കക്കഥ പുറത്തായ കഥ

പണ്ടുപണ്ടൊരു നാട്ടിലൊരു ബുദ്ധിയുള്ള കാക്കയുണ്ടായിരുന്നു. ആ കാക്ക ആണായിരുന്നെന്നും പെണ്ണായിരുന്നെന്നും തർക്കമുണ്ട്. ആണോ പെണ്ണോ ഏതെങ്കിലുമൊന്നായിരുന്നു എന്ന കാര്യത്തിൽ തർക്കമില്ല. ഒരുദിവസം ആ കാക്കയ്ക്ക് വല്ലാതെ ദാഹിച്ചു. വേനലായിരുന്നു. വല്ലാത്ത വരൾച്ചക്കാലം. തോടും കുളവും കിണറും വറ്റിയ കാലം. കാക്ക വെള്ളം തേടി പറന്നു. നാടു മുഴുവൻ അലഞ്ഞു. എന്നിട്ടും തൊണ്ട നനയ്ക്കാൻ പോലും വെള്ളം കിട്ടിയില്ല.

അങ്ങനെ പറന്നും പരിശോധിച്ചും നിരാശപ്പെട്ടും പിന്നെയും പറന്നും കാക്ക വലഞ്ഞു. അങ്ങനെ പറന്നുപറന്നു നടന്നപ്പോഴായിരുന്നു കാക്ക ഒരു വീടു കണ്ടത്. വീടിന്റെ മുന്നിലെ മുറ്റം കണ്ടത്. മുറ്റത്തിരിക്കുന്ന കുടം കണ്ടത്. വെള്ളക്കുടമല്ലേ. വെള്ളം കാണാതിരിക്കുമോ? കാക്ക ആശയോടെ അങ്ങോട്ടു പറന്നുചെന്നു. കുടത്തിന്റെ വക്കിലേക്കു പറന്നിരുന്നു. വക്കിൽ നന്നായി പിടിച്ചുകൊണ്ട് ഉള്ളിലേക്കു തലയിട്ടുനോക്കി. അയ്യോ കുടം നിറയെ ഇരുട്ട്. കാക്ക ഇരുട്ടിലേക്ക് ശ്രദ്ധയോടെ നോക്കി. ഹായ് രക്ഷപ്പെട്ടു. കുടത്തിന്റെ അടിയിൽ കുറച്ചു വെള്ളമുണ്ട്. കാക്ക തലതാഴ്ത്തിനോക്കി. എത്ര താഴ്ത്തിയിട്ടും വെള്ളത്തിലേക്ക് കൊക്ക് മുട്ടിക്കാനായില്ല. അത്ര താഴെയായിരുന്നു വെള്ളം. ഇനി എന്തു ചെയ്യും? കാക്ക ആലോചിച്ചിരുന്നു.

ബുദ്ധിയുള്ള കാക്കയല്ലായിരുന്നോ? ആണായാലും പെണ്ണായാലും ബുദ്ധിയുണ്ടെങ്കിൽ എന്തു പ്രശ്നത്തിനും പരിഹാരവും

കാണാനാകുമല്ലോ. കാക്കയും ബുദ്ധി ഉപയോഗിച്ചു. ചിന്തിച്ചു. പരിഹാരം കണ്ടെത്തി.

കാക്ക മുറ്റത്തേക്കു നോക്കി. മുറ്റം മുഴുവൻ മണി മണിപോലുള്ള വെള്ളാരങ്കല്ലുകൾ. ഇളം മഞ്ഞ-സ്വർണനിറമുള്ള തിളങ്ങുന്ന ചരൽമണികൾ. കാക്ക പറന്നുചെന്ന് ഒരു കല്ലു കൊത്തിക്കൊണ്ടുവന്ന് കുടത്തിലിട്ടു. പിന്നെ ഒന്നുകൂടി ഇട്ടു. പിന്നെ ഒന്നുകൂടി. ഓരോ കല്ലുമിട്ടപ്പോൾ കുടത്തിലെ വെള്ളം അൽപ്പം ഉയർന്നു. അങ്ങനെ ഉയർന്നുയർന്നു കാക്കയ്ക്ക് എത്തുന്നിടം വരെ ഉയർന്നു. കാക്ക അപ്പോൾ കുടത്തിൻെറ വക്കിലിരുന്ന് വേണ്ടത്ര വെള്ളം കുടിച്ചു. ദാഹം തീർത്തു.

കാക്ക വെള്ളം കുടിക്കുന്നത് ആ വീട്ടിലെ ഒരു കുട്ടി കണ്ടു. കുട്ടി ഓടിച്ചെന്നു. കാക്ക പറന്നുമാറി. കുട്ടി കുടത്തിലേക്കു നോക്കി. എന്ത്? കുടം നിറയെ വെള്ളാരങ്കല്ലുകൾ. ഇതെങ്ങനെ കുടത്തിൽ വന്നു. ആലോചിച്ചുനിന്നപ്പോൾ കുട്ടിക്കു കാര്യം പിടികിട്ടി. മുറ്റത്തരികിൽ പറന്നിരുന്നു കാക്ക കാക്കക്കണ്ണുകൊണ്ട് കുട്ടിയെ ഒളിഞ്ഞുനോക്കുന്നതും കുട്ടി കണ്ടു. അമ്പമ്പോ ഈ കാക്കയ്ക്കെന്തു ബുദ്ധി? കുട്ടി അതിശയിച്ചു. വിവരം വീട്ടുകാരോടു പറഞ്ഞു. നാട്ടുകാരോടു പറഞ്ഞു. അങ്ങനെ നാടു മുഴുവൻ ആ കഥ പരന്നു. അങ്ങനെയങ്ങനെ ആ കഥ തലമുറകൾ പറഞ്ഞു. പറഞ്ഞുപറഞ്ഞ് അതൊരു നാടൻ കഥയുമായി.

84

പൊതുജനം കഴുത!

"**അ**ച്ഛരാ ഞാൻ നമ്മുടെ കഴുതയെക്കൊണ്ടു തോറ്റു. അതിനിപ്പോൾ വലിയ ചുമടൊന്നും എടുക്കാൻ പറ്റുന്നില്ല." ഒരുദിവസം ഒരു മകൻ അച്ഛരനോടു പറഞ്ഞു. അവർ കൃഷിക്കാരായിരുന്നു. പാടത്തുനിന്നും പറമ്പിൽനിന്നും പലതും ചുമന്നു കൊണ്ടുവരാനായിരുന്നു കഴുത. പക്ഷേ കഴുതയ്ക്കതിനു കഴിവില്ലാതായി. മകൻ അതാണു പരാതി പറഞ്ഞത്. അതുകേട്ട് അച്ഛരൻ പറഞ്ഞു.

"മോനേ അതിനു വയസായി. വയ്യാതെയായി. എന്നെപ്പോലെ അതിനും ക്ഷീണകാലമായി."

അച്ഛരൻ അതുപറഞ്ഞു ചിരിച്ചു. എന്നിട്ടു തുടർന്നു.

"നമുക്കതിനെ ചന്തയിൽ കൊണ്ടുപോയി വിൽക്കാം. എന്നിട്ടൊരു നല്ല കഴുതയെ വാങ്ങാം." മകൻ അതു സമ്മതിച്ചു.

പിറ്റേന്ന് അതിരാവിലെ അവർ കഴുതയുമായി ചന്തയ്ക്കു പുറപ്പെട്ടു. കഴുതക്കഴുത്തിലെ കയറിൽ പിടിച്ചു മകൻ നടന്നു. പുറകെ അച്ഛരനും.

അതുകണ്ട് പാടത്തു പണിയെടുക്കുന്നവർ ചിരിച്ചു. അവർ ഉച്ചത്തിൽ പറഞ്ഞു.

"രണ്ടു മണ്ടന്മാർ കണ്ടോ കഴുതയെ വെറുതെ നടത്തുന്നത്! അവരിലൊരാൾക്കതിന്റെ പുറത്തു കയറി യാത്ര ചെയ്തുകൂടെ?"

അതുകേട്ട് അച്ഛരൻ മകനോടു പറഞ്ഞു: "നീ കഴുതപ്പുറത്തു കയറിക്കോ."

മകൻ കഴുതപ്പുറത്തു കയറി. അച്ഛരൻ കയറും പിടിച്ചു മുന്നിലും നടന്നു. കുറച്ചു നടന്നപ്പോൾ വഴിയിൽ നിന്നിരുന്ന രണ്ടു വയ

സന്മാർ അതു കണ്ടു. ഒരാൾ പറഞ്ഞു: "കണ്ടോ കണ്ടോ ആ ചെറുക്കന്റെ പണി. വയസായ അച്ഛനെ നടത്തുന്നു. അവൻ ഗമയിൽ കഴുതപ്പുറത്തു കയറിയിരിക്കുന്നു!"

"ഇപ്പോഴത്തെ പിള്ളേരൊക്കെ ഇങ്ങനെയാണു ചേട്ടാ. അച്ഛനമ്മമാരോട് ഒരു ബഹുമാനവുമില്ല." മറ്റേ വയസൻ മറുപടിയും പറഞ്ഞു.

അതുകേട്ട് നാണിച്ച് മകൻ താഴെയിറങ്ങി. അച്ഛനോടു പരിഭവം പറഞ്ഞു:

"അച്ഛൻ പറഞ്ഞിട്ടല്ലേ ഞാൻ കഴുതപ്പുറത്തു കയറിയത്. നാട്ടുകാർ പറയുന്നതും കേൾക്കേണ്ടേ. അച്ഛൻ കഴുതപ്പുറത്തു കയറ്. ഞാൻ താഴെക്കൂടി നടക്കാം."

"ശരി ശരി." അച്ഛൻ സമ്മതിച്ചു. അച്ഛൻ കഴുതപ്പുറത്ത് കയറി. മകൻ കഴുതക്കയറും പിടിച്ചു നടപ്പും തുടങ്ങി.

അവർ കുറച്ചുദൂരം നടന്നതേയുള്ളൂ.അപ്പോൾ എതിരെ രണ്ടു അമ്മമാർ നടന്നുവന്നു. രണ്ടുപേരും അവരുടെ കൈക്കുഞ്ഞുങ്ങളെ എടുത്തിരുന്നു. കഴുതപ്പുറത്തിരിക്കുന്ന വൃദ്ധനെയും നിലത്തുകൂടി നടക്കുന്ന മകനെയും അവർ കണ്ടു. അപ്പോൾ ഒരമ്മ മറ്റേയമ്മയോടു പറഞ്ഞു.

"നോക്കൂ നോക്കൂ രാമൂന്റെ അമ്മേ ഒരു കൂത്ത്. ഒരു കൊച്ചിനെ ഈ തീവെയിലത്ത് നടത്തുന്നു. അവന്റെ വയസനച്ഛൻ കഴുതപ്പുറത്തും സവാരി ചെയ്യുന്നു. ആ കൊച്ചിനെക്കൂടി കൂടെ കയറ്റിക്കൊണ്ടു പോകാൻ അയാൾക്കു തോന്നുന്നില്ലല്ലോ. കഷ്ടം." മറ്റേയാൾ അപ്പോൾ അതു ശരിവച്ചു.

"ശരിയാ മാളൂന്റമ്മേ. ആ വയസനൊരു കല്ലുമനസുകാരനാണേയ്."

അതുകേട്ടപ്പോൾ വൃദ്ധന് നാണക്കേടു തോന്നി. അൽപ്പദൂരം മുന്നോട്ടു കഴുത നടന്നപ്പോൾ വൃദ്ധൻ മകനേക്കൂടി കഴുതപ്പുറത്തു കയറ്റി. കഴുതയെ നടത്തി.

അങ്ങനെ കുറച്ചുദൂരം ചെന്നപ്പോഴാണ് അവർ മറ്റൊരാളെ വഴിയിൽ കണ്ടത്. അയാളൊരു ജോലിക്കാരനായിരുന്നു. അയാൾ ഒരു പശുക്കിടാവിനെയും ചുമന്നുകൊണ്ടു വരുകയായിരുന്നു. വയസൻകഴുത രണ്ടുപേരെയും ചുമന്നു വിഷമിച്ചുവരുന്നതുകണ്ടപ്പോൾ അയാൾക്കു സഹിച്ചില്ല. അയാൾ ആരോടെന്നില്ലാതെ വിളിച്ചു പറഞ്ഞു.

"മനുഷ്യരാണെങ്കിൽ മിണ്ടാപ്രാണികളോടു കരുണ കാണിക്കണം. ഇത്രയും പ്രായമായ ഒരു കഴുതയുടെ മുകളിൽ രണ്ടു രാക്ഷസന്മാർ കയറി നടക്കുന്നതു കണ്ടാൽ ദൈവം ശപിക്കും. മനുഷ്യത്വമുണ്ടെങ്കിൽ നിങ്ങൾ ആ വയസൻ കഴുതയെ ആണ് ചുമക്കേണ്ടത്."

അതുകേട്ടതും വൃദ്ധനും മകനും പരസ്പരം നോക്കി. "അദ്ദേഹം പറയുന്നതും അനുസരിക്കേണ്ടതല്ലേ? നമുക്കു കഴുതയെ ചുമന്നുകൊണ്ടുപോകാം." വൃദ്ധൻ പറഞ്ഞു.

അവർ നിലത്തിറങ്ങി. മകൻ റോഡരികിൽ ആരോ ഉപേക്ഷിച്ചിട്ടിരുന്ന ഒരു മുളയുടെ മൂട് നീളത്തിൽ മുറിച്ചെടുത്തു. അടുത്ത പ

റമ്പിൽനിന്നും കാട്ടുവള്ളികൾ വലിച്ചെടുത്തു. കഴുതയുടെ നാലു കാലുകളും കൂട്ടികെട്ടി കാലുകൾക്കിടയിലൂടെ മുള കയറ്റി. മുളകളുടെ രണ്ട് അറ്റവും തോളിൽ താങ്ങി നടന്നു.

അങ്ങനെ നടക്കുമ്പോൾ വഴിയിലൊരു പുഴയുണ്ടായിരുന്നു. പുഴയ്ക്കു കുറുകെ തടിപ്പാലമാണിട്ടിരുന്നത്. തെങ്ങുകൾ മുറിച്ചിട്ട തടിപ്പാലം. അവർ പാലത്തിൽ കയറി. മുളയുടെ മുന്നിലെ അറ്റം മകന്റെ തോളിലായിരുന്നു. പിന്നിലെ അറ്റം അച്ഛന്റെ തോളിലും. പാലത്തിന്റെ നടുവിലെത്തിയതും ആരുടെയോ കാൽ എങ്ങനെയോ തെറ്റി. കഴുത കിടന്നു പിടച്ചിട്ടാണോ? പുഴ കണ്ട് അച്ഛന്റെ കാൽ വിറച്ചതാണോ? ആവോ ആർക്കറിയാം.

കാൽതെറ്റി കഴുതയും അച്ഛനും മകനും പുഴയിൽ വീണു. പുഴയിൽ നല്ല ഒഴുക്കായിരുന്നു. വളരെ വിഷമിച്ച് നീന്തി അച്ഛനും മകനും കരയ്ക്കുകയറി. കഴുതയുടെ രോമംപോലും എങ്ങും കണ്ടില്ല. കാലുകൾ കെട്ടിയപടി കഴുത പുഴയിൽ താണു. ഒഴുക്കിൽ ഒഴുകി. എവിടെയോ, പുഴയരികിലെ ഏതോ ഇഞ്ചക്കാടിൽ കുരുങ്ങിയതാകാം. ആരും കഴുതയുടെ ശവംപോലും കണ്ടില്ല.

അച്ഛൻ പുഴയരികിലിരുന്നു കരഞ്ഞു. തലയിൽ കൈകൾവച്ച് തേങ്ങുന്നതിനിടയിൽ അദ്ദേഹം പറഞ്ഞു: “മകനേ പൊതുജനം കഴുതയാ. അവർ പറയുന്നതൊക്കെ കേട്ടു തുള്ളിയ നമ്മളോ മുതുക്കഴുതകളും!”

85

മയിൽ നൃത്തം ചെയ്യാൻ തുടങ്ങിയ കഥ

ഒരു കുറ്റിക്കാട്ടിലൊരിടത്തുനിന്ന് തീറ്റ തേടുകയായിരുന്നു കുറെ മയിലുകൾ. ഒരു പൂവൻ. കുറെ പിടകളും. അൽപ്പം മാറിനിന്ന് ഇലകൾ ചികഞ്ഞു മറിച്ച് പ്രാണികളെ പിടിക്കുകയായിരുന്നു പൂവൻ. പെട്ടെന്ന് അവന് പിടകളോട് എന്തോ പറയണമെന്നു തോന്നി. അവൻ തല ഉയർത്തിനിന്ന് ഉച്ചത്തിൽ ചിലച്ചു.

അപ്പോൾ ആ വഴി ഒരു അമ്മൂമ്മ നടന്നുവരുന്നുണ്ടായിരുന്നു. എവിടെയോ പോയിട്ട് തിരക്കിട്ട് വീട്ടിലേക്കു മടങ്ങുകയായിരുന്നു അമ്മൂമ്മ. മയിലിന്റെ കാഹളംകേട്ട് അമ്മൂമ്മ ഞെട്ടി. ചെവികൾ രണ്ടും പൊത്തിക്കൊണ്ടു പറഞ്ഞു: "ദൈവമേ ഇവനെത്ര സുന്ദരൻ. പക്ഷേ ഇവന്റെ ഒച്ച കേട്ടാൽ സഹിക്കാൻ പറ്റില്ല. എന്തൊരു വൃത്തികെട്ട ശബ്ദം!" അമ്മൂമ്മ അങ്ങനെ പറഞ്ഞ് നടന്നുപോയി. അതുകേട്ട് പൂവൻമയിലിനു വലിയ സങ്കടം തോന്നി. അവൻ ചെരിഞ്ഞുനോക്കി. തന്റെ പിടകളെങ്ങാൻ അമ്മൂമ്മ പറഞ്ഞതു കേട്ടോ? ഇല്ല. അവർ തീറ്റതേടി തിന്നുന്ന തിരക്കിലാണ്. ഭാഗ്യം. അവർ കേട്ടില്ലല്ലോ. എന്നാലും ആൺമയിലിന്റെ ഉള്ളിലൊരു വേദന മാറാതെ നിന്നു. തന്റെ ഒച്ച ഇത്ര വൃത്തികെട്ടതാണോ? തന്റെ പെണ്ണുങ്ങളാരും അക്കാര്യം ഇതുവരെ പറഞ്ഞിട്ടില്ല. അവരുടെ ഒച്ചയും തന്റേതുപോലെതന്നെ വൃത്തികെട്ടതാണ്. അതിനാൽ അവർക്ക് ഒച്ച മോശമാണ് എന്നറിയില്ല. എന്നാൽ മറ്റുള്ളവർക്കറിയാം. മനുഷ്യർക്കോ നന്നായി അറിയാം.

അതോർത്ത് മയിലിനു വേവലാതിയായി. അവനന്ന് ഒന്നും തിന്നാൻ തോന്നിയില്ല. നേരം ഇരുണ്ടു തുടങ്ങിയപ്പോൾ അവൻ

പെണ്ണുങ്ങളേയും കൂട്ടി നടന്നു. കാട്ടിലെ പൊക്കമുള്ള ഒരു മരത്തിലേക്ക് ചാടിപ്പറന്നു. അതിൽ കയറി. പെണ്ണുങ്ങളെല്ലാം അവരുടെ സ്ഥാനങ്ങളിലിരുന്നു. അവനോ തന്റെ സ്ഥാനത്തിരിക്കാതെ അവിടെയും ഇവിടെയും ചാടിനടന്നു. സൂത്രത്തിൽ താഴെയിറങ്ങി. നടന്നു.

രാത്രിയാണ്. ഇരുട്ടിൽ നടക്കുന്നത് അപകടമാണ്. ശത്രുക്കൾ പിടിച്ചുതിന്നും. അവനതറിയാമായിരുന്നു. എന്നിട്ടും അവൻ നടന്നു. നടന്നു നടന്ന് കാടിനടുത്തുണ്ടായിരുന്ന ദേവാലയത്തിലെത്തി. മനുഷ്യർ പ്രാർഥിക്കാനുണ്ടാക്കിയിരിക്കുന്ന ദേവാലയമാണ്. എന്നുവച്ച് ഒരു മയിലിനവിടെ കയറാൻ വയ്യ എന്നുണ്ടോ?

ദേവാലയം അടച്ചിരിക്കുകയായിരുന്നു. എന്നാൽ അവൻ ജനാലയുടെ അഴിയിലൂടെ അകത്തേക്കു പറന്നു. ഉള്ളിൽ കയറി. അവിടെ കിടന്നു. കണ്ണടച്ചു. പ്രാർഥിക്കാൻ തുടങ്ങി. “ദൈവമേ എന്നെ രക്ഷിക്കണേ. എന്നോടു കനിയേണമേ. എനിക്കും വാനമ്പാടിയുടെ ശബ്ദം തരണേ. അല്ലെങ്കിൽ കുയിലിന്റെയായാലും മതി. മണ്ണാത്തിപ്പുള്ളിനെപ്പോലെ പാടാൻ പറ്റിയാലും മതിയേ. എന്റെ ഇപ്പോഴത്തെ കർണകഠോരമായ ശബ്ദം മാറ്റണേ...”

പ്രാർഥിച്ചു പ്രാർഥിച്ച് അവൻ അവിടെക്കിടന്ന് ഉറങ്ങിപ്പോയി. ഉറക്കത്തിൽ അവനൊരു സ്വപ്നം കണ്ടു. അവന്റെ മുന്നിൽ ദൈവം പ്രത്യക്ഷപ്പെട്ടിരിക്കുന്നു. എന്നിട്ടു ചോദിച്ചു:

“മകനെ നിനക്കെന്താണ് ദുഃഖം?”

അവൻ അപ്പോൾ അവന്റെ ദുഃഖം വിവരിച്ചു. അപ്പോൾ ദൈവം പറഞ്ഞു:

“നീ നിനക്കില്ലാത്തതിനെപ്പറ്റി ചിന്തിച്ചാണ് ദുഃഖിക്കുന്നത്. നിനക്കുള്ളതിനെപ്പറ്റി ചിന്തിച്ചു സന്തോഷിക്കുകയാണ് വേണ്ടത്. നിനക്ക് ഞാൻ തന്നിരിക്കുന്നത് സൗന്ദര്യമാണ്. നിന്റെ പീലിയുടെ ഭംഗി മറ്റേതെങ്കിലും പക്ഷിക്കുണ്ടോ? ഇല്ല. നീ നിന്റെ ശബ്ദഭംഗിയെപ്പറ്റി ചിന്തിച്ചു വിഷമിക്കാതെ. മറിച്ച് നിനക്കു കിട്ടിയിരിക്കുന്ന സൗന്ദര്യം ലോകത്തെ കാണിച്ച് ആനന്ദിപ്പിക്കുക.”

“ഞാൻ എന്തു ചെയ്യണം ദൈവമേ?” അവൻ ചോദിച്ചു.

“നോക്ക്. നിനക്ക് നിന്റെ പിടകളെ കാണുമ്പോൾ സന്തോഷം തോന്നുന്നില്ലേ? അവരെ ആകർഷിക്കാൻ നീ നൃത്തം ചെയ്യുക. നിന്റെ നൃത്തം അവരെ മാത്രമായിരിക്കില്ല സന്തോഷിപ്പിക്കുക. മനോഹരമായ പീലികൾ വിടർത്തി നീ നടത്തുന്ന നൃത്തം മനുഷ്യരേയും ആഹ്ലാദിപ്പിക്കും. അവർ നിന്നെപ്പറ്റി കഥകളെഴുതും. കവിതകളെഴുതും. നീ അങ്ങനെ ലോകപ്രശസ്തനാകും. എന്താ അതു

പോരേ?" ദൈവം അവനോട് അങ്ങനെ പറഞ്ഞു. അവന് അതുകേട്ട് തൃപ്തിയായി.

"മതി മതി. അതുമതി." അവൻ സമ്മതിച്ചു. ദൈവം അപ്രത്യക്ഷനായി.

വെളുപ്പിന് അവൻ ഉണർന്നു. താൻ ദേവാലയത്തിലാണ് കിടക്കുന്നതെന്ന് അപ്പോൾ ആണ് അവൻ ഓർത്തത്. അവൻ സ്വപ്നത്തെപ്പറ്റിയും ഓർത്തു. അവനു സന്തോഷമായി. അവൻ തന്റെ ശബ്ദഭംഗിയെപ്പറ്റി ചിന്തിക്കാതായി.

അന്നു പകൽ കുറച്ചു തീറ്റ തിന്നു കഴിഞ്ഞപ്പോൾ അവൻ പിടകൾക്കടുത്തുനിന്നു നൃത്തം വച്ചു. ആദ്യമായായിരുന്നു ഒരു മയിൽ നൃത്തം ലോകത്തു നടക്കുന്നത്. അതുകണ്ട് അവന്റെ പിടകൾ സന്തോഷിച്ചു. ആ വഴി നടന്നുവന്ന മനുഷ്യരോ അവിടെനിന്ന് നൃത്തം കണ്ട് ആഹ്ലാദിച്ചു. അവർ ഗ്രാമങ്ങളിൽചെന്ന് മയിലിന്റെ നൃത്തത്തെപ്പറ്റി പ്രശംസിച്ചു.

ആ മയിൽ അങ്ങനെ പ്രശസ്തനായി. ലോകത്തെ മയിലുകളെല്ലാം അതോടെ നൃത്തം തുടങ്ങി. അവർ ഒരിക്കലും അവരുടെ ശബ്ദത്തെപ്പറ്റി പിന്നീട് സങ്കടപ്പെടുകയുമുണ്ടായില്ല.

86

കൊടുത്താൽ കൊല്ലത്തും കിട്ടും!

അടി തെറ്റിയാൽ ആനയും വീഴും. അപ്പോൾ പിന്നെ ഉറുമ്പിന്റെ കാര്യം പറയണോ. ഉറുമ്പും വീഴും. വീണു. അക്കഥയാണ് ഇക്കഥ. ഉറുമ്പ് എങ്ങനെയാണു വീണതെന്നോ? ഉറുമ്പ് ഒരു മരത്തിലായിരുന്നു. ഇലകളിലൂടെ നടക്കുകയായിരുന്നു. ഉറുമ്പ് ശ്രദ്ധിച്ചേ നടക്കൂ. അന്നും അങ്ങനെയാണ് നടന്നിരുന്നത്. പക്ഷേ എപ്പോഴോ എങ്ങനെയോ അന്നൊരു ദിവസം ഉറുമ്പിന്റെ കാലുതെറ്റി. കാലുതെറ്റിയതും നിലതെറ്റി. പിടിവിട്ടു. ഉറുമ്പ് താഴേക്കു വീണു. താഴേയ്ക്ക്. അതിവേഗം താഴേക്ക് വീണതോടെ ഉറുമ്പിനു തലകറങ്ങി.

താഴെ നിലമായിരുന്നില്ല. വെള്ളമായിരുന്നു. അതെന്താണങ്ങനെയെന്നോ? മരം നിന്നത് ഒരു കുളക്കരയിലായിരുന്നു. കുളത്തിലേക്കു ചാഞ്ഞായിരുന്നു. അതിനാൽ ഉറുമ്പ് താഴേക്കു താഴേക്കു വീണുവീണ് അവസാനം പ്ധും! കുളത്തിലെ വെള്ളത്തിലേക്കു വീണു. അയ്യോ! അതു കിടന്നു പിടച്ചു. വെള്ളം കുടിച്ചു. നീന്തി. നീന്തിയിട്ടും നീന്തിയിട്ടും കരകാണാതെ കുഴഞ്ഞു. അയ്യയ്യോ ഇനി ചാവുകയേ ഉള്ളൂ. ഉറുമ്പ് അങ്ങനെ കരുതി.

എന്നാൽ അതിനു ചാകേണ്ടി വന്നില്ല. വെള്ളത്തിൽ വീണു വിഷമിക്കുന്ന ഉറുമ്പിനെ കണ്ട് ഒരു പ്രാവിനു ദയ തോന്നി. പ്രാവ് മരത്തിലിരിക്കുകയായിരുന്നു. ഇരുന്നു കുറുങ്ങുകയായിരുന്നു. ഒരു പ്രാവിൻപാട്ട് പാടുകയായിരുന്നു. അവൾ പാട്ടുനിർത്തി. മരത്തിൽ നിന്നും ഒരില പറിച്ചെടുത്തു. ചുണ്ടുകൊണ്ട് അത് എടുത്ത് കുളത്തിൽ ഉറുമ്പിനരികിലേക്കിട്ടു കൊടുത്തു.

എന്തൊരു ഭാഗ്യം. ഉറുമ്പ് ഇലയിൽ കയറിയിരുന്നു. മുകളിലേക്കു നോക്കി. ഇല പറിച്ചിട്ടിട്ടു നോക്കിയിരിക്കുന്ന പ്രാവിനെ കണ്ടു. ഉറുമ്പ് ഒരു കൈ പൊക്കി. പ്രാവ് അതുകണ്ട് തലയാട്ടി. ഉറുമ്പ് ഇലയിലിരുന്നു. നന്നായി ശ്വാസമെടുത്തു. അൽപ്പനേരം ആശ്വസിച്ചു. വിശ്രമിച്ചു. അപ്പോഴൊരു കൊച്ചു കാറ്റുവീശി. കാറ്റിലിളകി ഇല നീങ്ങി. കുളത്തിന്റെ കരയിലടുത്തു. ഉറുമ്പ് കരയിലേക്കിറങ്ങി. ദൈവത്തിനു സ്തുതി. പ്രാവിനു സ്തുതി. ജീവൻ തിരിച്ചു കിട്ടി. രക്ഷപ്പെട്ടു. ഉറുമ്പ് സന്തോഷത്തോടെ കരയിലൂടെ ഓടി.

ഓടുന്നതിനിടയിൽ അവനൊന്നു മരത്തിലേക്കു നോക്കി. രക്ഷകനായ പ്രാവ് അവിടെത്തന്നെ ഇരിപ്പുണ്ട്. പാടുന്നുമുണ്ട്. പക്ഷേ ഉറുമ്പിന് അതുകണ്ടു സന്തോഷിക്കാൻ അവസരം കിട്ടിയില്ല. എന്താ കാരണം? ഉറുമ്പ് മരച്ചുവട്ടിലേക്കു നോക്കി. അവിടെ ഞെട്ടിക്കുന്ന ഒരു കാഴ്ച കണ്ടു. അവിടെ നിൽക്കുന്നു കാലൻ. കാലന്റെ രൂപത്തിൽ വേടൻ. കൈയിൽ വില്ലും അമ്പും. അമ്പ് വില്ലിൽ തൊടുത്ത് പ്രാവിനെ ഉന്നംവച്ച് അമ്പ് എയ്തുവിടാൻ പോവുകയാണ് കാട്ടാളൻ.

ഉറുമ്പ് പിന്നെ ഒന്നും ആലോചിച്ചില്ല. ഒറ്റച്ചാട്ടം. ഒറ്റ ഓട്ടം. ഒറ്റ നിമിഷംകൊണ്ട് വേടന്റെ കാലിൽ കയറി. വേടൻ അമ്പ് എയ്തുവിട്ട നിമിഷം ഉറുമ്പിന്റെ കടി കാലിൽ. വേടൻ വേദനകൊണ്ടു പുളഞ്ഞു. അമ്പിന്റെ സ്ഥാനം തെറ്റി. ഉന്നം തെറ്റി. അമ്പ് സ്ഥാനം മാറി മരക്കമ്പുകളിൽ തട്ടി താഴെ വീണു. ആ ശബ്ദം കേട്ടു പ്രാവ് തിരിഞ്ഞുനോക്കി. വേടനെ കണ്ടു. വില്ലു കണ്ടു. വേടന്റെ കാലിലിരുന്നു കടിക്കുന്ന ഉറുമ്പിനേയും കണ്ടു.

പ്രാവ് ചിറകു വിടർത്തി. പറന്നു രക്ഷപ്പെട്ടു. പറന്നു പോകുന്നതിനിടെ അത് നന്ദി നന്ദി എന്നു പറഞ്ഞു. നന്ദി ഉറുമ്പിന്. വേടനല്ല.

വേടൻ കുനിഞ്ഞു. തന്നെ കടിച്ച ഉറുമ്പിനെ ഞെക്കിക്കൊല്ലാനായി കൈ നീട്ടി. ആ നിമിഷം ഉറുമ്പു കടിവിട്ടു. കാലിലെ പിടിയും വിട്ടു. കരിയിലയിൽ ചാടി അടിയിലൊളിച്ചു.

വേടന് ദേഷ്യം വന്നു. മരത്തിലെ പ്രാവും പോയി. കാലിലെ ഉറുമ്പും പോയി. എല്ലാം പോയി. അയാൾ ദേഷ്യപ്പെട്ടു നടന്നും പോയി.

അന്ന് ഉറുമ്പിനും പ്രാവിനും ഒരു കാര്യം മനസിലായി. കൊടുത്താൽ കൊല്ലത്തും കിട്ടും. കൊടുത്താലെ കിട്ടൂ. ചിലപ്പോൾ ഉടൻ കിട്ടും. ചിലപ്പോൾ പിന്നെ കിട്ടും. എന്തായാലും കിട്ടും കിട്ടും കിട്ടും!

87

അധ്വാനസദനം

ഒരിടത്തൊരു ഗ്രാമമുണ്ടായിരുന്നു. അവിടെ ഒരാൾ മാത്രം സമ്പന്നനായിരുന്നു. മറ്റുള്ളവരൊക്കെ സാധാരണക്കാരും. ചിലർ ദരിദ്രർ. ചിലർ ദരിദ്രരല്ലെങ്കിലും സമ്പന്നരായിരുന്നില്ല. തട്ടിമുട്ടി ജീവിക്കുന്നവർ മാത്രമായിരുന്നു അവർ. ഗ്രാമത്തിലെ സമ്പന്നനും ഒരിക്കൽ ദരിദ്രനായിരുന്നു. പക്ഷേ അയാൾ അധ്വാനശീലനായിരുന്നു. കഷ്ടപ്പെട്ടു പണിയെടുക്കുന്നവൻ. പൊന്നു വിളയുന്ന മണ്ണായിരുന്നു ആ ഗ്രാമത്തിലേത്. അയാൾ അതിൽ പണിചെയ്തു. ഫലം കൊയ്തു. അങ്ങനെ ഏറെനാൾകൊണ്ട് സമ്പന്നനുമായി.

വിയർപ്പൊഴുക്കിയാലെ ഫലം കിട്ടൂ. എന്തു ജോലിയും ചെയ്യാൻ തയാറാകണം. മടി അപകടമാണ്. ആനന്ദിച്ചു വേണം പണി ചെയ്യാൻ. ഇങ്ങനെയൊക്കെ അയാൾ മറ്റുള്ളവരെ ഉപദേശിച്ചിരുന്നു. എന്നാൽ ആ ഗ്രാമവാസികളാരും അയാളുടെ ഉപദേശം ഗൗനിച്ചില്ല. സമ്പന്നനായ അയാളോട് അവർക്ക് അസൂയയായിരുന്നു. അകൽച്ചയായിരുന്നു.

ഇവരെ ഒരു പാഠം പഠിപ്പിക്കണം. അദ്ദേഹം നിശ്ചയിച്ചു. അധ്വാനത്തിനു ഫലം കിട്ടും. മടിയന്മാർക്ക് ഫലം അനുഭവിക്കാനാവില്ല. ആ പാഠം മറക്കാനാകാത്തവിധം പഠിപ്പിക്കണം. അതിനൊരു പരിപാടി അദ്ദേഹം ആലോചിച്ചു കണ്ടെത്തി. അക്കാര്യം പക്ഷേ ആരോടും പറഞ്ഞില്ല എന്നു മാത്രം.

ഏതാനും ദിവസങ്ങൾ കഴിഞ്ഞു. ഒരു പുതിയ ദിവസം പുലർന്നു. അന്നു രാവിലെ തന്നെ ചിലർ അവിടെ ഒരു കാഴ്ച കണ്ടു. ഗ്രാമത്തിലൂടെയുള്ള നാട്ടുവഴിയുടെ നടുവിലൊരിടത്ത് ഒരു കീറി

പ്പറിഞ്ഞു പഴകിയ പെട്ടി കിടക്കുന്നു. വൃത്തികെട്ട പെട്ടി. എടുത്തെറിയേണ്ട പെട്ടി. ആരോ വേണ്ടാഞ്ഞിട്ട് വലിച്ചെറിഞ്ഞതാണെന്നേ തോന്നൂ. അത് വഴിനടപ്പിനു തടസമായിട്ടവിടെ കിടന്നു.

അതിരാവിലെ പാലുകാരി അതിലെ നടന്നുചെന്നു. പെട്ടി കണ്ടു. കണ്ടമട്ടു കാണിക്കാതെ നടന്നുപോയി. പിന്നെ വന്നത് രണ്ടു മൂന്നു കൃഷിക്കാരായിരുന്നു. പാടം കൊയ്യുന്നതിന്റെ കാര്യവും സംസാരിച്ച് അവർ നടന്നുപോയി. പെട്ടി കണ്ടിട്ടും കാണാത്ത മട്ടിൽ കടന്നുപോയി. പിന്നെ വന്നത് പൂജാരിയായിരുന്നു. അദ്ദേഹം മൂക്കും പൊത്തി പെട്ടിയിൽനിന്നും കഴിയുന്നത്ര മാറികടന്നുപോയി. പിന്നെ കുറെ പണിക്കാർ വന്നു. അവരും പെട്ടി കണ്ടു. "ഓ, അതേതോ തെണ്ടി എറിഞ്ഞ പെട്ടിപോലുണ്ട്." ഒരാൾ പറഞ്ഞു.

"അതിൽ തട്ടി വഴിനടപ്പുകാർ വീഴും" മറ്റൊരാൾ പറഞ്ഞു.

"മറ്റാരു വീണാലും നമുക്കെന്താ? നാം നമ്മുടെ കാര്യം നോക്കിയാൽ പോരേ?" വേറൊരാൾ അഭിപ്രായം പറഞ്ഞു.

"അതെടുത്തു വഴിയുടെ അരികിലിട്ടാലോ?" ഒരാൾ ഒരു സംശയം ചോദിച്ചു.

"വേണ്ട വേണ്ട. നമ്മളെന്തിനു കൂലിയില്ലാത്ത ജോലി ചെയ്യണം. നാട്ടുവഴി. ആരാന്റെ പെട്ടി. നമുക്കതിലെന്തു കാര്യം." ഒരാൾ ഇടപെട്ടു.

അങ്ങനെ സംസാരിച്ച് അവർ കടന്നുപോയി. ഉച്ചയായപ്പോൾ ചന്ത പിരിഞ്ഞു. വന്നവരെല്ലാം അതിലെ പോയി. വൈകുന്നേരം ജോലികഴിഞ്ഞു പോകുന്നവരും പോയി. എല്ലാവരും പെട്ടി കണ്ടു. വഴിയുടെ നടുവിൽ തടസമായി കിടന്ന പീറപ്പെട്ടി കണ്ടു. പക്ഷേ ആരും അതിൽ തൊട്ടതേയില്ല.

നേരം സന്ധ്യയാകാറായി. അപ്പോൾ ഗ്രാമത്തിലെ ഇടയച്ചെറുക്കൻ അതുവഴി അവന്റെ ആടുകളുമായി വന്നു. മേയാൻ വിട്ട ആടുകളേയും തെളിച്ച് വരുകയായിരുന്നു അവൻ. രാവിലെ മുതൽ അധ്വാനിച്ചു തളർന്നായിരുന്നു വരവ്. എന്നിട്ടും വഴിയുടെ നടുക്കു തടസമായി കിടന്ന പെട്ടി കണ്ട് അവൻ നിന്നു.

"അയ്യോ ഇത്ര വലിയ പെട്ടി ആരാണ് ഈ വഴിയരികിലേക്കിട്ടത്. ഇതിൽ കാലുതട്ടി വല്ല അമ്മൂമ്മമാരോ അപ്പൂപ്പന്മാരോ വീഴും. വീണു കാലൊടിയും."

അങ്ങനെ പറഞ്ഞുകൊണ്ട് അവൻ പെട്ടി പൊക്കിയെടുത്തു. വഴിയരികിലേക്ക് എടുത്തുവയ്ക്കാനായിരുന്നു അവന്റെ പരിപാടി. പെട്ടി പൊക്കിയതും അതിനു താഴെ ഒരു സഞ്ചികിടക്കുന്നത് അ

വൻ കണ്ടു. സഞ്ചിയുടെ മുകളിൽ ഒരു കത്തും കുത്തിവച്ചിരുന്നു. അവൻ കത്തെടുത്തു തുറന്നു.

അത് ഗ്രാമത്തിലെ സമ്പന്നന്റെ കത്തായിരുന്നു. "ഈ പെട്ടി വഴിയുടെ നടുക്കുനിന്ന് എടുത്തുമാറ്റുന്നവനുള്ള സമ്മാനം സഞ്ചിയിലുണ്ട്. സ്വീകരിക്കൂ. ഈ വിവരം നാട്ടുകാരെ അറിയിക്കുകയും ചെയ്യാൻ അപേക്ഷ." അതായിരുന്നു കത്തിലെഴുതിയിരുന്നത്.

ഇടയൻ സഞ്ചി തുറന്നുനോക്കി. അതിൽ നിറയെ സ്വർണാഭരണങ്ങളും വെള്ളി ആഭരണങ്ങളുമായിരുന്നു!

ഇടയച്ചെറുക്കൻ പെട്ടിയെടുത്ത് വഴിവക്കിലെ കാടുപിടിച്ചു കിടന്ന ഭാഗത്തിട്ടു. സഞ്ചിയും കഴുത്തിൽ തൂക്കി നടന്നു. സഞ്ചി കണ്ടവരൊക്കെ കാര്യം തിരക്കി. ഇടയച്ചെറുക്കൻ വിവരം പറഞ്ഞു. അങ്ങനെ ആ കഥ നാട്ടുകാരറിഞ്ഞു.

ഇടയച്ചെറുക്കൻ കുറച്ച് ആഭരണങ്ങൾ വിറ്റു പണം വാങ്ങി. നല്ല ഒരു വീടു വച്ചു. കുറെ ആടുകളേയും വാങ്ങി. അവയ്ക്കുള്ള ആലയും അടുത്തു പണിതു. വീടിന്റെ ഭിത്തിയിൽ എല്ലാവരും കാണത്തക്കവണ്ണം വീട്ടുപേരുമെഴുതി. "അധ്വാനസദനം."

ആ വീട് ആ നാട്ടുകാരെ അധ്വാനത്തിന്റെയും സേവനത്തിന്റെയും പാഠം നിരന്തരം പഠിപ്പിച്ചു. അങ്ങനെ അവർ സാവധാനം അധ്വാനശീലരായി മാറി.

88

കൊക്കാകാൻ പോയ കാക്ക

പണ്ടുപണ്ടൊരു കാക്ക ഒരു കൊക്കിനെ കണ്ടു. കണ്ടതും കണ്ണെടുക്കാതെ നോക്കിനിന്നു. നിന്നുനിന്ന് അതിശയിച്ചു. അസൂയപ്പെട്ടു. ഈ കൊക്കിന് എന്തൊരു വെളുപ്പ്. വെളുപ്പിന്റെ വെളുപ്പ്. എന്തൊരു ഭംഗി. പക്ഷിയായാൽ ഇങ്ങനെയിരിക്കണം. വെളുവെളുത്ത് വെളിച്ചത്തെപ്പോലും നാണിപ്പിക്കുന്നത്ര വെളുപ്പിൽ തിളങ്ങണം. കാക്ക അസൂയപ്പെട്ടുനിന്നു. പിന്നെ ആ വെളുപ്പിന്റെ രഹസ്യമറിയാൻ നേരിട്ടു കൊക്കിനോടുതന്നെ ചോദിച്ചു. “ചേട്ടാ, ചേട്ടനെങ്ങനെയാണ് ഇങ്ങനെ വെളുവെളാ വെളുത്തിരിക്കുന്നത്?”

കൊക്കിന് അതുകേട്ട് അതിശയം. താനിത്ര വെളുത്തിട്ടാണോ? ആണെങ്കിലും അതിലിത്ര കാര്യമുണ്ടോ? നേരം വെളുത്താൽ ഇരുളുംവരെ പാടത്തെ കറുത്തചെളിയിലും കലക്കവെള്ളത്തിലും കഴിഞ്ഞ് വയർ നിറയാതെ വിഷമിക്കുന്നവനാണ് താൻ. ഈ വെളുപ്പുണ്ടായാലെന്താണാവോ ഗുണം. എന്തായാലും ഒരു കാക്കയെങ്കിലും തന്നെ പുകഴ്ത്തിയല്ലോ. നന്നായി. കൊക്ക് ഗമയിൽനിന്നു. ഒന്ന് ആലോചിച്ചു. എന്നിട്ടൊരു ഗുണ്ടു പൊട്ടിച്ചു. അതെ. വെറുമൊരു വെടി.

ഉത്തരമറിയാത്തപ്പോൾ അതല്ലേ വഴിയുള്ളൂ. അതിനാൽ കൊക്കു പറഞ്ഞു:

“ഞാനേയ് വെളുക്കുമ്പം കുളിക്കും. നന്നായി തേച്ചു കുളിക്കും. താളിതേച്ചു തലമുക്കി കുളിക്കും. അങ്ങനെ കുളിച്ചുകുളിച്ചു വെളുത്തു. അത്രതന്നെ.”

അതുകേട്ടു കാക്കച്ചേട്ടന് സന്തോഷമായി. അവൻ പറന്നുപോയി.

സന്ധ്യവരെ തീറ്റതിന്നു. പിന്നെ ചേക്കേറി. "ചേട്ടനെന്താ ഇന്നിത്ര ഗൗരവം. രാത്രിയായിട്ടും മിണ്ടാട്ടമില്ലല്ലോ?" കാക്കയമ്മ ചോദിച്ചു. "അതേയ് ഞാനൊരു കാര്യമോർത്തിരുന്നു പോയതാ. ഞാനൊന്നു വെളുക്കാൻ നിശ്ചയിച്ചു. അതിനായി വെളുക്കുമ്പോൾ കുളിക്കാനും നിശ്ചയിച്ചു." കാക്ക മറുപടി പറഞ്ഞു.

അതുകേട്ടു കാക്കയമ്മ അത്ഭുതപ്പെട്ടു ചോദിച്ചു.

"കാക്ക കുളിച്ചാൽ കൊക്കാകുമോ?"

"എന്താ ആയാൽ? കൊക്കിനു മാത്രമേ വെളുത്തിരിക്കാവൂ എന്ന് ആരാ പറഞ്ഞത്?" കാക്കച്ചേട്ടന് അതു ചോദിച്ചപ്പോൾ ദേഷ്യവും വന്നു. കാക്കയമ്മ മിണ്ടിയില്ല. വെറുതെ വഴക്കടിക്കേണ്ട. കറുത്തിരുന്നാലെന്താ കുഴപ്പം? ഒരു കുഴപ്പവുമില്ല. പിന്നെ അങ്ങേരുടെ ഒരു പൂതി. നടക്കട്ടെ. കുളിക്കട്ടെ. വെളുക്കട്ടെ. ആർക്കു ചേതം. ഞാനൊന്നുമറിഞ്ഞില്ലേ രാമനാരായണ. കാക്കയമ്മ കണ്ണടച്ചു. അനങ്ങാതിരുന്നുറങ്ങി.

പിറ്റേന്ന് ഏഴരവെളുപ്പിനുതന്നെ കാക്കച്ചേട്ടൻ ഉണർന്നു. കാക്കയമ്മ ഉണരുംമുൻപ് പുറത്തേക്കു പറന്നു. പറന്നു പറന്ന് കായലിൽ ചാടി. തണുത്തുമരച്ചുകിടന്ന വെള്ളത്തിൽ മുങ്ങി. മുള്ളൻപായൽ പറിച്ചു മേലും തേച്ചുതേച്ച് വൃത്തിയാക്കി. താളി പറിച്ചു തലയിലും തേച്ചു. പിന്നെ ഏറെനേരം വെള്ളത്തിൽ മുങ്ങി. പൊങ്ങി. പിന്നെയും മുങ്ങി. അങ്ങനെ നേരം വെളുത്തു വെയിൽ പൊങ്ങുംവരെ കുളിച്ചു. ദേഹം തണുത്തു മരച്ചപ്പോൾ മടിച്ചുമടിച്ചു കരയ്ക്കു കയറി. വെയിലത്തുനിന്ന് ചിറകുകൾ ഉണക്കി. പിന്നെ നന്നായി നോക്കി. അൽപ്പമെങ്കിലും വെളുത്തോ? ഇല്ലേ? ഉവ്വോ? കാക്കച്ചേട്ടൻ സംശയിച്ചും ആലോചിച്ചും നേരം കളഞ്ഞു. തീറ്റതേടാൻ മറന്നുനിന്നു വെളുപ്പു നോക്കി.

പിറ്റേന്നും കാക്ക കുളി തുടർന്നു. ഏഴാംനാൾ തണുത്ത വെള്ളത്തിൽ കിടന്നപ്പോൾ തല മരച്ചു. കാലു കോച്ചി. ദേഹം തളർന്നു. ഏറെ വിഷമിച്ചു കാക്ക കരയ്ക്കു കയറി. വിറച്ചുവിറച്ചു വീട്ടിലെത്തി. കാക്കയമ്മ കാര്യമറിയാനായി പറന്നുചെന്നു. കാക്കച്ചേട്ടൻ കിടന്നു വിറയ്ക്കുന്നു. പനിച്ചു തുള്ളുന്നു. കാക്കയമ്മ പോയി മുയലുവൈദ്യനേയും കൂട്ടിവന്നു. വൈദ്യൻ പനിക്കു മരുന്നുകൊടുത്തു. കണ്ണിൽ നീറുന്ന മരുന്നുമെഴുതി. "ഇനി തണുത്ത വെള്ളത്തിൽ കിടന്നാൽ നീ ചാകും. അത്ര വലിയ പനിയാണ്. രക്ഷപ്പെടുമോ എന്നു തീർച്ചയില്ല." വൈദ്യൻ മുന്നറിയിപ്പു നൽകി.

കാക്കച്ചേട്ടൻ പനിച്ചു വിറച്ചു ബോധംകെട്ടു കിടന്നു. മുയൽ വൈദ്യൻ അവന്റെ ഒരു കാല് കൂടിനോടു ചേർത്തുകെട്ടിയിട്ടു. "ഒ

രാഴ്ച ഇവിടെ കിടക്കട്ടെ. മരുന്നു കൊടുക്ക്. പനി മാറിയിട്ടേ കെട്ടഴിക്കാവൂ." മുയൽ വൈദ്യൻ കാക്കയമ്മയോടു പറഞ്ഞു.

ഒരാഴ്ചകൊണ്ടു പനി മാറി. കാക്കയമ്മ ഭർത്താവിന്റെ കാലഴിച്ചുവിട്ടു. പക്ഷേ അവൻ അവിടെ കിടന്നതേയുള്ളു. അത്ര ക്ഷീണമായിരുന്നു. അതുമാത്രമായിരുന്നില്ല കാരണം. അത്രയും കുളിച്ചിട്ടും ഒട്ടും വെളുത്തില്ല എന്നും അവനു മനസിലായിരുന്നു. അതിന്റെ നിരാശയിലുമായിരുന്നു അവൻ.

അന്നു വൈദ്യൻ വന്നു നോക്കി. എന്നിട്ടു പറഞ്ഞു.

"ഭാഗ്യം തുണച്ചു. പനി വിട്ടു. നീ ചാകാതെ രക്ഷപ്പെട്ടു. എടാ വിഡ്ഢീ! കാക്ക കുളിച്ചാൽ കൊക്കാകില്ല. പനി പിടിച്ചു ചാകുമെന്നു മാത്രം... പിന്നെ കാക്കക്കെന്താ കുറവ്? ഒരു കുറവുമില്ല. കാക്കക്കറുപ്പിന് ഏഴഴകാണ്. കറുമ്പൻ കറുപ്പിനെ സ്നേഹിക്കണം. കറപ്പിൽ അഭിമാനിക്കണം. അല്ലാതെ വെളുക്കാനല്ല ആശിക്കേണ്ടത്."

മുയൽ വൈദ്യൻ അങ്ങനെ പറഞ്ഞ് സ്ഥലം വിട്ടു. അതോടെ കാക്കയുടെ പൂതി മാറി. അവൻ കാക്കയായി ജീവിക്കുന്നതിൽ അഭിമാനിക്കാൻ പഠിച്ചു. പിന്നെ ഇന്നുവരെ ഒരു കാക്കയും ഒരിക്കലും കൊക്കാകാൻ മോഹിച്ചിട്ടില്ല. കുളിച്ചു വെളുക്കാൻ ശ്രമിച്ചിട്ടുമില്ല.

89

രണ്ടു പെണ്ണുങ്ങളും രണ്ടു തണ്ണിമത്തനും

ഇതു രണ്ടു പെണ്ണുങ്ങളുടെ കഥയാണ്. അവരുടെ തണ്ണിമത്തനുകളുടെ കഥയുമാണ്. ഇനി ആ ചൈനീസ് കഥ പറയാം.

അവിടെ ഏതോ ഒരു ഗ്രാമത്തിലൊരു പാവപ്പെട്ട സ്ത്രീയുണ്ടായിരുന്നു. ഭർത്താവു മരിച്ചതോടെ അവർ ദരിദ്രയായിപ്പോയിരുന്നു. മക്കളെ വളർത്താനോ വീടു വയ്ക്കാനോ ഒന്നും അവർക്കു കഴിഞ്ഞില്ല. പല ദിവസങ്ങളും അവരും കുട്ടികളും പട്ടിണിയിലുമായിരുന്നു.

ഇങ്ങനെ കഷ്ടപ്പെട്ടു ജീവിച്ചപ്പോഴും അവർ ഒരു നല്ല സ്ത്രീയായി ജീവിച്ചു. എല്ലാവരേയും സ്നേഹിച്ചു. എല്ലാവരേയും സഹായിച്ചു. അങ്ങനെ എല്ലാവരുടെയും കണ്ണിലുണ്ണിയായി ജീവിച്ചു.

ഒരുദിവസം അവരുടെ വീടിനരികിലുണ്ടായിരുന്ന കുളത്തിലൊരു പക്ഷി വീണു. ആരോ വച്ച വെടികൊണ്ടു പരിക്കുപറ്റി വീണതായിരുന്നു. പക്ഷിയുടെ ദീനദീനമായ കരച്ചിൽ കേട്ട് ആ നല്ല സ്ത്രീ ഓടിച്ചെന്നു. പക്ഷിയെ വെള്ളത്തിൽനിന്നും എടുത്തു. സ്വന്തം ഉടുപ്പിൽ പൊതിഞ്ഞു പിടിച്ച് ചിറകുണക്കി. അപ്പോഴായിരുന്നു അവർ പക്ഷിയുടെ മേലുള്ള മുറിവു കണ്ടത്. അവർ മുറിവിൽ മരുന്നു പുരട്ടി. പക്ഷിക്കു വെള്ളവും തീറ്റയും നൽകി. അതിന് ചൂടു കിട്ടാൻ കമ്പിളിയിൽ പൊതിഞ്ഞ് ഒരു കൂട്ടിൽ കിടത്തി. അങ്ങനെ ഒന്നുരണ്ടാഴ്ച അവർ പക്ഷിയെ ശുശ്രൂഷിച്ചു. അതോടെ പക്ഷിയുടെ മുറിവുണങ്ങി. അതിന്റെ ക്ഷീണവും മാറി. അതിനു പറക്കാറായി.

ആ നല്ല സ്ത്രീ അപ്പോൾ ആ പക്ഷിയെ ആകാശത്തേക്കു പറത്തിവിട്ടു. പക്ഷി അത്യാഹ്ലാദത്തോടെ പറന്നുപോയി. എന്നാൽ

ഏതാനും ദിവസങ്ങൾ കഴിഞ്ഞപ്പോൾ ആ പക്ഷി പിന്നെയും ആ വീട്ടിലേക്കു പറന്നുചെന്നു. നമ്മുടെ നല്ല സ്ത്രീ മുറ്റത്തിരിക്കുകയായിരുന്നു. ചുണ്ടിലിരുന്ന ഒരു വിത്ത് അവരുടെ കൈകളിലേക്കിട്ടു. ആ അമ്മ പക്ഷിയെ തലോടി. സ്നേഹം അറിയിച്ചു. തലോടൽ കിട്ടിക്കഴിഞ്ഞപ്പോൾ പക്ഷി പറന്നുംപോയി.

പക്ഷി പോയപ്പോൾ അവർ എഴുന്നേറ്റു. കൈയിലിരുന്ന വിത്ത് തിരിച്ചും മറിച്ചും പരിശോധിച്ചു. ഏതോ പച്ചക്കറിവിത്താണെന്നേ അവർക്കു മനസിലായുള്ളൂ. എന്തെങ്കിലുമാകട്ടെ. മുറ്റത്തരികിലെ പച്ചക്കറിത്തോട്ടത്തിൽ കുഴിച്ചിടാം. അവർ നിശ്ചയിച്ചു. അവർ തോട്ടത്തിലൊരു കുഴിയുണ്ടാക്കി. അതിൽ വിത്തു കുഴിച്ചിട്ടു.

ആ വിത്തു മുളച്ചു ചെടിയായി. ചെടി അതിവേഗം വളർന്നു. ആയമ്മ അതിന് എന്നും വെള്ളമൊഴിച്ചു. അതിനെ തലോടി ഓമനിച്ചു. ഇടയ്ക്കിടെ വളവുമിട്ടു. അതിനാൽ ചെടി കുതിച്ചു വളർന്നു. സ്നേഹവളത്തിൽ തഴച്ചുവളർന്നു.

അതിലൊരു വലിയ തണ്ണിമത്തനുണ്ടായി. അതുവരെ ആരും കാണാത്തത്ര വലിയ തണ്ണിമത്തൻ.

തണ്ണിമത്തൻ വലിയ ബലൂൺപോലെ വലുതായി. അതിന്റെ പുറത്ത് ചിത്രപ്പണികൾപോലെ മഞ്ഞുനിറം തെളിഞ്ഞു. തണ്ണിമത്തൻ കാണുമ്പോഴൊക്കെ ആയമ്മയുടെ മനം തെളിഞ്ഞു. തന്റെ പ്രിയപ്പെട്ട പക്ഷിക്കൂട്ടുകാരനെപ്പറ്റിയുള്ള ഓർമ തെളിഞ്ഞു.

ഒരുദിവസം വീട്ടിലൊന്നും തിന്നാനില്ലാതായി. കടം വാങ്ങി മടുത്തിരിക്കുകയുമായിരുന്നു. ഇനി ആരോടു കടം ചോദിക്കും. ആയമ്മ ആശയോടെ അടുക്കളത്തോട്ടത്തിലേക്കു നോക്കി. തണ്ണിമത്തൻ നല്ല പാകമായി കിടന്നുവിളിക്കുന്നു. അവർ ഓടിച്ചെന്നു. തണ്ണിമത്തൻ പറിച്ചു. വീടിനുള്ളിലേക്ക് എടുത്തുവച്ചു. എന്തൊരു ഭാരം. എത്ര വലുപ്പം. അവർ സന്തോഷത്തോടെ തണ്ണിമത്തൻ മുറിച്ചു. അതിനെ രണ്ടു കഷണങ്ങളാക്കി. കഷണങ്ങൾ മാറിക്കിടന്നപ്പോൾ അകത്തുനിന്നും എന്തോ പുറത്തേക്കു ചാടി. കിലുകിലുവെന്ന് ശബ്ദമുണ്ടാക്കി നിലത്തുവീണു. അവർ നോക്കി. നിലംനിറയെ സ്വർണ്ണക്കഷണങ്ങൾ. അല്ലല്ല; ചെറുതും വലുമായിട്ടുള്ള സ്വർണവിത്തുകൾ!

അവർ അവയിലൊന്നെടുത്തു നോക്കി. എത്ര മനോഹരമായ വിത്ത്. തനി തങ്കംതന്നെ. നല്ല വലുപ്പം. ഭാരവും! ആയമ്മയ്ക്ക് സന്തോഷം കൊണ്ടു കണ്ണുനിറഞ്ഞു. അവർ നിലത്തുകിടന്നു നമസ്കരിച്ചു. കണ്ണീരോടെ പ്രാർഥിച്ചു. ദൈവത്തിനു നന്ദി പറഞ്ഞു. പ

ക്ഷിയെ സ്മരിച്ചു. പിന്നെ ഒരു വലിയ ചാക്കെടുത്തു. സ്വർണവിത്തുകൾ അതിലിട്ടു കെട്ടി കുടിലിന്റെ മൂലയിൽ സൂക്ഷിച്ചു.

പിന്നെ അവർ അതിൽ കുറെയെടുത്തു വിറ്റു. ആ പണം കൊണ്ടൊരു വീടുവച്ചു. വീടിനു വേണ്ട സാധനങ്ങൾ വാങ്ങി. മക്കൾക്ക് ഉടുപ്പും കോട്ടുമൊക്കെ വാങ്ങി. പുസ്തകങ്ങളും വാങ്ങി. അവരെ സ്കൂളിലും ചേർത്തു. അങ്ങനെ സമ്പന്നയായിട്ടും അവർ നാട്ടുകാരെ മറന്നില്ല. നാട്ടുകാർക്കു ചെയ്യാവുന്ന സഹായങ്ങൾ ചെയ്തു. പാവപ്പെട്ടവരെ നന്നായി സഹായിക്കുകയും ചെയ്തു. അങ്ങനെ നാട്ടുകാരുടെ കണ്ണിലുണ്ണിയായിത്തന്നെ തുടർന്നും ജീവിച്ചു.

എന്നാൽ അവരുടെ അയൽക്കാരിയായി ഒരു സ്ത്രീയുണ്ടായിരുന്നു. ഒരു താടക. അവരൊരു ക്രൂരയും അസൂയക്കാരിയുമായിരുന്നു. ആർക്കും നല്ലതു വരരുതേ എന്ന് പ്രാർഥിക്കുന്നവൾ. ആരേയും സ്നേഹിക്കാൻ കഴിയാത്തവൾ. അവർക്ക് അയൽക്കാരിയുടെ ഭാഗ്യത്തിൽ അസൂയയായി. തനിക്കും കിട്ടണം കുറെ സ്വർണവിത്തുകൾ. തനിക്കും പണിയണം ഒരു പുതിയ വീട്. അതായി അവരുടെ വാശി. അതിനെന്താണൊരു വഴി. തന്റെ കിണറ്റിലൊരു വെടികൊണ്ട പക്ഷി വീഴുന്നില്ലല്ലോ. അവർ കുറെ ദിവസങ്ങൾ കാത്തിരുന്നു. ഇല്ല. ഒരു പക്ഷിക്കും വെടിയേൽക്കുന്നില്ല. ഒന്നിന്റെയും കാലൊടിയുന്നില്ല. നാശം! അവരുടെ ക്ഷമ നശിച്ചു.

അവർ പുറത്തിറങ്ങി. അടുത്തുണ്ടായിരുന്ന കുറ്റിക്കാട്ടിൽ ഒളിച്ചിരുന്നു. ഒളിച്ചിരുന്ന് ഒരു പക്ഷിയെ പിടിച്ചു. പക്ഷി കിടന്നു കരഞ്ഞതൊന്നും അവർ ഗൗനിച്ചില്ല. അവർ തന്നെ പക്ഷിയുടെ രണ്ടു കാലുകളും തല്ലി ഒടിച്ചു! പരിക്കേറ്റ പക്ഷിയെ ശുശ്രൂഷിക്കേണ്ടേ? പരിക്കേറ്റതിനെ കിട്ടിയില്ലെങ്കിൽ പിന്നെ ഒന്നിനെ പിടിച്ച് പരിക്കേൽപ്പിക്കുകതന്നെ. ക്രൂരയായ ആ സ്ത്രീയുടെ ചിന്ത അതായിരുന്നു.

രണ്ടു കാലും ഒടിഞ്ഞപ്പോൾ പക്ഷി പ്രാണവേദനയോടെ കിടന്നു കരഞ്ഞു. അവരതൊന്നും ഗൗനിച്ചില്ല. അവർ പക്ഷിയുടെ രണ്ടു കാലിലും മരുന്നു വച്ചുകെട്ടി. പക്ഷിയെ ഒരു കൂട്ടിലിട്ടു. അതിൽ കുറച്ചു തീറ്റയും വെള്ളവും വച്ചു കൂടടച്ചു കുറ്റിയിട്ടു. കരയുന്ന പക്ഷിയെ കരുണയോടെ ഒന്നു നോക്കാനോ അതിനെ സ്നേഹപൂർവം ഒന്നു തലോടാനോ പോലും ആ താടക തയാറായില്ല. പകരം അവർ തന്റെ 'വീരകൃത്യങ്ങൾ' നാട്ടിൽ പറഞ്ഞുനടന്നു. താനൊരു പരിക്കുപറ്റിയ പക്ഷിയെ പരിചരിക്കുകയാണെന്നു പറഞ്ഞുനടന്നു.

ഒന്നുരണ്ടാഴ്ച പക്ഷി അതിനെ ഇട്ടിരുന്ന കൂട്ടിൽ കിടന്നു നരകയാതന അനുഭവിച്ചു. വല്ലപ്പോഴും കിട്ടിയിരുന്ന തീറ്റ തിന്നും വെള്ളം കുടിച്ചും ജീവിച്ചു. അവസാനം അതിന്റെ കാലുകൾ ശരിയായി. അപ്പോൾ ആ ക്രൂരയായ സ്ത്രീ അതിനെ പുറത്തേക്കു തുറന്നുവിട്ടു. "പോയി തണ്ണിമത്തൻ കുരു കൊണ്ടുവന്നു തന്നോ. അല്ലെങ്കിൽ ഞാനിനിയും പിടിച്ചു കാലൊടിക്കും." അങ്ങനെ ഒരു മുന്നറിയിപ്പും അവർ അപ്പോൾ പക്ഷിക്കു കൊടുത്തു!

എന്നിട്ടവർ കാത്തിരുന്നു. ഒരുദിവസം കഴിഞ്ഞു. രണ്ടു ദിവസങ്ങൾ കഴിഞ്ഞു. പല ദിവസങ്ങൾ കഴിഞ്ഞു. പക്ഷി തിരിച്ചുചെന്നില്ല. ആയമ്മയ്ക്ക് കലി വന്നു. തണ്ണിമത്തൻ വിത്തു കൊണ്ടുവന്നില്ലെങ്കിൽ ഞാൻ ഈ നാട്ടിലെ സകല പക്ഷികളുടെയും കാലു തല്ലിയൊടിക്കും. അവർ ക്ഷോഭിച്ചു വിളിച്ചു പറഞ്ഞു.

ഒരാഴ്ചകൂടി കഴിഞ്ഞപ്പോൾ ഒരു പക്ഷി അങ്ങോട്ടു പറന്നു ചെന്നു. ആ സ്ത്രീയുടെ കൈയിലൊന്നും വിത്തിടാൻ അതു തയാറായില്ല. പകരം ഒരു വിത്ത് മുറ്റത്തിട്ടിട്ട് പറന്നുപോയി. മുറ്റത്തെങ്കിൽ മുറ്റത്ത്. ഒരു വിത്തുകൊണ്ടുവന്നു തന്നല്ലോ. എന്നെ സ്നേഹിക്കാനൊന്നും ഒരു പക്ഷിയും വരേണ്ട. എനിക്ക് ഒന്നിനേയും ഓമനിക്കാനും നേരമില്ല. അവർ അങ്ങനെ ഒരു തമാശ പറഞ്ഞ് കുലുങ്ങിച്ചിരിച്ചു. പിന്നെ പക്ഷി ഇട്ടിട്ടുപോയ വിത്തെടുത്തു. അവരുടെ അടുക്കളത്തോട്ടത്തിൽ കുഴിച്ചിട്ടു.

ആ വിത്തും മുളച്ചു. വളർന്നു. പൂവിട്ടു. അതിലും ഉണ്ടായി ഒരു വലിയ തണ്ണിമത്തൻ. അമ്പട! എന്തൊരു വലിപ്പം. താടകയമ്മയ്ക്കു സന്തോഷമായി. കഴിഞ്ഞ അഞ്ചെട്ടുമാസം നാടു മുഴുവൻ നടന്നു കടം വാങ്ങിയിട്ടുണ്ട്. വാങ്ങിയ കാശൊക്കെ പൊടിപൊടിച്ചു കളഞ്ഞിട്ടുമുണ്ട്. എല്ലാവരോടും സ്വർണ വിത്തു നൽകാമെന്നാണ് പറഞ്ഞിരിക്കുന്നത്. എന്തായാലും രക്ഷപ്പെട്ടു. തണ്ണിമത്തൻ ഉണ്ടായല്ലോ. അതും വളരെ വലുത്. അയൽക്കാരിക്കുണ്ടായതിലും വലുത്. താടകയമ്മയ്ക്ക് തലക്കനം വന്നുതുടങ്ങി. അവളൊരു കൊച്ചു വീടല്ലേ വച്ചുള്ളൂ. നോക്കിക്കോ. ഞാനൊരു വലിയ വീടുതന്നെ വയ്ക്കും. ഒരു നാലുനില മാളിക പണിയും.

താടകയമ്മ അങ്ങനെ മനോരാജ്യം കണ്ടിരുന്നു. ഒരുദിവസം തണ്ണിമത്തൻ പാകമായി. താടകയമ്മ നോക്കി. എടുത്താൽ പൊങ്ങാത്തത്ര വലുതാണ്. പക്ഷേ പുറത്ത് ചിത്രപ്പണി ഒന്നുമില്ല. പകരം വൃത്തികെട്ട പാടുകൾ മാത്രം. വളഞ്ഞുപുളഞ്ഞു നീങ്ങുന്ന പാമ്പിനെപ്പോലെ കുറെ വരകൾ! അതെന്തെങ്കിലുമാകട്ടെ. തണ്ണിമത്തൻ പാകമായല്ലോ. ഇനി എടുത്ത് മുറിയിൽ കൊണ്ടുപോയി വയ്ക്കാം.

ആരും കാണാതെ മുറിച്ചാൽ മതി. സ്വർണവിത്തുകൾ പുറത്തുചാടുമ്പോൾ നാട്ടുകാരാരും അടുത്തുവേണ്ട.

ആയമ്മ തണ്ണിമത്തൻ എടുത്ത് വീടിനുള്ളിലെ മുറിയിൽ വച്ചു. വീടിന്റെ ജനാലകളും വാതിലുകളും അടച്ചുകുറ്റിയിട്ടു. എന്നിട്ട് ഒരു കത്തിയെടുത്തു. തണ്ണിമത്തനെ കൃത്യം രണ്ടു കഷണങ്ങളായി മുറിച്ചുമാറ്റി.

പെട്ടെന്ന് അതിനകത്തുനിന്നും പുറത്തേക്ക് പാമ്പുകൾ ചാടാൻ തുടങ്ങി. ഒന്നല്ല. രണ്ടല്ല. നൂറോളം പാമ്പുകൾ. വെറും പാമ്പുകളുമല്ല. വിഷപ്പാമ്പുകൾ. അവർ ചാടിച്ചെന്ന് ആയമ്മയുടെ മുഖത്തും കണ്ണിലും കാലിലും കൈയിലുമൊക്കെ കൊത്തി. ദേഹം പൊതിഞ്ഞു. അവർ കിടന്നു നിലവിളിച്ചു. പക്ഷേ അത് ആരും കേട്ടതേയില്ല. ജനാലകളും വാതിലുകളും അടച്ചിരിക്കുകയായിരുന്നില്ലേ.

അവർ അവിടെ മരിച്ചുവീണു. ശരീരം മുഴുവൻ വിഷം കയറി നീലിച്ചിരുന്നു. പാമ്പുകൾ വീടിനുള്ളിലൂടെ ഇഴഞ്ഞുനടന്നു. വീട്ടിൽ താമസം തുടങ്ങി. പിന്നെ പറമ്പിലും താമസമാക്കി. പാമ്പുകളെ പേടിച്ച് നാട്ടുകാർ അങ്ങോട്ടു കയറിയതേയില്ല. ആ പറമ്പ് അങ്ങനെ വിജനമായി കിടന്നു. കാടു കയറി. വീട് നിലംപൊത്തി. പറമ്പ് വലിയ കാടായി. പാമ്പിൻകാടെന്ന പേരിൽ പ്രസിദ്ധമായി. താടകയമ്മയുടെ അത്യാഗ്രഹത്തിന്റെ കഥ ഒരു നാടൻ കഥയായി. നാട്ടുകാർ കുട്ടികൾക്ക് ആ കഥ പറഞ്ഞുകൊടുക്കാനും തുടങ്ങി. അത്യാഗ്രഹത്തിന്റെ ആപത്ത് എന്തെന്ന് പഠിപ്പിക്കാനായിരുന്നു അവർ ആ കഥ പറഞ്ഞുകൊടുത്തത്.

90

ആന കൊടുത്ത ശിക്ഷ

ആനക്കഥകൾ അനേകമുണ്ട്. ഇതാ ഒരു കഥ. എല്ലാ കൊച്ചു കുട്ടികളും ഇഷ്ടപ്പെടുന്ന കഥ.

കഥ കഥപോലെ പറയാം. ഒരിടത്തൊരിടത്ത് ഒരു ആനയുണ്ടായിരുന്നു. നല്ല ഒരു ആന. ആ നല്ല ആനയ്ക്ക് നല്ല ആനക്കാരനുമുണ്ടായിരുന്നു. നാട്ടിലെ അമ്പലമൈതാനത്തായിരുന്നു ആനയുടെ താമസം. അവിടെ ഒരു മരത്തിൽ അവനെ ആനക്കാരൻ തളയ്ക്കും. തിന്നാൻ വേണ്ടത്ര പനയോലയും നൽകും. വൈകിട്ടുവരെ അവൻ പനയോല തിന്നും. പിന്നെ മൈതാനത്തുനിന്നു മണ്ണു വാരി തലയിലും ദേഹത്തും ഇടും. അതുകണ്ടു നാട്ടുകാർ ചിരിക്കും. എന്തിനാ ഇങ്ങനെ മണ്ണിൽ കുളിക്കുന്നത്! കുട്ടികൾ ആനച്ചേട്ടനോടു ചോദിക്കും. അപ്പോൾ അവൻ തല കുലുക്കും. പിന്നെയും മണ്ണിൽ കുളിക്കും. അവന് വലിയ ഉഷ്ണമാണ്. അതിനാണ് മണ്ണ് ദേഹത്തിടുന്നത്. അക്കാര്യം ആനക്കാരൻ എല്ലാവരോടും പറഞ്ഞുകൊടുക്കും.

അങ്ങനെ നാട്ടുകാരെ രസിപ്പിച്ചു ജീവിച്ച അവൻ നാട്ടുകാരുടെ കണ്ണിലുണ്ണിയായി. എന്നും രാവിലെ ആനക്കാരൻ ചങ്ങല അഴിക്കും. ആനപ്പുറത്തു കയറും. നടക്കടാ മോനേ എന്നു പറയും. പറയും മുമ്പ് അവൻ നടക്കും. കുളിക്കാനുള്ള യാത്ര അങ്ങനെ തുടങ്ങും. അമ്പലപ്പറമ്പിൽനിന്നും അര നാഴിക ദൂരമുണ്ട് പുഴക്കടവിലേക്ക്. അവൻ നാട്ടുവഴിയിലൂടെ നടക്കും. സാവധാനമേ നടക്കൂ. നിന്നും നടന്നും പിന്നെയും നിന്നും. അങ്ങനെ ആടിക്കുലുങ്ങി ആനന്ദിച്ചായിരുന്നു ആ ആനനട. വഴിയിൽ നിൽക്കുന്നവരെയൊക്കെ

അവൻ നോക്കും. ആരു കൈ ഉയർത്തിക്കാണിച്ചാലും അവിടെ നിൽക്കും. ഉയർന്ന കൈകകളിൽ എന്തെങ്കിലും തീറ്റ കാണുമെന്ന് അവനറിയാമായിരുന്നു. ശർക്കര ഉണ്ടകൾ, തേങ്ങാപ്പൂളുകൾ, പഴങ്ങൾ, കട്ടപ്പായസം, കരിമ്പ്... എന്തായാലും ആനച്ചേട്ടന് ഇഷ്ടമായിരുന്നു. തീറ്റ കൊടുത്തവരെ അവൻ തുമ്പിക്കൈ പൊക്കി അഭിവാദ്യം ചെയ്യും. അവർക്കു തുമ്പിക്കൈയിൽ തലോടാൻ നിന്നുകൊടുക്കും. അങ്ങനെ നാട്ടുകാരുടെ സ്നേഹം വാങ്ങി, നാട്ടുകാർക്കു സ്നേഹം കൊടുത്ത്, അവൻ നടക്കും.

അപ്പോൾ ആനക്കാരൻ മുകളിലിരുന്ന് അവനോടു പറയും: "നാട്ടുകാർ കൊഞ്ചിച്ചു കൊഞ്ചിച്ച് ചെറുക്കനെ വഷളാക്കി." അതു കേൾക്കുമ്പോൾ അവനൊന്നു കുലുങ്ങും. ആനക്കാരനെ കുലുക്കിയിടാനൊന്നുമല്ല. ഒരു സന്തോഷത്തിന്. ചിലപ്പോൾ തുമ്പിക്കൈ പൊക്കി ആനക്കാരനെ ഒന്നു തലോടും. പിന്നെയും നടക്കും.

സ്നേഹത്തിന്റെ ഈ എഴുന്നള്ളത്ത് പാതി വഴിയാകുമ്പോൾ അവനൊന്നു നിൽക്കും. അവിടെ വഴിയോരത്തെ തയ്യൽക്കടയിലെത്തുമ്പോഴായിരുന്നു ആ നിൽപ്പ്. തയ്യൽക്കാരൻ അവന്റെ വലിയ സുഹൃത്തായിരുന്നു. അയാൾ ഒരു പടല പഴം എന്നും കരുതിയിരുന്നു. ചില ദിവസം ഏത്തപ്പഴം. ചില ദിവസം പൂവൻ പഴം. ചിലപ്പോൾ ഞാലിപ്പൂവൻ. അല്ലെങ്കിൽ പടറ്റി. അഥവാ പാളയംതോടൻ. തയ്യൽക്കാരൻ ഓരോ പഴവും അവന്റെ വായിൽ വച്ചുകൊടുക്കും. അവൻ സന്തോഷത്തോടെ മുഴുവൻ പഴങ്ങളും തിന്നും. പിന്നെ തയ്യൽക്കാരന്റെ തലയിൽ തുമ്പിക്കൈ വയ്ക്കും. സന്തോഷം പ്രകടിപ്പിക്കും. പിന്നെ നടന്നുപോകും. ഇതായിരുന്നു പതിവ്.

പതിവുപോലെ ഒരുദിവസം ആനക്കുട്ടൻ തയ്യൽക്കടയുടെ അരികിലെത്തി. നിന്നു. എന്നാൽ അന്ന് തയ്യൽക്കാരൻ പഴം കരുതിയിരുന്നില്ല. ആന തുമ്പിക്കൈ നീട്ടിയപ്പോൾ തയ്യൽക്കാരന് ഒരു കുസൃതി തോന്നി. ഇന്ന് ഇവനെ ഒന്നു പറ്റിക്കാം. അങ്ങനെ തീരുമാനിച്ച് അയാൾ സൂചിയെടുത്ത് ആനക്കുട്ടന്റെ തുമ്പിക്കൈയുടെ അറ്റത്ത് ഒരു കുത്തുകുത്തി. പെട്ടെന്ന് സൂചി വലിച്ചെടുത്തു. കൈകളും മാറ്റി. എല്ലാം ഒരുനിമിഷം കൊണ്ടു കഴിഞ്ഞു. ആനക്കാരൻ പോലും അറിയാതെ കഴിഞ്ഞു.

ആനയ്ക്ക് വല്ലാതെ വേദനിച്ചു. തുമ്പിക്കൈയുടെ അറ്റത്ത് ചോരയും പൊടിഞ്ഞു. എന്നിട്ടും ആന ദേഷ്യപ്പെട്ടില്ല. വേദനിച്ച മട്ടേ കാണിച്ചില്ല. ഒന്നും സംഭവിക്കാത്ത മട്ടിൽ അവൻ മുന്നോട്ടു നടന്നു. അവന്റെ ഉള്ളിൽ പക്ഷേ സങ്കടം നിറഞ്ഞിരുന്നു.

പഴം തന്നില്ലെങ്കിൽ സാരമില്ലായിരുന്നു. പക്ഷേ കുത്തി നോ

വിച്ചത് സഹിക്കാൻ കഴിയുന്നില്ല. ഒരിക്കലും ഒരാളും ഒരു കൂട്ടുകാരനോടും ചെയ്യരുതാത്ത തെറ്റാണ് തയ്യൽക്കാരൻ ചെയ്തത്. സാരമില്ല. സഹിക്കാം. തയ്യൽക്കാരൻ ഒരു ക്ഷമപോലും പറഞ്ഞുമില്ല. തന്നെ കുത്തിനോവിച്ചിട്ടു ചിരിക്കുകയായിരുന്നു. അതാണ് ഏറ്റവും അസഹനീയം. ആന അങ്ങനെയൊക്കെ ഓർത്തു. അതിവേഗം പുഴയിലെത്തി. പുഴയിലിറങ്ങി തണുത്ത വെള്ളത്തിൽ കിടന്നു. അങ്ങനെ സങ്കടം മാറ്റി.

ഉപ്പു തിന്നുന്നവൻ വെള്ളവും കുടിക്കണം. തെറ്റു ചെയ്യുന്നവൻ ശിക്ഷയും വാങ്ങണം. കുളിക്കുമ്പോൾ ആന അങ്ങനെയൊക്കെ ചിന്തിച്ചു. എന്നാൽ അവൻ അവന്റെ ചിന്തകളൊന്നും ആനക്കാരനോടു പങ്കുവച്ചില്ല. പതിവുപോലെ കുളിച്ചു. കരയ്ക്കുകയറി. തിരിച്ചു നടന്നു.

നടന്നുനടന്ന് തയ്യൽക്കടയുടെ മുന്നിലെത്തി. പെട്ടെന്ന് അവനവിടെ നിന്നു. തയ്യൽക്കാരൻ തിരക്കിലാണ്. ഇരുന്നു തയ്ക്കുന്നു. ചുറ്റും തുണിക്കെട്ടുകൾ. പുറകിൽ ഉടുപ്പുകൾ. പുതിയ ഉടുപ്പുകൾ തയ്ച്ചിട്ടിരിക്കുന്നു. തയ്യൻക്കാരൻ തല ഉയർത്തിനോക്കി. അതാ ആന മുന്നിൽ. അവൻ തന്നെത്തന്നെ നോക്കിനിൽക്കുന്നു. എന്താണാവോ അവന്റെ ഭാവം. തയ്യൽക്കാരൻ പേടിച്ചു.

പെട്ടെന്ന് ആന തുമ്പിക്കൈ ഉയർത്തി. കടയിലേക്ക് നീട്ടി. നീട്ടിയതും തുമ്പിക്കൈയിൽനിന്നും വെള്ളം പുറത്തേക്ക് ചീറ്റി. വലിയ ഒരു കുഴലിൽനിന്നും ചീറ്റുംപോലെ. നല്ല ശക്തിയായി വെള്ളം പുറത്തേക്ക് പാഞ്ഞു. തയ്യൽക്കാരനെ കുളിപ്പിച്ചു. കടയിലെ തുണികൾ മുഴുവൻ വെള്ളത്തിൽ കുതിർന്നു. തയ്യൽയന്ത്രത്തിൽ വരെ വെള്ളമായി. എല്ലാം കണ്ണടച്ചു തുറക്കുന്ന നിമിഷം കൊണ്ടു കഴിഞ്ഞു.

തയ്യൽക്കാരൻ ചാടി എഴുന്നേറ്റു. അപ്പോഴും ആന മുന്നിലുണ്ട്. തുമ്പിക്കൈ ഉയർന്നുതന്നെ നിൽക്കുന്നുമുണ്ട്. വെള്ളം ചീറ്റുന്നതുനിന്നു എന്നു മാത്രം. ആനയുടെ കണ്ണിൽ ഗൗരവം. തയ്യൽക്കാരൻ വിരണ്ടു. ശരിക്കും പേടിച്ചു. അയാളുടെ മുട്ടുകൾ കൂട്ടിമുട്ടി. അയാൾ കൈകൾ കൂപ്പി. ആനയെ തൊഴുതു പറഞ്ഞു : "ചെയ്ത തെറ്റിന് മാപ്പു ചോദിക്കുന്നു. ഇനി അങ്ങനെ ചെയ്യുകയില്ല. എന്നെ ഉപദ്രവിക്കരുതേ."

അതുകേട്ടതും ആന തുമ്പിക്കൈ താഴ്ത്തി. വഴിയിലേക്ക് തിരിഞ്ഞു. പിന്നെ തിരിഞ്ഞുപോലും നോക്കാതെ ഒറ്റ നടത്തം. മൈതാനത്തു ചെന്നിട്ടേ അവൻ നിന്നുള്ളൂ.

തയ്യൽക്കാരന് ശിക്ഷ കിട്ടിയ വിവരം പെട്ടെന്ന് നാടു മുഴുവൻ

അറിഞ്ഞു. നാട്ടുകാർ ആനയുടെ അടുത്തേക്ക് ഒഴുകി. എല്ലാവരും കൈനിറയെ കാഴ്ചകളും കരുതിയിരുന്നു. പഴം മുതൽ പനയോല വരെ. ശർക്കരയും ചക്കരയും കരിമ്പിൻ തണ്ടുംവരെ. അവർ അവരുടെ ആനയ്ക്ക് അങ്ങനെ അന്ന് നല്ല സദ്യ കൊടുത്തു. അതോടെ അവൻ ശാന്തനായി.

91

രാപ്പാടിയുടെ പാട്ട്

പണ്ടുപണ്ട് ചൈനയിലൊരു രാജാവുണ്ടായിരുന്നു. നല്ല ഒരു രാജാവ്. രാജാവ് ഉത്സാഹിയായിരുന്നു. ഓടിനടന്നു പ്രജകളുടെ ക്ഷേമം നോക്കിയിരുന്ന രാജാവ്. എപ്പോഴും ചിരിച്ചിരുന്ന സ്നേഹസമ്പന്നൻ. എന്നാൽ കുറേനാൾ കഴിഞ്ഞപ്പോൾ രാജാവിനെന്തോ ഉത്സാഹം പോയി. ചിരി പോയി. എപ്പോഴും എന്തോ ദുഃഖം. ഒന്നും ചെയ്യാൻ തോന്നാതെ രാജാവ് ഒരുദിവസം ജനാലയ്ക്കരികിലിരിക്കുകയായിരുന്നു. അപ്പോൾ എവിടെനിന്നോ ഒരു പാട്ട് ഒഴുകിവന്നു. ഇളം കാറ്റിനോടൊത്ത് കുളിരുപോലൊരു പാട്ട്. അത് രാജാവിന്റെ ചെവിയിലെത്തി. ഉള്ളിലെത്തി. രാജാവിനതു കേട്ടപ്പോൾ കുളിരു കോരിയിട്ടു. അദ്ദേഹത്തിനപ്പോൾ വലിയ സന്തോഷം തോന്നി. ആശ്വാസം തോന്നി. അദ്ദേഹം ചെവി വട്ടംപിടിച്ചിരുന്നു. പാട്ട് ഒഴുകിയൊഴുകി വന്നു. പാട്ടിന്റെ ശബ്ദം കൂടി വന്നു. പുഴയൊഴുകും പോലൊരു പാട്ടിന്റെ അമൃതധാര. അത് രാജാവിന് അത്യധികമായ ആഹ്ലാദവും ആശ്വാസവും നൽകി. അന്ന് പാതിരാത്രിവരെ ആ പാട്ട് നീണ്ടുനിന്നു. രാജാവതു കേട്ടിരുന്നു.

ആരാണാ പാട്ടുകാരൻ? അയാളെ കണ്ടെത്തി കൊണ്ടുവരുക. പിറ്റേന്ന് രാജാവ് കൽപ്പിച്ചു. സേവകർ നാലുചുറ്റും പാഞ്ഞു. നാടായ നാടൊക്കെ തേടി. തേടിത്തേടി നടന്നു. ഒടുവിൽ ഒരു വൈകുന്നേരം ഒരു സംഘം പട്ടാളക്കാർ അടുത്തൊരു കാട്ടിൽ ആ പാട്ടുകാരനെ കണ്ടു. കാട്ടിൽ ഒരു മരക്കൊമ്പിലിരുന്ന് എല്ലാം മറന്ന് പാടുകയായിരുന്നു അവൻ. ഒരു രാപ്പക്ഷി. രാപ്പാടി. നൈറ്റിംഗേൽ.

പട്ടാളക്കാർ പക്ഷിയുടെ അടുത്തുചെന്നു. നിലത്തുനിന്നു. പക്ഷിയെ വിളിച്ചു. കാര്യം പറഞ്ഞു.

“പ്രിയ രാപ്പാടീ. നിന്റെ പാട്ടുകേട്ടതോടെ രാജാവ് സന്തോഷവാനായിരിക്കുന്നു. അദ്ദേഹം ചിരിക്കാൻ തുടങ്ങിയിരിക്കുന്നു. രാജാവ് നിന്നെ കൊട്ടാരത്തിലേക്കു ക്ഷണിക്കുന്നു. വരൂ. പാടൂ. രാജാവിനെ സന്തോഷിപ്പിക്കൂ രാജ്യത്തെ രക്ഷിക്കൂ.”

രാപ്പാടി സമ്മതിച്ചു. പട്ടാളക്കാരുടെ പുറകെ പറന്നു. അന്നു വൈകുന്നേരത്തോടെ കൊട്ടാരത്തിലെത്തി. അന്നു വൈകിട്ട് കൊട്ടാരത്തോട്ടത്തിലിരുന്ന് രാപ്പാടി രാത്രി മുഴുവൻ പാടി. ആ പാട്ടു കേട്ടു രാജാവ് ആഹ്ലാദിച്ചു. എല്ലാം മറന്നിരുന്ന് അദ്ദേഹം പാട്ടിൽ മുഴുകി. ആ പാട്ടിൽ രാജ്യം മുഴുവൻ ഉണർന്നു. ഉത്സാഹത്തോടെ പാട്ട് രസിച്ചു. ആനന്ദിച്ചു.

രാജാവ് ഉടൻതന്നെ ഒരു സ്വർണക്കൂടു പണിയിച്ചു. അതിലൊരു സ്വർണവടി പിടിപ്പിച്ചു. പക്ഷിക്കിരുന്നു പാടാനായിരുന്നു ആ പാലം. ആ കൂട്ടിൽ രാപ്പാടിയെ പാർപ്പിച്ചു. രാപ്പാടി അതിലിരുന്ന് എന്നും പാടി. രാജാവും രാജ്യവും അതുകേട്ട് ആനന്ദിച്ചു. ആശ്വസിച്ചു. ഉത്സാഹം വീണ്ടെടുത്തു.

രാപ്പാടിക്കു കൂട്ടിൽ കഴിയുന്നത് ഇഷ്ടമായിരുന്നില്ല. രാജാവിനും രാജ്യത്തിനും വേണ്ടി അത് ആ ത്യാഗം സഹിക്കുകയായിരുന്നു.

കാലം കുറെ കഴിഞ്ഞു. എന്നോ ഒരു നാൾ ആരോ ഒരാൾ രാജാവിനൊരു കൃത്രിമപ്പക്ഷിയെ കൊണ്ടുചെന്നു കൊടുത്തു. ചൈനയിലെവിടെയോ ഏതോ ഒരു കളിപ്പാട്ടവിദഗ്ധനുണ്ടാക്കിയതായിരുന്നു അത്. കീ കൊടുത്താൽ പാടുന്ന പക്ഷി! രാപ്പാടി പാടും പോലെ പാടുന്ന കൃത്രിമപ്പക്ഷി. രാജാവിന് ആ കളിപ്പാട്ടം ഇഷ്ടമായി. ഒരു കൊച്ചുകുട്ടിയെപ്പോലെ അദ്ദേഹം അതിനെ ഓമനിച്ചു. അതിനു കീ കൊടുത്തു. അതിന്റെ പാട്ടിൽ ലയിച്ചു. ജീവനുള്ള രാപ്പാടിയെ മറന്നു. അതിന്റെ പാട്ടു കേൾക്കാൻ ചെവി കൊടുത്തതേയില്ല.

കൂട്ടിലെ കിളിക്കു സങ്കടമായി. തന്റെ സ്വാതന്ത്ര്യം തന്നെ വേണ്ടെന്നുവച്ച് ഈ തടവറയിൽ താമസിച്ച് താൻ പാടുകയായിരുന്നു. ഇപ്പോൾ തന്റെ പാട്ട് ആർക്കും വേണ്ടാതായി. ഇനി താനെന്തിനിവിടെ കഴിയണം? രാപ്പാടി അങ്ങനെ ചിന്തിച്ചു. ഒരുദിവസം ഒരു ജോലിക്കാരൻ കൂടു തുറന്നപ്പോൾ രാപ്പാടി പറന്നു പുറത്തിറങ്ങി. പിന്നെ കാട്ടിലേക്കു തിരിച്ചുപോയി. രാജാവ് പക്ഷേ അത് ഗൗനിച്ചതേയില്ല.

കുറെ ദിവസങ്ങൾ കഴിഞ്ഞു. പെട്ടെന്ന് ഒരുദിവസം രാജാവിന്റെ കളിപ്പാട്ടം കേടായി. പാടാതായി. ഉടൻ നന്നാക്കുന്നവർ എത്തി. അതു നന്നാക്കി. പക്ഷേ പിന്നീട് അത് ശരിക്കും പാടാതായി. പാട്ടിൽ കലർപ്പ്. കിതപ്പ്. പതർച്ച. പറപറപ്പ്. സ്വരത്തിൽ അപസ്വരം. അതുകേട്ട് രാജാവ് ഞെട്ടി. നാട്ടുകാർ ചെവി പൊത്തി. നന്നാക്കാനറിയാവുന്നവർ പിന്നെയുമെത്തി. നന്നാക്കി. പറപറപ്പും പതർച്ചയും

കുറച്ചു മാറി. പക്ഷേ മുഴുവൻ മാറിയില്ല. പാട്ട് രാപ്പാടിയുടേതല്ലാതായി. രാജാവ് ദുഃഖിതനായി. രോഗിയായി. അതിനിടെ വീണ്ടും കളിപ്പാട്ടം പാടാതെയുമായി.

"അതിനി നന്നാക്കേണ്ട. എനിക്കാ പാട്ടു കേൾക്കേണ്ട." രാജാവ് കൽപ്പിച്ചു. രാജാവിന്റെ രോഗം കൂടിവന്നു. രാജാവ് മരിക്കും. മരിക്കാൻ പോകുന്നു. നാട്ടുകാർ സങ്കടപ്പെട്ടു. രാജാവ് മരണക്കിടക്കയിൽ ദുഃഖിതനായി കിടന്നു. മരണം കാത്തുകിടന്നു. അപ്പോൾ ഒരു വൈകുന്നേരം കൊട്ടാരവളപ്പിലെ പൂന്തോട്ടത്തിൽ നിന്നൊരു പാട്ട് ഒഴുകിയെത്തി. പുഴയൊഴുകുംപോലെ. ഇളംകാറ്റിലൊഴുകിയൊഴുകിയെത്തിയ ആ പാട്ട് രാജാവിനെ തഴുകി. തലോടി. രാജാവിന്റെ ഉള്ളിലേക്കു കയറി. ആത്മാവിൽ നിറഞ്ഞു. രാജാവ് പുളകംകൊണ്ടു. പുഞ്ചിരിച്ചു. അദ്ദേഹത്തിന് പെട്ടെന്നൊരുണർവ് ഉണ്ടായി. രോഗം പേടിച്ചു മാറി. രാജാവ് ശാന്തനായി. പാട്ടുകേട്ടു കിടന്നു.

അത് ആ രാപ്പാടിയായിരുന്നു. രാജാവിന്റെ അസുഖവിവരമറിഞ്ഞപ്പോൾ തോട്ടത്തിലിരുന്നു പാടുകയായിരുന്നു. അന്നു രാത്രി മുഴുവൻ അതു പാടി. രാജാവ് രാത്രി മുഴുവൻ പാട്ടുകേട്ടു കിടന്നു. രാവിലെ രാപ്പാടി നിശ്ശബ്ദനായി. രാജാവ് ശാന്തനായി ഉറങ്ങി.

അങ്ങനെ ആ മാസം കഴിഞ്ഞു. എന്നും രാത്രി രാപ്പാടി പാടും. രാജാവ് കേൾക്കും. രാജ്യം മുഴുവൻ കേൾക്കും. പകൽ പാട്ടുനിൽക്കും. രാജാവുറങ്ങും. അത് സംഗീത ചികിത്സയായിരുന്നു. രാപ്പാടിക്കു മാത്രം കഴിയുന്ന ചികിത്സ. മ്യൂസിക് തെറാപ്പി. അങ്ങനെ രാജാവിന്റെ രോഗം മാറി.

ഒരു വൈകുന്നേരം രാജാവ് ഉത്സാഹഭരിതനായി പൂന്തോട്ടത്തിലെത്തി. രാപ്പാടിയെ നേരിട്ടുകണ്ടു. നന്ദി പറഞ്ഞു. എന്റെ പ്രിയപ്പെട്ട ചങ്ങാതീ നിന്റെ ചികിത്സ ഫലിച്ചു. നന്ദി. നന്ദി. ഞാനിനി സ്വർണക്കൂടുണ്ടാക്കില്ല. നിന്നെ കൂട്ടിലടയ്ക്കില്ല. നീ ഈ രാജ്യത്ത് സ്വതന്ത്രനായി ജീവിക്കൂ. പാടൂ. പാട്ടു വേണ്ടവർക്കൊക്കെയായി പാടൂ. സന്തോഷത്തോടെ ജീവിക്കൂ.

രാജാവ് രാപ്പാടിയെ പോകാനനുവദിച്ചു. അത് പാടിക്കൊണ്ട് പറന്നു. പറന്നുകൊണ്ട് പാടി. ആകാശം നിറയെ പാട്ടും നിറച്ച് അത് കാട്ടിലേക്കു പറന്നുപോയി.

ആ രാജാവ് ആ നാട്ടിൽ പിന്നീട് അനേകകാലം ആഹ്ലാദത്തോടെ ജീവിച്ചു. നാടു ഭരിച്ചു.

92

ആനയെ വിഴുങ്ങിയ അടയ്ക്കാക്കിളി

അണ്ണാൻ വാ പൊളിച്ചാൽ ആനയോളം വരുമോ? വരും. അടയ്ക്കായോളം മാത്രം വലുപ്പമുള്ള അടയ്ക്കാക്കിളിക്ക് ആനയെ വിഴുങ്ങാമെങ്കിൽ പിന്നെ എന്താണ് നടക്കാത്തത്. ഓ അതൊരു നോൺസെൻസ് കഥയാണ് എന്ന് ആരും പറയേണ്ട. കഥയിലെന്തിനു സെൻസും നോൺസെൻസും തിരക്കുന്നു. കഥ കഥയാണ്. അതു കേട്ടു രസിക്കാനുള്ളതാണ്. വായിച്ചും രസിക്കാനുള്ളത്. അതിനാൽ ആ അടയ്ക്കാക്കുരുവിയുടെ കുസൃതികൾ ഇതാ. വായിച്ചു രസിച്ചോളൂ.

പണ്ടു പണ്ടു നടന്ന കഥയാണ് ഈ കഥയും. കൃത്യമായ കാലമോ ദിവസമോ ഒന്നും ചോദിക്കരുത്. അത്ര പഴയകാലത്ത് ഒരുദിവസം ഒരു അടയ്ക്കാക്കുരുവി അതിരാവിലെ ഉണർന്നു. എന്താണെന്നറിയില്ല. എന്തുകൊണ്ടാണെന്നുമറിയില്ല. അന്ന് ആ കൊച്ചുകിളിയുടെ കൊച്ചു വയറിനൊരെരിച്ചിൽ. ഒരു കത്തൽ. വയറ്റിലൊന്നുമില്ലാത്തതിന്റെ വലിയ വിഷമം. അതോ വയറ്റിൽ വല്ല ഭൂതമോ കുട്ടിച്ചാത്തനോ കയറിയിരുന്നതോ. എന്തായാലും അടയ്ക്കാക്കിളി അയ്യോ എന്നുംപറഞ്ഞ് പുറത്തേക്കൊരു ചാട്ടം. ഒരു ഓട്ടം.

ഓടിച്ചെന്നതെന്തിന്റെ മുന്നിലാണെന്നോ? ഒരു വലിയ കൊമ്പനാനയുടെ. അവന്റെ പുറത്തിരിക്കുന്ന ആനപ്പാപ്പാന്റെ. ആന ആനയല്ലേ. അത്ര വലുതല്ലേ. അവൻ അടയ്ക്കാക്കുരുവിയെ കണ്ടില്ല. അല്ലെങ്കിൽ കണ്ട മട്ടുകാണിച്ചില്ല. എന്നാൽ ആനപ്പാപ്പാൻ കണ്ടു. കാണാതിരിക്കുന്നതെങ്ങനെ? ഇത്രേം വല്യ ആനയേയും നടത്തി

ഒരു ഇടുങ്ങിയ നടപ്പുവഴിയെ വരുമ്പോൾ ഒരു പേടിയുമില്ലാതെ, ഒരു ശങ്കയുമില്ലാതെ, വെറും ഒരു അടയ്ക്കായോളം വരുന്ന ഒരു കുഞ്ഞൻകിളി വഴി തടഞ്ഞു നിന്നാൽ ആനപ്പാപ്പാൻ കാണേണ്ടേ? അത്ഭുതപ്പെടേണ്ടേ?

അടയ്ക്കാക്കിളിയുടെ ചിലകൂടി കേട്ടപ്പോൾ ആനപ്പാപ്പാൻ ചിരിച്ചുപോയി. ചിലച്ചുകൊണ്ട് ആ കാന്താരിക്കിളി ചോദിച്ചു:

"ആനപ്പാപ്പാനേ, പൊന്നുപാപ്പാനെ, എന്റെ വയറ്റിൽ തീ കത്തുന്നു. വിശപ്പിന്റെ എരിപൊരിത്തീ. അതൊന്നണയ്ക്കാൻ എന്തെങ്കിലും കൈയിലുണ്ടോ? ആനയ്ക്കുവേണ്ടി കരുതിയ പഴക്കുലയോ പനയോലയോ ആയാലും മതിയേ."

ആനപ്പാപ്പാൻ അതുകൂടി കേട്ടതോടെ ആനപ്പുറത്തിരുന്നു കുലുങ്ങിച്ചിരിച്ചു. അയാൾ കുലുങ്ങിയപ്പോൾ ആനയും കുലുങ്ങി. ചങ്ങലയും കുലുങ്ങി. കുലുങ്ങിക്കുലുങ്ങി ചിരിച്ചു കുഴഞ്ഞ് ആനപ്പാപ്പാൻ അടയ്ക്കാക്കിളിയെ കളിയാക്കി പറഞ്ഞു:

"എന്റെ വലിയ കിളിയേ! നിന്റെ വലിയ വയറിനു പറ്റിയതൊന്നും എന്റെ കൈയിലില്ല. പനയോല പാവം ആന തിന്നു. പഴക്കുല അവൻ വിഴുങ്ങി. പഴഞ്ചോറ് ഞാനും ഉണ്ടു. ഇനി പിന്നെയുള്ളത് ഈ 'ചെറിയ' ആനേം ഉറുമ്പോളമുള്ള ഞാനും മാത്രം. അത്ര വലിയ വിശപ്പാണേൽ ഞങ്ങളേത്തന്നെ അങ്ങു വിഴുങ്ങിക്കോ കിളിക്കുട്ടീ."

ആനപ്പാപ്പാൻ അത്രയും പറഞ്ഞ് വായ കൂട്ടിയതും അടയ്ക്കാക്കിളി ചാടിച്ചെന്നു അടയ്ക്കായോളം വരുന്ന വായ പൊളിച്ച് ബ്ലും! ഒറ്റ വിഴുങ്ങ്. ഒറ്റ വിഴുങ്ങലിന് പാപ്പാനും ആനയും ചങ്ങലയും മണിയും ഒക്കെ അടയ്ക്കാക്കിളിയുടെ വയറ്റിലായി.

ഹൊ എന്നാലെങ്കിലും അടയ്ക്കാക്കിളിയുടെ വയറ്റിലെ വിശപ്പിന്റെ തീ കെട്ടോ. ഇല്ല! അതല്ലേ അത്ഭുതം. അടയ്ക്കാക്കിളി വയറ്റിലൊന്നും കയറിയേ ഇല്ലാഞ്ഞ മട്ടിൽ ആ വഴിയിലൂടെ മുന്നോട്ട് ഓടി. അല്ല പറന്നു. പറന്നാലും ഓടിയാലും അതൽപ്പം വേഗത്തിലായിപ്പോയി. ചെന്ന്ഒറ്റ മുട്ടുമുട്ടിയത് ഒരു കുട്ടിയുടെ മുട്ടിൽ. കുട്ടി നിലതെറ്റി വീണിട്ടും ചിരിയോടു ചിരി. ഒരു അടയ്ക്കാക്കിളി മുട്ടി വീണാൽ ചിരിക്കാതെന്തുചെയ്യും.

കുട്ടിയെന്നാൽ ഏതു കുട്ടിയായിരുന്നു എന്നാ വിചാരം? നമ്പൂരിക്കുട്ടി. ഉണ്ണിനമ്പൂതിരി. നാട്ടിലെ ഏറ്റവും വലിയ ജന്മി നമ്പൂതിരിയുടെ പുന്നാരപ്പുത്രൻ. നമ്പൂരിക്കുട്ടി വീണുകിടന്നു ചിരിച്ചുകൊണ്ടു ചോദിച്ചു: "എങ്ങോട്ടാണാവോ ഇത്ര തിരക്കിൽ."

അടയ്ക്കാക്കിളിയെ കളിയാക്കിയായിരുന്നു ചോദ്യമെങ്കിലും

അതൊന്നും ശ്രദ്ധിക്കാൻ അദ്ദേഹത്തിനു നേരമില്ലായിരുന്നല്ലോ. വിശപ്പല്ലേ വിശപ്പ്. തീ വിശപ്പ്.

ആനയേയും പാപ്പാനേയും വിഴുങ്ങിയിട്ടും തിരാത്ത വിശപ്പ്. അതിനാൽ കിളി തല ഉയർത്തി ചിലച്ചു ചോദിച്ചു:

"ഉണ്ണിനമ്പൂതിരീ, പൊന്നു നമ്പൂതിരീ, എന്റെ വയറ്റിൽ തീ. വിശപ്പിന്റെ തീ. അതൊന്നു കെടുത്താനിത്തിരി വല്ലതും കൈയിലുണ്ടോ? ത്രിമധുരമായാലും ശർക്കരപ്പായസമായാലും ഉണക്കച്ചോറിന്റെ പടപത്തായാലും മതിയേ."

ഉണ്ണിനമ്പൂതിരി കിടന്നകിടപ്പിൽ കിടന്നു ചിരിച്ചുപോയി. ചിരിച്ചുകൊണ്ട് ഒരു തമാശ പൊട്ടിച്ചു. "ത്രിമധുരവും പായസവും പടയും എന്റെ വയറ്റിലാണല്ലോ കിളിയേ. വേണമെങ്കിൽ എന്നെ വിഴുങ്ങാം."

അതു പറഞ്ഞതും അടയ്ക്കാക്കിളി വായ പൊളിച്ചതും നമ്പൂതിരിക്കുട്ടിയെ വിഴുങ്ങിയതും നിമിഷംകൊണ്ടു കഴിഞ്ഞു. എന്നിട്ടും വിശപ്പുമാറാഞ്ഞിട്ട് അടയ്ക്കാക്കിളി വഴിയിലൂടെ വീണ്ടും ഓടി.

ഇല്ലത്തെ ആനയുടെ പുറകെപോയ പാപ്പാന്റെ പുറകെ പോയ ഉണ്ണിനമ്പൂരിയെ കാണാതെ വേവലാതിപ്പെട്ട് അപ്പോൾ വല്യനമ്പൂതിരി വഴിയിലൂടെ വരുന്നുണ്ടായിരുന്നു. ഓടിച്ചെന്ന അടയ്ക്കാക്കിളി പോയി ഇടിച്ചതോ വല്യനമ്പൂതിരിയുടെ വലിയ വയറിൽ. അമ്പമ്പോ ഒരു കൊച്ചു അടയ്ക്കാക്കിളി വന്ന് ഇടിച്ചിട്ട് ഒരു ആനയിടിക്കുന്നത്ര വലിയ ഇടിയായതെങ്ങനെയെന്ന് ആലോചിച്ചുനിന്നു പരിഭ്രമിച്ചുപോയി നാട്ടിലെ രാജസ്ഥാനക്കാരനായിരുന്ന വല്യനമ്പൂതിരി. വല്യനമ്പൂതിരിയായാലും വല്ല്യ ജന്മിയായാലും ജന്മിയുടെ വല്യ വയറായാലും എനിക്കെന്താ! എനിക്കെന്റെ വയറ്റിലെ തീയല്ലേ പ്രശ്നം! ആ മട്ടിലങ്ങുനിന്ന് ഒരു ക്ഷമപോലും ചോദിക്കാതെ അടയ്ക്കാക്കിളി നേരെ കാര്യത്തിലേക്കു കടന്നു.

"വല്യ നമ്പൂരിച്ചാ, വല്യ വിശപ്പിന്റെ തീ വയറ്റിൽ കത്തിക്കാളുന്നതുകൊണ്ട് ചോദിക്കുകയാണേയ്. കൈയിലൊരു പറയരിയുടെ ചോറോ ഒരു നൂറു കദളിപ്പഴമോ ഒരു കുടം പാലോ ഒരു ഭരണി ശർക്കരയോ എന്തു കുന്തമായാലും ഉണ്ടോ? ഈയുള്ളവന്റെ വിശപ്പൊന്നു കെടുത്തിയില്ലെങ്കിൽ ഞാൻ ചാകുമേയ്."

അതുകേട്ടു നമ്പൂരിച്ചൻ കുമ്പ കുലുക്കിച്ചിരിച്ചു പറഞ്ഞു: "അതുവ്വോ. അത്ര വിശപ്പോ. എന്നാൽ ഇല്ലത്തെ ആനയെ കാണാതെ പോയില്ലായിരുന്നെങ്കിൽ അതിനെ നിനക്കു തിന്നാൻ തന്നേനേ. ഇനിയിപ്പം അത്ര വിശപ്പാണെന്നു വച്ചാൽ തിന്നോ കിളിക്കുട്ടി ഈയെന്നെ!"

വല്ല്യ നമ്പൂതിരി അതുപറഞ്ഞു തീർന്നതും പ്ലം! പ്ധും! അടയ്ക്കാക്കിളി വായ പൊളിച്ചതും നമ്പൂതിരിയെ വിഴുങ്ങിയതും നമ്പൂതിരിപോലും കാണുംമുൻപെ കഴിഞ്ഞു! കഴിഞ്ഞിട്ടോ കഴിഞ്ഞതൊന്നും കണക്കാക്കാതെ അടയ്ക്കാക്കിളി വിശന്നുപൊരിഞ്ഞ് വഴിയിലൂടെ മുന്നോട്ടുതന്നെ ഓടി.

ഇല്ലത്തെ ആനയുടെ പുറകെപോയ പാപ്പാന്റെ പുറകെപോയ ഉണ്ണി നമ്പൂരിയെ തെരഞ്ഞുപോയ വല്ല്യനമ്പൂതിരിയെ കാണാതെ പോയതിൽ വേവലാതിപ്പെട്ട് ഇല്ലത്തെ അത്തേരമ്മമാരെല്ലാംകൂടി പുറത്തുചാടി. അകത്തു മാത്രമായിരുന്നു ശീലമുള്ള ആ അമ്മമാരെല്ലാംകൂടി, അതും പറഞ്ഞ് ഇതും പറഞ്ഞ്, അവിടേം നോക്കി ഇവിടേം നോക്കി, എങ്ങും നോക്കി, ഒന്നും കാണാതെ, നടപ്പുവഴിയിലൂടെ വരുമ്പോഴുണ്ടു വഴിമാറാതെ ഒരു ഇത്തിരിപ്പോരമുള്ള അടയ്ക്കാക്കിളി ഓടിവരുന്നു. അവന്റെ മട്ടും ഭാവവും കണ്ടാലൊരു ആന വരുന്നു എന്നേ തോന്നൂ. അടയ്ക്കാ വലുപ്പം മാത്രമുള്ള ആ കിളിയുടെ വരവുകണ്ട് ആത്തേരമ്മമാർക്കു ചിരിപൊട്ടി.

എന്നാൽ ചിരി കാണാനോ നിന്നു ചിരിക്കാനോ ചിലയ്ക്കാനോ പോലുമുള്ള മനോഭാവത്തിലായിരുന്നില്ല അടയ്ക്കാക്കിളി. അവൻ അത്തേരമ്മമാരോടായി നേരെ പറഞ്ഞു:

“അമ്മമാർക്കറിയുമല്ലോ മക്കളുടെ വിശപ്പിന്റെ ശക്തി. എന്തു തിന്നിട്ടും എത്ര തിന്നിട്ടും എന്റെ വയറ്റിലെ വിശപ്പിന്റെ തീ കെടാത്തതുകൊണ്ടാ ഞാനീ നേരം വെളുത്ത നേരത്തിത്ര തിടുക്കത്തെലീ വഴിയെ ഓടിവന്നത്. നിങ്ങളുടെ കൈയിൽ പാലുണ്ടായാലും പായസമുണ്ടായാലും എടുത്തോളൂ. തന്നോളൂ. ഞാനിപ്പോൾ തന്നെ തിന്നോളാം. അങ്ങനെ ഞാനെന്റെ വിശപ്പൊന്നടക്കട്ടെ ആത്തേരമ്മമാരെ.”

അതുകേട്ട് കൂട്ടത്തിലെ തമാശക്കാരിയായ ആത്തേരമ്മ പറഞ്ഞു.

“പാലും പാൽപ്പായസവും പാലടയുമൊക്കെ തിന്നു തടിച്ച് എട്ടും പത്തും പെറ്റു മക്കളെ പോറ്റി ഇല്ലത്തു കുത്തിയിരിക്കുന്ന ഞങ്ങളെ തിന്നാൽ മതിയോ എന്റെ പുന്നാരക്കുട്ടീ, എന്നാൽ ഒന്നിച്ചു തിന്നു വിശപ്പുമാറ്റ്.”

ആത്തേരമ്മ അത്രയും പറഞ്ഞതേ അവർക്കോർമയുള്ളൂ. പിന്നെ നോക്കുമ്പോൾ അടയ്ക്കാക്കിളിയുടെ വായിൽ. അത്ര പെട്ടെന്ന് ആ കിളി ആത്തേരമ്മമാരെ പത്തിനേയും വിഴുങ്ങി. വിഴുങ്ങിയിട്ടൊന്ന് ഏമ്പക്കം പോലും വിടാൻ നിൽക്കാതെ ആ വിശപ്പുവീരൻ പിന്നെയും വഴിയിലൂടെ ഓടി. ഇല്ലത്തോടടുത്തപ്പോഴായിരുന്നു ഇല്ലത്തെ വാല്യക്കാരിയുടെ വരവ്.

ഇല്ലത്തെ ആനയുടെ പുറകെ പോയ പാപ്പാന്റെ പുറകെ പോയ ഉണ്ണിനമ്പൂതിരിയെ തേടിപ്പോയ വല്ല്യനമ്പൂതിരിയെ അന്വേഷിച്ചിറങ്ങിയ പത്താത്തേരമ്മമാരെ കാണാതെ കണ്ണീരുമൊഴുക്കി ഇല്ലത്തെ വല്ല്യ വാല്യക്കാരി വഴിയുടെ നടുവെ നടന്നു വന്നപ്പോഴുണ്ട് വഴിതടഞ്ഞോടി വരുന്നു ഒരു അടയ്ക്കയോളം മാത്രമുള്ള അടയ്ക്കാക്കിളി.

"നിനക്കെന്താ ഭ്രാന്താ? ഇങ്ങനെ മദമിളകിയ ആനയെപ്പോലെയെന്താ ഓടി വരുന്നത്?" വേലക്കാരി ചോദിച്ചു.

"ഭ്രാന്തല്ല അമ്മച്ചീ. വിശപ്പാ വിശപ്പ്. എന്തു തിന്നിട്ടും എത്ര തിന്നിട്ടും തീരാത്ത വിശപ്പ്. ആനേത്തിന്നാലും ആത്തേരമ്മമാരെ തിന്നാലും തീരാത്ത വിശപ്പ്."

അതുകേട്ട് കരച്ചിൽ മറന്നു ചിരിച്ചു വാല്യക്കാരി. എന്നിട്ടു പറഞ്ഞു.

"അതുവ്വോ. അത്ര വിശപ്പോ. എന്നാൽ എന്നേക്കൂടിയങ്ങു വിഴുങ്ങി വിശപ്പു മാറ്റിക്കോ എന്റെ കൊച്ചുകിളീ."

അവർ തമാശ പറഞ്ഞുതീരുംമുൻപ് അവരേയും വിഴുങ്ങി അടയ്ക്കാക്കിളി ഇല്ലത്തേക്കു കയറി. അവിടെ കണ്ടതൊക്കെ വിഴുങ്ങി നടക്കുമ്പോൾ ഇല്ലത്തെ വൈദ്യൻ നമ്പൂതിരി വലിയ ഉരുളിയിൽ ഉണ്ടാക്കി തണുക്കാൻ വച്ചിരുന്ന ലേഹ്യം കണ്ടു. ചെറുചൂടുണ്ടായിരുന്ന ആ മരുന്ന് ആ വലിയ ഉരുളിയോടെ വിഴുങ്ങിയതും അടയ്ക്കാക്കിളിയുടെ വയർ നിറഞ്ഞു. വിശപ്പ് നിന്നു. ലേഹ്യത്തിന്റെ ലഹരിയിൽ തലകറങ്ങി അവൻ നിലത്തുവീണു. പിന്നെ ബോധം കെട്ടുറങ്ങി. മലർന്നു കിടന്നുറങ്ങുന്ന അടയ്ക്കാക്കിളിയുടെ വയറു വല്ലാതെ വീർത്തിരിക്കുന്നതു കണ്ട് വൈദ്യൻ നമ്പൂതിരി കാര്യമറിയാതെ കുഴഞ്ഞുനിന്നു.

ഇല്ലത്തെ മുറ്റത്തെ അത്തിച്ചുവട്ടിലെ മണ്ണിലായിരുന്നു മലർന്നു കിടന്ന് കിളി ഉറങ്ങിയിരുന്നത്. അത്തിക്കായ്കൾ പഴുത്തിരുന്നു. അതിലൊരു കായ അടർന്നു നേരെ നിലത്തെ അടയ്ക്കാക്കിളിയുടെ വീർത്ത വയറിൽ വീണതും വയർ കീറിപ്പിളർന്നു. അതിൽ നിന്നും ആദ്യം ആന പുറത്തുചാടി. പിന്നെ പാപ്പാൻ. പിന്നെ ഉണ്ണിനമ്പൂതിരി. പിന്നെ വല്ല്യനമ്പൂതിരി. പിന്നെ പത്ത് ആത്തേരമ്മമാർ. പിന്നെ വാല്യക്കാരി. പിന്നെ പിന്നെ കിടന്നതെല്ലാം. ലേഹ്യം മാത്രം വയറിൽ പിടിച്ചു. അതുകൊണ്ടത് പുറത്തേക്കു വന്നതേയില്ല.

വയറുകീറി ചത്തുകിടന്ന അടയ്ക്കാക്കിളിയെ കണ്ടതും ആന മുതൽ ആത്തേരമ്മമാർ വരെ വല്ല്യവായിൽ കിടന്നു കരഞ്ഞു. അതുകണ്ട് വൈദ്യൻ നമ്പൂതിരി പറഞ്ഞു:

"ആരും കരയേണ്ട. ഒക്കെ ശരിയാക്കാം."

അദ്ദേഹം അകത്തുപോയി ഒരു മരുന്നെടുത്തുകൊണ്ടു പുറത്തുവന്നു. അടയ്ക്കാക്കിളിയുടെ വയറ്റിൽ മരുന്നിട്ടു വയർ തുന്നിച്ചേർത്തു. അത്ഭുതം! അപ്പോൾ അടയ്ക്കാക്കിളി കണ്ണുതുറന്നു. എഴുന്നേറ്റിരുന്നു. ചിറകു കുടഞ്ഞു. പിന്നെ എല്ലാവരേയും നോക്കി ഒന്നു ചിലച്ചു. എന്നിട്ടു പറഞ്ഞു:

"എനിക്കിപ്പം വിശപ്പില്ല."

"ഇല്ല. ഇനിയൊട്ട് ഒരിക്കലും നിനക്ക് അധികമായ വിശപ്പോ ദാഹമോ ഉണ്ടാകില്ല. ധൈര്യമായി പൊയ്ക്കോ."

അടയ്ക്കാക്കിളി ആശ്വാസത്തോടെ പറന്നുയർന്നു. ആന മുതൽ ആത്തേരമ്മമാർ വരെ അതിനെ യാത്രയാക്കി. കൈവീശി. ചിരിച്ച് ആശംസകൾ നേർന്ന് യാത്രയാക്കി.

അത് പറന്നുയർന്നെങ്കിലും ഇല്ലപ്പറമ്പു വിട്ടു പോയില്ല. അവിടെ ഒരു മരത്തിൽ കൂടുകെട്ടി പാർത്തു. അന്നു മുതലാണുപോലും അടയ്ക്കാക്കിളികൾ ഇല്ലപ്പറമ്പിൽ താമസക്കാരായത്.

93

കള്ളനും കള്ളനും

ഒരു നാട്ടിൽ രണ്ടു കള്ളന്മാരുണ്ടായിരുന്നു. രണ്ടു നല്ല കാഞ്ഞ കള്ളന്മാർ. ഒരിക്കൽ അവർ കണ്ടുമുട്ടി. കണ്ടുമുട്ടിയപ്പോഴൊന്നു കൂട്ടിമുട്ടി. മുട്ടാതെന്തുചെയ്യും? അവരിലാരാണ് ഏറ്റവും വലിയ കള്ളൻ? ആ പ്രശ്നം പറഞ്ഞായിരുന്നു ഏറ്റുമുട്ടൽ. തർക്കം. അവസാനം ഒന്നാം കള്ളൻ ഒരു വെല്ലുവിളി നടത്തി. "നിനക്ക് എന്റെ വീട്ടിൽ കയറി എന്റെ പണപ്പെട്ടി മോഷ്ടിക്കാമോ? എങ്കിൽ നീയാണ് എന്നേക്കാൾ വലിയ കള്ളനെന്നു ഞാൻ സമ്മതിക്കാം."

രണ്ടാം കള്ളൻ വെല്ലുവിളി സ്വീകരിച്ചു. ഒന്നാം കള്ളൻ അവന്റെ വീട്ടിലെത്തി. പണപ്പെട്ടി എവിടെ ഒളിച്ചുവയ്ക്കണം? അവൻ വീടു മുഴുവൻ പരിശോധിച്ചു. അലമാരയിൽ വച്ചാൽ അവൻ വേഗം കണ്ടുപിടിക്കും. അരിപ്പെട്ടിയിൽ വച്ചാൽ അവൻ അനായാസം കണ്ടെത്തും. ഉത്തരത്തിൽ വച്ചാൽ അവൻ ഉടൻ കണ്ടെത്തും. കിടക്കയ്ക്കടിയിലിട്ടാൽ ഏതു കള്ളനും കണ്ടെത്തും. ഉറിയിൽ വച്ചാൽ തീർച്ചയായും കണ്ടെത്തും. അവൻ സാധാരണ കള്ളനല്ല. കള്ളനു കഞ്ഞി വച്ചവനാണ്. പെരുങ്കള്ളൻ തന്നെ. അവൻ കാണാത്ത സ്ഥലം ഏതുണ്ട്? ഒന്നാം കള്ളൻ ആലോചിച്ചാലോചിച്ചിരുന്നപ്പോൾ അവന്റെ തല ചൂടായി. അപ്പോൾ തലമുടി കുറെ നരച്ചുപോയി. അപ്പോൾ അവനൊരു സൂത്രം മനസിലുദിച്ചു. ഒന്നാംതരം വിദ്യ. ഏതു കള്ളനേയും തോൽപ്പിക്കാൻ പറ്റിയ വിദ്യ. യുറേക്കാ! അവൻ ചാടി എഴുന്നേറ്റു.

അവൻ കൂർത്ത ഒരു കമ്പിയെടുത്തു. അവന്റെ കിടപ്പുമുറിയുടെ ചുമര് തുളച്ചു. മൺചുമരായതിനാൽ തുളയ്ക്കൽ എളുപ്പമായി

രുന്നു. തുളച്ചുതുളച്ച് പണപ്പെട്ടിക്കിരിക്കാൻ പറ്റിയ ഒരു തുളയുണ്ടാക്കി. അതിൽ പണപ്പെട്ടിവച്ചു. പുറമെ ചെളിമണ്ണു തേച്ചു പിടിപ്പിച്ചു. ചുമർ മിനുസമുള്ളതാക്കി. അവിടെ ആരും തുളച്ചതായി ആരും സംശയിക്കുകയില്ല. ഇനി പേടിക്കേണ്ട. അവന് വലിയ സന്തോഷം തോന്നി. തന്നെപ്പറ്റി നല്ല മതിപ്പും തോന്നി. രണ്ടാം കള്ളനേയും പറ്റിക്കാൻ തനിക്കു കഴിയും. അപ്പോൾ കള്ളന്മാരിലെ രാജാവാകും താൻ. തീർച്ച.

അങ്ങനെ മനോരാജ്യവും കണ്ടിരുന്നപ്പോൾ അവനൊരു ശങ്ക. മറ്റവൻ മഹാവിളവനാണ്. അവൻ അറമുറി മുതൽ അടുക്കളവരെ തപ്പും. എങ്ങും കാണാത്തപ്പോൾ ചുമരിൽ പരിശോധിച്ചാലോ? ചുമരിൽ തട്ടിയാൽ പെട്ടിയുള്ള ഭാഗം കണ്ടെത്താം. അയ്യോ എങ്കിൽ താൻ തോൽക്കും. അത് അനുവദിക്കാനാവില്ല. അതിനെന്തു ചെയ്യാൻ കഴിയും?

ആലോചിച്ചിരുന്നപ്പോൾ അവനൊരു നല്ല സൂത്രം തോന്നി. ഒന്നാംതരം ഐഡിയ! അവൻ അടുക്കളയിലേക്ക് ഓടി ഒരു കരിക്കട്ട എടുത്തുകൊണ്ടുവന്നു. ചുമരിൽ പണപ്പെട്ടിയിരിക്കുന്ന ഭാഗത്ത് കരികൊണ്ടെഴുതി.

"ഇവിടെ ആരും തുരന്ന് പണപ്പെട്ടി വച്ചിട്ടില്ല."

ഹൊ! സമാധാനമായി. ചുമരിലെ നോട്ടീസ് കണ്ടാൽ പിന്നെ അവന് സംശയം തോന്നുകയില്ല. അവൻ പരിശോധിച്ചാലും മറ്റു ചുമരുകളേ പരിശോധിക്കൂ. അങ്ങനെ അവൻ തോൽക്കും. തോൽക്കട്ടെ.

ഒന്നാം കള്ളൻ സമാധാനത്തോടെ അവന്റെ വീടിന്റെ വാതിലുകൾ അടച്ചു. ജന്നാലകളും അടച്ചു. കിടപ്പുമുറിയിൽ കിടന്നു. ഉറങ്ങി. നന്നായി ഉറങ്ങി. പേടിക്കാതെ ഉറങ്ങാമല്ലോ. അതിനാൽ നന്നായി ബോധം കെട്ടുറങ്ങി.

രണ്ടാം കള്ളൻ രാത്രി ഒന്നാം കള്ളന്റെ വീട്ടിലെത്തി. ഒരു ജനാലയുടെ വാതിൽ അകത്തി. കമ്പികൾ അകത്തി. ഉള്ളിൽ കടന്നു. ഒളിഞ്ഞു നോക്കി. ഭാഗ്യം. ചേട്ടൻകള്ളൻ ഉറക്കമാണ്. രണ്ടാം കള്ളൻ വീടു മുഴുവൻ അരിച്ചുപെറുക്കി നോക്കി. ഒരിടത്തും പണപ്പെട്ടി കണ്ടില്ല. തലയിണയ്ക്കടിയിൽ പോലുമില്ല. അരിക്കലത്തിൽ പോലുമില്ല. പഴങ്കഞ്ഞിയിൽ വരെ കൈയിട്ടു നോക്കി. ഇല്ല. ഇല്ല. എങ്ങുമില്ല.

കഷ്ടം. തനിക്കു തോൽവി പറ്റിയല്ലോ. സാരമില്ല. തനിക്കല്ലേ പ്രായം കുറവ്. താനാണ് അനിയൻ കള്ളൻ. അതിനാൽ ചേട്ടനോടു തോറ്റതാണ് എന്നു പറയാം. മറ്റെന്തു ചെയ്യാനാകും. അങ്ങനെ

ചിന്തിച്ച് നിരാശപ്പെട്ട് അവൻ പുറത്തേക്കു പോകാനായി കിടപ്പുമുറിയിലെത്തി. അവിടം കടന്ന് വരാന്തയിലിറങ്ങണം.

അപ്പോഴാണ് കിടപ്പുമുറിയുടെ ചുമരിലെ നോട്ടീസ് കണ്ടത്. അതുകണ്ട് അവൻ ചിരിച്ചു പോയി. അവനു കാര്യം മനസിലായി. ചേട്ടൻകള്ളൻ തിരുമണ്ടൻ തന്നെ. അവൻ അതോർത്തു പിന്നെയും ചിരിച്ചു. കൈയിൽ കരുതിയിരുന്ന കമ്പികൊണ്ട് ശബ്ദമുണ്ടാക്കാതെ മണ്ണ് ചുരണ്ടിമാറ്റി. പണപ്പെട്ടി എടുത്തു.

എന്നിട്ട് നിലത്തുകിടന്ന കരിക്കട്ട എടുത്ത് ചുമരിൽ എഴുതി.

"ഞാൻ ഈ ചുമരു തുരന്നില്ല. പണപ്പെട്ടി കണ്ടില്ല. എടുത്തില്ല. തിരിച്ചു പോയില്ല."

രണ്ടാം കള്ളൻ തിരിച്ചുപോയി. നേരം വെളുത്തപ്പോൾ ഒന്നാം കള്ളനുണർന്നു. ചുമരിലെ പുതിയ എഴുത്തു കണ്ടു. വായിച്ചു. പിന്നെ കരയണോ ചിരിക്കണോ എന്നു സംശയിച്ച് അവിടെ നിന്നു!

94

ഒരു വെള്ളിമത്സ്യത്തിന്റെ കഥ

പണ്ടുപണ്ട് ഒരു നാട്ടിലൊരു വലിയ പർവതമുണ്ടായിരുന്നു. ആകാശത്തിലേക്കു തല ഉയർത്തി നിന്നിരുന്ന വലിയ പർവതം. പർവ്വതം നിറയെ കാടായിരുന്നു. കാടിനും താഴെ പർവതത്തിന്റെ പാദത്തിൽ പരന്നൊരു വലിയ തടാകവുമുണ്ടായിരുന്നു. പർവതവും കാടും തടാകവുമൊക്കെ എപ്പോഴും തണുത്തുകിടന്നിരുന്നു. എന്നാൽ ഇടയ്ക്കിടെ വെയിൽ വരുമ്പോൾ എങ്ങും ചൂടുപിടിച്ചിരുന്നു. തടാകത്തിലുറഞ്ഞു കിടന്നിരുന്ന വെള്ളവും അപ്പോൾ ഉരുകി തിളങ്ങിയിരുന്നു. അപ്പോൾ തടാകത്തിലെ താമസക്കാരിയായിരുന്ന കുഞ്ഞുവെള്ളി മത്സ്യത്തിനു വലിയ സന്തോഷമാകും. അവളപ്പോൾ തടാകത്തിലൂടെ നീന്തിക്കളിച്ചു നടക്കുമായിരുന്നു. സന്തോഷം കൂടുതലാകുമ്പോൾ അവൾ വെള്ളത്തിനു മുകളിലേക്കു ചാടിയും കളിച്ചിരുന്നു.

ഒരുദിവസം അവളങ്ങനെ നീന്തിത്തുടിച്ചും ചാടിമറിഞ്ഞും കളിച്ചു രസിക്കുകയായിരുന്നു. അപ്പോഴായിരുന്നു അവളെ ഒരുത്തൻ കണ്ടത്. ആരാണെന്നോ? വലിയ ഒരു അരയന്നം. വെളുവെളുത്ത സുന്ദരൻ. വലിയ വയറും നീണ്ട കഴുത്തുമുള്ള ഒരു തടിയൻ. കഴുത്തിനറ്റത്തോ കത്തിപോലൊരു ചുണ്ടും. വലിയ ഞണ്ടിനെയും തവളയെയുമൊക്കെ ഒറ്റവായ്ക്ക് വിഴുങ്ങുന്ന ഭീകരനായിരുന്നു ആ തടിയൻ. തടാകത്തിലൂടെ ആരെ പിടിച്ചു തിന്നണമെന്നാലോചിച്ച് അവൻ നീന്തുകയായിരുന്നു. അപ്പോഴായിരുന്നു വെള്ളിമത്സ്യത്തിന്റെ സന്തോഷച്ചാട്ടം അവൻ കണ്ടത്. വെയിലിൽ വെട്ടിത്തിളങ്ങുന്ന വെ

ള്ളിമത്സ്യത്തിന് എന്തൊരു ഭംഗിയായിരുന്നു. പക്ഷേ വിശന്നിരുന്ന അരയന്നകുമാരൻ അവളുടെ സൗന്ദര്യമൊന്നും കണ്ടതേയില്ല. അവൻ ചുണ്ടുകൾ വിടർത്തി അവളെ വായിലാക്കി വിഴുങ്ങാൻ തുടങ്ങി.

സന്തോഷിച്ചു നീന്തിക്കളിച്ചിരുന്ന വെള്ളിമത്സ്യം പേടിച്ചുവിറച്ചു. അവൾ കരഞ്ഞുപറഞ്ഞു.

"എന്റെ പൊന്നു മിത്രമേ, എന്നെ തിന്നരുതേ. മലപോലെ വലിയ നിന്റെ വായിൽ പറ്റാനില്ലല്ലോ ഞാൻ. എനിക്കാണെങ്കിൽ ജീവിച്ചു മതിയായില്ല. ഈ ചെറുചൂടുള്ള വെള്ളത്തിൽ നീന്തിക്കളിച്ചു മതിയായില്ല. ഇതിലെ ചെറു പായലുകൾ തിന്നും മതിയായില്ല. എന്റെ കൂട്ടുകാരെ കണ്ടു കൊതിതീർന്നുമില്ല. അയ്യോ പൊന്നേ എന്നോടൊരൽപ്പം ദയ കാണിക്കണേ. എന്നെ തിന്നാതെ വിടണേ...

അവളുടെ കരച്ചിൽ കണ്ടപ്പോൾ അരയന്നത്തിന്റെ മനസലിഞ്ഞു. അവൻ പറഞ്ഞു.

"മുന്നിൽ വന്നുപെടുന്ന ഇരയെ തിന്നാതെ വിടുന്നവൻ മണ്ടനാണെന്ന് അമ്മ പഠിപ്പിച്ചിട്ടുണ്ട്. എന്നാലും ഞാൻ നിന്നെ കൊല്ലാതെ വിടാം. പക്ഷേ നീ എനിക്ക് പകരമായി ഒരു ഉപകാരം ചെയ്യണം."

"ഞാൻ ചേട്ടനു വേണ്ടി എന്തുംചെയ്യാം." വെള്ളിമത്സ്യം വിറച്ചുകൊണ്ടു പറഞ്ഞു.

അപ്പോൾ അരയന്നകുമാരൻ പറഞ്ഞു. "ഈയാണ്ടിൽ തണുപ്പു വല്ലാതെ കൂടുതലാണ്. വെള്ളം തണുത്തുമരച്ചു കിടപ്പാണ്. ഈ വെള്ളത്തിൽ കിടന്ന് എന്റെ കാലുകൾ രണ്ടും തണുത്തു മരച്ചിരിക്കുന്നു. എനിക്ക് നീ രണ്ടു ഷൂസുകൾ കൊണ്ടുവന്നു തരണം. അതെ; ഒരു ജോടി. അതു തന്നാൽ ഞാൻ നിന്നെ പിന്നെ ഒരിക്കലും തിന്നുകയില്ല. സത്യം സത്യം സത്യം. തന്നില്ലെങ്കിൽ ഞാൻ നിന്നെ തിന്നും. സത്യം സത്യം സത്യം."

വെള്ളിമത്സ്യം തലകുലുക്കി. വാലിളക്കി. സമ്മതമറിയിച്ചു. എന്നിട്ട് നീന്തി നീന്തി നീന്തിപ്പോയി. അവൻ അതിവേഗം നീന്തി. തലങ്ങും വിലങ്ങും നീന്തി. തെക്കും വടക്കും നീന്തി. കിഴക്കും പടിഞ്ഞാറും നീന്തി. താഴെയും മുകളും നീന്തി. തടാകം മുഴുവൻ നീന്തി. ഒരു ജോടി ഷൂസിനായി എങ്ങും തെരഞ്ഞു. ആരെങ്കിലും എന്നെങ്കിലും എവിടെയെങ്കിലും ഒരു ജോടി ഷൂസെങ്കിലും ഇട്ടിട്ടു പോകാതിരിക്കുമോ? പ്രതീക്ഷയോടെ അവൾ നീന്തി നീന്തി നടന്നു. തെരഞ്ഞു തെരഞ്ഞു നടന്നു. കഷ്ടം! എങ്ങും ഒരു ഷൂസു പോയിട്ടു ലേസു പോലും കണ്ടില്ല. അവൾ തളർന്നു. തടാകത്തിന

റ്റത്തെ പുൽക്കാടിനോട് ചേർന്ന് വെള്ളത്തിൽ കിടന്ന് അവൾ കരഞ്ഞു. ഉച്ചത്തിൽ തേങ്ങിത്തേങ്ങി കരഞ്ഞു. അവളുടെ കരച്ചിലിന്റെ ശബ്ദം ഇളംകാറ്റ് ഏറ്റുവാങ്ങി ചുറ്റും എത്തിച്ചു. അത് അടുത്തിരുന്നിരുന്ന ചാട്ടക്കാരിത്തവള കേട്ടു. അവൾക്കും കരച്ചിൽ വന്നു. അവൾ വിളിച്ചു ചോദിച്ചു.

"കുഞ്ഞുമീനേ, കുഞ്ഞുമീനേ, നീയെന്തിനാണിങ്ങനെ നെഞ്ചുപൊട്ടിക്കരയുന്നത്?"

വെള്ളിമത്സ്യം അപ്പോൾ അവളുടെ കഥ തവളച്ചേച്ചിയോടു പറഞ്ഞു. അതുകേട്ടു തവളച്ചേച്ചിയുടെ കണ്ണു നിറഞ്ഞു. നിറഞ്ഞ കണ്ണുകൾ തുടയ്ക്കാതെ അവൾ പറഞ്ഞു: കരയാതെ പെണ്ണേ കരയാതെ. ഒരു ജോടി ഷൂസിന്റെ കാര്യമല്ലേ. സാരമില്ല. നമുക്ക് എവിടെനിന്നെങ്കിലും എങ്ങനെയെങ്കിലും വാങ്ങാം. നീ ഇവിടെ ഈ പുല്ലിൻതണ്ടിൽ തൊട്ടുനിന്ന് വിശ്രമിക്ക്. ഒന്നുറങ്ങിക്കോ. ക്ഷീണം പോകും. ഞാൻ വരാതെ അനങ്ങരുത്. ഞാൻ ഷൂസുംകൊണ്ടേ വരൂ. സത്യം സത്യം സത്യം."

തവളച്ചേച്ചി അങ്ങനെ പറഞ്ഞ് ചാടിച്ചാടിപ്പോയി. കരയിലൊരു പൊക്കമുള്ള പാറപ്പുറത്തു കയറിനിന്ന് അവൾ ഉച്ചത്തിൽ കരഞ്ഞു.

ക്രോം ക്രോം ക്രോം ക്രോം ക്രോം....

അവളുടെ ഉച്ചത്തിലുള്ള നിലവിളി കേട്ട് കറമ്പിക്കുരുവി ഞെട്ടി. ഉയരത്തിലൊരു മരക്കൊമ്പിലിരുന്നിട്ടും അവൾ ആ കരച്ചിൽ കേട്ടതായിരുന്നു. അവൾ വിളിച്ചുചോദിച്ചു.

ചിർപ്പ് ചിർപ്പ് ചിർപ്പ്

വാട്ട്, വാട്ട്, വാട്ട്, വാട്ട്?

തവളച്ചേച്ചി ചാടി മരച്ചുവട്ടിലെത്തി. പാവം സ്വർണമത്സ്യത്തിന്റെ സങ്കടക്കാര്യം കുരുവിക്കുട്ടിയോടു പറഞ്ഞു. അതുകേട്ട് കുരുവിക്കുട്ടിയുടെ കണ്ണും നിറഞ്ഞു. നീ കരയാതെയിരി എന്റെ പൊന്നു കൂട്ടുകാരി. ഞാൻ ഷൂസു കൊണ്ടുവന്നു തരാം. സത്യം സത്യം സത്യം. കുരുവിക്കുട്ടി അങ്ങനെ പറഞ്ഞ് തവളച്ചേച്ചിയെ സമാധാനിപ്പിച്ചു. എന്നിട്ട് ചിറകു വിടർത്തി ഉയർത്തി താഴ്ത്തി അവൾ ആകാശത്തിലേക്ക് ഉയർന്നു. പറന്നു പറന്നു പറന്ന് അവൾ അകലെയൊരു കൊച്ചു പൂന്തോട്ടത്തിലെത്തി. അത് കുഞ്ഞുരാജകുമാരി നടലോച്കയുടെ കുഞ്ഞു പൂന്തോട്ടമായിരുന്നു. സുന്ദരി നടലോച്ക പൂക്കളെ താലോലിച്ചും പൂമ്പാറ്റകളോടൊത്ത് കളിച്ചും തോട്ടത്തിൽ ഓടിനടക്കുന്നുണ്ടായിരുന്നു.

കുരുവിക്കുട്ടി ചിലച്ചുകൊണ്ട് തോട്ടത്തിലെത്തി. "എന്തുപറ്റീ

എന്റെ സുന്ദരിക്കുട്ടീ നിനക്ക്" നടലോച്ക കുരുവിക്കുട്ടിയോടു ചോദിച്ചു. കുരുവിക്കുട്ടി വെള്ളിമത്സ്യത്തിന്റെ കരളലിയിക്കും കഥ പറഞ്ഞു. അതുകേട്ട് നടലോച്കയുടെ കണ്ണുനിറഞ്ഞു. അവൾ പറഞ്ഞു. "കുരുവീ കുരുവീ ഞാനെന്റെ ഏറ്റവും നല്ല ജോടി ഷൂസുതന്നെ തന്നുവിടാം. സത്യം സത്യം സത്യം." അങ്ങനെ പറഞ്ഞ് നടലോച്ക അവളുടെ കൊട്ടാരത്തിലേക്ക് ഓടി. ഓടി ഓടിച്ചെന്ന് അവളുടെ ഏറ്റവും നല്ല ജോടി ഷൂസുതന്നെ കൈയിലെടുത്തു. നല്ല ചുകചുക ചുവന്ന മനോഹരമായ ഒരു ജോടി പുതുപുത്തൻ ഷൂസുകൾ. അതു രണ്ടും കൊണ്ടുചെന്നു കുരുവിക്കു കൊടുത്തിട്ടു പറഞ്ഞു.

"വേഗം പറന്നുപോയി ഇത് ചാട്ടക്കാരിത്തവളയ്ക്കു കൊടുത്ത് വെള്ളിമത്സ്യത്തിനു കൊടുക്ക്."

നന്ദി നന്ദി നന്ദി. കുരുവിക്കുട്ടി രാജകുമാരിയോടു നന്ദി പറഞ്ഞു. എന്നിട്ട് ഷൂസുകളുമായി പറന്നു.

അതിവേഗം പറന്നു. പറന്നുപറന്ന് മരച്ചുവട്ടിലെത്തി. ഷൂസുകൾ തവളച്ചേച്ചിക്കു കൊടുത്തു. നന്ദി നന്ദി നന്ദി. തവളച്ചേച്ചി കുരുവിക്കുട്ടിയോടു നന്ദി പറഞ്ഞു. പിന്നെ ഒറ്റച്ചാട്ടം. പിന്നെയും ഒരു ചാട്ടം. വൺ ടൂ ത്രീ! അങ്ങനെ എണ്ണി ചാടിച്ചാടി അവൾ പെട്ടെന്ന് തടാകക്കരയിലെത്തി. ഷൂസുകൾ രണ്ടും വെള്ളിമത്സ്യത്തിനു കൊടുത്തു. നന്ദി നന്ദി നന്ദി. വെള്ളിമത്സ്യം തവളചേച്ചിയോടു നന്ദി പറഞ്ഞു.

പിന്നെ അവൾ ഷൂസുകളുംകൊണ്ട് നീന്തി. നീന്തി നീന്തി, അതിവേഗം നീന്തി, അരയന്നകുമാരന്റെ അടുത്തെത്തി. ഷൂസുകൾ രണ്ടും അവനു നൽകി. അവന് സന്തോഷമായി. നന്ദി നന്ദി നന്ദി. അവൻ വെള്ളിമത്സ്യത്തോടു നന്ദി പറഞ്ഞു. എന്നിട്ട് തണുത്തുമരച്ചിരുന്ന അവന്റെ കാലുകളിൽ ഷൂസുകൾ കയറ്റി. ഹായ് എന്തു സുഖം. അവന്റെ കാലുകളുടെ തണുപ്പു മാറി. അവൻ ചിറകുവിടർത്തി മനോഹരമായ ഒരു നൃത്തം ചെയ്തു. അങ്ങനെ വെള്ളിമത്സ്യത്തിനെ സന്തോഷിപ്പിച്ചു. പിന്നെ അവളുടെ തലയിൽ തന്റെ ചുണ്ടുകൾ തൊട്ട് സത്യം ചെയ്തു. "ഇനിയൊരിക്കലും ഞാനോ എന്റെ കൂട്ടരോ നിന്നെയോ നിന്റെ കൂട്ടരെയോ തിന്നുകയില്ല."

വെള്ളിമത്സ്യം സന്തോഷത്തോടെ തടാകത്തിലൂടെ നീന്തിക്കളിച്ചു. അരയന്നത്തിനു നന്ദി പറഞ്ഞു. അങ്ങനെ ഷൂസിട്ട കാലം മുതലാണുപോലും അരയന്നങ്ങൾക്കു തണുപ്പില്ലാതായത്. അമ്മൂമ്മമാർ അങ്ങനെയാണ് കൂട്ടരെ പറയുന്നത്. അമ്മൂമ്മമാർ പറയുന്നതല്ലേ. സത്യമാകണം.

95

സിംഹച്ചാർ എങ്ങനെ മര്യാദക്കാരനായി?

ഒരിക്കൽ ഒരിടത്ത് ഒരു കാട്ടിൽ ഒരു സിംഹമുണ്ടായിരുന്നു. അവൻ വലിയ അഹങ്കാരിയായിരുന്നു. ഞാനാണ് ഈ കാട്ടിലെ ഏറ്റവും ശക്തനായ ജന്തു. അതല്ലേ ഞാൻ രാജാവായിരിക്കുന്നത്. എല്ലാവരും എന്നെ അനുസരിക്കണം. എനിക്ക് ആരെയും പേടിക്കേണ്ട കാര്യമില്ല. ഇങ്ങനെയൊക്കെ അവൻ ഇടയ്ക്കിടെ വിളിച്ചു കൂവും. എന്നിട്ട് അലറും. അതുകേട്ട് എല്ലാ ജന്തുക്കളും പേടിച്ചു വിറച്ച് ഓടിപ്പോകും. അതിനാൽ അവന്റെ അഹങ്കാരവും കൂടിവന്നു.

ഒരുദിവസം വൈകിട്ട് അവൻ അവന്റെ ഗുഹയിൽ തിരിച്ചെത്തി. അന്ന് ഒരു മാനിനെ കൊന്നുതിന്നിരുന്നു. വയർ നന്നായി നിറഞ്ഞിരുന്നു. അതിനാൽ അവന് ഉറക്കം വരുന്നുണ്ടായിരുന്നു. ഒന്നു കിടന്നു മയങ്ങാം. അവൻ ഗുഹയിൽ കിടന്നു. അപ്പോഴായിരുന്നു അതിലെ ഒരു കൊതുകുപെണ്ണ് പറന്നുചെന്നത്. അവൾ സിംഹത്തിന്റെ ചെവിക്കടുത്തുകൂടി പറന്നു. അവളുണ്ടാക്കിയ ശബ്ദം കേട്ട് സിംഹച്ചാർക്കു കലിവന്നു. "മാറിപ്പോ പെണ്ണേ. ഉറങ്ങാൻ കിടക്കുമ്പോഴാണ് നിന്റെ ഒരു പാട്ട്!" സിംഹച്ചാർ അലറി പറഞ്ഞു. എന്നാൽ കൊതുകുപെണ്ണ് സിംഹത്തെ ഗൗനിച്ചതേയില്ല. അവൾ വീണ്ടും സിംഹത്തിന്റെ ചെവിക്കരികിലൂടെ മൂളിപ്പറന്നു. അപ്പോൾ സിംഹച്ചാർ പറഞ്ഞു. "വിഡ്ഢീ! ഞാൻ ശക്തനായ സിംഹം. നീയോ വെറുമൊരു കീടം! ഒറ്റയടിക്കു ഞാൻ നിന്നെപ്പോലെയുള്ള നൂറെണ്ണത്തിനെ ചമ്മന്തിയാക്കും! നീയും നിന്റെ കൂട്ടരും എനിക്കു വെറും പുല്ലാണ്!"

സിംഹച്ചാർ അങ്ങനെ പറഞ്ഞിട്ട് കൊതുകുപെണ്ണിനു നേരെ കൈവീശി. എന്നാൽ അവൾ പറന്നുമാറി. കൂട്ടുകാരോട് സിംഹത്തിന്റെ അഹങ്കാരത്തെപ്പറ്റി പറഞ്ഞു. "നമുക്ക് ആ തടിയനെ ഒരു പാഠം പഠിപ്പിക്കാം." കൊതുകുകൾ എല്ലാവരുംകൂടി ആലോചിച്ച് നിശ്ചയിച്ചു. അവർ കൂട്ടത്തോടെ സിംഹച്ചാരുടെ നേരെ പറന്നു ചെന്നു.

സിംഹച്ചാർ വലിയ ഒരു മൂളൽ കേട്ട് തല ഉയർത്തിനോക്കി. തനിക്കു നേരെ വലിയ ഒരു മേഘം പറന്നുവരുന്നോ? മൂളുന്ന മേഘമുണ്ടോ? കറുത്ത ആ മേഘം അടുത്തുവന്നപ്പോൾ സിംഹച്ചാർക്കു കലി കയറി. കൊതുകുകളാണ്! നൂറുകണക്കിന്, ആയിരക്കണക്കിന്, പതിനായിരക്കണക്കിന്,... അല്ല ലക്ഷക്കണക്കിനു കൊതുകുകൾ. അവ സിംഹച്ചാരുടെ ദേഹത്തേക്കു വീണു. കണ്ണിലും മൂക്കിലും കവിളിലും തലയിലും ഉടലിലും കാലിലും കൈയിലും എല്ലാം പറന്നിരുന്നു. കടിയടാ കടി. കുത്തടാ കുത്ത്. "കുത്തുകുത്ത് നന്നായി കുത്ത്! അഹങ്കാരി സിംഹത്തെ അടിമുടി കുത്ത്!" ഒരു കൊതുകുപെണ്ണ് പറന്നുനടന്ന് ഒരു മുദ്രാവാക്യം വിളിച്ചു. അതു കേട്ട് കൊതുകുകൾക്ക് കൂടുതൽ ആവേശമായി. അവർ സിംഹച്ചാരെ ആഞ്ഞാഞ്ഞു കുത്തി. ആവുന്നത്ര ശക്തിയായി കുത്തി. കുത്തി കുത്തി ചോര വലിച്ചെടുത്തു.

സിംഹച്ചാർ പിടഞ്ഞു. ചാടി. മറിഞ്ഞു. തിരിഞ്ഞു. നിലത്തുകിടന്നുരുണ്ടു. നിവർന്നു നിന്നു കൈകൾകൊണ്ട് ദേഹത്തടിച്ചു. ഏതാനും കൊതുകുകൾ അപ്പോൾ ചത്തു. എന്നാൽ ചത്തതിന്റെ ആയിരമിരട്ടി പുതിയതായി പറന്നുവന്നു. കടിയും കുത്തും തുടർന്നു.

സിംഹച്ചാർ ചാടിയും മറിഞ്ഞും തിരിഞ്ഞും ഉരുണ്ടും ചെരിഞ്ഞും അവശനായി. തളർന്നു. ദേഹം മുഴുവൻ നീറ്റൽ. കണ്ണീൽ വരെ നീറ്റൽ. കണ്ണിനുള്ളിൽ നിറയെ കൊതുകുകൾ. അതിനാൽ കണ്ണും കാണാൻ വയ്യ. അവൻ അതോടെ തോൽവി സമ്മതിച്ചു. ഉച്ചത്തിൽ മോങ്ങാൻ തുടങ്ങി. "അയ്യോ! അയ്യയ്യോ! എന്നെ കുത്തല്ലേ. ഞാനൊരു പാവമാണേയ്. ഞാനിനി ഒരു ജന്തുവിനേയും പുച്ഛിക്കുകയില്ലേയ്. ഞാൻ മര്യാദയ്ക്ക് അടങ്ങിയൊതുങ്ങി ഈ കാട്ടിൽ കഴിഞ്ഞോളാമേ. എന്റെ കൊതുകുസുഹൃത്തുക്കളേ! എന്റെ സഹോദരീസഹോദരന്മാരായ കൊതുകുകളേ! എന്നോടു കരുണ കാണിക്കണേ. എന്നെ രക്ഷിക്കണേ."

സിംഹച്ചാർ നിലത്തുകിടന്ന് ഇരുകൈകളും നീട്ടി നിലത്തുവച്ച് കൊതുകുകളുടെ മുന്നിൽ നമസ്കരിച്ചുകിടന്നു. അതോടെ കൊതുകുകളുടെ ദേഷ്യം മാറി. സിംഹച്ചാരുടെ അഹങ്കാരം തീർന്നല്ലോ.

കുഞ്ഞു ജന്തുക്കൾക്കും ശക്തിയുണ്ടെന്നു സമ്മതിച്ചല്ലോ. അതിനാൽ നമുക്ക് ക്ഷമിക്കാം. കൊതുകുപെണ്ണ് പ്രഖ്യാപിച്ചു. ശരിയാ ശരിയാ. കൊതുകുകൾ അംഗീകരിച്ചു. അവർ കൂട്ടത്തോടെ പറന്നകന്നുപോയി. സംഘശക്തി തെളിയിച്ച് ഉയർന്നുപോയി.

അതോടെ ആ കാട്ടിലെ ആ സിംഹം മര്യാദക്കാരനായി. അഹങ്കാരം ആപത്താണെന്ന് അറിഞ്ഞ് ജീവിക്കാനും തുടങ്ങി.

96

ഒരു മണ്ടൻ കരടിയുടെ കഥ

ഇനി ഒരു മണ്ടൻ കരടിയുടെ കഥ പറയാം. അവൻ മണ്ടൻ മാത്രമല്ല; മടിയനുമായിരുന്നു. വെറുതെയിരുന്നു തിന്നുതിന്ന് അവൻ തടിയനുമായിരുന്നു. ചെറുപ്പം മുതൽ അവൻ ഒന്നിലും ശ്രദ്ധിച്ചില്ല. അതിനാൽ അവന് അറിവുമില്ലായിരുന്നു. അവന് കാടിന്റെ അരികിൽ അമ്പതു സെന്റ് തോട്ടവുമുണ്ടായിരുന്നു. തോട്ടത്തിൽ കാടും പടലും കയറിക്കിടക്കുകയായിരുന്നു. എല്ലാം വെട്ടിമാറ്റി കൃഷി ചെയ്യണം. മടിയൻ വിചാരിക്കും. വെട്ടുകത്തിയും തൂമ്പായുമൊക്കെ എടുത്തുകൊണ്ടുവരും. തോട്ടത്തിൽ വയ്ക്കും. അതിനടുത്തിരുന്ന് ഉറങ്ങും. അതായിരുന്നു അവന്റെ പതിവ്.

ഒരുദിവസം ഒരു കുറുക്കൻ അതു കണ്ടു. കുറുക്കൻ സൂത്രശാലിയായിരുന്നു. അവന് മണ്ണിൽ പണിയാനുമറിയാമായിരുന്നു. അവൻ കരടിച്ചേട്ടനടുത്തുചെന്നു. കരടിമൂപ്പരെ കുലുക്കി ഉണർത്തി. എന്നിട്ടു പറഞ്ഞു: "ചേട്ടാ എനിക്കു കൃഷി ചെയ്യാൻ കുറച്ചു ഭൂമി വേണം. ചേട്ടൻ വലിയ ജന്മിയല്ലേ. അമ്പതു സെന്റ് ഭൂമിയുടെ ഉടമ. ഞാനോ ഒരു സെന്റ് ഭൂമി പോലുമില്ലാത്തവൻ. ചേട്ടൻ എന്നോടു കനിയണം. ചേട്ടന്റെ ഭൂമിയിൽ ഞാൻ കൃഷിയിറക്കാം. കിട്ടുന്നതിൽ പാതി ചേട്ടനു തരാം."

കുറുക്കന്റെ പുകഴ്ത്തൽ മടിയൻ കരടിക്ക് ഇഷ്ടമായി. തന്നെ വലിയ ജന്മി എന്നു വിളിച്ചതല്ലേ. നന്നായി. അവൻ ഗമയിൽ തല ഉയർത്തി കുറുക്കനെ നോക്കി. എന്നിട്ടു പറഞ്ഞു: "കിട്ടുന്നതിൽ പാതി തന്നാൽ പോരാ. ഞാൻ പറയുന്ന ഭാഗം തരണം. ഇപ്രാവ

ശ്യം കൃഷി ചെയ്യുമ്പോൾ മണ്ണിനു മുകളിലുള്ളതു മുഴുവൻ എനിക്കു കൊണ്ടുവന്നു തരണം. അടിയിലുള്ളത് നീ എടുത്തോ.”

കുറുക്കൻ സമ്മതിച്ചു. അപ്പോൾ മടിയൻ സന്തോഷിച്ചു. വെറുതെ ഇരുന്ന് പാതി വിളവെടുക്കാമല്ലോ. അതു തിന്നുകയോ വിൽക്കുകയോ ചെയ്യാം. കുശാലായി ജീവിക്കാം. മടിയൻ കരടി സന്തോഷത്തോടെ എഴുന്നേറ്റു. തന്റെ വെട്ടുകത്തിയും തൂമ്പായും എടുത്ത് വീട്ടിലേക്കു പോയി. അവയൊക്കെ വീട്ടിൽ കെട്ടിത്തൂക്കി. ഇനി പണിയായുധങ്ങളെന്തിനാണ്? വല്ലവനും പണിയുന്നതിന്റെ ഫലം അനുഭവിച്ചാൽ മതിയല്ലോ.

കുറുക്കൻ കരടിയുടെ തോട്ടത്തിലെ കാടുവെട്ടി. മണ്ണിളക്കി. കുഴിയെടുത്തു. കുഴിയിൽ ചാണകപ്പൊടി നിറച്ചു. അങ്ങനെ തോട്ടം നിറയെ കുഴികൾ തയാറാക്കി. കുഴികളിൽ ചേന നട്ടു. മുകളിൽ കരിയിലകൾ കൂട്ടിവെച്ചു.

വേനൽ മാറി. മഴ തുടങ്ങി. കുഴി നനഞ്ഞു. ചേനക്കഷണങ്ങൾ ഉണർന്നു. കണ്ണുതുറന്നു. മുളച്ചുപൊങ്ങി. കുറുക്കൻ വേണ്ട സമയത്തൊക്കെ വളമിട്ടു. ചേനകൾ മറിഞ്ഞുപോകാതെ പിടിച്ചുകെട്ടി. അങ്ങനെയൊക്കെ എന്നും അധ്വാനിച്ചു. എന്നും കോഴിയെ പിടിക്കാൻ പോയി തിരിച്ചുവന്നാൽ പിന്നെ ചേനത്തോട്ടത്തിൽ തന്നെ താമസമാക്കി.

ചേന വളർന്നു. വിളവെടുക്കാൻ സമയമായി. ഉടൻ കുറുക്കൻ മണ്ണിനു മുകളിലുണ്ടായിരുന്ന ചേനത്തണ്ടും ഇലകളും മുഴുവൻ വെട്ടി കരടിയുടെ വീട്ടിൽ കൊണ്ടുചെന്നുവച്ചു. മണ്ണിനടിയിലുണ്ടായിരുന്ന ചേനകൾ മുഴുവൻ പറിച്ചെടുത്തു. കാട്ടുചന്തയിൽ വിറ്റു കാശാക്കി.

അപ്പോഴായിരുന്നു കരടിക്കു കാര്യം പിടികിട്ടിയത്. കുറുക്കൻ തന്നെ പറ്റിച്ചു. ഒന്നിനും കൊള്ളാത്ത ഭാഗം തനിക്കു തന്നു. പക്ഷേ താൻ പറഞ്ഞതുപോലെ ചെയ്തതാണ്. പറ്റിപ്പോയി. എന്തായാലും ഇനി ഇങ്ങനെ വിഡ്ഢിയാകാതെ നോക്കണം. മണ്ടൻ കരടി നിശ്ചയിച്ചു.

അടുത്ത കൃഷിക്കാലമെത്തി. കുറുക്കൻ വീണ്ടും കരടിയുടെ അടുത്തെത്തി. വിനയത്തോടെ കരടിയുടെ മുന്നിൽ തലകുനിച്ചു. എന്നിട്ടു പറഞ്ഞു. “അങ്ങയെപ്പോലുള്ള മഹാന്മാരെയാണ് ഈ നാടിനാവശ്യം. അങ്ങ് ഞങ്ങൾ പാവപ്പെട്ടവരുടെ ദൈവം തന്നെയാണ്. ഇപ്രാവശ്യവും അങ്ങയുടെ തോട്ടത്തിൽ കൃഷി ചെയ്യാൻ എന്നെ അനുവദിക്കണം. അങ്ങു പറയുന്നതുപോലെ ഞാൻ ചെയ്യാം.”

മണ്ടൻ കരടി ഗമയിൽ ഇരുന്ന് ഒന്നു കുലുങ്ങിച്ചിരിച്ചു. എ

ന്നിട്ടു പറഞ്ഞു. “ഞാനേ അത്ര മണ്ടനൊന്നുമല്ല. എപ്പോഴും എന്നെ പറ്റിക്കാം എന്നൊന്നും നീ കരുതേണ്ട. ഇപ്രാവശ്യം മണ്ണിനടിയിലുണ്ടാകുന്നതു മുഴുവൻ എനിക്കു തരണം. മുകൾഭാഗം നീ എടുത്തോളൂ.”

കുറുക്കൻ കരടിയെ തൊഴുതുകൊണ്ടു പറഞ്ഞു: “തോട്ടം അങ്ങയുടെയല്ലേ. അങ്ങു പറയുന്നതെല്ലാം അടിയൻ സമ്മതിച്ചിരിക്കുന്നു.”

കുറുക്കൻ യാത്ര പറഞ്ഞു പോയി. മണ്ടൻ കരടി ഇരുന്ന് കുലുങ്ങികുലുങ്ങി ചിരിച്ചു. ഇപ്രാവശ്യം കുറുക്കനെ ഞാൻ പറ്റിച്ചു. അവൻ അങ്ങനെ ഓർത്ത് വീണ്ടും വീണ്ടും ചിരിച്ചു.

കുറുക്കൻ തോട്ടം കിളച്ചു ശരിയാക്കി. കുഴിയെടുത്തു. കുഴികളിലെല്ലാം വാഴത്തൈകൾ നട്ടു. വെള്ളം കോരി. വളമിട്ടു. വാഴക്കന്നുകളെ ഓമനിച്ചു. നന്നായി ശുശ്രൂഷിച്ചു.

വാഴകളെല്ലാം വാശിയോടെ വളർന്നു. കുലച്ചു. വലിയ കുലകൾ. കുലകൾ മൂത്തു. വെട്ടാറായി.

ഒരുദിവസം രാവിലെതന്നെ കുറുക്കൻ കുലകളെല്ലാം വെട്ടി വണ്ടിയിൽ കയറ്റി കാട്ടുചന്തയിൽ കൊണ്ടുചെന്നു വിറ്റു. അങ്ങനെ വലിയ പണക്കാരനായി. പിന്നെ വണ്ടിയുമായി കുറുക്കൻ തോട്ടത്തിലെത്തി. വാഴയുടെയെല്ലാം അടിഭാഗം മാന്തിയെടുത്തു. മണ്ണിനടിയിലുണ്ടായിരുന്ന വേരുപോലും കളയാതെ എടുത്തു. വണ്ടിയിലാക്കി കരടിയുടെ വീട്ടിൽ കൊണ്ടുചെന്നു കൊടുത്തു. യാത്ര പറഞ്ഞ് പോയി.

കരടി വാഴകളുടെയെല്ലാം ചുവടുകളിലേക്കു നോക്കി മിഴിച്ചിരുന്നു. ഇവയെ എന്തിനു കൊള്ളാം! ഇപ്രാവശ്യവും കുറുക്കൻ തന്നെ പറ്റിച്ചു. എന്തുകൊണ്ടാണ് തനിക്ക് വീണ്ടും അമളി പറ്റിയത്? അതിനുത്തരം കണ്ടെത്താനാകാതെ കരടിമണ്ടൻ കുത്തിയിരുന്നു.

അതുകണ്ട് അടുത്ത മരത്തിലിരുന്ന കാക്ക ഉച്ചത്തിൽ കരഞ്ഞു! കാ കാ കാ കാ. മണ്ടന് വീണ്ടും അമളി പറ്റി! എന്താ കാരണം? അറിവില്ലാത്തതുതന്നെ. അറിവില്ലാത്തവനെ അറിവുള്ളവൻ പറ്റിക്കും. കാ കാ കാ കാ!

97

കള്ളത്തിയുടെ കാറ്റുപോയ കഥ

കള്ളം കാണിച്ചു കാണിച്ചു വലിയ കള്ളിയായി കാറ്റും പോയ ഒരുത്തിയുടെ കഥ കേട്ടോളൂ. അവളൊരു കുറുക്കത്തിയായിരുന്നു. അവളെ കണ്ടാൽ കൊച്ചുകുട്ടികൾ പോലും "കള്ളീ കള്ളീ കള്ളക്കുറുക്കത്തീ" എന്നു വിളിച്ചു കളിയാക്കിയിരുന്നു.

ഒരുനാൾ അവളൊരു കോഴിക്കുഞ്ഞിനെ മോഷ്ടിച്ചു. അതിനേയും കൊണ്ട് കോഴിക്കൂടിനു പുറത്തു കടന്നപ്പോഴെ കോഴിക്കുഞ്ഞു പേടിച്ചു കരഞ്ഞു. കരഞ്ഞുകൊണ്ടു ചോദിച്ചു: "കീയോ കീയോ കീയോ? എന്നെ എന്തിനാണ് പിടിച്ചുകൊണ്ട് ഓടുന്നത്?"

ഓടുന്നതിനിടയിൽ കള്ളി പറഞ്ഞു. "ഓടാതിരുന്നാൽ നാട്ടുകാരെന്റെ നടുവൊടിക്കില്ലേ കൊച്ചേ. നീ മിണ്ടാതെ കണ്ണടച്ചിരുന്നോ. മിണ്ടിയാൽ ഞാൻ നിന്റെ തല കടിച്ചുകളയും."

കോഴിക്കുഞ്ഞു പേടിച്ചു മിണ്ടാതിരുന്നു. കള്ളക്കുറുക്കത്തി ഓടിയോടി അകലെയൊരു നാട്ടിലെത്തി. അവിടുത്തെ റോഡിലൂടെയും ഓടി. അതിനിടിയിലാണ് ഒരു താറാവുകാരന്റെ വീട് കുറുക്കത്തി കണ്ടത്. താറാവുകാരന്റെ താറാവുകൾ മുഴുവൻ മുറ്റത്തൊരു വേലിക്കെട്ടിനുള്ളിലുണ്ടായിരുന്നു. നാലുചുറ്റും വേലിയുള്ളതിനാൽ ഒരു കുറുക്കനെയും പൂച്ചക്കുഞ്ഞിനെയും പേടിക്കാതെ താറാവുകൾ മുറ്റത്തു കിടന്നുറങ്ങുന്നുണ്ടായിരുന്നു. താറാവുകാരനും താറാവുകാരത്തിയും വരാന്തയിലിരുന്ന് വിസ്തരിച്ചു മുറുക്കിത്തുപ്പി കഥ പറയുകയായിരുന്നു. പണ്ടൊരു കുറുക്കത്തിയെ മിടുക്കനായ ഒരു താറാവുകാരൻ പറ്റിച്ച കഥ അയാൾ ഭാര്യയോടു പറഞ്ഞ് ഗ

മയിലിരിക്കുകയായിരുന്നു. കഥ തീർന്നതും കഥയിലെ കഥാപാത്രംപോലെ മുന്നിലൊരു കുറുക്കത്തി!

കുറുക്കത്തിയെ കണ്ടതും താറാവുകാരൻ പറഞ്ഞു: "എന്റെ അപ്പൂപ്പന്റെ അപ്പൂപ്പൻ നിന്റെ അമ്മൂമ്മയുടെ അമ്മൂമ്മയെ പറ്റിച്ച കഥ പറയുകയായിരുന്നു പെണ്ണേ ഞാൻ."

കുറുക്കത്തി അതുകേട്ടപ്പോൾ പറഞ്ഞു. "അല്ലെങ്കിലും ചേട്ടാ ഞങ്ങൾ കുറുക്കത്തികൾ പാവങ്ങളാ. ചില കുറുക്കന്മാരാണ് മനുഷ്യരെ പറ്റിച്ചതായി കഥയുള്ളത്. പെണ്ണുങ്ങൾ പൊതുവെ പാവങ്ങളാണല്ലോ ചേട്ടാ. ഞാനും ഒരു പാവം. എന്റെ കൊഴിക്കുഞ്ഞിനേയും കെട്ടിപ്പിടിച്ച് ഞാനീ ഉമ്മറത്തു ഒന്നു കിടന്നോട്ടെ?"

"കിടന്നോ കിടന്നോ. ഒന്നുമല്ലെങ്കിലും നീയും ഒരു പെണ്ണല്ലേ? പക്ഷേ താറാവിൻകൂട്ടത്തിലേക്ക് കണ്ണയക്കരുത്." താറാവുകാരി കാര്യം പറഞ്ഞു.

"അങ്ങനെതന്നെ. ഞാൻ കിടക്കുന്നതറിയാതെ ഉറങ്ങും. പിന്നെ ഈ കോഴിക്കുഞ്ഞാണെങ്കിൽ ദാ ഉറങ്ങിക്കഴിഞ്ഞു." പേടിച്ചു കണ്ണടച്ചിരുന്ന കോഴിക്കുഞ്ഞിനെ ചൂണ്ടി കുറുക്കത്തി പറഞ്ഞു.

കുറുക്കത്തിയും കോഴിക്കുഞ്ഞും ഉമ്മറത്തുകിടന്നു. താറാവുകാരനും താറാവുകാരിയും വീട്ടിനകത്തും കിടന്നുറങ്ങി. രാത്രി പാതിരാത്രിയായി. കള്ളക്കുറുക്കത്തി പുരയ്ക്കകത്തേക്കു ഒളിച്ചുനോക്കി. താറാവുകാരനും താറാവുകാരിയും നല്ല ഉറക്കമായി. നന്നായി. കൈയിലിരിക്കുന്ന കോഴിക്കുഞ്ഞും നല്ല ഉറക്കത്തിലാണ്. അതും നന്നായി. കോഴിക്കുഞ്ഞിന്റെ കഴുത്ത് ഒറ്റക്കടിക്ക് കുറുക്കത്തി വായിലാക്കി. അതിനാൽ കോഴിക്കുഞ്ഞിനൊന്നു കരയാൻ പോലും കഴിഞ്ഞില്ല. പാവം! അതിനും കഴിയാതെ അത് കുറുക്കത്തിയുടെ വയറ്റിലായി.

കള്ളക്കുറുക്കത്തിക്ക് എന്നിട്ടും വിശപ്പുതീർന്നില്ല. വേലിക്കകത്ത് പത്തിരുനൂറു താറാവുകൾ കിടന്നുറങ്ങുന്നുണ്ട്. അതിലൊന്നു കുറഞ്ഞാലും ആരുമറിയില്ല. കുറുക്കത്തി വേലിക്കരികിൽനിന്നു. വൺ ടൂ ത്രീ! ഒറ്റ ചാട്ടം! കുറുക്കത്തി വേലിക്കുള്ളിലായി. ഒരു ചെറിയ ശബ്ദം മാത്രമേ ചാട്ടത്തിലുണ്ടായുള്ളൂ. താറാവുകൾ ഉണർന്നതേയില്ല.

കുറുക്കത്തി അടുത്തുകണ്ട ഒരു താറാവിനെ ഒറ്റപ്പിടുത്തം. കഴുത്തിലൊരു കടി. കഴുത്ത് കുറുക്കത്തിയുടെ വായിലായി. താറാവിന്റെ ശരീരം കിടന്നു പിടച്ചാൽ ശബ്ദമുണ്ടാകും. അതിനാൽ കുറുക്കത്തി അത് നിലത്തമർത്തി ചവിട്ടിപ്പിടിച്ചു. അനങ്ങാതെയായപ്പോൾ വിസ്തരിച്ച് താറാവിനെ മുഴുവൻ തിന്നു. താറാവിന്റെ

ചിറകുകളും കോഴിക്കുഞ്ഞിന്റെ ചിറകുകളും എടുത്ത് വേലിക്കടിയിലൊളിപ്പിച്ചു. എന്നിട്ടോ? വേലി ചാടി പുറത്തുവന്നു. ഉമ്മറത്തു തന്നെ ചുരുണ്ടുകൂടി കിടന്നുറങ്ങി.

രാവിലെ താറാവുകാരനും താറാവുകാരിയും വാതിൽ തുറന്നുപുറത്തുവന്നു. കുറുക്കത്തി നല്ല ഉറക്കം നടിച്ചു. കണ്ണടച്ചു പിടിച്ചു കിടന്നു. താറാവുകാരൻ കുറുക്കത്തിയെ വിളിച്ചുണർത്തി.

"പെണ്ണേ! ഉറക്ക ഭ്രാന്തീ! ഉണർന്നെഴുന്നേറ്റ് ഓടിക്കോ. നാട്ടിലെ പട്ടികൾ കണ്ടാൽ നിന്നെ വച്ചേക്കില്ല."

കുറുക്കത്തി കണ്ണുതുറന്നു. കണ്ണ് പല പ്രാവശ്യം തുറന്ന് അടച്ച് ഉറക്കം മാറ്റുന്ന മട്ട് അഭിനയിച്ചു. പിന്നെ പെട്ടെന്ന് ചുറ്റും നോക്കി. കൈയിലും നോക്കി. നോക്കിയിട്ട് കിടന്നു കരഞ്ഞുകൂവി. "അയ്യോ അയ്യോ എന്റെ കോഴിക്കുഞ്ഞിനെ കാണുന്നില്ലേ? താറാവുകാരൻ ചേട്ടനോ ചേച്ചിയോ പിടിച്ചുതിന്നേ. അല്ലെങ്കിൽ താറാവുകൾ തന്നെ മോഷ്ടിച്ചുതിന്നേ."

താറാവുകാരനും താറാവുകാരിയും കുറുക്കത്തിയുടെ കാലു പിടിച്ചു.

"അയ്യോ പൊന്നേ കരഞ്ഞു ബഹളം വയ്ക്കരുതേ. ഞങ്ങൾ കള്ളം കാണിച്ചതായി നാട്ടുകാർ കരുതും. ഞങ്ങൾ കോഴിക്കുഞ്ഞിനെ മോഷ്ടിച്ചിട്ടില്ല."

"എന്നാൽ നിങ്ങടെ വീടു വിഴുങ്ങിയിരിക്കും. എന്തായാലും എങ്ങനെയായാലും എന്റെ കോഴിക്കുഞ്ഞു നഷ്ടപ്പെട്ടു. ഇനി പകരമെനിക്കൊരു താറാവിനെ തന്നേ തീരൂ."

താറാവുകാരനും താറാവുകാരിയും കൂടിയാലോചിച്ചു. ഈ നാശം കുറുക്കത്തിയെ എത്രയും വേഗം വീട്ടിൽനിന്നും പറഞ്ഞു വിടണം. മാനം കാക്കാനതേ വഴിയുള്ളൂ. അവർ നിശ്ചയിച്ചു. വേലിക്കുള്ളിൽ നിന്നൊരു വലിയ താറാവിനെ പിടിച്ച് കുറുക്കത്തിക്കു കൊടുത്തു. അവൾ താറാവുമായി പടിയിറങ്ങുമ്പോൾ വിനയം നടിച്ചു നന്ദി പറയാനും മറന്നില്ല.

കുറുക്കത്തി താറാവിനെയുംകൊണ്ട് ഓടി. ഇനി ആരെ പറ്റിക്കും? എങ്ങനെ പറ്റിക്കണം? ഓടുന്നതിനിടയിൽ കുറുക്കത്തി പ്ലാനുകൾ ഇട്ടുകൊണ്ടിരുന്നു. ഓടിയോടി നേരം വൈകുന്നേരമായി. സൂര്യൻ പടിഞ്ഞാറ് മറഞ്ഞു. ഇരുട്ട് ചുറ്റും പരന്നുതുടങ്ങി. അപ്പോൾ കുറുക്കത്തി ഒരു കോഴിക്കാരന്റെ വീട്ടിലെത്തി. കോഴിക്കാരന്റെ കൂരയിലെ കൂട്ടിൽ കുറെയേറെ നാടൻ കോഴികളുണ്ടായിരുന്നു. കുറുക്കത്തി കോഴിക്കാരനെ താണുവീണു തൊഴുതു. താനൊരു പാവം കുറുക്കത്തിയാണെന്നും താറാവിനെപ്പോലും കൊല്ലാതെ കൊണ്ടു

നടക്കുന്നവളാണെന്നും കോഴിതീറ്റ പണ്ടേ നിർത്തിയവളാണെന്നും പറഞ്ഞു. ഒരു രാത്രി ഈ കൂരയിൽ തങ്ങാനനുവദിക്കണമെന്നും അപേക്ഷിച്ചു. താനൊരു പെണ്ണല്ലേ? കൈയിലിരിക്കുന്ന താറാവും പെണ്ണ്. രാത്രി പരിചയമില്ലാത്തിടത്തുകൂടി രണ്ടു പെണ്ണുങ്ങൾ മറ്റു തുണയൊന്നുമില്ലാതെ അലഞ്ഞാലെന്തുണ്ടാകും? വല്ല പുലിയോ കടുവയോ കണ്ടാൽ കാര്യം കഴിയും..."

കുറുക്കത്തിയുടെ കരച്ചിൽ കണ്ട വീട്ടമ്മയുടെ കരളലിഞ്ഞു. "പാവം. അതിവിടെ രാത്രി കഴിയട്ടെ." ആ നല്ലയമ്മ പറഞ്ഞു.

"പക്ഷേ ഇവളൊരു കുറുക്കത്തിയല്ലേ? കുറുക്കന്റെ കള്ളമൊക്കെ കുറുക്കത്തിക്കും കിട്ടാതിരിക്കുമോ?" കോഴിക്കാരൻ സംശയത്തോടെ പറഞ്ഞു.

"അയ്യോ ഞാൻ ഒരു കുറുക്കനുമായും ഒരു കാലത്തും ഒന്നിച്ചു താമസിക്കാത്തവളാണേയ്. ഞാനൊരു പാവം തന്നെയാണേയ്." കുറുക്കത്തി അങ്ങനെ പറഞ്ഞ് കുടിലിനുള്ളിലേക്കു കയറാൻ തുടങ്ങി. അപ്പോൾ കോഴിക്കാരൻ പറഞ്ഞു:

"വേണ്ട വേണ്ട. എന്റെ കൂരയിൽ രണ്ടു പേർക്കു കിടക്കാൻ പോലും ഇടം കമ്മിയാ. നീ ഈ ഉമ്മറത്തു കിടന്നോ. താറാവിനെ ഇങ്ങുതാ. ഞാൻ കോഴിക്കൂട്ടിലിടാം. രാവിലെ എടുത്തുതരാം."

അങ്ങനെ പറഞ്ഞ് കോഴിക്കാരൻ താറാവിനെ വാങ്ങി കോഴിക്കൂട്ടിലിട്ടു. പിന്നെ കൂരയ്ക്കുള്ളിൽ കയറി വാതിലടച്ചു. കൂടെ വീട്ടമ്മയും വീട്ടിലേക്കു കയറിയിരുന്നു. സമാധാനമായി. ഇനി എല്ലാവരും ഒന്ന് ഉറങ്ങിക്കിട്ടിയാൽ എല്ലാം ഭംഗിയായി അവസാനിപ്പിക്കാം. കുറുക്കത്തി പിറുപിറുത്തു. ഒത്തിരി ഓടിയതിനാൽ വയറ്റിലെ കോഴിക്കുഞ്ഞും താറാവും ദഹിച്ചു പോയിരുന്നു.

അന്നും പാതിരാത്രി കഴിഞ്ഞപ്പോൾ കുറുക്കത്തി എഴുന്നേറ്റു. പതുങ്ങിപ്പതുങ്ങി കോഴിക്കൂടിന്റെ മേൽക്കൂര പൊക്കി. കോഴികളുമറിയാതെ കോഴിക്കൂട്ടിൽ കടന്നു. ആദ്യം തന്റെ താറാവിനെ താറാവുപോലുമറിയാതെ തിന്നു. പിന്നെ കൂട്ടിലെ ഏറ്റവും വലിയ ഒരു കോഴിയുടെ കഴുത്തും കടിച്ചെടുത്തു. പിന്നെ അതിനേയും തിന്നു. ചിറകുകൾ കൂട്ടിലൊരു കോണിലൊളിപ്പിച്ചു. പുറത്തുവന്നു കിടന്നുറങ്ങി.

നേരം വെളുത്തു. കോഴിക്കാരൻ നേരത്തെ എഴുന്നേറ്റു. അന്നു കോഴികളേയും കൊണ്ടു ചന്തയിൽ പോകേണ്ടതാണ്. പുറത്തു വന്ന ഉടൻ കുറുക്കത്തിയെ കുലുക്കി ഉണർത്തി. ഉടൻ അവൾ എഴുന്നേറ്റു നിന്നു പറഞ്ഞു.

“ചേട്ടാ, ചേച്ചി, രാത്രി കിടക്കാൻ ഇടം തന്നതിനു നന്ദി. ഇനിയെന്റെ താറാവിനെ തന്നാൽ ഞാൻ സ്ഥലം വിട്ടുകൊള്ളാം.”

കോഴിക്കാരൻ കോഴിക്കൂട്ടിൽ നോക്കി. താറാവു കിടന്നിടത്ത് പൂട പോലുമില്ല. അതു കണ്ട് കുറുക്കത്തി മോങ്ങാനും തുടങ്ങി. മോങ്ങൽ കേട്ട് വീട്ടമ്മയുമെത്തി. “ഓ, അങ്ങേ വീട്ടിലെ കറമ്പൻ ക

ണ്ടൻ കുറേദിവസമായി നമ്മുടെ കോഴിക്കൂടിനടുത്ത് പമ്മിപ്പരുങ്ങി നടക്കുന്നു! അവനാണ് താറാവിനെ തിന്നത്." വീട്ടമ്മ ഊഹിച്ചു പറഞ്ഞു. കോഴിക്കാരനും അതു വിശ്വസിച്ചു. താറാവിനു പകരം ഒരു കോഴിയെ കൊടുത്ത് കുറുക്കത്തിയെ യാത്രയാക്കി.

കുറുക്കത്തി കോഴിയേയുംകൊണ്ട് ഓടി. രാവിലെ മുതൽ രാത്രിവരെ ഓടി. അകലെയകലെ ഒരു നാട്ടിലെത്തി. അവിടെ കണ്ട കുടിലിന്റെ വാതിൽക്കൽ മുട്ടിവിളിച്ചു. ഉള്ളിൽ ഉറങ്ങാൻ കിടന്നിരുന്ന വീട്ടുകാർ പറഞ്ഞു:

"ഈ വീട്ടിലിനി ഒരു പൂച്ചക്കുട്ടിക്കുറങ്ങാൻ പോലും ഇടമില്ല കുറുക്കത്തീ. വേറെ വീടു നോക്ക്." "സാരമില്ല വീട്ടുകാരെ. ഞാനീ മുറ്റത്തു ചുരുണ്ടു കിടന്നു വാലുകൊണ്ടു പുതച്ചുറങ്ങാം. എന്റെ കോഴിയെ മാത്രം ഒന്നു സൂക്ഷിച്ചുതന്നാൽ മതി." കുറുക്കത്തി പറഞ്ഞു.

"ഒരു കോഴിയല്ലേ. സാരമില്ല. മുറ്റത്തരികിലെ ആട്ടിൻകൂട്ടിലിട്ടേക്ക്." വീട്ടുകാർ പറഞ്ഞു.

കുറുക്കത്തി വീട്ടുകാർ കാൺകെ കോഴിയെ ആട്ടിൻകൂട്ടിലിട്ടിട്ടു മുറ്റത്തു ചുരുണ്ടു 'റ' പോലെ കിടന്നു. വാലു വലിച്ചു മുകളിലുമിട്ടു. കണ്ണടച്ചു. വീട്ടുകാർ ഇടയ്ക്കു ഓലപ്പഴുതിലൂടെ നോക്കിയപ്പോൾ പാവം കുറുക്കത്തി നല്ല ഉറക്കമായിരുന്നു.

അന്നും പാതിരാ കഴിഞ്ഞു. കരിങ്കുയിൽ കൂവുകയും നത്ത് ചിലയ്ക്കുകയും ചെയ്തപ്പോൾ കുറുക്കത്തി എഴുന്നേറ്റു. പതുങ്ങിപ്പതുങ്ങിച്ചെന്ന് കോഴിയെ കൊന്നുതിന്നു. എന്നിട്ടു കിടന്നുറങ്ങി. ഒരു ആടിനെ തിന്നുതീർക്കാൻ നേരം പിടിക്കും. അതിനാൽ ആ പണി വേണ്ടെന്നു വച്ചു.

രാവിലെ വീട്ടുകാർ വീടിനു പുറത്തുവന്നു. കുറുക്കത്തി അപ്പോഴും ചുരുണ്ടുകിടന്നുറക്കം തന്നെ. "കുറുക്കത്തീ കുറുക്കത്തീ വേഗം എഴുന്നേറ്റ് ഓടിക്കോ. നേരം വെളുത്തു." വീട്ടുകാർ പറഞ്ഞു.

കുറുക്കത്തി കണ്ണുതുറന്നു. എഴുന്നേറ്റു. "ഒരു രാത്രി കിടന്നുറങ്ങാൻ ഇടംതന്നതിന് നന്ദിയോടു നന്ദി. ഇനിയെന്റെ കോഴിയെ തന്നാൽ ഞാൻ പോകാം." എന്നു പറഞ്ഞു.

വീട്ടുകാരൻ നോക്കിയപ്പോൾ കോഴി കിടന്നിടത്ത് പൂടയുമില്ല. ആടുകൾ ചവിട്ടിയപ്പോൾ കോഴി ചമ്മന്തിയായിരിക്കും. പിന്നെ ആടുകൾ ഇല തിന്നപ്പോൾ കോഴിയും വായിൽ പെട്ടിരിക്കും. വീട്ടുകാർ ഊഹിച്ചു.

"അയ്യോ എനിക്കാകെയുണ്ടായിരുന്ന സ്വത്തായിരുന്നേ ഒരു

കോഴി. കോഴിയില്ലാതെ ഞാനെങ്ങനെ എന്റെ വീട്ടിലേക്കു പോകും." കുറുക്കത്തി കൂവിക്കരയാനും തുടങ്ങി.

കരച്ചിൽകേട്ട് വിരണ്ട് വീട്ടുകാർ കുറുക്കത്തിക്ക് ഒരു കൊച്ച് ആട്ടിൻകുട്ടിയെ കൊടുത്തു. കുറുക്കത്തി നന്ദി പറഞ്ഞ് ആട്ടിൻകുട്ടിയുമായി നടന്നു. ഇതിനെ ഓടിച്ചാൽ ഇതു അണച്ച് വഴിയിൽ വീണു ചാകും. കുറുക്കത്തി പിറുപിറുത്തു. നടന്നും കിടന്നും സന്ധ്യയായപ്പോൾ മറ്റൊരു നാട്ടിലെത്തി അവർ. അവിടെ കണ്ട വീടിന്റെ വാതിൽക്കൽ കുറുക്കത്തി മുട്ടി. അപ്പോൾ ആ വീട്ടുകാരും പറഞ്ഞു:

"ഇവിടെ ഉള്ളിൽ കിടക്കാനിടമില്ല കുറുക്കത്തി. നീ വേണമെങ്കിൽ മുറ്റത്തരികിൽ ചുരുണ്ടുകിടന്നോ. ആടിനെ മുറ്റത്തു വിട്ടോ. അതവിടെ നടന്നുകൊള്ളും."

ശരി ശരി. കുറുക്കത്തി സമ്മതിച്ചു. മുറ്റത്തുകിടന്നു. വീട്ടുകാരുറങ്ങിയപ്പോൾ ആടിനെ കൊന്നുതിന്നു. എല്ലും തോലുമൊക്കെ ചുമന്ന് വീടിനടുത്തുണ്ടായിരുന്ന കുളത്തിൽ താഴ്ത്തി. എന്നിട്ട് വീണ്ടും മുറ്റത്തു കിടന്നു.

രാവിലെ വീട്ടുകാർ വാതിൽ തുറന്നു പുറത്തുവന്നു. "കുറുക്കത്തീ കുറുക്കത്തീ വേഗം എഴുന്നേറ്റ് ആടുമായി പോ പോ." വീട്ടുകാരൻ പറഞ്ഞു.

കുറുക്കത്തി എഴുന്നേറ്റു. "എന്റെ ആടെവിടെ? എനിക്കെന്റെ ആടിനെ കിട്ടാതെ ഞാൻ പോകില്ല." കുറുക്കത്തി കൂവിപ്പറഞ്ഞു.

ആടെവിടെപ്പോയി? വീട്ടുകാരും അത്ഭുതപ്പെട്ടു. അപ്പോൾ വീട്ടുകാരൻ പറഞ്ഞു. "ഓ എന്റെ പുതിയ മരുമകൾ കാളകളെ അഴിച്ച് കാട്ടിലേക്കു മേയാൻ വിട്ട കൂടെ ആടിനേയും വിട്ടിരിക്കും. പുത്തൻ പെണ്ണല്ലേ. തെറ്റു പറ്റാം."

"എങ്കിൽ എനിക്ക് ആ പുത്തൻപെണ്ണിനെ തന്നെ വേണം. എന്റെ മൂത്ത മകനൊരു പെണ്ണിനെ തെരക്കിയാ ഞാനീ നാടു മുഴുവൻ കറങ്ങിക്കൊണ്ടിരുന്നത്!" കുറുക്കത്തി പറഞ്ഞു.

"അയ്യോ ഞങ്ങടെ പുന്നാരപ്പുത്രന്റെ പുന്നാരപ്പെണ്ണിനെ കുറുക്കനു കെട്ടാൻ കൊടുക്കാനോ. നടപ്പില്ല." വീട്ടുകാരൻ പറഞ്ഞു.

പക്ഷേ കുറുക്കത്തി മുറ്റത്തുകിടന്ന് ചാക്ക് തുറന്നു. മരുമകളെ ചാക്കിൽ പിടിച്ചിട്ടു. "ഞാനൊരു വള്ളികൊണ്ടുവരാം പെണ്ണേ. ചാക്കുകെട്ടേണ്ടേ? നീ ചാക്കിലനങ്ങാതിരുന്നോണം."

അങ്ങനെ പറഞ്ഞ് കുറുക്കത്തി വള്ളി തേടിപ്പോയി. വീട്ടുകാരി നെഞ്ചത്തടിച്ചു കരഞ്ഞു. എന്നാൽ വീട്ടുകാരൻ വീട്ടിൽ കയറി അയാളുടെ കടിക്കും പട്ടിയെ പിടിച്ചുകൊണ്ടുവന്നു. മരുമകളെ പിടിച്ചു വീട്ടിനുള്ളിലാക്കി. പട്ടിയെ ചാക്കിൽ വച്ചു. ചെവിയിലെന്തോ

സ്വകാര്യം പറഞ്ഞു. പട്ടിക്കു കാര്യം മനസിലായി. അത് അനങ്ങാതെ കിടന്നു.

കുറുക്കത്തി വള്ളിയുമായി വന്നു. ചാക്കു കെട്ടി തലയിൽ വച്ചു നടന്നു. ആരുമില്ലാത്ത ഒരിടം തേടി നടന്നു. ആറ്റിനരികിലെ ആൾപ്പാർപ്പില്ലാത്ത പറമ്പിലെത്തി. ചാക്ക് നിലത്തുവച്ചു. എന്നിട്ടൊരു പാട്ടുപാടി.

"കുഞ്ഞിക്കോഴി പോയി, താറാവു കിട്ടി,
താറാവു പോയി, വലിയ കോഴി കിട്ടി.
വലിയ കോഴി പോയി, ആട്ടിൻകുട്ടി കിട്ടി
ആട്ടിൻകുട്ടി പോയി, മനുഷ്യപ്പെണ്ണു കിട്ടി
ഡുഡുഡുഡും ഡുഡുഡുഡും"

കുറുക്കത്തി ചാക്കിൽ മുട്ടി താളം പിടിച്ചു. അവസാന വരി പാടിയപ്പോൾ ചാക്കിലിരുന്നൊരു മുരൾച്ച. ഈ പെണ്ണ് അസത്തുപെണ്ണാണോ? നായെപ്പോലെ മുരളുന്നല്ലോ. കുറുക്കത്തി അത്ഭുതപ്പെട്ടു.

98

ചെന്നായയുടെ മുന്നിൽപ്പെട്ട ആട്ടിൻകുട്ടി

വഴക്കാളിവീരനായിരുന്നു ചാരൻ ചെന്നായ. ഒരു കാരണവുമില്ലാതെ ആരോടും വഴക്കടിക്കും. ആരേയും ആക്രമിക്കും. പറ്റിയാൽ കൊന്നുതിന്നും. ഇതായിരുന്നു അവന്റെ സ്വഭാവം. അവനെ കാട്ടിലെങ്ങാൻ കണ്ടാലുടൻ കൊച്ചുമൃഗങ്ങൾ ഓടിയൊളിച്ചിരുന്നു.

ഒരുനാൾ അവൻ ഒരു അരുവിയിലിറങ്ങി. പാറക്കല്ലുകളിൽ ചവിട്ടിനിന്ന് വെള്ളം കുടിച്ചു. എന്നിട്ട് ഒഴുക്കിൽ കാൽതെറ്റാതെ നിന്ന് അവൻ ചുറ്റും നോക്കി. അതാ അൽപ്പമകലെ താഴെ ഒരു ആട്ടിൻകുട്ടി. അത് അരുവിയിലേക്കിറങ്ങിക്കഴിഞ്ഞു. വെള്ളം കുടിക്കാൻ തുടങ്ങിക്കഴിഞ്ഞു. ചെന്നായ്ക്ക് സന്തോഷമായി. ഒരു ഇരയെ കിട്ടിയ സന്തോഷം. അവനോടു വഴക്കടിച്ച് അവനെ ആക്രമിക്കാം. ചെന്നായ ഒന്നു മുരണ്ടു. അവന്റെ ശബ്ദം കേട്ട് ആട്ടിൻകുട്ടി ഞെട്ടി. നാശം. ഈ വൃത്തികെട്ട ജന്തു ആറ്റിലിറങ്ങിയിട്ടുണ്ട് എന്നറിഞ്ഞില്ല. അറിഞ്ഞിരുന്നെങ്കിൽ പുഴയ്ക്കരികിലേക്കേ വരികയില്ലായിരുന്നു. ആട്ടിൻകുട്ടിക്കു കാൽ വിറയ്ക്കുന്നുണ്ടായിരുന്നു. എങ്കിലും പേടി പുറത്തുകാണിക്കാതെ അവൻ തല ഉയർത്തി ചെന്നായെ നോക്കി. വളരെ താഴ്മയോടെ പറഞ്ഞു.

“സുപ്രഭാതം സുഹൃത്തേ!”

ചെന്നായ ദേഷ്യം അഭിനയിച്ചു തുള്ളിക്കൊണ്ടുപറഞ്ഞു.

“ച്ഛീ! വിഡ്ഢീ! ദുർബലനായ നീ എനിക്കു സുപ്രഭാതം പറയാൻ മാത്രം വളർന്നോ? എടാ തെമ്മാടീ, ഞാൻ വെള്ളം കുടിച്ചു

കൊണ്ടിരിക്കുന്നത് നീ കണ്ടില്ലേ? എന്നിട്ട് പുഴയിലിറങ്ങി വെള്ളം കലക്കിയല്ലോ. ചെളിവെള്ളം വായിൽ കയറിയിട്ട് എനിക്ക് കയ്ക്കുന്നു."

ആട്ടിൻകുട്ടി വളരെ വിനയത്തോടെ വീണ്ടും പറഞ്ഞു.

"ബലവാനായ സുഹൃത്തേ, ബലവാന്മാർ ദുർബലരോട് കരുണ കാണിക്കുകയല്ലേ വേണ്ടത്? പിന്നെ ഞാൻ നദിയുടെ താഴെയല്ലേ? ഞാൻ വെള്ളം കലക്കിയാലും ആ വെള്ളം അങ്ങയുടെ അടുത്തേക്കു വരുമോ? നദിയൊഴുകുന്നത് താഴേക്കല്ലേ?"

ചെന്നായ അത്രയും കൂടി കേട്ടതോടെ ശരിക്കും ദേഷ്യം കൊണ്ടുവിറച്ചു. പല്ലിളിച്ചു കാണിച്ചുകൊണ്ട് അവൻ നിലത്തുനിന്നും മുകളിലേക്കു ചാടിത്തുള്ളി. വീണ്ടും നിലത്തേക്ക് ചാടിയിട്ടു പറഞ്ഞു.

"തെമ്മാടീ! നീ തർക്കിക്കാനും തുടങ്ങിയോ? നീ ഇപ്പോൾ വെള്ളം കലക്കിയിട്ടില്ലെങ്കിൽ നിന്റെ അച്ഛൻ പണ്ട് കലക്കിയിട്ടുണ്ടാകും. അല്ലെങ്കിൽ അച്ഛന്റെ അച്ഛൻ തീർച്ചയായും കലക്കി. അതിനുള്ള ശിക്ഷ ഞാനിതാ തരുന്നു."

അങ്ങനെ പറഞ്ഞുകൊണ്ട് അവൻ ആട്ടിൻകുട്ടിയുടെ നേരെ കുതിച്ചുചാടി. അവനെ കടിച്ചുകീറി തിന്നുകയായിരുന്നു ചെന്നായുടെ ലക്ഷ്യം. ഈ ദുഷ്ടന്റെ വായിൽക്കിടന്നു പിടഞ്ഞു ചാകുന്നതിലും നല്ലത് പുഴയിൽ മുങ്ങിമരിക്കുന്നതുതന്നെ. അല്ലെങ്കിലും ധീരന്മാർ ഏത് ആപത്തിനേയും നേരിടണം. അമ്മ അതാണ് പഠിപ്പിച്ചത്. ആട്ടിൻകുട്ടി അങ്ങനെ ചിന്തിച്ച് പുഴയുടെ നടുവിലേക്കു എടുത്തുചാടി.

നടുവിൽ വലിയ ഒഴുക്കായിരുന്നു. ഒഴുക്കിൽപ്പെട്ട് ആട്ടിൻകുട്ടി അതിവേഗം താഴേക്കു പോയി. അവൻ കൈകാലുകൾ അടിച്ച് തുഴഞ്ഞു. തല വെള്ളത്തിനു മുകളിൽ പിടിച്ച് കഷ്ടപ്പെട്ടു തുഴഞ്ഞു. കുറച്ചു വെള്ളം കുടിച്ചുപോയി. പക്ഷേ ചത്തില്ല. ഒരുതരത്തിൽ കുറെ ഏറെ താഴെ ഒരു ഇഞ്ചക്കാട്ടിൽ അവൻ പിടിച്ചുകിടന്നു. പിന്നെ വിഷമിച്ച് ഇഞ്ചക്കാട്ടിൽകൂടി കരയ്ക്കുകയറി. വയർ വെള്ളം കയറി കുടംപോലെ വീർത്തുപോയിരുന്നു. എന്നാലും ജീവൻ തിരിച്ചു കിട്ടിയല്ലോ. ദൈവത്തിനു നന്ദി. അവൻ കരയിൽ കിടന്നു വിശ്രമിച്ചു. പിന്നെ ഒന്നു മൂത്രമൊഴിച്ചു. അപ്പോൾ വയർ ചുരുങ്ങി. പിന്നെ സാവധാനം കാട്ടിലൂടെ മുകളിലേക്കു നടന്നു. വീടെത്തി. അവൻ രക്ഷപ്പെട്ട് എത്തിയതുകണ്ട് അവന്റെ അമ്മയുടെ കണ്ണുകൾ നിറഞ്ഞു.

അവർ അവന് മുലകൊടുത്തു. അവൻ മുല കുടിച്ചുകൊണ്ടിരുന്നപ്പോൾ അമ്മ പറഞ്ഞു:

"ശത്രുവിനു മുന്നിൽ പതറാതെ നിന്ന് നീ രക്ഷപ്പെട്ടല്ലോ. എനിക്ക് സന്തോഷമായി. നിന്റെ അമ്മയായതിൽ ഞാൻ അഭിമാനിക്കുന്നു."

99

സെർവർ പൂച്ചയ്ക്കു പുള്ളിയുടുപ്പു കിട്ടിയ കഥ

എനിക്ക് നല്ല സൗന്ദര്യം വേണം. നല്ല ഉടുപ്പു വേണം. ഇങ്ങനെയൊക്കെ ഒരാൾ ആഗ്രഹിച്ചാൽ അയാളെ ആർക്കും കുറ്റം പറയാൻ പറ്റില്ല. പണ്ടുപണ്ട് ആഫ്രിക്കയിലെ സെർവർ പൂച്ചയ്ക്കും അങ്ങനെ ഒരു ആശയുണ്ടായി. കാട്ടിലൂടെ നടക്കുമ്പോഴൊക്കെ അവൻ തന്റെ ചെമ്പൻ രോമക്കുപ്പായത്തിലേക്കു നോക്കും. നോക്കി സങ്കടപ്പെടും. തന്റെ കുപ്പായത്തിൽ ഒരു വരയോ കുത്തോ പോലുമില്ല. എന്നാൽ പുള്ളിപ്പുലിയുടെ കുപ്പായത്തിൽ എത്രയെത്ര പുള്ളികൾ ഉണ്ട്. അവൻ അങ്ങനെ ചിന്തിച്ച് നെടുവീർപ്പിടും.

ഒരുദിവസം അവൻ കാട്ടിലൂടെ നടക്കുകയായിരുന്നു. അപ്പോൾ ഒരിടത്ത് ഒരു വിഷപ്പാമ്പ് അവശനായി കിടക്കുന്നതു കണ്ടു. പാമ്പിന് രോഗം വളരെ കൂടിയിരുന്നു. അത് മരിക്കാറായിരുന്നു. സെർവർ പൂച്ചയെ കണ്ടതും പാമ്പ് പറഞ്ഞു: "ഞാൻ മരിക്കാറായിക്കിടക്കുകയാണ്. പക്ഷേ ആരും എന്റെയടുത്ത് വരാൻപോലും തയാറാകുന്നില്ല."

അപ്പോൾ സെർവർ പൂച്ച പറഞ്ഞു: "എങ്ങനെ വിശ്വസിച്ചു നിന്റെയടുത്തു വരും? നിന്റെ വിഷപ്പല്ലിനെ ആർക്കാ ഭയമില്ലാത്തത്? നീ എത്രയോ പേരെ അതുപയോഗിച്ച് അനാവശ്യമായി കൊന്നിട്ടുണ്ട്."

"അതു ശരിയാ സുഹൃത്തേ. ഞാൻ അങ്ങനെ അനേകം പേരെ കൊന്നിട്ടുണ്ട്. ഞാൻ അതിൽ പശ്ചാത്തപിക്കുന്നു. നീ ദയവായി എന്നെ രക്ഷിക്കൂ. ഞാനിനി ഒരിക്കലും അനാവശ്യമായി ആരേയും കൊല്ലില്ല." പാമ്പ് അങ്ങനെ പറഞ്ഞപ്പോൾ സെർവർ അവി

ടെനിന്നു. പാവം പാമ്പ്. താൻ രക്ഷിച്ചില്ലെങ്കിൽ അവൻ ചാകും. അവനെ വിശ്വസിക്കാം. അങ്ങനെ ചിന്തിച്ച് സെർവർ അവനെ ചുമന്ന് സെർവറിന്റെ മാളത്തിലെത്തിച്ചു. ശുശ്രൂഷിച്ചു. ആഹാരംകൊടുത്തു. അങ്ങനെ പാമ്പ് സുഖം പ്രാപിച്ചു. ആരോഗ്യവാനായി.

യാത്ര പറഞ്ഞ് പിരിയാൻ നേരം പാമ്പു പറഞ്ഞു: "ഞാൻ ഈ സഹായം ഒരിക്കലും മറക്കില്ല. ഞാനെന്തു സമ്മാനമാണ് നിനക്ക് പകരമായി തരേണ്ടത്?"

അപ്പോൾ സെർവർ പറഞ്ഞു: "എനിക്ക് ജീവിതത്തിൽ ഒറ്റ ആഗ്രഹമേ ഉള്ളൂ. എന്റെ ഈ ചെമ്പൻ രോമക്കുപ്പായത്തിനു പകരം ഒരു പുള്ളിക്കുപ്പായം വേണമെന്ന്. നിനക്ക് എന്നെ സഹായിക്കാനാകുമോ?"

അപ്പോൾ പാമ്പു പറഞ്ഞു: 'പറ്റും സുഹൃത്തേ. എനിക്ക് വിഷം മരുന്നായും ഉപയോഗിക്കാനറിയാം. പക്ഷേ നീ കുറച്ചുദിവസം അൽപ്പം വേദനയും വിഷമവും അനുഭവിക്കേണ്ടിവരും."

"ഞാൻ എന്തും സഹിക്കാം." സെർവർ ധൈര്യത്തോടു പറഞ്ഞു.

ഉടൻ പാമ്പു തല ഉയർത്തി. വളരെ ശ്രദ്ധയോടെ സെർവറിനെ ചെറുതായൊന്നു കൊത്തി. വളരെ ചെറിയ അളവിൽ വിഷം കുത്തിവച്ചു. എന്നിട്ട് ഇഴഞ്ഞുപോയി.

സെർവറിനു വലിയ ക്ഷീണവും തളർച്ചയുംതോന്നി. ശരീരം പൊട്ടിത്തകരുംപോലെ തോന്നി. മുട്ടിനു വലിയ വേദന. തല കറങ്ങി. അവൻ തളർന്നുകിടന്നു. അങ്ങനെ രണ്ടാഴ്ച അവൻ കിടന്ന കിടപ്പിൽ കിടന്നു. ശരീരം ക്ഷീണിച്ചു. പിന്നെ ക്ഷീണം മാറി. അവൻ എഴുന്നേറ്റു. അവന് വലിയ ഉശിരുതോന്നി. അവൻ അവനെത്തന്നെ ഒന്നു നോക്കി. എന്തത്ഭുതം! എന്തത്ഭുതം! അവനൊരു മനോഹരമായ രോമക്കുപ്പായമുണ്ടായിരിക്കുന്നു. മഞ്ഞരോമക്കുപ്പായത്തിൽ ഇടയ്ക്കിടെ കറുത്ത പുള്ളികൾ. തന്നോളം സൗന്ദര്യമുള്ള മറ്റാരുമില്ല എന്ന് അവനു തോന്നി. അവൻ സന്തോഷംകൊണ്ട് നൃത്തം വെച്ചു.

അന്നുമുതലാണുപോലും സെർവർ പൂച്ചകൾ സുന്ദരന്മാരും സുന്ദരികളുമായത്. വിഷപ്പാമ്പോ വെറുതെ ആരേയും ആക്രമിക്കാത്തവരുമായി.

100

തീയും മഴയും

പണ്ടുപണ്ട് ആഫ്രിക്കയായിരുന്നു ലോകം. ലോകമായിരുന്നു ആഫ്രിക്ക. അക്കാലത്ത് അവിടെ ഒരു വീരശൂര പരാക്രമിയായ രാജാവുണ്ടായിരുന്നു. രാജാവിനൊരു സുന്ദരിയും സുശീലയും ബുദ്ധിമതിയുമായ മകളുണ്ടായിരുന്നു. മകൾക്ക് വിവാഹപ്രായമെത്തി. രാജാവ് അനേകം ചെറുപ്പക്കാരെ കണ്ടു. ആരേയും മകളുടെ ഭർത്താവാകാൻ പറ്റിയതായി തോന്നിയില്ല. രാജകുമാരിയും അനേകം യുവാക്കളെ കണ്ടു സംസാരിച്ചു. അവൾക്കും ആരേയും ഇഷ്ടമായില്ല.

അങ്ങനെയിരിക്കുമ്പോൾ ഒരുനാൾ ഒരു സുന്ദരനായ യുവാവ് രാജകുമാരിയെ നേരിട്ടു ചെന്നുകണ്ടു. അത് മഴദേവനായിരുന്നു. കാർമേഘം പോലെ കറുത്ത കരുത്തനായ മഴദേവനെ രാജകുമാരിക്കു നന്നായി ഇഷ്ടമായി. “ഞാൻ അങ്ങയെ വിവാഹം ചെയ്യാം എന്നു വാക്കുതരുന്നു.” രാജകുമാരി പറഞ്ഞു.

എന്നാൽ അതൊന്നുമറിയാതെ അന്നുതന്നെ മറ്റൊരു രാജകുമാരൻ രാജാവിനെ പോയി കണ്ടു. സ്വർണനിറമുള്ള ശക്തനായ ആ കുമാരൻ തീ ദേവനായിരുന്നു. അവനെ രാജാവിനു നന്നായി ഇഷ്ടമായി. “നിനക്കു ഞാൻ എന്റെ മകളെ വിവാഹം കഴിച്ചുതരുന്നതാണ്.” രാജാവു വാക്കുപറഞ്ഞു.

രണ്ടു ദേവന്മാരും പോയിക്കഴിഞ്ഞപ്പോൾ രാജാവും രാജകുമാരിയും തമ്മിൽ കണ്ടു. “തീ ദേവന് നിന്നെ വിവാഹം ചെയ്തു കൊടുക്കാമെന്ന് ഞാൻ വാക്കു പറഞ്ഞിട്ടുണ്ട്.” രാജാവു പറഞ്ഞു.

“അയ്യോ അച്ഛാ ഞാൻ മഴദേവന് വാക്കുകൊടുത്തുപോയല്ലോ.” രാജകുമാരി ഞെട്ടി മറുപടി പറഞ്ഞു.

ഇനി എന്താ വഴി? തീയെയും മഴയെയും പിണക്കാൻ വയ്യ. രണ്ടുപേരുമില്ലെങ്കിൽ രാജ്യമില്ല. ജനങ്ങളില്ല. പക്ഷേ രണ്ടുപേർക്കും കൂടി രാജകുമാരിയെ നൽകാനുമാവില്ല. രാജാവും രാജകുമാരിയും തമ്മിൽ ആലോചിച്ചു. ഒരു വഴി കണ്ടെത്തി. അവർ തീയേയും മഴയെയും വിളിച്ചുവരുത്തി.

“നിങ്ങൾ ഒരു ഓട്ടമത്സരത്തിൽ പങ്കെടുക്കുക. ആര് മത്സരത്തിൽ ജയിക്കുന്നുവോ ആ ആളിന് രാജകുമാരിയെ വിവാഹം ചെയ്യാം.”

മത്സരവിവരം രാജ്യമെല്ലാം അറിഞ്ഞു. മത്സരദിനത്തിൽ എല്ലാവരും ഒരു മൈതാനത്തെത്തി. തീയും മഴയും അവിടെനിന്നു. രാജാവ് വൺ ടു ത്രീ പറഞ്ഞു. അവർ ഓടാൻ തുടങ്ങി. തീ അതിവേഗം മുന്നോട്ടു നീങ്ങി. കാറ്റ് തീയെ പെട്ടെന്നു പടർന്നു നീങ്ങാൻ സഹായിച്ചു. മഴ മാറിനിന്ന് അതു കണ്ടതേയുള്ളൂ. തീ ജയിച്ചു. തീ ജയിച്ചു. ജനങ്ങൾ ആർത്തുവിളിച്ചു. മുക്കാൽ ഭാഗം ദൂരവും തീ കടന്നു. അവസാനഭാഗം ഓടാൻ തുടങ്ങി. പെട്ടെന്ന് മഴ ചാടി വീണു. തീയുടെ മേൽ പെയ്തു. തീ അണഞ്ഞുപോയി. മഴ മുന്നോട്ടു പെയ്ത് അവസാന സ്ഥലംവരെ എത്തി. മത്സരത്തിൽ ജയിച്ചു. രാജകുമാരിയെ കല്യാണം കഴിച്ചു.

അന്നു മുതൽ തീയും മഴയും തമ്മിൽ എതിരാളികളായി. തീയെ മഴ കെടുത്താനും തുടങ്ങി. എവിടെ തീപിടിത്തമുണ്ടായാലും വെള്ളമൊഴിക്കാൻ മനുഷ്യർ പഠിച്ചതും അന്നായിരുന്നു.

101

ചെറിയവനും വലിയവനും

ഒരിടത്ത് ഒരു വലിയ മരമുണ്ടായിരുന്നു. അതിനടുത്ത് ഒരു ചെറിയ മരവുമുണ്ടായിരുന്നു. വലിയ മരം വളരെ വലിയതായിരുന്നു. ചെറിയ മരം വളരെ ചെറുതുമായിരുന്നു. അതിനാലതിനെ ആരും മരമെന്നു പോലും വിളിച്ചിരുന്നില്ല. ഒരു ചെറിയ ചെടിയെന്നേ വിളിച്ചിരുന്നുള്ളൂ.

ഒരുനാൾ ചെറിയ മരം വലിയ മരത്തെ വിളിച്ചു. "സഹോദരാ, നമ്മൾ എല്ലാം ഒരു ജാതിക്കാരല്ലേ?" എന്നാൽ വലിയ മരം തലതാഴ്ത്താൻ പോലും മിനക്കെട്ടില്ല. മറുപടിയും പറഞ്ഞില്ല.

കുറച്ചു സമയം കഴിഞ്ഞപ്പോൾ അവിടെ ഒരു ചെറിയ കാറ്റു വീശി. ഉടൻ ചെറിയ മരം തലതാഴ്ത്തി കാറ്റിനെ പോകാൻ അനുവദിച്ചു. വലിയ മരം കാറ്റിനെ തടഞ്ഞുനിർത്തി. കാറ്റ് ചിതറിപ്പോയി.

കുറേനേരം കഴിഞ്ഞപ്പോൾ ഒരു വലിയ കാറ്റുവന്നു. വലിയ കാറ്റ് കൊടുങ്കാറ്റ്. ഭ്രാന്തൻ കാറ്റ്. അത് വന്ന ഉടൻ ചെറിയ മരം നിലത്തുചേർന്നുകിടന്നു. ആ ഭ്രാന്തനെ പോകാൻ അനുവദിച്ചു.

വലിയ മരം ഭ്രാന്തൻ കാറ്റുമായി മല്ലിട്ടുനിന്നു. കാറ്റ് അലറി കറങ്ങിവീശി. കൂവി അലറി കലി തുള്ളി വീശിയടിച്ചു. മരത്തെ കറക്കി കശക്കി ഒടിച്ചു തകർത്ത് നിലത്തിട്ടു. എന്നിട്ടു കടന്നുപോയി.

ഭ്രാന്തൻ കാറ്റു പോയപ്പോൾ ചെറിയ മരം തലപൊക്കിനോക്കി. പാവം വലിയ മരം! നടുവൊടിഞ്ഞ്, നാലായി പിളർന്ന് തകർന്ന് അതു ചത്തുകിടന്നിരുന്നു. അതുകണ്ട് ചെറിയ മരത്തിന് സങ്കടം തോന്നി. "അഹങ്കാരം ആപത്ത്" അത് തന്നോടുതന്നെ മന്ത്രിച്ചു.

www.ingramcontent.com/pod-product-compliance
Lightning Source LLC
LaVergne TN
LVHW101405051026
849519LV00005BC/1663